Viongozi wa Kanisa na wasomi wanazungumuzia, Biblia Kama Hadithi

Biblia ni simulizi hai inayotualika kuwa sehemu yake na kuendelea na tamthilia yake. Ili kufanya hivyo tunahitaji kujua muktadha wake, kanuni za tafsiri na mbinu za vitendo zinazotusaidia kushiriki katika Historia ya Wokovu. Kwa mtazamo wa Anabaptist Biblia kama Hadithi inatoa zana za vitendo na maarifa ya utangulizi ambayo yatasaidia katika juhudi hiyo. Hii ni maandishi yaliyopendekezwa kwa kila mtu anayetaka kuwa mwaminifu kwa Maandiko katika ulimwengu wetu wa utandawazi. Hebu tuishi Hadithi hii! Tuendelee na tamthilia ya kibiblia ya kimungu!

—César García, Katibu Mkuu
Mkutano wa Dunia wa Mennonite

Uwazi, **Hatuwa kwa hatuwa.** Hiyo ndiyo zawadi kuu ya msingi ya utangulizi huu wakipekee wa Biblia Kuisoma ni kama kuona jua likiyeyusha ukungu mzito wa asubuhi, na kufichua mandhari nzuri na pana. Mtazamo wako wa Biblia na utume wa Mungu kwa watu wake hautakuwa sawa kamwe.

—Mark Wenger, Mkurugenzi wa Mafunzo ya Uchungaji
Chuo Kikuu cha Mennonite Mashariki huko Lancaster

Kitabu hiki kina uwezo mkubwa wa kuwa kitabu cha msingi kwa wanafunzi wa mwaka wa kwanza au wa pili wa chuo kikuu, wote wa Mennonite na Wakristo kwa upana zaidi...Ni mchango wa kipekee, unaohitajika, na bora katika usomaji wa kibiblia, ambao unakosekana sana katika makanisa na shule za leo.

—Willard Swartley, Profesa Mstaafu wa
Semina ya Biblia ya Agano Jipya
Mshiriki wa Mennonite

Ni nadra kupata waandishi ambao wanaweza kuwa waaminifu katika maombolezo yao kuhusu hali ya kanisa la leo lakini wakishikilia kwa uaminifu tumaini na ahadi zinazopatikana katika Yesu na ufufuo wake. Kwa kusikitisha, vitabu vichache huchukua muda unaohitajika kutoa zawadi ya simulizi zima la Biblia kama mfumo wa majadiliano haya yanayohitajika. Hadi sasa. Biblia Kama Hadithi imetupatia kwa neema ukosoaji wa kibiblia unaohusiana na masomo ya kitaaluma huku wakati huo huo ikiunda nafasi kwa msomaji kuburudishwa na neno la Mungu! Kwa hivyo hii ni rasilimali na zana bora kwa wengi kanisani: msomi, mchungaji anayeandaa mahubiri, mwalimu wa Shule ya Jumapili na pia mtu aliye kwenye kiti.

—Leonard Dow, Mchungaji
Kanisa la Mennonite ya
Oxford Circle

Biblia Kama Hadithi inachanganya teolojia ya kibiblia, historia na utamaduni, na majadiliano ya aina za fasihi kwa njia ambayo huunda utangulizi wa kirafiki wa mtumiaji kwa masomo ya kibiblia. Inafanya kesi ya ufasaha kwa "hadithi kubwa ya wokovu" ambayo inasisitiza fasihi ya kibiblia. Mchanganyiko huu wa usomi thabiti wa kibiblia na usomaji wa utume wa hadithi ya Biblia ni zawadi kwa kanisa na kwa mwanafunzi yeyote makini wa Biblia.

—Dk. Patricia Shelley, Profesa wa Biblia na Dini
Chuo cha Betheli (KS)

Biblia Kama Hadithi ni kitabu cha kulazimisha. Napenda hadithi hii. Waandishi kwa busara wanafuata "uzi wa dhahabu" kutoka kwa dhambi ya Adamu katika Bustani na ahadi ya Mkombozi hadi zaidi ya kilio cha Kristo kutoka kwa Msalaba, "Imekwisha!" kipindi cha miaka 4,000. Imesemekana "Mapya iko katika zamani iliyofichwa na ya zamani katika mapya iliyo funuliwa." Biblia Kama Hadithi husaidia kuangaza uhusiano huu kati ya Agano la Kale na Agano Jipya. Kwa wale ambao hawajui "hadithi" hii, nina waimiza kusome kitabu hiki.

—David Kline, mwandishi Askofu wa zamani wa Amish (mstaafu)

Biblia Kama Hadithi imejaa ufahamu na tafsiri zilizopatikana kupitia miaka mingi ya kufundisha. Natamani ningekuwa na kitabu hiki, na Utangulizi wa kozi ya Fasihi ya Kibiblia ambayo inatokea, mwanzoni mwa huduma yangu. Inaweka mambo mengi ya Biblia na imani ya Kikristo katika mtazamo. Ratiba ni picha ambayo husaidia msomaji kuona Biblia kama hadithi moja inayoendelea ya ushiriki wa Mungu na watu wake na majibu yao. Kitabu hiki kinapaswa kutolewa kama zawadi kwa kila mchungaji mpya na mwalimu.

—David Boshart Waziri wa Mkutano Mkuu
Mkutano wa Mennonite ya Kati

Kwa miaka mingi nimekuwa na fursa ya kuingiliana na wahitimu kadhaa wa Chuo cha Hesston ambao walikuwa na shauku juu ya kozi ya Bib Lit (fasihi ya biblia) waliyochukua katika Chuo cha Hesston. Wanafunzi hawa daima walizungumza juu ya neno la kushangaza, Heilsgeschichte, kwa njia ambayo sikuweza kuelewa kabisa. Katika Biblia Kama Hadithi Bontrager, Hershberger na Sharp wametupa zawadi ya kuwaambia hadithi ya Biblia kwa utajiri na unyenyekevu. Nimefurahi kuwa na uwezo wa kuwaelekeza wanafunzi wangu kwenye kitabu hiki kama rasilimali ya kujua, na upendo, hadithi ya historia ya wokovu / Heilsgeschichte.

—Carmen Schrock-Hurst, Mwalimu wa Biblia
Chuo Kikuu cha Mennonite Mashariki

Biblia kama hadithi
Utangulizi wa Fasihi ya Kibiblia

Toleo la Pili lililochapishwa na Uchapishaji wa Kazi, Juni 2017
Newton, KS 67114
workplaypublishing.org

Kwa kushirikiana na Chuo cha Hesston.

Utafiti wa ziada na Usomi, Justin Heinzekehr, PhD

ISBN 978-1-7343946-9-6

Muundo wa kifuniko na mpangilio wa mambo ya ndani na André Swartley.

Mchoro wa jadala "Barabara ya kwenda Emau" (1308-1311) na Duccio Di Buonin segna (takriban. 1255-1319)

PRINTED IN THE UNITED STATES OF AMERICA

Biblia kama Hadithi

Ni Utangulizi wa Fasihi ya Kibiblia

Marion G. Bontrager

Michele Hershberger

John E. Sharp

Workplay Publishing

Yaliyomo

Dibaji

Kwa hisani ya Marion Bontrager

Mtazamo wangu kwa Biblia kama hadithi unatokana na baba yangu kunisomea kitabu cha Hadithi za Biblia cha Egermeier, mara nyingi kwa zaidi ya saa moja kwa wakati mmoja. Watoto kumi wa babu yangu wa Amish kila mmoja alipokea kitabu hicho cha Hadithi ya Biblia wakati walifunga ndoa. Katika kanisa la Amish ndoa ni kuhusu watoto na uzazi ni kuhusu kufundisha hadithi ya Biblia nyumbani. Kusikia hadithi zikisomwa moja baada ya nyingine zili ziunganisha kwenye Hadithi Kubwa iliyoanza na kwenda mahali fulani. Ingawa ningeweza kusoma hadithi hizo mwenyewe, kusikia hadithi za Biblia nikisomwa ni mojawapo ya kumbukumbu bora zaidi za baba yangu. Zilikuwa hadithi za mdomo kwanza kwangu!

Kusikia hadithi za Biblia zilizo somwa kwa saa hiyo kuliongezewa na kusikia Historia ya Wokovu (Heilsgeschichte) iliyoambiwa na wahudumu kwa mtindo wa kupokezana katika huduma mbili za saa nne hadi tano mara mbili kwa mwaka katika kanisa la Amish katika maandalizi ya huduma ya ushirika inayokuja. Utaratibu huo unaendelea leo. Wanaruka sehemu lakini wanafanya hivyo. Nilipoanza kuhudhuria kanisa la Mennonite, niligundua kwamba nilijua hadithi za Biblia vizuri zaidi kuliko wanafunzi wenzangu wa shule ya Jumapili ingawa sikuwahi kuhudhuria shule ya Jumapili. Walikuwa na hadithi moja tu za Biblia zilizosomwa kwao.

Katika kozi za chuo na kuhitimu Agano la Kale (Kwanza) na Agano Jipya (pili) zilitenganishwa na mihula zilizokatwa. Zaidi ya hayo, Biblia ilifikiriwa zaidi kama maktaba ya vitabu tofauti vya fasihi badala ya kufikiria kwanza Hadithi Kuu ya matendo ya mmishonari ya Mungu ambayo yanajitokeza katika historia ya Biblia.

Kisha kitabu kidogo cha kiada katika darasa la misheni katika shule ya kuhitimu kilinifungulia Biblia kama hadithi kuu ya Mungu kuchagua watu wamishonari kumfunua Mungu kwa ulimwengu wote kwa Maisha na neno. Ili itwa ufalme bila mipaka na Hugh Martin (vyombo vya Habari vya urafiki 1946), na iliniunganisha tena na Biblia kama hadithi.

Fursa ilikuja kwa kuunda Utangulizi mpya wa kozi ya Biblia katika Chuo cha Hesston mwaka wa 1986. Je, kozi ya muhula inapaswa kuwa kuhusu Biblia na vitabu vya Biblia kama katika vyuo vingi au hadithi nyuma ya vitabu? Ikiwa ndivyo, basi ni hadithi zipi zimejumuishwa na kutengwa? Kozi hiyo iliibuka kwa muda wa miaka kwa wanafunzi wa chuo kikuu wa mwaka wa kwanza au wa pili ambao walikuwa wakizidi kutojua kusoma na kuandika. Kama kozi inayohitajika, zaidi ya wanafunzi elfu tano wameisoma katika kipindi cha miaka thelathini iliyopita. Imekuwa yenye kurizisha sana kuona Biblia ikiwa kitabu kinachoweza kupatikana na kilicho hai kwa wanafunzi. Mwishoni mwa kozi na kwa kutumia kalenda ya matukio ya kipekee ya Historia ya Wokovu, wanafunzi huandika au kuongea maelezo ya wokovu (Heilsgeschichte) yenye vituo kadhaa katika historia ya kanisa na kisha kuiunganisha na hadithi yao ya maisha na imani ikiwa wao ni Wakristo. Toleo fupi la Heilsgeschichte au historia ya wokovu limewasilishwa katika zaidi ya makanisa 40, mafungo ya wachungaji na semina za makongamano.

Kwa sehemu kubwa kozi hiyo imefundishwa na timu pamoja na viongozi wa vikundi vya masomo. Keith Harder alishirikiana (alisoma) nami mwaka wa kwanza. Duane Yoder ambaye timu yake ilifundisha kozi hiyo kwa miaka kumi, alisaidia kufupisha na kuboresha kozi na aliandika sehemu za daftari la kozi ambalo limebadilika kuwa kitabu hiki. Howard Keim, Palmer Becker, na David B. Miller pia walisaidia kufundisha kwa miaka kadhaa. Kevin Wilder alibadilisha kwa ubunifu kozi kwa wanafunzi wa uuguzi. Michele Hershberger alianza timu ya kufundisha kozi hiyo mwaka wa 2000 na amechangia pakubwa katika kuboresha maudhui na ufundishaji wa kozi hiyo. John Sharp sasa anaongeza timu yake ya michango inayofundisha kozi hiyo na Michele. Ninawashukuru wote na viongozi wengi wa vikundi vya masomo na wanafunzi kwa mapendekezo, maongozi na usaidizi kwani neno lililoandikwa limekuwa neno hai.

Shukrani pia kwa Susie Swartley, Katibu wa Idara katika siku za mwanzo, zisizopangwa za kozi. Shukrani pia kwa Elaine Schmidt, Msaidizi wa Kitaaluma, kwa michango muhimu kwa mafundisho ya kozi. Na mwisho, shukrani kwa André Swartley, Justin Heinzekehr, na Bill Zuercher kwa kukosoa kwao na kuhariri ili kufanya uchapishaji wa kitabu hiki uwezekane.

Sola Deo Gloria.

Utangulizi

Kwa hisani ya Marion Bontrager

Utangulizi wa kozi ya Fasihi ya Kibiblia ina sehemu tatu: Hadithi, Njia (utafiti wa kuvutia) na hemenetiki (tafsiri). Hadithi ya kibiblia inaweza kuonekana kama mchezo wa kuigiza wa Mungu na shida, maendeleo na azimio. Maswali matatu ya mwelekeo yanayoulizwa kila wakati wa kusoma hadithi ya kibiblia ni: "Tatizo ni nini?" "Mungu anafanya nini ili kutatua tatizo la dhambi?" na "Watu wa Mungu wanashirikiana kwa uaminifu kiasi gani?"

Mpango wa juu wa ratiba ya Historia ya Wokovu katika kitabu ni: Uumbaji, Tatizo lililofafanuliwa, Suluhisho limeanza, Suluhisho la Jaribio lina endelea, Suluhisho Limekamilishwa na Suluhisho Kupatikana. Hadithi hiyo inasonga kutoka kwa uumbaji mzuri hadi matatizo ya dhambi ya kibinadamu iliyoundwa hadi kilele cha Yesu Kristo, Pentekoste na Uumbaji Mpya (kanisa).

Historia ya Kanisa inaendelea na hadithi ya wokovu. Hadithi ya wokovu ya Mungu ya baadaye inaishia katika burudani na urejesho wa uumbaji wote, sio katika kutoroka na uharibifu. Hadithi ya imani ya Kiyahudi inaendeleza hadithi ya Agano la Kale hadi leo.

Historia ya Wokovo (Heilsgeschichte) sio historia tu kama tungeijua leo, lakini zaidi ya kukiri imani na tangazo la Yehova na wokovu. Matoleo na muhtasari wa hadithi ya wokovu huonekana katika aina kadhaa za fasihi katika Agano la Kale. Ukariri wa Agano katika Kumbukumbu la Torati 26: 5-10 inachukuliwa kuwa mojawapo ya nyaraka za kale zaidi.

Inapaswa kusomwa kama ibada, kukumbuka na kutoa shukrani katika sherehe ya ibada. Historia ya Wokovu Zaburi ni 78, 105, 106, 135 na 136. Yoshua anasoma toleo lililofupishwa katika sherehe ya agano la Shekemu katika Yoshua 24. Sala ya Ezra katika Nehemia 9: 6-37 ni toleo lingine. Na hatimaye Stefano anaunganisha Yesu na historia ya wokovu anapo kariri hadithi katika Matendo 7 kabla ya kupigwa mawe hadi kufa. Mtume Paulo pia anaunganisha Yesu na hadithi ya historia ya wokovu huko Antiokia katika Matendo 13. Hadithi huunda utambulisho kwa hivyo inahitaji kurudiwa mara kwa mara.

Tunachagua hadithi zetu kisha hadithi zetu zinatuunda.

Katika hadithi nne katika kitabu Mwanzo 1-11, dhambi ina vunja mahusiano manne: na Mungu, binafsi, wengine na viumbe vyote. Mungu ni Mungu mmisionari katika hadithi ya historia yote ya wokovu akitafuta kuanzisha upya mahusiano kamili. Kwa huruma na kwa kejeli, Mungu anachagua watu kusaidia kutatua tatizo. Wanapaswa kuwa watu wamishonari ili kumfunua Mungu kwa makundi yote ya watu ulimwenguni ili waweze kushiriki wokovu huu kamili uliorejeshwa. Mada mbili muhimu katika Heilsgeschichte katika Mwanzo 12 wana chaguliwa kwa ajili ya misheni (sio kama kipenzi cha Mungu) na watu wa Mungu kama "taifa" badala ya taifa inch.

Jinsi dhambi inavyofafanuliwa huamua jinsi wokovu unavyofafanuliwa. Hadithi ya kuanguka kwa Adamu na Hawa inaonyesha dhambi kuvunja mahusiano manne: na Mungu, binafsi, wengine na uumbaji wote. Hivyo wokovu ni uponyaji au ni urejesho wa mahusiano yote manne. Ufafanuzi wa kibiblia wa dhambi ni mpana na wa kina, kwa hivyo wokovu lazima pia uwe mpana na wa kina. Lengo la Mungu sio tu wokovu wa watu binafsi kwa mbingu ya baadaye lakini kubadilisha watu kuwa jumuiya ya wamishonari iliyorejeshwa hapa na sasa. Hiyo inatambuliwa kikamilifu katika uumbaji mpya wa msingi (kanisa) ambapo Yesu ni Bwana na vizuizi vyote kama rangi, utaifa, jinsia na hadhi ya kijamii vimeshindwa. Mtazamo katika kitabu hiki unaweka Kutoka na Sinai kushikamana kikamilifu. Wokovu ni ukombozi kutoka kwa utumwa wa kimwili na kiroho. Katika Agano Jipya Kristo, Pentekoste na Baraza la Yerusalemu pia zimeunganishwa kikamilifu.

Hadithi ya wokovu wa kibiblia ni hadithi ya nguvu ya mwingiliano kati ya Mungu aliye hai na Watu wa Mungu ambao wana uhuru wa kuchagua. Ni hadithi ya juu na chini ya Mungu mwaminifu na wakati mwingine watu waaminifu. Kuelewa muktadha wa historia ya wokovu pia ni muhimu katika kutafsiri Biblia.

Mungu mkuu wa Biblia si Mungu asiye na msimamo, bali ni Mungu mwenye nguvu ambaye matendo yake hubadilika kutokana na uaminifu wa watu na kutokuwa wa aminifu. Mungu anajibu maombezi ya Ibrahimu kwa Loti (Mwanzo 18), na changamoto ya Musa, "Na Bwana akabadilisha Mawazo/nia yake juu ya maafa ambayo alipanga kuleta juu ya watu wake" (Kutoka 32:14); Mungu ana jibu Yeremia "lakini ikiwa taifa hilo litageuka kutoka kwa uovu wake, nitabadilisha nia yangu" (Yeremia 18: 5-11). Jibu la Mungu ni hukumu na neema, ambayo mara nyingi hupishana na wasomu wa juu wa Biblia. Neema ya Mungu na hukumu ni kama pande mbili za sarafu. Matendo ya hukumu ya Mungu ni nidhamu zinazofunua Mungu anayejali na kutafuta kuleta ufahamu wa dhambi, toba na uhusiano uliorejeshwa. Lakini Mungu Kwa neema kamwe haileti mwisho kamili wa watu katika hukumu. Mungu ni Mungu mstahimilivu, mwenye upendo na "Upendo wake thabiti unadumu milele" (Zaburi 136).

Baadhi ya watu husoma Biblia kama onyesho la vikaragosi huku Mungu akivuta nyuzi za waigizaji vikaragozi wa binadamu walio kama mbao ambao hawana mapenzi. Mtazamo uwo unasema Mungu ana "mpango wa wokovu na hufanya kila kitu kifanyike kulingana na mpango huo. Mtazamo wa kitabu hiki ni kwamba Mungu mkuu ana "kusudi" la kurejesha au kuponya uhusiano wote uliovunjika wa uumbaji mzuri lakini ulioanguka. Mungu kwa neema na kwa kejeli anachagua na kufanya kazi na wanadamu walioanguka na akili na mapenzi ya kutimiza utume wake. Lakini mchakato haujawekwa katika jiwe.

Sawa na usomaji wa "kibaraka" wa hadithi ya kibiblia hapo juu, wengine wanaona tu matukio ya pekee ya matendo ya Mungu kama vile mwanga wa radi uliyo katwa. Mwanga wa mwis ni Yesu, ambaye anaonekana kutoka mahali popote, kwani mtazamo huu unashindwa kumweka Yesu katika muktadha wake wa kihistoria, wa miaka 2000. Na wakati ni kweli kwamba maisha, mafundisho, kifo na ufufuo wa Yesu ni wazi sehemu ya juu ya simulizi ya kibiblia na njia ya Mungu ya kuponya mahusiano yote, suluhisho la Mungu kwa tatizo la dhambi linaendelea. Leo bado tuna dhambi na uovu. Bado tunalo kanisa, ile jumuiya mbadala ya watu, iliyo wazi kwa wote na ya kuvutia kwa sababu ya upendo wao kwa wote.

Yesu anahusishwa sana na Agano la Kale. Ni katika muktadha wa watu wasio waaminifu ambapo Isaya anadai kwamba "Mungu atafanya jambo jipya" (Isaya 42:9, 43:19). Yesu anafunua tena mapenzi ya Mungu ya mwisho ambayo kwa kiasi fulani yalifichwa na watu wa kale kwa kutokuwa waaminifu kwa Mungu. Mtume Paulo anarejelea siri hiyo kama fumbo

(Waefeso 3: 3-6 na Wakolosai 1: 25-27). Hadithi ya kibiblia huanza mahali fulani na ina mkondo ambayo unasomwa na uhusiano wa mwisho kupitia Yesu Kristo (Waebrania 1: 1-3a). Yesu anafunua kile ambacho Mungu alikuwa anajaribu kutimiza katika hadithi ya Agano la Kale. Kwa hivyo kusoma Biblia kwa njia inayozingatia Kristo hakupunguzi thamani ya Agano la Kale. Mwandishi wa Waebrania anasema kwamba Mungu alizungumza kupitia manabii. Hadithi ya Kiebrania / Kiyahudi ni muhimu kwa kuelewa kikamilifu Agano Jipya. Baadhi ya wasomi ubishana dhidi ya umoja wowote katika Biblia. Kukosa uaminifu kwa watu wa Mungu kunaweza kuficha kuona kwetu kusudi lakudumu la Mungu la kuunda jamii iliyochaguliwa, agano, shalom(salama) ili kurejesha uumbaji wote. Kukosa uaminifu kwa watu wa Mungu kunaweza bishana na mtazamo wa "mwelekeo" wa historia ya wokovu. Hata hivyo, kuna njia ya juu na ufunuo wa Mungu ambao unasonga mbele. Kwa mfano, mtazamo wa Mungu unahama kutoka kwa henotheism (mungu mmoja kati ya miungu mingi) hadi kwa Imani ya Mungu mmoja monotheism katika uhamisho ambapo "hakuna mungu mwingine" (Isaya 45: 5).

Kusudi la Mungu halikufunuliwa kikamilifu katika Agano la Kale kwa sababu ya kutokuwa waaminifu kwa watu, sio kwa sababu Mungu alitaka kuificha. Katika kanisa kubwa la uumbaji mpya (2 Wakorintho 5) ambapo Yesu anatawala, hakuna Myahudi wala Mmataifa, vizuizi vyote vimevunjwa na uhusiano wote umerejeshwa. Hili lilikuwa lengo la Mungu katika historia ya wokovu. Lakini ilifichwa kwa sababu ya ukosefu wa uaminifu wa watu. Mtume Paulo anaiita "siri" ambayo sasa imefunuliwa kupitia Yesu Kristo na kanisa la uumbaji mpya (Warumi 16, Waefeso 3).

Ratiba ya Historia ya wokovu (Heilsgeschichte) inataka kuonyesha baadhi ya uaminifu na kutokuwa waaminifu kwa watu wa Mungu kwa misheni yao. Utawala wa kifalme uliweka mipaka ya kijiografia na kisiasa karibu na watu wa Mungu, kuwazuia kuwa watu waaminifu, wamishonari. Kwenye kalenda ya Historia ya wokovu (Heilsgeschichte) mstari wa kifalme unashuka chini ya mstari mlalo wa dashi ambayo unawakilisha maono ya kinabii. Utawala wa kifalme ni mgogoro (mzozo) muhimu zaidi kabla ya uhamisho. Kuanzia kwa utawala wa kifalme na kuendelea, msomaji anahitaji kukumbuka kwamba Mungu anashughulika na watu wasio waaminifu kwa nia ya kuwa rekebisha kwa mapenzi yake. Wanaifanya Imani Yehova kuwa dini ya kiraia na kijiografia ambayo inaendelea hadi kuanguka na kuhamishwa kwa Yuda, wakati Yehova anavunja dini ya kiraia ya mipaka ya taifa na kijiografia. Uhamisho unawapa watu fursa mpya ya kuwa waaminifu kwa wito wao wa umisionari. Hata hivyo, imani ya Yehova na watu huvumilia kupitia ufalme, uhamisho na kurudi.

Kwa kuongezeka kwa wafalme na nguvu kuu huja kuongezeka kwa manabii. Kimsingi ni manabii ambao hubeba maono ya kiungu (theocracy) na watu wa Mungu waliitwa kuwa watu wa kimisionari. Manabii Musa na Eliya, si wafalme wawili, wanamtokea Yesu kwenye Mlima wa kugeuzwa sura.

Mtazamo wetu juu ya Yesu na aina ya ufalme anaoanzisha unabadilishwa sana ikiwa tuta muunganisha Yesu na manabii au na wafalme na ufalme. Mtindo na mafundisho ya Yesu yanawafaa manabii, sio wafalme. Ufalme ni utatuzi wa Mungu, sio mapenzi ya mwisho. Mungu mwenye bidii anaendelea kufanya kazi na watu wasio waaminifu. Yesu anaendelea na ufunuo wa Mungu na ni ufunuo kamili wa mapenzi na kusudi la Mungu kwa sababu alikuwa mwaminifu kabisa (Waebrania 1: 1-3).

Kutoelewa maneno mawili muhimu husababisha kusoma vibaya kwa Historia nzima ya wokovu (Heilsgeschichte) na hata siasa za ulimwengu leo. "Aliye chaguliwa" ni neno la kwanza ambalo tunapata katika Mungu akimwita Ibrahimu katika Mwanzo 12. Inamaanisha kuchaguliwa kwa misheni ya kubariki ulimwengu wote, kuwa watu wamishonari kusaidia kuleta urejesho wa Mungu wa mahusiano yote yaliyovunjika. Neno la pili ni "taifa," ambalo linamaanisha "kundi la watu," sio taifa la mipaka (taifa inch) au himaya. Walipaswa kuwa watu wanao ungozwana Mungu (theocratic), wenye amani waliotawaliwa na Mungu, watu wa kipekee ambao uwepo wao ulitegemea Mungu, sio mfalme na jeshi. Watu hawa wamisionari hawakupaswa na mipaka ya kijiografia, kisiasa, kiuchumi na kikabila. Licha ya nyakati za kutokuwa waaminifu pia kulikuwa na nyakati za uaminifu ambapo baadhi ya watu, familia na vikundi ambavyo si Wayahudi wa kikabila walijiunga na watu wa Mungu. Baadhi ya watu wamejumuishwa katika ukoo wa Yesu.

Ni muhimu kwamba mtu aanze hadithi na uumbaji mzuri badala ya kuanguka kwa wanadamu katika dhambi na matokeo yake. Mungu alipenda uumbaji wake mzuri na anaendelea kuwapenda watu walioanguka ambao bado wana sura fulani ya Mungu ndani yao. Njia ya umisionari inapaswa kuanza kama hadithi ya kibiblia inavyoanza, na uumbaji mzuri, sio kwa dhambi. Kwa hivyo hadithi ya wokovu inahusu burudani ya uumbaji mzuri wa asili ya Mungu.

Sehemu ya tatu ya kitabu hiki inashughulika na tafsiri ya kibiblia inayoitwa Hemenetiki (hermeneutics). Watu wawili wanyoofu wanaweza kusoma Biblia na kuja na maoni tofauti kabisa kuhusu ni nini iliyo mapenzi ya Mungu leo. Sababu? Tafsiri hizi tofauti zinaibuka kutoka kwa mawazo tofauti kuhusu Biblia na Yesu ndani yake. Agano la Kale na Agano Jipya linahusianaje na kila mmoja? Je, ni kwa jinsi gani mtu anashughulikia tofauti na utangano katika maagano aya mawili? Kwamba Yesu alikuwa Myahudi mzuri na sehemu zilizothibitishwa za Agano la Kale mara nyingi hukosa kwa sababu wasomaji wa Injili hawaoni ni kiasi gani kinatoka katika Agano la Kale. Lakini Yesu pia hakubaliani na mafundisho ya zamani. Yesu anatambua mafundisho yake kama ukweli wa juu na ufunuo kama ilivyo andikwa katika Mathayo 5, "Mmesikia, lakini mimi nawaambia."

Wakristo wengi humtafsiri Yesu na mafundisho yake kama kitu kingine tofauti na kawaida ya leo au kwa maisha yao. Wanafikaje hapo? Kwanza, wanatafsiri Biblia kama Kristo-kitovu inaozingatia maana ya kiroho lakini sio kwa ajili ya maadili ya mtu. Yesu ni mkuu kuliko sheria ya kale na anachukua nafasi ya hekalu na dhabihu, na alikuja kufa kwa ajili ya dhambi hivyo mafundisho yake yawe ya pili.

Njia ya pili Yesu si wakawaida kwa Wakristo wengi ni kwamba wao wana gawanya maisha kati ya mtu binafsi na ushirika na maadili tofauti kwa kila mmoja. Mafundisho ya Yesu ni kwa ajili ya maisha ya kibinafsi tu, si kwa maisha yote. Katika maisha ya ushirika mtu anapaswa kupata maadili kutoka Agano la Kale au kutoka kwa vyanzo vya falsafa vya busara isipokuwa Yesu. Mawazo ambayo mtu huleta kutafsiri Biblia huamua sana kile Biblia inasema kwao kuhusu mapenzi ya Mungu na ukweli. Njia ya tatu ambayo mafundisho ya Yesu si ya kawaida kwa leo ni kwamba mafundisho yake yalikuwa kwa ajili ya wanafunzi wake tu na Ufalme wa baadaye wakati Yesu atakaporudi.

Kitabu hiki kinamwona Yesu kama ufunuo kamili wa Mungu (Waebrania 1: 1-3). Maisha ya Yesu, mfano, maamuzi na mafundisho ni "kanuni ya ukweli na maadili" wakati Biblia haikubaliani. Huu ni utafsiri (hermeneutic) ya kibiblia ya Kikristo kwa maadili na kiroho na kwa wakati wote na maisha yote. Mtu hupata hii katika madhehebu mengine, lakini karibu ulimwenguni kote katika makanisa ya Anabaptist.

Sehemu ya tatu ya kozi ya Fasihi ya Kibiblia ni kiolezo cha kipekee cha mafunzo ya Biblia kwa kufata neno kwa chuo cha Hesston ambacho huwaongoza wanafunzi kupitia hatua nne za masomo: Uchunguzi, Uchambuzi, Ukalimani na matumizi. Kujifunza mbinu ya kujifunza kutafuta neno (Inductive) ni muhimu kwa kuelewa hadithi ya kibiblia.

Hadithi ya kibiblia hufanyika katika utamaduni fulani na mtazamo fulani wa ulimwengu kutoka kwa wakati fulani. Muda kati ya tendo la Mungu na muda wakati ulitafsiriwa zaidi na /au kuandikwa na waandishi wa kibiblia inaweza kuwa mamia ya miaka na katika mazingira tofauti ya kihistoria. Hadithi ya kibiblia inahitaji kusomwa katika muktadha, wa kihistoria-kitamaduni na fasihi. Ikiwa hatujui mtazamo wa ulimwengu wa kibiblia, tunatafsiri vibaya. Ikiwa hatuelewi mtazamo wetu wa ulimwengu, tunatumia vibaya.

Kuna mambo mawili ya msingi katika kukabiliana na muktadha. Bila kuzingatia muktadha wa kihistoria wa kitamaduni, mara nyingi tunatafsiri vibaya Biblia, lakini ikiwa tunasisitiza zaidi pengo au tofauti kati ya kibiblia na mitizamo ya dunia ya leo na muktadha wa kitamaduni, Biblia inakuwa haina maana.

Na Historia ya wokovu (Heilsgeschichte) ihendelee kama Ufalme wa Mungu utakapokuja na mapenzi yake yafanyike duniani kama ilivyo mbinguni.

Sehemu ya I

Hadithi ya Biblia

1. Je, Biblia ina maana leo?

Vifungu vya Biblia: Yohana 20: 30-31, 2 Timotheo 3: 16-17, Waebrania 4: 12- 13

Jinsi gani kitabu kilichotungwa na waandishi wengi tofauti kwa kipindi cha miaka elfu katika tamaduni zingine kinaweza kuwa muhimu katika wakati wetu na utamaduni leo? Ni kwa jinsi gani kitabu kinachotoka katika eneo moja la dunia kinaweza kuwa muhimu kwa ulimwengu wote? Vitabu vilivyoandikwa zaidi ya miaka elfu mbili iliyopita vinaweza kuwa na mamlaka leo? Maswali haya na mengine yanapinga umuhimu wa Biblia.

Baadhi ya viongozi wa umma nchini Marekani wanajadili sera ya serikali kutoka kwa maadili ya Kikristo-wa kiyaudi, na, kulingana na jinsi wanavyojaribu kutekeleza maadili hayo kwa wengine, hii inaweza kuwa mazoezi mazuri au hasi (mabaya). Lakini idadi inayo ongezeka katika tamaduni za baada ya jumiya ya wa kristo hupuuza tu Biblia kama kitabu cha kale, kilicho pitwa na wakati, kitabu cha mashariki ya karibu. Biblia inachukuliwa kuwa haina maana na haisomwa hata na watu wengi wanaojiita Wakristo. Bila shaka, kutojua kusoma na kuandika kwa biblia miongoni mwa Wakristo wa Marekani leo hutoa ushahidi wa kutosha: kile ambacho hatujui hakiwezi kuwa muhimu kwetu.

Hatimaye, umuhimu wa Biblia hauko katika kile tunachosema tunaamini kuusu uvuvio na mamlaka ya Biblia. Tunaamini ni muhimu tu ikiwa tutaisoma, kujifunza na kisha kuishi.

Kabla ya kupuuza umuhimu wa Biblia, tunahitaji "kusikia" yale Biblia inasema. Tunapaswa kufahamu kile ambacho Biblia inafundisha kwa masharti yake yenyewe kabla ya kuamua juu ya umuhimu wake. Ni jambo lingine ikiwa baada ya kujifunza Biblia kwa umakini, tunaamua Biblia kwamba haina maana.

Ikiwa tunakataa Biblia kuwa haina maana leo basi inatubidi kutoa upendeleo kwa chaguo lingine, maelezo ya maisha au mtazamo wa ulimwengu. Tunahitaji pia kukosoa njia mbadala za Biblia kwa ukali huo huo tunaofanyia Biblia.

Kauli za kimafundisho haziwezi kuthibitisha umuhimu wa Biblia. Kila mtu lazima ajifunze nyaraka za kibiblia kabla ya kufikia hitimisho. Kuipuuza Biblia kama isiyo na maana bila kusoma kwa makini na kujifunza ni jambo lisilo na mantiki au la uhaminifu na si jambo la kitaaluma. Tunaweza kufikia hitimisho la uhaminifu juu ya umuhimu wa Biblia tu baada ya kusoma na kujifunza kwa makini. Sehemu ya utafiti wetu ni kuelewa mawazo ya awali ya waandishi. Mfano ungekuwa kwamba waandishi wa kibiblia wanachukua Mungu aliye hai ambaye anatenda kazi ulimwenguni leo.

Hatimaye umuhimu wa Biblia unategemea umuhimu wa Yesu wa Nazareti. Je, Yesu ambaye Injili inasema yeye ni: Masihi, Mwana wa Mungu? Haiwezekani kuthibitisha umuhimu wa Biblia. Kila mtu lazima ajitambue mwenyewe. Biblia inajionyesha yenyewe kama "Habari Njema" na shahidi kwa Mungu, sio kama hoja. Kwa hivyo hutapata kitabu hiki kiki jaribu ku thibitisha Mungu au Biblia. Biblia haihitaji kutetewa, kuwasilishwa tu. Kitabu hiki kinajaribu tu kutoa njia za kujifunza na kuelewa Biblia. kinatafuta kuruhusu Biblia ijisemee yenyewe kwa msomaji katika muktadha wake wa kihistoria na fasihi.[1]

Mashahidi wengi wanashuhudia umuhimu wa Biblia. Emile Cailliet ni mmoja wa mashahidi wa aina hiyo. Alizaliwa Ufaransa katika miaka ya mwanzo ya karne ya ishirini, hakukua na Biblia. Kama wengi wa umri wake, alikwenda mstari wa mbele katika Vita Kuu ya Kwanza ya Dunia. Elimu yake katika ubinadamu wa Huria haikutosha katika uso wa vurugu za vita hivyo. Alivunjika moyo, alirudi nyumbani, akaoa na kuendelea kutafuta ukweli. Alitamani kitabu "ambacho kingenielewa."[2] Aliandika hata mashairi yake mwenyewe, lakini pia ilipungukiwa. Siku moja mke wake alimpa Emile Biblia. Aliifungua kwa Mathayo 5 na alikuwa amevutiwa

1 Howard H. Charles, "Kwa nini Jifunze Agano Jipya," hotuba kutoka Utangulizi wa kozi ya Agano Jipya katika Seminari za Biblia za Mennonite, Elkhart, IN. 1962.

2 James Montgomery Boice, Misingi ya Imani ya Kikristo (Downers Grove, IL: InterVarsity Press, 1986), 50-51.

sana, akaisoma usiku kucha. Yesu alikuja hai kwake kupitia maandiko na akapiga magoti kwa kujisalimisha. Akawa profesa katika Seminari ya Theolojia ya Princeton. Aligundua umuhimu wa Biblia, Neno Hai ambalo maneno yaliyochapishwa yalielekeza.

Kile ambacho Biblia inasema kuhusu uvuvio na umuhimu wake kinabeba kidogo zito kwa wale wasiyo kubali mamlaka ykeo. Watu hupata shida na mamlaka ya Biblia wanapojaribu kuifanya Biblia kuwa sayansi au kitabu kamili cha historia. Hakuna mahali popote ambapo Biblia inadai kuwa mambo haya. Kusudi lake ni tofauti. Wahariri wa mwisho hawakufanya tarehe zote zikubaliane, kwa mfano, bali badala yake walipokea nyaraka za kibiblia kama takatifu, takatifu sana kubadilika. Katika kitabu cha Samweli wa pili 24:1, maandiko yanasema kwamba "Bwana alimchochea Daudi" kuchukua sensa ambayo ingeunda jeshi lililosimama. Hata hivyo katika Mambo ya Nyakati wa kwanza 21: 1, ambayo inarekodi hadithi hiyo hiyo, ni "Shetani" ndiye anaye mchochea Daudi. Heshima ya kina ya wahariri wa kibiblia kwa maandiko inapaswa kutupa ujasiri zaidi, sio kidogo.

Mwandishi wa kitabu cha Timotheo wa pili 3: 16-17 anasema, "Andiko lote limeongozwa na Mungu na ni muhimu kwa mafundisho, kwa ajili ya kukemea, kwa ajili ya marekebisho na mafunzo katika haki ili kila mtu aliye wa Mungu awe na ujuzi, aliyeandaliwa kwa kila kazi njema." Toleo jipya la kimataifa linasema hutufanya "wenye hekima kwa ajili ya wokovu." Waandishi wa kitabu hiki cha kiada hufanya kila madai ambalo Biblia inajitolea yenyewe, si zaidi au kidogo.

Ni nini waandishi wa Biblia wanamaanisha wanaposema kwamba imevuviwa? Linapotumiwa katika Biblia, neno "iliongozwa na roho" linaonyesha imani kwamba ushawishi wa Mungu na uwepo wa Roho Mtakatifu hufanya Biblia kuwa hai, "kweli," na yenye uwezo wa kubadilisha maisha. Mwandishi wa Kitabu cha Waebrania anasema, "Kwa kweli, neno la Mungu linaishi na linatenda kazi, kali kuliko upanga wowote ukatao kuwili, tena lachoma hata kuzitenganisha nasfi na roho.na viongo na mafuta yaliyomo ndani yake; inawezo wa kuhukumu mawazo na nia ya moyo. Wala hakuna kiumbe kilichositirika mbele zake,bali vyote vi uchi na kufunuliwa machoni pake yeye ambaye itatupasa kutoa hesabu kwake" (Waebrania 4:12-13). "Iliongozwa na roho" ina jumuisa uwezo wa Biblia wa kutusaidia kujijua ili tuweze kutubu, kubadilishwa na kuwa zaidi kama Kristo.

Njia Tunazopitia Biblia

Wale wanaokua na Biblia huipitia kwa njia tofauti katika ukuaji wao kutoka utoto hadi utu uzima. Jedwali hapa linapendekeza njia zifuatazo:

	Biblia ni...
Shule ya awali	Siri: Wazazi na wengine hutoa kitabu maalum matibabu . Matibabu: Wengine hawakuweka kitabu kingine juu ya Biblia.
Utotoni	Mashujaa: wahusika wanakuwa mashujaa wanakuwa wenye usukumo wa kuiga.
Shule ya sekondari	Maadili: Orodha ndefu ya kufanya na usiifanye!
Chuo	Theolojia: Imejaa Mawazo kuhusu Mungu, ulimwengu, maana ya maisha
Utu uzima	Kukutana kwa Muujiza: Njia ya kukutana na Mungu (kama Emile Cailliet alivyosema). Biblia ina mfunuwa Mungu anayekuja ulimwenguni kutatua matatizo ya zambi na uovu, kufikisha msamaha wa Mungu na kutoa maana na kusudi la maisha

Jinsi ya Kuitazama na Kuikaribia Biblia

Baadhi ya watu hufafanua Biblia kama "neno la Mungu katika lugha ya binadamu." Wakristo wanasema kwamba Biblia imevuviwa na ina mamlaka. Wakristo pia wanatambua kwamba Biblia inaundwa na aina tofauti za fasihi zinazowasilisha ukweli kwa njia tofauti. Kwanza, kila aina ina sifa za kipekee zinazohitaji kanuni maalum za tafsiri (ukalimali). Pili, lugha na misamiati hubadilika katika nyakati na maeneo tofauti. Tatu, mtu yeyote anayejua lugha mbalimbali anajua kwamba kutafsiri sio sayansi halisi. Kwa hivyo Biblia lazima isomwe katika muktadha wake wa asili kabla ya kuitumia kwa maisha ya kisasa. Ikiwa hatufikirii muktadha wa kihistoria na kitamaduni wa Biblia, Tunaelekea kutafsiri vibaya. Kwa upande mwingine, ikiwa tunasisitiza kupita kiasi tofauti kati ya muktadha wa kibiblia na wa leo wa kitamaduni, tunahatarisha kuifanya Biblia kuwa isiyo na maana.

Michezo Watu wanacheza

Msomi wa Agano la Kale Perry B. Yoder anatusaidia kufikiria jinsi tunavyokaribia Biblia. Wakati mwingine tunacheza michezo na Biblia ingawa tunaweza kuwa hatujui. Michezo tunayocheza inaweza kuonekana kama hizi:

1. Mchezo wa kutafsiri. Tunaweza kufikiri kwamba hatutafsiri Biblia tunapoisoma, kwamba tunaichukulia kama ilivyo. Tunajaribiwa kufikiri kwamba ufahamu wetu ndio tafsiri pekee sahihi.
2. Mchezo wa Mwandishi. Katika mchezo huu, maandishi ni "ni" na sisi wasomaji tunapumua ndani ya maandishi maana yetu. Tunaita hii kuongoza katika (eisegesis). Tunapofanya hivi, tunakuwa waandishi na tunatumia Biblia kuunga mkono maoni yetu.
3. Mchezo wa Maoni. Kwetu sisi ni maoni sahihi tu. Tunaweza kufikiri kwamba ikiwa sisi ni wa kiroho kweli, tutaelewa maandishi. Roho Mtakatifu hakika atatuonyesha ukweli. Hatuko wazi kwa maoni ya mtu mwingine.
4. Mchezo wa mtu wapango. Tunatumia mistari kama klabu dhidi ya mtu yeyote ambaye hakubaliani nasi. Hatujifunzi kamwe kwa sababu tuna shughuli nyingi sana za kutetea maoni yetu dhidi ya maoni ya kila mtu mwingine.
5. Mchezo wa kuzaliwa tena. Tunakosea mwanzo wa imani kwa lengo. Nimezaliwa tena, kwa hivyo nitaelewa moja kwa moja kile nilichosoma. Sihitaji kutumia mbinu za kujifunza Biblia. Nitazipata mwenyewe. Mbinu za kujifunza zinaharibu kile ninachojua.
6. Mchezo wa halisi. Tunaweza kudai kuchukua Biblia kihalisi na pia kudai tunafanya hivyo bora kuliko mtu mwingine yeyote. Hata hivyo tunachagua na kuchagua nini cha kuchukua halisi, hatuwezi kuona tofauti zetu wenyewe. Tunakuwa waandishi tena, na tunakosa maana ya asili ya maandishi.[3]

Lengo letu ni kujifunza Biblia bila mchezo, ambapo tunachukua maneno na maana ya waandishi kwa umakini na kutafuta kuelewa kifungu kama wasomaji au wasikilizaji wa kwanza walivyoelewa.

Kuheshimu Biblia kwa kuuliza maswali ya kina

Ni rahisi kuchanganyikiwa kuhusu kusudi, maana, na umuhimu wa maswali kuhusu Biblia. Baadhi ya wasomaji wanaweza kuhisi wasiwasi

3 Perry B. Yoder, Kuelekea Kuielewa Biblia: Hemenetiki (Hermeneutics) kwa watu wakawaida (Eugene, OR.: Wipf na wachapashaji wa Hisa, 2006), 2-6

kuuliza au kuwa na mashaka juu ya kitabu wanachoamini kinaongozwa na Mungu. Kuuliza maswali sio uzushi. Kueleza mashaka sio kukataa imani. Kuuliza maswali ni sehemu ya mafunzo mazuri ya Biblia. Tunamwabudu Mungu wa Biblia, sio Biblia yenyewe. Tunaweza kuuliza maswali mazito kuhusu Biblia bila kutishiwa hasa ikiwa tumekutana na Mungu Biblia inatuelekeza kuelekea.

Maswali yafuatayo sio juu ya kudhoofisha maongozi au mamlaka, lakini kuhusu asili ya hati. Maswali haya yanaweza kutusaidia kuelewa maana ya kifungu katika muktadha wake wa asili. Wanaweza kutusaidia kufanya utafiti muhimu na wa maana ili kuelewa Biblia na Mungu wa Biblia. Kuuliza maswali haya na mengine kunaweza kuongeza mamlaka ya Biblia katika maisha yetu:

1. Ni nani aliyeandika kitabu au sehemu fulani za kitabu katika Biblia?
2. Ni muktadha gani wa kihistoria na kitamaduni wa kitabu au kifungu?
3. Kifungu kina husika wapi katika maandishi (hasa wakati tofauti nakala zina hadithi sawa katika katika sehemu tofauti, kama hadithi ya injili ya mwanamke aliyechukuliwa katika uzinzi)?
4. Ni aina gani ya aina ya utunzi wa fasihi kilichopewa?
5. Je, kifungu au hadithi ilikuwepo kabla ya mwandishi wa kibiblia kuiweka katika Biblia?
6. Ni nyaraka gani nyingine ambazo waandishi wa kibiblia walitumia kwa kumbukumbu au uvuvio?

Ingawa Biblia haijibu maswali yote tunayoweza kuuliza, tunaweza kuamini Biblia inatosha kutufunulia Mungu, kutuelekeza na kutuongoza kwa Mungu, na kutufundisha jinsi ya kuishi. Ujumbe wa Biblia au "Neno hai" humfanya Mungu kuwa halisi kwetu kama ilivyofanya kwa Emile Cailliet. Tunaiamini Biblia ita tuelekeza kwa Mungu.

Kiongozi wa anabaptisti wa karne ya kumi na sita, Hans Denck alisema, "Yeye anayeheshimu maandiko lakini hana upendo wa kiungu lazima azingatie kutogeuza maandiko kuwa sanamu kama wafanyavyo waandishi wote ambao hawajafunzwa (kufundishwa) kwa ajili ya ufalme wa Mungu."[4]

---

4 Edward J. Furcha na Ford Lewis vita, Maandishi teule ya Hans Denck: Imehaririwa na kutafsiriwa kutoka kwa maandishi kama ilivyoanzishwa na Walter Fellmann (Eugene, AU: Wipf na wachapishaji wa Hisa, 1976), 63. 5 Walter Klaassen, ed. Anabaptism katika Ufupisho (Scottdale, PA: Herald Press, 1981), 141.

Ulrich Stadler, kiongozi mwingine wa Anabaptisti, alisisitiza "neno hai" ambalo liko nje na ndani ya neno lililoandikwa. Kwa kutumia mfano wa Ulaya (kizungu) alisema kwamba neno la nje (lililoandikwa) ni kama ishara kwenye nyumba ya wageni ambayo inashuhudia divai (neno hai au la ndani) kwenye pishi. Lakini ishara sio divai.[5] Mtunzi wa wimbo "Uvunje mkate wa Uzima" anarudia wazo lile lile: "Zaidi ya ukurasa mtakatifu ninakutafuta weweBwana, roho yangu inakuonea shauku, Ee Neno hai."

5 Walter Klaassen, ed. Anabaptism katika Ufupisho (Scottdale, PA: Herald Press, 1981), 141.

2. Biblia kama Hadithi

Vifungu vya Biblia: Kumbukumbu la Torati 26: 1-10a; Yoshua 24:1-28; Zaburi ya 78, 136; Nehemia 9:9-27; Matendo ya Mitume 7, 13:16-41

Kutojua kusoma na kuandika kibiblia katika kanisa leo ni suala Nyeti, hata kwa vijana na watu wazima ambao wamekulia kanisani. Watu bora zaidi wanajua vipande na vipande vya Biblia-mistari na sura. Lakini wana hisia kidogo ya mahali ambapo mistari na sura zinafaa katika Biblia nzima au historia ya wokovu. Kwa watu wengi Biblia ni ya kutisha, sio ya kirafiki. Kwa hivyo wanakata tamaa au wanaishi na kitabu cha hadithi zilizokatwa na vipande vya ukweli. Hawajafundishwa kuona (metanarrative) simulizi ya juu. Wanaweza hata kusoma vitabu vya kibinafsi, lakini hawaoni hadithi kubwa.

Bado Biblia, zaidi ya kitu kingine chochote, ni hadithi. Hadithi zilikuwepo kabla ya kuwepo kwa nyaraka zozote za kibiblia. Hadithi zilikuwa kuu na bado ziko katika tamaduni za mdomo, za kabla ya kisasa. Na wakati utamaduni wa kisasa, wa kisayansi ulibadilisha hadithi na mapendekezo yaliyoandikwa na vifupisho, utamaduni wa leo unagundua hadithi tena. Vitabu vya kibinafsi vya Biblia ni muhimu kama michango mikubwa ya fasihi, lakini Biblia ni hadithi moja kubwa ya wokovu. Kitabu hiki kinatafuta kukusaidia kuona hadithi hiyo ya historia ya wokovu, kwa Kijerumani inayoitwa Heilsgeschichte.

Tamaduni mbalimbali za kitheolojia zinaona Biblia kwa njia tofauti:

- Mkusanyiko ulio na vitabu mbalimbali.
- Kitabu cha unabii, mapendekezo, mawazo, teolojia na sheria.

- Kitabu cha hadithi zilizotawanyika na zilizo tenganishwa.
- Kitabu cha maonyesho ya kibaraka yaliyoandikwa na Mungu ya kujiandaa na 25 kutatua tatizo la dhambi. Maandishi ya " pango wa wokovu" yanalifanya Agano la Kale kwa kiasi kikubwa kuusu kuahidi suluhisho na wakati wa zabuni hadi Yesu atakapofika. Maamuzi ya vibaraka wa wanadamu, mema na mabaya, ni sehemu ya mchezo wa kuigiza ulioandikwa na kimungu ambapo maamuzi yote ya kibinadamu yanaanzishwa kimungu.
- Hadithi yenye nguvu ya mwingiliano wa Mungu na watu walioumbwa kikamilifu na wenye hiari ambao wameanguka katika dhambi. Licha ya nyakati za kutokuwa waaminifu, Mungu huchagua wanadamu kuwa jumuiya ya wamisionari ambao kupitia kwao Mungu atatafuta kufunuliwa kwa ulimwengu wote. Watu wanashindwa katika wito na utume wao. Kwa hivyo Yesu anakuja na kutimiza utume wa Mungu.

Mtazamo wa mwisho ni mbinu ya kitabu hiki. Msomaji anaweza kujaribu mbinu hiyo kwa kujifunza Heilsgeschichte au historia ya wokovu ili kuona ikiwa inalingana na asili ya Mungu, watu, kusudi lao na mwingiliano wa Mungu nao.

Edward Hayes anasimulia hadithi ya mtu maskini, mwaminifu wa sonara aambaye alikamatwa na kufungwa kwa uhalifu ambao hakutenda. Mkewe aliweza kupata michoro ya jela na kufuli. Alisuka muundo wa kufuliya seli yake kwenye zulia la maombi. Alileta zulia gerezani akieleza kwamba mume wake alihitaji zulia ili asali. Walinzi walimruhusu mfungwa awe na zulia. Kila siku alifungua, akapiga magoti na kuomba kwa uso wake ukiwa karibu na zulia. Muda fulani baadaye yule sonara alipendekeza kwa walinzi kwamba waki mletea chuma na zana angeweza kutengeneza vito vya mapambo wangeweza kuuza na kuongeza mshahara wao mdogo. Kwa hiyo wakakubali na akatengeneza vito walivyouza. Kila siku walinzi walimletea baadhi ya fedha, vyuma na zana. Kila usiku walipeleka chuma, na vito na zana nyumbani. Siku kadhaa baadaye walinzi waligundua seli ya sonara jeweler ikiwa tupu. Hawakuona dalili za jinsi alivyotoroka.

Mwalifu halisi hatimaye alikamatwa kwa uhalifu huo. Baadaye mmoja wa walinzi aliona sonara akiuza vito katika soko la jiji. Mlinzi huyo alieleza kuwa mhalifu halisi alikamatwa na kuulizwa jinsi alivyofanikiwa kutoroka. Sonara huyo alisema mkewe alikuwa amesuka muundo wa gereza na kufuli kwenye zulia. Kila siku alipokuwa akiinamisha kichwa chake kwenye zulia kusali, alianza kuona muundo. Aliona miundo ndani ya miundo na mwishowe akaona muundo wake wa kufuli wa mlango wa gereza, ambao alitengeza ufunguo.[1]

Tunatumai kitabu hiki kitakuwa kama zulia la ya maombi ili kukusaidia kuona na jifunze hadithi kuu ya wokovu. Katika kitabu hiki utaona hadithi ya kibiblia kama uhusiano unaoendelea, wenye nguvu kati ya Mungu muumbaji na watu wa Mungu. Fasihi nyingine katika Biblia, kama vile Zaburi, sheria, na maneno ya kinabii yote yana tokana na hadithi hii yenye mwingiliano kati ya Mungu msikivu na watu wa Mungu ambao nyakati fulani walikuwa waaminifu na wasio waaminifu.

Muhtahasari wa Hadithi ya Historia ya Wokovu: Heilsgeschichte

Mungu aliumba ulimwengu mzuri lakini dhambi inaingia katika ulimwengu huo, kama ilivyoelezwa katika hadithi nne (katika kitabu hiki kiitwacho "hadithi za anguko"). Kisha mmisionari Mungu anamchagua Ibrahimu na Sara na familia yao kuwa jjumuiya ya ulimwengu nzima. Jumuiya hii ya utume imeundwa katika tukio la Kutoka-Sinai wakati Mungu anakomboa umati wa makabila mchanganyiko kutoka utumwa wa Misri kuwa Watu wa Mungu, waliopewa jukumu la kuwasaidia watu wote kujiunga na jamii hii (Kutoka 19: 6). Mungu anakuwa mfalme wao huko Sinai. Simulizi la kutoaka-Sinai ni tukio la wokovu la Agano la Kale ambalo wateule wa Mungu wanalitazama nyuma. Lakini mara nyingi wamasahau kusimulia hadithi na kuishia kutokuwa waaminifu kwa utume wa Mungu. Lakini Mungu mwenye upendo thabiti anaendelea kufanya kazi na watu hawa nusu waaminifu kwa vizazi. Tunaweza kuona kazi ya Mungu kupitia mlolongo mrefu wa Kutoka Sinai, jangwa, ushindi, muungano wa kikabila, uundaji wa taifa-inch, mgawanyiko, anguko la Israeli na Yuda, utumwa wa wa Yuda katika babeli na kurudi kutoka uhamishoni.

Mungu anawapa nafasi ya pili ya kuwa jumuiya ya wamishonari wakati baadhi yao wanarudi Yuda kutoka Babeli. Viongozi wao Ezra na Nehemia wanaongoza katika kuisimulia hadithi ya wokovu hadi sasa. Watu wanfanya agano na Mungu lakini bado hawaelewi sawasawa. Sasa badala ya kuchukua utambulisho wa kitaifa, wanafafanua watu wa Mungu wa Kale kama wale ambao wana damu safi ya Kiyahudi! Kwa hivyo wanapaswa kuwaondoa wake zao na Watoto wao wasio Wayahudi. Katika wakati huu, viongozi

1 Edward Hayes, "Utangulizi wa kitambaa cha Maombi," katika Funguo Kumi na mbili na nusu (Leaven worth, KS: Msitu wa Vitabu vya Amani, Inc., 1981), 9-10.

waliuliza swali lisilo sahihi—swali la kikabila badala ya swali la utume la kama wangekuwa waumini Mungu. Kushindwa kwao kunamaanisha kwamba Mungu lazima tena ajaribu kitu kipya katika kufanya kazi na watu “waliochaguliwa kwa ajili ya utume”. Yesu amezaliwa na ana huduma ya miaka tatu ya kufundisha, kuponya na kuanzisha wafuasi. Anauawa na viongozi wa kisiasa na kidini wanaohisi kutishwa na ujumbe wake. Lakini Mungu alimfufua Yesu kutoka kwa wafu. Yesu anapaa na Roho wake anaonekana kwa wanafunzi siku ya Pentekoste. Petro anahubiri kuhusu historia ya wokovu na Yesu, na maelfu wanamwamini Yesu. Watu wapya wa Mungu wanazaliwa. Injili inaenea 27 na makanisa yanachipuka yenye kila aina ya watu. Mkutano wa Yerusalemu unaamua kwamba mataifa hawahitaji kuwa Wayahudi ili kuwa Wakristo kamili. Hakuna mwengine isipokuwa Yesu ndiye Bwana katika kanisa. Katika uumbaji huu mpya mkali tunaita kanisa, vizuizi vyote na Mungu na katika jamii vinashindwa: rangi, jinsia, utajiri, mtumwa, huru na utaifa haijalishi. Suluhisho la tatizo la dhambi limekamilika na bado linafikiwa hadi leo.

Kuibuka upya kwa hadithi / Maelezo

Katika utamaduni wa mdomo wa nyakati za kabla ya kisasa, kusimulia hadithi ilikuwa njia ambayo ukweli na hekima ziliwasilishwa. Baada ya vyombo vya habari vya uchapishaji na kuongezeka kwa uwezo wa kusoma na kuandika, ukweli ukawa wa kufikirika zaidi na mapendekezo. Ukweli wa mapendekezo na ukweli wa kisayansi na mtazamo wa ulimwengu unaweza kuwa auna hai kwa watu wengi. Mipaka yao imechangia urejeshaji wa hadithi katika zama zetu za kisasa. Shirika moja la kitaifa la kusimulia hadithi linaorodhesha zaidi ya wasimulizi 200 wakitaalamu. Mbali na hayo, kuna watu wakaida wengi. Kwa kuongezeka, wachungaji wanahamia kwenye mahubiri na mafundisho ya zimulizi zaidi.

Muda mrefu kabla ya wanateolojia wa kisasa kufurahishwa na teolojia ya hadithi, Agizo la kale la Amish walikuwa wakifanya hivyo Mara mbili kwa mwaka wahudumu katika makanisa ya Agizo la kale la Amish wanasimulia hadithi ya Historia ya Wokovu wa kibiblia kwa wa kupokezana katika ibada ambayo inaweza kudumu masaa manne hadi tano. Wamefanya hivyo kwa zaidi ya karne miwili. Je, ina changia kiasi gani katika utambulisho wao, mshikamano na ukuaji wao? Sasa wanaongezeka maradufu kila baada ya mika 25 katika utamaduni ambapo makanisa mengi yanapungua.

Msisitizo wa Biblia kama hadithi haimaanishi kwa vyovyote vile kuwa Biblia si ya kweli. Hadithi hailingani na hadithi. Simulizi la kibiblia linatupa historia halisi na tafsiri ya kile ambacho historia hiyo inamaanisha. Mungu alifanya kazi na watu halizi na bado anafanya kazi hata leo. Hadithi bado inaendelea.

Hadithi na Wazee wa Mungu

Dini ya Israeli ilikuwa thabiti na yenye mizizi duniani na maisha sasa. Hadithi ni vitu ya maisha.

Wakati Waisraeli waaminifu walipoulizwa wao ni nani
walisimulia hadithi.
Walipoulizwa Mungu ni nani, na njisi Mungu alivyo,
walisimulia hadithi.
Walipoulizwa kwa nini mambo yankuwa njisi yalivyo,
walisimulia hadithi.
Walipoulizwa wametoka wapi,
walisimulia hadithi.
Walipoulizwa kusudi lao maishani
walisimulia hadithi.

Tunachagua hadithi zetu, kisha hadithi zetu hutuunda.

Njia ambazo Hadithi zinafanya kazi

Hadithi zina nguvu. Zinaunda maisha, jamii, mataifa na historia. Zinawafanya watu watende mema na mabaya. Baadhi ya watu hata kufa kwa ajili yao. Ikiwa ungependa kuona nguzu za hadithi, nenda kwa mashujaa wa vita wasio julikana walezi au mkutano kama huo wa kikundi. Hadithi zao zinafikia kina na urefu wa mapambano na ushindi wa mwanadamu. Tunachagua hadithi tunazoishi kwa uangalifu au bila kujwa. Kazi moja ya wazee ni kusimulia hadithi zao. Sikiliza hadithi wanazochagua na utagundua imani yao, jinsi wanavyoona ulimwengu, watu wengine, matukio katika maisha yao na wao wenyewe. Tunaunda hadithi yetu ya maisha kwa hadithi tunazochagua na jinsi tunavyotafsiri matukio na watu katika maisha yetu.

Wakati mtu anapo chagua kuwa Mkristo, uamuzi wa kwanza anaofanya ni, "Ni hadithi gani au hadithi nitakazo chagua ziwe zangu?" Dini zote kuu zina hadithi ya miungu yao au viongozi wa kibinadamu. Nchi za taifa, makabila na familia za kibiolojia zina hadithi. Kila mtu ana hadithi ya maisha. Hadithi yoyote ambayo mtu anachagua kama hadithi yao ya msingi huamua utambulisho wao na mungu wao ni nani. Ikiwa mtu atachagua hadithi yao ya kitaifa kama msingi, basi serekali ya kitaifa inakuwa mungu wao, mamlaka yao kuu na utambulisho.

William Bausch anabainisha baadhi ya njia ambazo hadithi hufanya kazi:

1. Hadithi zinakuza udadisi. Zinatushika, utu wetu wote, kichwa, moyo na hisia. Kama mifano hutuunganisha wakati tunazisikia. Hatuwezi kuepuka kujitambulisha na mtu au tukio. Ikiwa hadithi ni kitu chochote, zina nguvu. Hadithi za Aina tofauti huibua majibu tofauti. Baadhi ya hadithi hutufanya tutafakari au kufikiri. Nyingine hutufanya tulie na nyingine zinanatupeleka kwenye kicheko.
2. Hadithi huunda jamii. Hadithi za pamoja zinatuunganisha pamoja hata kwa vizazi vilivyopita. Kusimulia hadithi upya huzifanya familia kukutana mwaka baada ya mwaka. Zinaitwa "Muungano!" hadithi zina waunganisha tena! Mungu aliumba watu wa kale wa Mungu kupitia uzoefu wa kawaida wa Kutoka-Sinai. Mungu kuwakomboa kutoka utumwa hadi uhuru ilikuwa hadithi yao ya wokovu. "Bwana alitutoa Misri." Wakati watu hawajui hadithi ya historia ya wokovu, Maisha yenyewe ya kanisa yanatishiwa. Wakati hadithi haikusemwa katika historia ya wokovu, watu walipotea mbali na kuabudu miungu mingine. Je, kuna tofauti yoyote leo? Nabii Yeremia aliomboleza kwamba hata makuhani na manabii hawakusema, "Yuko wapi Bwana...aliyetutoa Misri?" (Yeremia 2:8).
3. Hadithi huunda utambulisho wetu na kutuunganisha na mizizi yetu. Mfululizo wa runinga wa mizizi kulingana na riwaya maarufu ya Alex Haley ilikuwa kipindi cha runinga kilichotazamwa zaidi hadi wakati huo. Ijapokuwa ilimtafuta mmerekani mwenye asilia ya Kiafrika anayetaka kupata mizizi yake , hadithi, hiyo iligusa watu wote kwa sababu kila mtu anahitaji mizizi kujua wao ni nani. Mfumo wa utumwa wa Marekani ulitaka kuwadhalilisha watumwa kwa kuwaondoa katika kumbukumbu, mizizi na utamaduni wao wa Kiafrika. Kisha hawangekuwa na utambulisho wowote wa kibinadamu zaidi ya mmiliki wao wa mtumwa. Kwa nini serikali inahitaji wanafunzi wote kusoma historia ya nchi yao au hadithi? Kwa sababu historia hii ya Pamoja inajenga uaminifu, utambulisho wa Pamoja na jumuiya.

4. Hadithi hutusaidia kuhifadhi historia yetu. Ukweli hukumbukwa vyema zaidi unapoambatanishwa na hadirhi. Tunakumbuka hadithi kwasababu zinaungana nasi kwa viwango vingi. Ufafanuzi mmoja wa ibada in "kumbuka na kushukuru" " Nyimbo za Kikristo zinarejelea na kudokeza hadithi nyingi za kibiblia. Kwa hiyo wakati watu hawajui hadithi za kibiblia, nyimbo ni kama lugha ya kigeni yenye maana ndogo.
5. Hadithi zinaweza kufundisha masomo ya maadili kwa njia zisizo wazi. Hadithi nyingi za kibiblia za kutokuwa mwaminifu hufundisha nini uzichopashwa kufanya. Mtume Paulo anaandika juu ya dhambi ya watu zamani, "Mambo hayo yaliwapata ili wawe kielelezo" (1 Wakorintho 10:11). Hadithi ya watoto "Peter Rabbit na Bustani ya mheshimiwa McGregor" inawafundisha watoto kumtii mama yao kwa sababu Petro hakufanya hivyo.
6. Hadithi hututia moyo na hutufanya upya. Hadithi za Biblia kama Yusufu, Danieli na Esta zinatutia moyo kuwa waaminifu na wajasiri.
7. Hadithi zinaburudisha, hutukuza mawazo na kutoa uponyaji na kutoroka wakati maisha yanapokuwa magumu sana. Mazoezi ya matibabu na uponyaji yanahusisha watu wanaozama ndani ya kumbukumbu zao na kusimulia hadithi ambazo zimekataliwa au kukandamizwa.[2]

Somo/kariri la Agano

Wasomi wanaamini kwamba mojawapo ya vifungo vya kale zaidi vya fasihi katika Biblia ni kumbukumbu (riwaya) ya hadithi ya Kutoka-Sinai hadi Kanaani inayopatikana katika Kumbukumbu la Torati 26: 5b-10a. Kila mwaka wakati wa mavuno baba wa Mwisraeli alipaswa kuchukua matunda ya kwanza yaliyoiva, kwenda kwa kuhani na kukariri hadithi yake fupi ya wokovu kama ifuatavyo:

> Babu yangu alikuwa Aramean aliyetangatanga; akashuka mpaka Misri , akakaa huko kama mgeni watu wachache kwa hesabu ba huko akawa taifa kubwa, lenye nguvu na watu wengi. Wamisri walipotutendea kwa ukali na kututesa, kwa kututumikisha kazi ngumu, tulimlilia Bwana, Mungu wa baba zetu; Bwana alisikia sauti yetu na kuona mateso yetu, taabu yetu na kuonewa kwetu.

2 William J. Bausch, Kusimulia hadithi: Mawazo na Imani (Princeton, NJ: Futa uboreshaji wa uchapishaji wa Uso, LLC, 2015), 23-64.

Bwana alitutoa katika Misri kwa mkono wenye nguvu na mkono ulionyoshwa, kwa wonyesho wa nguvu za kutisha, na kwa ishara na maajabu; naye akatuleta mahali hapa, akatupa nchi hii, nchi ijaayo maziwa na asali. Basi sasa ninaleta malimbuko ya matunda ya kwanza ya ardhi ambayo wewe Bwana umenipa.

Kariri hii ya tendo la Mungu na mwitikio wa shukrani ni wa kuvutia. Hadithi inasonga kutoka kwa mtu wa tatu, yeye hadi mtu wa kwanza sisi na hatimaye Mimi. Ingawa watu wanao kariri hadithi hii hawakuwa sehemu ya watumwa wa awali ambao waliokolewa kutoka Misri, hadithi hiyo ilikuwa muhimu sana kwao, walitenda kana kwamba walikuwa. hadithi inaposimuliwa vizuri, wakati uliyo pita uwa sasa. Mzee wa Kiroho wa Kiafrika na Amerika anashikilia kanuni sawa. "Je, wewe ulikuwepo wakati wakati walipomsulubisha Bwana wangu?" Ni wazi kwamba hatukuwapo, lakini msalaba una maana kubwa sana kwetu, ni kana kwamba tulikuwa pale.

Kariri la Agano pia linaonyesha muundo wa kawaida katika Biblia, kielelezo cha neema ya Mungu ikifuatiwa na jibu la shukrani. Mungu hutenda kwanza kuwaweka huru watumwa, kisha wanajibu kwa shukrani, wakitoa watunda yao ya kwanza. Kabla ya Amri kumi katika kutoka 20 tunapata hadithi, neno la neema. "Mimi ni BWANA Mungu wako, niliyekutoa katika nchi, misri, kutoka katika nyumba ya utumwa." Yoshua anaanza Heilsgeschikite (historia ya wokovu) yake huko Shekemu kwa kukariri mambo yote ya ajabu ambayo Yehova alikuwa amewafanyia. Baada ya somo hili, anawauliza wachague ni mungu gani watamtumikia. Warumi 5:8 inasema, "Tulipokuwa tungali wenye dhambi, Kristo alikufa kwa ajili yetu." Mifano yote hii iliweka hadithi kwanza na jibu la pili. Neema ya Mungu inatangulia na inatoa motisha kwa muitikio yetu.

Baada ya muda hadithi ya wokovu ilikua ndefu na zaidi, lakini kurudia hadithi hiyo kulibaki kuwa muhimu kwa Watu wa Mungu. Wakati watu wa Mungu walisimulia hadithi, walikaa kushikamana na kile ambacho Mungu alikuwa amewafanyia (neema hapo awali). Hadithi ya agano au hadithi iliyofupishwa inarudiwa katika Biblia nzima katika mifano mbalimbali ya kifasihi. Hadithi imechukliwa kwa ajili ya ibada katika Zaburi ya wokovu 78.105,106,135, na 136 zikiwa ndizo zinazojulikana zaidi. Wakati hadithi haikusemawa, watu walipotea kutoka kwa Mungu na kutoka Sinai na kuanguka katika kila aina ya dhambi. Karibu na kumpenda mungu na Jirani, amri ya tatu ni kusimulia hadithi kwa Watoto wako (kumbukumbu la torati 4:4-6,11:18-20).

Yoshua anarudia hadithi ya wokovu katika sherehe ya Agano la Shekemu (Yoshua 24). Ezra anarudia hadithi hadi sasa wakati wanahamishwa waliorudi walifanya agano tenana Mungu. (Nehemia 9: 9-27). Kisha katika Agano Jipya Stefano anasimulia kariri la Agano lililopanuliwa na anaunganisha Yesu na hadithi (Matendo 7) kabla ya kupigwa mawe hadi kufa. Mtume Paulo katika mji wa Antiokia pia anarudia sehemu za hadithi na kumunganisha Yesu nayo (Matendo 13:16- 41). Kurudia hadithi ya wokovu ilikuwa sehemu kuu ya maisha ya watu wa Mungu.

Sababu moja wapo ya watu kutojuwa hadithi ya historia ya wokovu ni kwa sababu hawapewi namna ya kuipanga au kuikumbuka kwa njia ya maana. Hawana "ndoano" ambayo hutegemea maarifa yao. Kwa hivyo vipande visivyopangwa na vipande vya habari huanguka sakafuni. Mbinu ya kozi hii kwa Biblia inajumuisha rikodi au muda wa kipekee wa Heilsgeschichte na mandhari ambayo hutoa ndoano ambazo zinaning'inia na kupanga hadithi. Hata wanafunzi wasio na historia yeyote ya Kikristo wanaweza kusema au kuandika Heilsgeschichte (historia ya wokovu) mwishoni mwa somo!

Karibu tujifunze historia historia ya wokovu—Heilsgeschichte—kwa rikodi ya matukio ya kipekee ili tuweze kuamuwa kuichagua au kutoichagua kama hadith yako na kuirudia kwa shukrani!

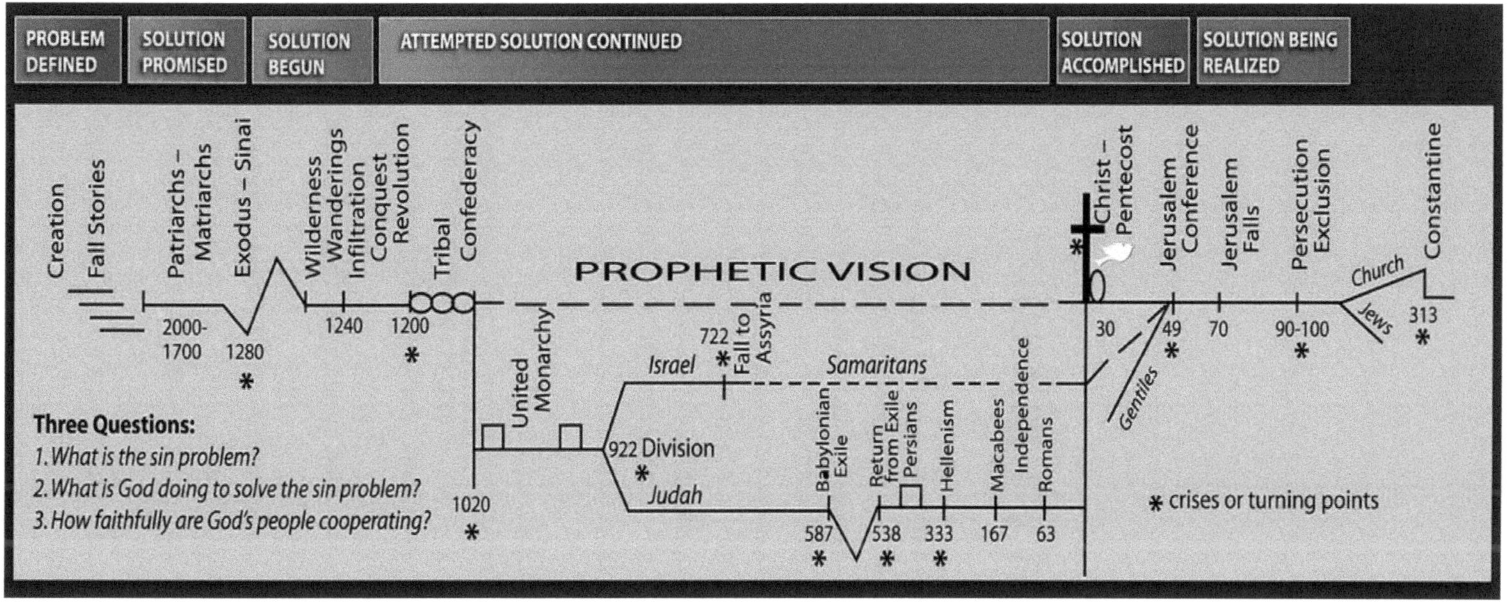
PROBLEM DEFINED
SOLUTION PROMISED
SOLUTION BEGUN
ATTEMPTED SOLUTION CONTINUED
SOLUTION ACCOMPLISHED
SOLUTION BEING REALIZED
Creation
Fall Stories
Patriarchs – Matriarchs
2000-1700
Exodus – Sinai
1280
Wilderness Wanderings
Infiltration
Conquest
Revolution
1240
1200
Tribal Confederacy
1020
United Monarchy
PROPHETIC VISION
922 Division
Israel
Judah
722
Fall to Assyria
Samaritans
Babylonian Exile
587
Return from Exile
538
Persians
Hellenism
333
Macabees
167
Independence
Romans
63
Christ – Pentecost
30
Gentiles
Jerusalem Conference
49
Jerusalem Falls
70
Persecution Exclusion
90-100
Church
Jews
Constantine
313
Three Questions:
1. What is the sin problem?
2. What is God doing to solve the sin problem?
3. How faithfully are God's people cooperating?
* crises or turning points

3. Aina ya Simulizi

Ikiwa unahitaji habari juu ya jinsi ya kujenga uzio wa Kachumabari je, ungegeuka kuwa riwaya? Ikiwa ulitamani kujisafirisha hadi nchi ya mbali kupitia kitabu kizuri, je, ungechagua orodha ya simu? Je, unaweza kujaribu kubainisha njis atomi zinavyofanya kazi kwa kusoma kitabu cha mashairi?

Ingawa kila moja ya maandishi yaliyoorodheshwa hapo juu ni aina ya fasihi yenye kusudi la maana, hatuyatumii kwa njia ile ile wala hatutambui ukweli wao kwa njia sawa. Jiwe la msingi la uchambuzi wa fasihi ni kutambua aina au aina ya fasihi tunayoitafsiri. Kwa maneno mengine, tunapofikiria juu ya njia tofauti tunazotumia fasihi, tunajifunza aina.

Umuhimu wa Aina

Sehemu ya kuelewa Biblia, pamoja na kazi yoyote ya fasihi, ni kufikiria jinsi maandishi fulani yanavyolinganishwa na maandishi mengine ya wakati na mahali pake. Iwapo mengi ya maandishi haya yana sifa Fulani, aina Fulani ya hadhira na madhumuni ya jumla ya Pamoja, pengine hata maudhui yanayofanana, tunayounganisha Pamoja katika kitengo cha kawaida cha fasihi. Makundi haya huwa aina, na kwa sababu aina tofauti zina kanuni tofauti za ukalimani na njia tofauti zinavyowasilisha ukweli wao, ni muhimu kwa wasomaji wa Biblia kuwa na ufahamu wa aina mbalimbali za kibiblia. Biblia ina aina mbalimbali, ambazo ni pamoja na zaburi au mashairi, neno la kinabii, hekima, waraka, Ufunuo wa yajao (apocalyptic) na aina ya simulizi. Kila moja ya aina hizi za fasihi ina seti ya sifa ya kawaida, madhumuni yaliyotajwa au yaliyodokezwa, kila moja huangazi ukweli kwa njia tofauti.

Simulizi na hadithi

Fasihi ambayo inaonekana kama hadithi ni ya jamii ya aina ya simulizi. Masimulizi yana vipengele vyote vya hadhisi. wahusika, mpangilio kwa wakati na mahali, njama kamili yenye migogoro na mvutano na mwingiliano kati ya vipengele ivi vyote. Masimulizi yameandikwa kwa njia ambayo yanaonekana kuwa zinapendeza katika Maisha halisi. Labda mwandishi aliamini hadithi hiyo ilitokea kweli au aliamini kwamba hadithi hiyo inaweza kutokea. Kwa hiyo, sisi kama wasomaji wa masimulizi tunapaswa kuchukua hadithi katina maana yao ya wazi, halisi. Hakuna maana ya kitamathali au iliyofuchika. Simulizi ni kuelekea ukweli njisi zilivyotokea. Kwa upande mwingine, lazima pia tukumbuke kwamba Biblia haijidai kuwa kitabu cha historia. Waandishi wa zamani hawakujali sana juu ya usahii wa Kihistoria kama tunavyojali leo. Historia iliyoonyeshwa katika simulizi hutumika kama chombo zha kueleza na matendo ya Mungu ulimwenguni ili kuunda watu wa Mungu.

Historia na tafsiri wa historia (Geschichte)

Maneno haya mawili hutumiwa kutofautisha kati ya ukweli usiotafsiriwa (ikiwa kuna mambo kama hayo) na ukweli pamoja na tafsiri. Ukweli usiotafsiriwa au sehemu ya fasihi ambayo inaonekana kutoegemea upande wowote na isiyopendelea inaitwa historia. Fasihi nyingine au hata sehemu za fasihi hiyo hiyo zina tafsiri au kwa maneno mengine, hutoa maana kwa ukweli ulioelezwa, na sehemu hizi za fasihi zinaitwa tafsiri ya historia (Geschichte). Kusema kwamba Yesu alikufa kwenye msalaba wa Kirumi katika karne ya kwanza ni taarifa ya historia. Kusema kwamba Yesu Kristo aliuawa ili kuleta wokovu ni kauli ya tafsiri ya Historia (Geschichte).[1]

Historia ya Wokovu na Tafsiri ya Historia ya wokovu (Heilsgeschichte)

Sehemu kubwa ya Biblia imeandikwa kama hadithi. Na ingawa kuna ukweli wa kina katika aina zote tofauti za Biblia, inapendeza sana kwamba njia ya msingi ambayo Biblia inafanya kazi kuwasilisha ukweli kuusu Mun-

---

1 Karl Barth, Mazungumzo ya Jedwali, ed. John Godsey (Richmond: John Knox Press, 1962), 45. "'Historia' ni kitu ambacho kinaweza kuthibitishwa na sayansi ya jumla ya kihistoria, wakati tafsiri ya historia 'Ge schichte' ni kitu ambacho hufanyika kwa wakati na nafasi, lakini kinaweza thibitishwa au kisithibitishwe. kuthibitishwa. Hadithi ya Uumbaji inahusiana na tafsiri ya historia 'Geschichte,' kwa mfano. Inahusiana na kitu kilichotokea na kwa hivyo kitu cha kihistoria, lakini kitu ambacho hakiko wazi kwa uchunguzi wa uandishi wa historia (historiographical)." Angalia pia Richard E. Burnett, Ufafanuzi wa kimantiki wa Karl Barth (Grand Rapids: Eerdmans, 2004), 105n31.

gu ni kupitia hadithi. Kwa nini hii niya ajabu sana? Kwa sababu hadithi inamaanisha mwingilianona uhusiano. Katika Biblia tunajifunza kuhusu maswali muhimu zaidi ya maisha na maana kupitia hadithi zinazoongozwa na wahusika, sio kupitia seti ya sheria au orodha ya taarifa za ukweli wa pendekezo au mwongozo wa jinsi ya mwongozo. Hadithi ni za nguvu na za hila, wakati mwingine zinachanganya na nyakati zingine ni wazi kabisana ziko hai kila wakati. Zaidi ya njia nyingine yoyote, Mungu alichagua kufunua ukweli kupitia Yesu aliye hai, anayepumua. Simulizi, zaidi ya aina nyingine yoyote, inatusaidia kumuelewa Yesu na hivyo, Mungu.

Masimulizi yote ya Biblia, kwa njia moja au nyingine, hufanya kazi ya kuelezea hadithi kubwa ya Mungu kuunda jumuiya ya watu ambao inayofanya kazi kwa njia tofauti sana kuliko vikundi vingine vya watu. Jumuiya hii ya kipekee, inayoundwa na watu binafsi kutoka kila taifa na kila kabila (Ufu. 5:9-10) ni Watu wa Mungu, jumuiya iliyopatanishwa na Mungu na kwa kila mmoja wao ili waweze kumfunua Mungu kwa ulimwengu wote. Na ni kupitia jumuiya hii—jamii inayotafuta kumtii Mungu, kuwapenda maadui zao na kutunza dunia inayo onekana ndipo Mungu abafabya kazi kutatua tatizo la dhambi. Tunaita sehemu hii ya historia ya wokovu wa Biblia, au Tafsiri ya wokovu (Heilsgeschichte).

Katika historia ya wokovu, au Tafsiri ya wokovu (Heilsgeschichte), kuna viwango vitatu vya hadithi. Ngazi ya kwanza ni masimulizi moja ambayo inaweza kusimama peke yake kama hadithi yenye mwanzo, katikati na mwisho.

Ngazi ya pili ni mkusanyiko wa hadithi. Nguzo inajumuisha hadithi kadhaa za kibinafsi, lakini zote zina wahusika sawa wa kati au eneo sawa la kijiografia. Wakati idadi ya hadithi zimewekwa pamoja katika nguzo, msomaji lazima aulize jinsi hadithi zinavyohusiana na nini nguzo hiyo inachangia kusudi linaloendelea la kuunda watu wa Mungu.

Ngazi ya tatu ni hadithi KUBWA, ambayo inajumuisha historia nzima ya wokovu. Hadithi kubwa inajumuisha masimulizi yote katika Biblia. Kila mmoja wao anafanya kazi kwa namna fulani ili kuunda au kulea watu wa Mungu. Kila simulizi pia inajibu najibu maswali haya matatu:

- Tatizo la dhambi ni nini?
- Mungu anafanya nini ili kutatua tatizo la dhambi?
- Watu wa Mungu wanashirikiana kwa uaminifu kiasi gani?

Mfano mmoja wa viwango hivi vitatu hutokea katika kitabu cha Mwanzo. Kuna hadithi moja ya Yusufu, kama vile hadithi katika Mwanzo 37. Mwanzo 37-50 ni nguzo ya Yusufu. Nguzo hii ina jukumu muhimu katika hadithi kubwa kwa kuwa, kama baba mkuu wa nne, Joseph husaidia kuweka jukwaa kwa Watu wa Mungu "kuzaliwa" katika sehemu inayofuata ya hadithi. Na hadithi zote mbili kuhusu Yusufu na nguvu ya Yusufu yenyewe inafaa katika tafsiri ya wokovu (Heilsgeschichte). Wanachangia katika sehemu ya Mama mkuu na Baba mkuu ya tafsiri ya wokovu (Heilsgeschichte), sehemu ya Biblia inayoonyesha mada za waliochaguliwa, agano na majaliwa na inanyesha Mungu akiweka kundi Fulani la watu wa kale wa Mungu katika agano la kale.

Kwa sababu masimulizi yanaonyesha kile kilichotokea badala ya kujaribu tu kuwaambia wasikilizaji wao jinsi ya kutafsiri kile kilichotokea, wakati mwingine simulizi huonyesha Watu wa Mungu wakishindwa kushirikiana na Mungu bila kumwambia msomaji waziwazi kwamba wanakosa uaminifu. Kwa hivyo tunajuaje

Je, watu wa Mungu wanashirikiana na kuwa waaminifu? Tunaweka hadithi za kibinafsi katika muktadha wa masimulizi yote ya Biblia, juu ya Heilsgeschichte yote. Tunatathmini matendo ya hadithi moja kwa kuilinganisha na Heilsgeschichte. Mtindo huu wa kufasiri hufanya kusoma Biblia kuwa kazi kubwa zaidi kuliko ilivyo sasa, angalau mwanzoni. Lakini faida ni uelewa wa ndani zaidi na kamili zaidi iwezekanavyo, ambapo kila hadithi katika Biblia hutoa aina ya mwanga. Ikiwa masimulizi yanaonyesha Watu wa Mungu kutokuwa waaminifu, tunaweza kujifunza kwa uwazi kile ambacho hatupaswi kufanya. Na masimulizi hayo yanaweza kutupa tumaini kwamba Mungu anaweza na anafanya kazi licha ya kundi la watu waasi nyakati fulani.

Miktadha miwili

Kila simulizi la kibiblia lina miktadha miwili na lazima tuchunguze miktadha yote miwili tunapo tafsiri aina hii. Ya kwanza ni muktadha wa fasihi, ambapo tunamaanisha kile kinachokuja mara moja kabla ya hadithi husika na kile kinachofuata mara moja. Lazima tuulize kwa nini mwandishi aliweka hadithi fulani katika hatua moja katika kitabu badala ya wakati tofauti. Lazima pia tuzingatie ujumuishaji wa hadithi ya mtu binafsi katika nguzo yake na muktadha wa kitabu kizima, na vile vile jinsi hadithi hii ya kibinafsi inavyoongeza historia ya wokovu, hadithi KUBWA. Vipengele hivi vya ujenzi wa fasihi vinawakilisha chaguzi za kimakusudi na za maana zilizofanywa na waandishi wa hadithi na hivyo zinastahili kuzingatiwa.

Muktadha wa pili ni muktadha wa kihistoria na kitamaduni. Hapa tunalipa kipaumbele maalum kwa desturi za kijamii za siku hiyo. Dhana kama hiyo ya ndoa inatazamwaje katika kipindi hiki? Mwandishi alimaanisha nini alipotumia maneno "mzaliwa wa kwanza" au "urithi"? Tunaangalia kile kinachoendelea kihistoria, kisiasa na kijamii kwa sababu tunatambua kuwa maana ya hadithi inategemea uelewa sahihi wa dhana hizi muhimu. Sisi kama wasomaji wa kisasa hatuwezi kuifanya hadithi iwe na maana kwetu ambayo haikuwa na maana kwa watazamaji wa asili. Ikiwa tunafanya hivyo, basi tunaitafsiri hadithi iyo kimakosa.[2]

Hadithi ya Abimeleki katika Waamuzi 9 ni mfano mzuri wa umuhimu wa kelewa muktadha wa kifasihi na kihistoria. Kwa mtazamo wa kwanza, ni hadithi ya ajabu. Abimeleki anaombwa kuwa mfalme huko Shekemu. Ana ndugu zake sabini waliouawa, lakini ndugu mdogo anatoroka na kumlaani/kumhukumu Abimeleki. Kisha viongozi wale wale wa Shekemu waliotaka awe mtawala wakamgeukie, kwa hivyo anapigana vita dhidi yao na kuwachoma moto watu wote wa Shekemu wakiwa wamefungwa au wametekwa kwenye mnara. Abimeleki anaenda katika mji unaofuata, ili tu kushindwa na mwanamke ambaye anatupa jiwe la kusagia kutoka juu ya mnara wa mji huo na kuponda fuvu lake.

Simulizi hilo limejaa maelezo ya ajabu kama vile kutia chumvi shambani, mauaji ya ndugu kwenye jiwe moja, na Abimeleki akimwomba mmoja wa askari wake kumkimbiza kwa upanga ili kwamba hakuna mtu angeweza kusema aliuawa na mwanamke. Muktadha wa kihistoria na kitamaduni hutusaidia kuona kwamba kutawanya chumvi juu ya miji iliyoharibiwa ilikuwa laana, iliyozoeleka miongoni mwa tamaduni kadhaa za kale. Jiwe moja linapendekeza utekelezaji wa ibada ambao wakati mwingine ulifanywa kwa watu wote ambao wanaweza kuwa washindani wa kiti cha enzi. Utafiti wa kihistoria na kitamaduni pia unaonyesha kuwa ni aibu kubwa kwa mwanaume kuuawa na mwanamke.

Kufichua muktadha wa kifasii husaidia kufafanua hadithi hata zaidi. Katika Waamuzi 8:22-23, Gedeoni baba yake Abimeleki, aliombwa kuwa mfalme naye akakataa, akiwakumbusha watu kwamba ni BWANA pekee ndiye angekuwa mfalme wao. Hii inakaa katika mvutano wa ubunifu na Abimeleki ambaye pia alitakiwa kuwa mfalme na ambaye alikubali jukumu ilo kwa furaha. Masimulizi ya kibiblia zinamchora Gideoni kama mtu wa Mungu, bali Pamoja na Abimeleki, hasa kwa kifo chake cha kudharauliwa

2 Gordon Ada na Douglas Stuart, Jinsi ya Kusoma Biblia kwa Thamani Yake Yote (Grand Rap ids: Zondervan, 2003), 23.

kisicho na heshima, inamaanisha kuwa ufalme wa binadamu ni kinyume na mapenzi ya Mungu. Tunapoweka muktadha wa kihistoria na kitamaduni na ushahidi wa muktadha wa fasihi pamoja, tunaweza kuona kwamba simulizi la Abimeleki linaonya juu ya hatari ya ufalme. Katika hadithi kubwa ya historia ya wokovu, mada hii ya kuwa au kutokuwa na mfalme wa kibinadamu inakuwa lengo kuu.

Kuvuka daraja la Utafiti wa kanuni za tafsiri (Hermeneutical)

Kila hadithi ina muktadha wa kipekee, mazingira ya kitamaduni na kihistoria ambayo huleta maana kwa hadithi. Hii ni kweli kwa masimulizi ya kibiblia na kwa aina zingine zote pia. Ili kuelewa kifungu chochote cha maandiko, lazima tutafiti historia hii na utamaduni huu. Lazima "tuvuke daraja la Utafiti wa kanuni za tafsiri (Hemenetiki!)" Utafiti wa kanuni za tafsiri (Hemenetiki) ni neno nzuri kwa tafsiri. Daraja la kufikiria la utafiti wa kanuni za tafsri (Meneutical) ni njia ya kuvutia tu ya kuelezea jinsi tunapaswa kuweka kando mawazo yetu na kuingia katika mtazamo wa ulimwengu wa kifungu cha kibiblia tunachojifunza. Hii hutokea katika mfululizo wa hatua:

- Tunavua "miwani" ya kisasa ya mtazamo wa ulimwengu au njia ya kuona ulimwengu.
- Tunavua miwani ya mtazamo wa ulimwengu wa kibiblia kwa kutafiti maneno yalimaanisha nini katika kipindi chao cha wakati asili au cha awali.
- Tunajifunza muktadha wa kitamaduni na kihistoria na muktadha wa Kifasihi.
- Tunachambua hadithi, tukitenganisha ili kuona jinsi hadithi yenyewe inavyofanya kazi.
- Tunagundua maana ya hadithi kwa watazamaji wa Asili au wa awali. Tunachukua ukweli wa milele wa hadithi, sehemu ya hadithi ambayo ni sawa bila kujali mabadiliko katika muktadha, na kuitumia kwa jamii yetu leo.

Ni kazi nyingi, lakini inafaa. Muktadha unabadilika, lakini ukweli wa milele haubadiliki. Na ikiwa "hatutavuka Daraja," tunaweza kutafsiri hadithi vibaya.

Kanuni za kutafsiri Aina ya Simulizi

Masimulizi hurekodi kile kilichotokea, sio lazima kile kilichopaswa kutokea.[3] Kanuni muhimu zaidi ya tafsiri kwa aina ya masimulizi ni kukumbuka kwamba masimulizi ni ya maelezo na sio maagizo. Masimulizi ni maelezo yanaoeleza au kusimulia yaliyotokea. Hayatambii moja kwa moja mtazamaji wakusoma kile kinachopaswa kufanywa au kueleweka kama ukweli, ambayo itakuwa aina za maandishi kama vile Nyaraka, hufanya. Kwa njia nyingine, Masimulizi kawaida hayafundishi mafundisho kwa njia ya moja kwa moja. Msomaji lazima "asome kati ya mistari." Kwa mfano, katika Waamuzi 11:29-40, Yeftha alinamtoa binti yake dhabihu kwa sababu hapo awali aliweka nadhiri kwa Mungu kwamba atatoa dhabihu ya kitu cha kwanza kitakachotoka nyumbani kwake (Waamuzi 11:30). Tunaposoma hadithi hiyo kwa uangalifu, kutazam muktadha wa kifasihi wa kitabu cha Waamuzi, na kukumbuka msukumo wa jumla wa Tafsiri ya historia-ya wokovu (Heilsgeschichte), tunaweza kuitimisha kwa urahisi kwamba nadhiri ya Yeftha ilikuwa ya haraka, matendo yake yalikuwa mabaya na kwamba hatupaswi kufuata mfano wake katika maisha yetu wenyewe. Ni muhimu kukumbuka kwamba kile ambacho watu hufanya katika simulizi sio lazima kiwe mfano mzuri kwetu wa kufuata.

Masimulizi yanaweza kufundisha kwa urahisi kutoka kwa mfano mbaya kama kutoka kwa mfano mzuri, na yanaweza kufundisha kwa uwazi au kwa usahihi. Maadili ya hadithi hayajulikani mara moja. Kama Stuart na Ada wanavyosema, "Usiwe msomaji wa Biblia wa nyani-kuona-nyani. (tumbili). Hakuna simulizi ya kibiblia iliyoandikwa kukuhusu,... lakini huwezi mamwe kudhani kuwa Mungu anatarajia ufanye mambo yale yale ambayo wahusika wa Biblia hufanya."[4]

Uliza swali, "Kwa nini hadithi hii?" Tunaweza tu kufikiria njisi mambo mengi yaliyowapata watu wa Mungu ambayo hayakujumuishwa katika Biblia. Injili ya Yohana inatoa msisitizo kwa wazo hili katika Yohana 20:30 ambapo mwandishi anasema, "Sasa Yesu alifanya ishara nyingine nyingi mbele ya wanafunzi wake, ambazo hazijaandikwa katika kitabu hiki." Kwa hivyo kanuni nzuri ya kutafsiri a kufuata ni kufikiria kila wakati kwa nini hadithi fulani "ilikata" wakati wengine wengi hawakufanya hivyo. Ni nini kuhusu hadithi hii ambayo ilikuwa muhimu sana, muhimu sana kwa Tafsiri ya historia ya wokovu (Heilsgeschichte), kwamba ilijumuishwa, wakati

---

3 Ibid., 106.

4 Gordon Ada na Douglas Stuart, Jinsi ya Kusoma Biblia kwa Thamani Yake Yote, Grand Rap ids, MI: Zondervan, 2003, ukurasa wa 105.

mamia ya hadithi zingine hazikujumuishwa? Kujaribu kujibu maswali haya husaidia kufungua maana ya hadithi.

Kumbuka kwamba hadithi za kibiblia hazijakamilika kwa undani. Kumbuka kwamba masimulizi ya Biblia hayajakamilika kwa undani. Hadithi nyingi katika Biblia zinakabiliwa na kile wasomi wanachokiita "mapungufu ya simulizi." Waandishi wa Asili (awali) waliandika kwa watu ambao tayari walijua maelezo fulani, na kwa hivyo hawakuhitaji maelezo hayo kurudiwa katika hadithi. Lakini sasa, miaka elfu mbili baadaye, wengi wetu hatuna maelezo hayo. Na kwa njia iyo iyo ni lazima tukumbuke kwamba sio kila hadithi iliingia kwenye Biblia, lazima pia tuulize kwa nini mwandishi alichagua maelezo aliyofanya. Kwa kuzingatia nafasi ndogo kwenye mafunjo au Ngozi ya nyama, kwa nini hadithi hupungua kasi na kutoa maelezo mengi katika baadhi ya maeneo na kutoa maelezo machache katika maeneo mengine?

Waandishi wa Mathayo, Marko na Luka wote walijumuisha masimulizi ya Yesu akihubiri katika sinagogi la mji wa kwao Nazareti (Mathayo 13: 53-58, Marko 6: 1-6a na Luka 4: 16-30). Ukisoma masimulizi hayo matatu, ni wazi kuwa yanasimulia hadithi hiyo hiyo, lakini Luka anatoa maelezo mengi zaidi kwa yaliyotokea. Kwa hivyo kama wasomaji, kwa mantiki tunauliza kwa nini. Muktadha mkubwa wa kitabu cha Luka unatupa uwezekano mmoja. Luka, zaidi ya waandishi wengine wa injili, anataka kusisitiza utunzaji wa Yesu kwa Mataifa na watu wengine waliotengwa. Maelezo yake yaliyoongezwa katika hadithi ya sinagogi la Nazareti husaidia kuonyesha/kuangazia msisitizo huu na kuleta maana zaidi kwenye hadithi.

Kumbuka kwamba Masimulizi hazijibu maswali yetu yote ya kitheolojia. Sio tu kwamba masimulizi hayafundishi mafundisho moja kwa moja, lakini hata kama yanafundisha walivyofanya hawawezi kushughulikia maswali kadhaa ya kitheolojia katika hadithi moja tu. Kwa ubora zaidi, hadithi moja inadokeza katika nukta moja muhimu ya kitheolojia. Hazikusudiwa kufundisha teolojia ya utaratibu: madhumuni ya msingi ya masimulizi ni kuwasilisha matukio yaliyotokea na kusaidia wasikilizaji wa kusoma kuweka maana ya matukio hayo. Hadithi moja haiwezi kujibu masilahi yetu yote muhimu kuhusu Mungu, na tunapojaribu kufanya masimulizi Fulani kujibu maswali ya kina ambayo hayakukusudia kuyashughulikia, kwa hakika tutaitafsri vibaya hadithi hiyo.

Usitoe maelezo ya masimulizi. Badala ya kuzingatia maana iliyo wazi ya hadithi, wasomaji wengine wanaonekana kuwa na shauku ya kuifanya hadithi kuwa na maana zaidi ya yenyewe. Wanaweka maana ya kiishara kwa kila undani katika hadithi, ambayo ni mbinu ya kifasihi inayoitwa mafumbo. Baadhi ya sehemu za Biblia inaweza kufasiriwa kihalali, lakini masimulizi hayafanyi kazi kwa njia hii. Ikiwa tunajiruhusu kufananisha masimulizi au sehemu zingine za maandiko amabzo hazikukusudiwa kutumiwa kwa njia hii, tunaweza kuifanya Biblia iseme chochote tunachotaka.

Soma masimulizi yote kwa ujumla, na usome masimulizi yanayozunguka kwa muktadha wa kifasihi. Tunaweza kujaribiwa kuchagua vishazi maalum au sehemu za hadithi ili kuzingatia, huku tukipuuza sehemu zingine. Mazoezi haya yanatufanya tukose ufagiaji mkuu wa hadithi. Waandishi walikusudia hadithi ifanya kazi kwa ujumla wake; pia walikuwa na makusudi walipopanga hadithi moja katika masimulizi yote ya kitabu chao. Hakuna hata mmoja wetu anaye thamini "kutolewa inje ya muktadha." Tunataka watu wasikilize ujumbe wetu kamili, kupata hadithi nzima kabla ya kufanya tathmini. Waandishi wa Biblia sio tofauti.

Zingatia mazungumzo, kurudia na kuashiria. Masimulizi yote mazuri tutmia mbinu za kifasihi kama vile kurudiarudia kuashiria, na masimulizi ya kibiblia hayana ubaguzi. Kwa masimulizi ya Agano la Kale hasa, marudio yalikuwa muhimu kwa sababu hadithi zi zilipitishwa kwa vizazi vingi kwa kukariri kwa mdomo; hazikuandikwa hadi mamia ya miaka baadaye. Kwa iyo masimulizi yana ubora ya mdomo kwao' kuna mdundo na marudio ya mtindo ambayo yaliwasaidia wasimulizi wa awali kukumbuka kila undani.[5]

Unaposoma simulizi la kibiblia, **zingatia kama neno limerudiwa katika masimulizi yote,** kwa sababu mwandishi alikusudia, na hii ndiyo ufunguo wa tafsiri. Ikiwa kipengele katika hadithi kilionekana katika simulizi la awali, hili ni dokezo lingine kuhusu kile ambacho ni muhimu sana. Mwishowe, angalia mazungumzo kwa vidokezo vya tafsiri. Mazungumzo yanaweza kutusaidia kuelewa wahusika. Maudhui yanayorudiwa kwenye kidirisha, ambayo yanaweza kuonekana kuwa ya kuudhi msomaji wa kisasa, ni kidokezo kingine kwamba kitu muhimu kinaendelea.

5 James Bailey na Lyle Vander Broek, Fomu za Kifasihi katika Agano Jipya: Kitabu cha Mkono (Louisville: Westminster/John Knox, 1992), 178. "Mojawapo ya aina za marudio ya kawaida katika Biblia, "uhuni" (chiasm). hutokea wakati. seti moja ya maneno au mawazo yanarudiwa kwa mpangilio uliogeuzwa (A B'A'). "Umbo la kistaarabu linaweza kuonekana katika ushairi au nathari na linaweza kujumuisha ubeti mmoja, kifungu kizima, au sehemu iliyopanuliwa zaidi... Marko 2:27 ni mfano mmoja: 'Sabato (A) ilifanywa kwa ajili ya wanadamu (B) , na si wanadamu (B') kwa ajili ya sabato (A')'"

Jifunze muktadha wa fasihi na kihistoria-utamaduni. Hatimaye, usisahau kufanya utafiti makini unaotafiti msingi wa kihistoria ya kitamaduni ya maandishi (tazama sura ya Kujifunza Biblia kwa Kufuta neno). Jifunze asili ya kihistoria na kitamaduni. Tafuta vidokezo katika maandiko yanayozunguka. Fanya kazi yako ya muktadha.

Sheria hizi zote za utafsiri ni muhimu kwa wasomaji wa kisasa kuzitumia ili tusifanye hadithi za Biblia ziwe na maana ambayo hazikukusudiwa kumaanisha. Kutumia kanuni hizi, pamoja na kufanya uchunguzi wa makini wa muktadha wa fasihi na kihistoria-utamaduni, kutasaidia sana kuhakikisha kwamba tunaelewa kile wasikilizaji wa zamani au wa kale walielewa. Tunaalikwa katika ulimwengu tofauti sana na wetu, lakini hadithi inakuwa halisi.

Kumbuka kwamba Mungu ndiye shujaa wa masimulizi ya Biblia. Masimulizi ya Biblia yaliandikwa kwa kusudi lililo wazi. Katika kueleza kwao, wanamaanisha kuwavuta watu kwa Yehova, Mungu wa Biblia, na ndani ya watu wa Mungu. Ikiwa Mungu ni mchezaji hai katika simulizi moja au Msimulizi nyuma ya msimulizi, Mungu ndiye mwigizaji/muhusika mkuu. Hiyo ni sehemu ya simulizi za zawadi za ajabu zinazotolewa kwetu. Kwa sababu hazitupi taarifa kamili kuhusu jinsi ya kutenda na nini cha kuamini, lakini badala yake hutuvutia na hadithi zinazoweza kufasiriwa kwa njia mbalimbali, masimulizi yanahimiza mawazo yetu ya uchanganuzi na hisia zetu. Hadithi hutusaidia kuingiliana na ukweli kwa njia tofauti kuliko aina zingine; tunapozama katika masimulizi ya Biblia, tunaalikwa kuingiliana na Mungu.

4. Tafsiri ya historia ya hadithi ya kale

Vifungu vya Biblia: Mwanzo 1-9, 11

Hidithi za Uumbaji na Kuanguka: Tatizo limefafanuliwa

Hapo mwanzo ni mahali pazuri pa kuanzia. Kifungu hiki cha maneno, kilichotafsiriwa kutoka kwa tafsiri (Septuagint) ya Kigiriki kama Mwanzo (chanzo, asili) hutujulisha hadithi ya ajabu ya matendo ya Mungu ya uumbaji. Hadithi ni ya ulimwengu wote katika upeo (inahusu ulimwengu mzima) na asili ya kifalsafa (inashughulikia maswali makubwa ya asili ya Mungu, wanadamu, dhambi, hukumu na neema).

Tunajiuliza, ni Mungu wa aina gani huyu? Mungu aliumba ulimwengu wa aina gani? Kwa nini Mungu aliumba ulimwengu? Je, Mungu Ana Kusudi Gani kwa Wanadamu? Ni nini hufanyika wakati dhambi inaharibu maelewano na ukamilifu wa uumbaji—huo ndio mwisho wa hadithi au Mungu ana marekebisho, suluhisho?

Ili kujibu maswali haya, tunaingia katika ulimwengu wa kibiblia, mbali na ulimwengu wetu wa kisasa-kwa wakati, lugha na mtazamo wa ulimwengu. Tunaweka kando mawazo yetu ya kisasa ili kuelewa mtazamo wa ulimwengu wa Kiebrania. Yakusisimua ya kusubiri! Lakini kwanza neno kuhusu muundo wa fasihi ya Mwanzo.

Kitabu kinaangukia katika migawanyiko miwili iliyo dhahiri lakini isiyo na usawa: sura kumi na moja za kwanza ni utangulizi wa hadithi ya wito wa Mungu kwa Ibrahimu na Sara kubariki watu wote wa dunia. Sehemu zote mbili, utangulizi na mwito wa Mungu kwa Ibrahimu na familia ya Sara, zina upeo wa ulimwengu mzima. Sehemu ya pili, hata hivyo, inatoka kwa ulimwengu hadi kwa watu fulani. Tunafuata mababu na mababu kutoka Harani hadi Misri, kutoka kwa Ibrahimu na Sara hadi Yusufu na Asenathi. (Sasa hadithi inalenga watu fulani.) Ili kutumia mlinganisho wa ukumbi wa michezo, sura za mwanzo ziliweka jukwaa la mchezo mkuu wakuigiza wa Agano la Kale, tukio la Kutoka-Sinai, lililochezwa katika kitabu cha pili, Kutoka.

MWANZO 1-11 Uumbaji na Kuanguka: Tatizo la Dhambi Imefafanuliwa
• Ibada ya Uumbaji: 1-2:4a Hadithi: 2:4b-25 • Hadithi za Kuanguka: Bustani, Kaini-Abeli, Gharika, Mnara wa Babeli • Dhambi husababisha kupotea kwa jumuiya ya shalom na uhusiano na Mungu, wengine, nafsi na uumbaji.

MWANZO 12-50 Baba mkubwa na Mama mkubwa: Suluhisho lililoahidiwa
• Ibrahimu na Sara (12-20) • Isaka na Rebeka (21-26) • Yakobo & Leah / Raheli (27-37) • Yusufu na Asenath (37-50)

Dibaji: Kuweka Hatua

Tunarejelea hadithi za sura kumi na moja za kwanza za Mwanzo kwa njia mbili. Kwanza, tunaelezea hadithi kama Tafsiri ya hadithi (Geschichte) -iliyotokana na neno la Kijerumani kwa "hadithi." Hadithi katika Mwanzo sio historia iliyonyooka, bali ni masimulizi yaliyofasiriwa sana. Waandishi wa Mwanzo waliandika kwa mzunguko, pembe, nia na upendeleo.

Pili, tunaita hadithi katika Mwanzo "Kitambo," ikimaanisha kwamba zinarejelea enzi za mwanzo wa wakati. Masimulizi ya awali ni sababu Kwa maneno mengine, ni hadithi kuhusu asili ya vitu, hadithi zinazoelezea kwa nini vitu, pamoja na ulimwengu wenyewe, wako kama wao. Hatufanyi juhudi za kugawa tarehe za kalenda kwa hadithi hizi za mwazno, ingawa zimeunganishwa na kizazi cha binadamu.

Vizazi hizi sio kumbukumbu kamili za ubinadamu. Haziwezi kutumika kuhesabu umri wa dunia kwa usahihi wowote. Mwanzo sio kitabu cha hisabati, wala si kitabu cha sayansi. Imehamasishwa? Kabisa. Sayansi? Hapana. Kusisitiza juu ya uchunguzi wa kisayansi hukosa uhakika wa masimulizi. Kumbuka, kazi yetu ni kuelewa mtazamo wa ulimwengu wa kibiblia na kupinga kulazimisha mtazamo wetu wa sasa wa ulimwengu kwenye ulimwengu wa kibiblia.

Maumbo ya kifasihi na Maana katika Mwanzo

Kwanza, ona kwamba kuna akaunti(hesabu) mbili za uumbaji, si moja tu. Kibiblia wasomi wameona kwamba hadithi ya kwanza (Mwanzo 1) inaonekana kuwa Ibada ya kuabudu, aina ya mashairi, sawa na Zaburi 8 na 19. Hadithi ya pili (Mwanzo 2:4b-24) ni simulizi.

Kwa nini mbili? Mara nyingi jaribu letu ni kubishana kuhusu lipi lililo sawa na lipi lisilo sahihi. Lakini kwa mara nyingine tena, ikiwa tunajiweka huru kutokana na maoni ya kwamba Biblia ni sayansi inayoweza kuthibitishwa, tunaweza kuona kwamba hadithi zote mbili ni "sahihi," kwa kuwa zote hutuambia jambo muhimu kuhusu Mungu na uumbaji.

Katika hadithi ya kwanza, Mungu ni mkuu, mwenye nguvu, wa hali ya juu, aliyeondolewa—Chombo kinacho umba kwa tangazo. Mungu anasema: "Na iwe" na hutokea! Hadithi ya pili ya uumbaji inatuonyesha Mungu wa karibu ambaye anapiga magoti juu ya ardhi, huchota udongo , hutengeneza kwa ustadi maumbo ya wanadamu na kisha hupulizia uhai ndani yake. Pumzi ya Mungu! Haipatani zaidi kuliko hii!

Wahariri wa Genesis wangeweza kufuta moja ya hadithi ili kuweka mambo nadhifu; nashukuru hawakufanya hivyo. Walithamini akaunti zote mbili vya kutosha kuziunganisha (kama walivyofanya na hadithi mbili za mafuriko) ili kutupa ufahamu mzuri zaidi wa Mungu aliye mkuu na wa karibu ambaye aliumba vitu vyote.

Dabar: Maneno kwa Nguvu

Katika ulimwengu wa Kiebrania, kuzungumza kunaunda ukweli. Katika simulizi la kwanza la Mwanzo la uumbaji katika Mwanzo 1, Mungu anatokeza utaratibu kutokana na machafuko na dabar, neno la Kiebrania linalomaanisha "neno lililonenwa." Katika kitabu cha Mwanzo, neno linalonenwa ni nguvu yenye uweza, kama kombora linalorushwa kutoka katika kinywa cha Mungu, linalolipuka bila kitu ili kuumba nuru, uhai, ulimwengu. Dabar kwa namna ya baraka ilikuwa "kubadilisha maisha" na "kugeuza ulimwengu."[1] Wafalme wa Israeli na Yuda, walipokabiliwa na manabii wakizungumza dabar, walitetemeka. Fikiria mifano ifuatayo ya dabar katika Agano la Kale:

---

1 David Noel Freedman, Kamusi ya Biblia ya Nanga, Vol. 6, Si-Z (New York: waandishi wa Habari wa sikumbili, 1992), 961-962.

- Ndivyo litakavyokuwa neno langu, litokalo katika kinywa changu; halitanirudia bure, bali litatimiza kusudi langu, na kufanikiwa katika mambo yale niliyolituma (Isaya 55:11).
- [Mungu] hutuma neno lake, naye huyeyusha [theluji na mvua ya mawe]; huuvumisha upepo wake, maji yatiririka (Zaburi 147:18).
- Ndipo Bwana akaunyosha mkono wake, akanigusa kinywa changu; na Bwana akaniambia, Sasa nimetia maneno yangu kinywani mwako. Tazama, nimekuweka leo juu ya mataifa na juu ya falme, ili kung'oa na kuvuta chini, ili kuharibu, na kuangamiza, ili kujenga na kupanda" (Yeremia 1:9-10).
- Samweli alipokuwa akikua, Bwana alikuwa pamoja naye na hakuacha neno lake lo lote lianguke chini. Na Israeli wote...walijua ya kuwa Samweli ni nabii mwaminifu wa Bwana (1 Samweli 3:19-20).
- Kuhani Amazia alimwambia mfalme Yeroboamu wa Israeli kwamba "nchi haiwezi kustahimili maneno yote [ya nabii]" (Amosi 7:10).
- Maneno yaliyotamkwa hayakuweza kurejeshwa; Isaka aliyeshtuka anamwambia Esau kwamba tayari amembariki Yakobo. Hakuweza kuyarudisha na kuyahamishia kwa mwana mkubwa Esau (Mwanzo 27).

Dhana ya dabar hailingani na dhana yetu ya kisasa ya mawasiliano ya maneno. Maneno yetu si makombora madogo yanayopita angani na kuwaingia watu. Lakini maneno bado yana nguvu. Fikiria athari za kisaikolojia za maneno. Je, unakumbuka pongezi? Unakumbuka maneno ya kuumiza? Wanakaa nasi na kutengeneza taswira yetu. Kwa hiyo, ndiyo, maneno bado yana nguvu; yanaweza kubariki au kulaani, kujenga au kubomoa.

Asili ya Mungu

Njia moja ya kumwelewa Mungu ni kulinganisha dhana ya Kiebrania ya Mungu na ile ya jirani zao. Baadhi ya majirani walikuwa na matoleo yao ya uumbaji. Kwa hivyo ni nini tofauti?

Mfano mmoja ni hadithi ya uumbaji wa Babeli inayoitwa Enuma Elish. Katika uundaji wa akaunti hii ni umwagaji damu na vurugu. Marduk, mfalme wa miungu, anapigana vita vikali dhidi ya mpinzani wake wa kike Tiamat. Marduk anashinda, anamuua Tiamat na kumkata vipande viwili. Anapiga nusu ya Tiamat kwenye anga na nusu nyingine anailaza chini ili kuunda ardhi. Kisha Marduk hupanga ulimwengu, akiweka miungu midogo katika majukumu mbalimbali, kama vile mwezi na nyota. Wanapolalamika kwamba kazi yao haina mwisho na ya kutisha, Marduk anaingia katika hali ya uumbaji tena na kuwafanya wanadamu kutoka kwa damu ya mume wa pili wa Tiamat. Kwa kuwa wanadamu watafanya kazi hiyo ngumu, miungu hiyo yenye furaha humheshimu Marduk kwa kujenga mnara mkubwa wa ukumbusho katika jiji la Babiloni na kuliita "mlango wa mungu." miungu mingi ya Enuma Elish ni ya wasiwasi, ndogo, ya ushindani, yenye hila na yenye uharibifu. Haiwezekani kujua watafanya nini baadaye. Wamefungwa katika mzunguko wa muda usio na mwisho bila mandhari ya kuunganisha au mwisho wa kusudi.

Tofauti na miungu ya Babeli yenye jeuri, Mungu wa Kiebrania, ambaye nyakati fulani alitambulishwa kuwa Elohim na nyakati nyinginezo kama Yahweh, anazungumza kwa ukamilifu na kwa utaratibu ulimwengu kuwepo. Mungu ni mwenye enzi, juu ya viumbe vyote vilivyoumbwa. Hakuna wapinzani, hakuna vita, hakuna damu, hakuna ghasia. Na Mungu ameridhika; matokeo ni bora zaidi. Wanadamu, pia, ni wazuri sana—wameumbwa kwa mfano wa Mungu, wamepewa uhuru wa kuchagua na kupewa jukumu la kutunza uumbaji mzuri wa Mungu.

Pia kinyume chake, Mungu wa Kiebrania kimsingi ni Mungu wa neema anayependa viumbe vilivyoumbwa. Wakati kiburi na vurugu vinapovunja uhusiano na kuharibu maelewano ya bustani, Mungu hutafuta urejesho na upatanisho. Wanadamu wanapohisi uchi, Mungu huwavisha. Wakati bustani inakuwa hatari, Mungu anawaondoa. Kaini anapomuua ndugu yake, Mungu anamlinda Kaini. Sehemu kubwa ya dunia inapoharibiwa na dhambi ya wanadamu, Mungu anamwokoa Noa na familia yake na kuanza upya. Mungu ambaye alihuzunika kuhusu hali ya dhambi ya mwanadamu, anaazimia kutoiharibu dunia tena: "Wakati nchi idumupo, majira ya kupanda na kuvuna, baridi na hari, wakati wa hari na wakati wa kusi, mchana na usiku, havitakoma" (Mwanzo 8:22). Upinde wa mvua unapaswa kuwa ishara inayoonekana ya ahadi hii. Hatimaye, Mungu azuia wajenzi wa Mnara wa Babeli wasifike mbinguni, na kwa kufanya hivyo awaokoa na upumbavu wao wenyewe.

Mungu aliyefunuliwa katika hadithi hizi ni Mungu wa kibinafsi na hisia ambazo hubadilika kadiri na wakati. Ijapokuwa mwanzoni aliona wanadamu kuwa "wema" kama viumbe vingine vyote, hivi karibuni Mungu anajuta kuwaumba wanadamu na anahuzunishwa na uovu na jeuri ya wanadamu (Mwanzo 6:6).

Mungu ni wa uumbaji—kwa utimilifu wake na utimilifu wake. Nyoka, kiumbe aliyeumbwa tu (si shetani au mungu mshindani), anatia shaka akilini mwa wanadamu katika bustani kuhusu ikiwa kweli Mungu yuko kwa ajili yao. Nyoka huyo anafananisha Mungu asiye salama, ambaye kwa ubinafsi huwawekea wanadamu mipaka badala ya kutafuta utimizo wao na hali njema. Wanadamu wanaendelea kuishi na shaka hii. Kielelezo cha mwisho cha Mungu cha upendo na neema ni Yesu, ambaye katika Agano Jipya anakuja kuondoa shaka hiyo mara moja na kwa wote, kutoa maisha yake mwenyewe kwa ajili ya ukombozi wetu, kwa sababu Mungu ni kwa ajili yetu, si juu yetu (Warumi 8:31).

Hadithi hizi zinatuambia kwamba Mungu hayuko mbali na ni mkuu; kwamba Mungu yuko hai katika historia, kwamba Mungu anapenda viumbe vyake vilivyoumbwa, na kwamba wakati dhambi inapoingia kwenye eneo, Mungu anataka kuwakomboa na kuwarejesha wanadamu walioanguka. Inachukua sehemu nyingine ya Biblia kumweleza Mungu kikamilifu zaidi.

Asili ya Binadamu

Wanadamu katika Enuma Elish wanafanywa kuwa watumwa wa hali ya chini ili kutoa mahitaji ya kimwili ya miungu. Kwa upande mwingine, wanadamu wa Mungu wameumbwa wakiwa na heshima na uhuru, wamefanywa kwa mfano wa Mungu, wakitunzwa na kuthaminiwa na kupendwa na Mungu. Katika Ibada ya Mwanzo 1, wameumbwa mwanamume na mwanamke, wamebarikiwa na kuamriwa kuzidisha. Katika hadithi ya Mwanzo 2, Mungu anatumia ardhi (Adamu) kumfanya mtu (Adamu) na kumpulizia uhai, kitendo cha ndani sana. Baada ya yote kuumbwa, Mungu humfanya mwanamke (Ishshah) kutoka katika mwili wa mwanamume kuwa mwandani wa karibu. Anamtambua kuwa "mfupa wa mfupa wangu na nyama ya nyama yangu" na kumwita Hawa (Chava), "mama wa wote walio hai." Yeye ndiye kilele, jiwe kuu la uumbaji.

Wanadamu, waliopewa pumzi ya Mungu, ni wa thamani; wameumbwa kwa mfano wa Mungu. Sehemu ya kuumbwa kwa mfano wa Mungu ni uwezo na wajibu wa "kulima na kutunza" uumbaji uliosalia (NASB). Maneno hayo yanawakumbusha wakulima wanaolima udongo na wachungaji wanaochunga makundi yao ya kondoo au mbuzi.[2] Wanadamu wana uwezo wa kufikiri na kupanga, unaowawezesha kutunza na kutazama uumbaji.

2 Eugene F. Roop, Maoni ya Kanisa ya Waumini: Mwanzo (Scottdale, PA: wandishi wa Habari Herald, 1987), 41.

Kwa kushangaza, wanadamu wameumbwa kutoka kwa mavumbi ya ardhi, lakini wanahuishwa na pumzi ya Mungu. Wanashiriki asili ya kimungu na ya kidunia. Sehemu ya asili ya kimungu na ya thamani isiyo na kikomo ya wanadamu ni uhuru na uwezo wa kufanya uchaguzi. Hii ina maana wanaweza kuchagua kwa ajili ya au dhidi ya Mungu. Mungu hakuumba roboti. Kuumbwa kwa mfano wa Mungu kunamaanisha hadhi maalum, lakini sio usawa na Mungu. Wanadamu katika hadithi za Bustani ya Edeni na Mnara wa Babeli wanajaribu kupata usawa lakini, katika hali zote mbili, wanashindwa. Katika bustani, Adamu na Hawa wanaona tunda la "mti wa ujuzi wa mema na mabaya" kuwa njia ya kufikia hadhi kama ya Mungu. Wajenzi wa mnara huo waliamua kuunganisha nguvu zao wenyewe na kudhibiti hatima yao wenyewe.

Hadithi ya Lameki, mzao wa Kaini, katika Mwanzo 4 inaonyesha hali ya kushuka kwa uwezo wa binadamu wa kufanya vurugu. Anajigamba kwa wake zake wawili hivi: "Nimeua mtu kwa kunijeruhi, kijana kwa kunipiga. Ikiwa Kaini atalipizwa kisasi mara saba, Lameki hakika mara sabini na saba" (Mwanzo 4:23-24). Zaidi ya hayo, Mungu anaona kwamba "kila mwelekeo wa fikira za mioyo yao ulikuwa mbaya tu sikuzote" (Mwanzo 6:5). Sasa dhambi imekuwa hali ya kukata tamaa ya mwanadamu. Matendo ya dhambi ya wanadamu yameongezeka, yakizalisha watu wenye dhambi kupitia na kupitia.

Kwa hiyo dhambi ni nini na wanadamu walifanyaje, sehemu bora zaidi ya uumbaji wa Mungu, walimpaje kisogo Mungu aliyewapenda na kuwathamini?

Kufafanua Tatizo la Dhambi: Hadithi Nne za Kuanguka

Hadithi nne za anguko katima mwanzo wa tafsiri ya hadithi zinaoneysha uwezo wa kutengwa wa dhambi katika kuvunja mahusiano manne: na Mungu, binafsi, wengine, na viumbe vingine.

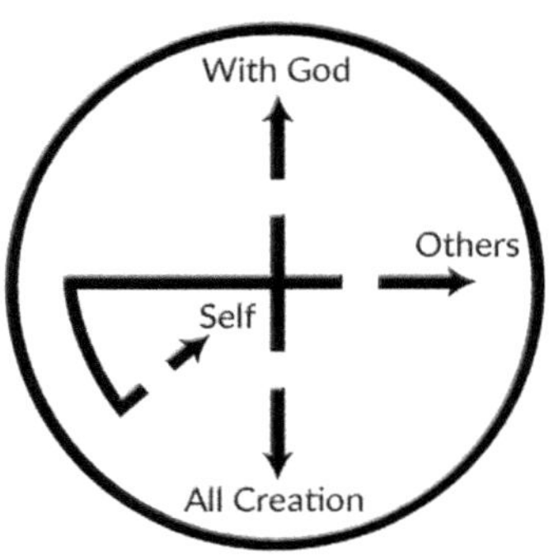

The Four Dimensions of Sin's Results

Anguko la 1: Kiburi—Hadithi ya anguko la Bustani ya Edeni inaonyesha dhambi kama inatoka nje (nyoka) na kutoka ndani ya moyo wa mwanadamu. Nyoka anamwalika Hawa asimtii Mungu, lakini pia anahisi majaribu kutoka ndani yake. Kwa hiyo mwanamke anapoona kwamba "mti wa ujuzi wa mema na mabaya" unapendeza macho, na kwamba unaweza kumfanya mtu awe na hekima" (Mwanzo 3:6), anaanguka kwa ajili yake. Na hivyo ndivyo kwa mwanaume. Katika muktadha, "kumfanya mtu awe na hekima" kunamaanisha ujuzi usio na kikomo au uwezo wa kuunda wakati ujao, kwa maneno mengine, kuwa kama Mungu.[3]

Dhambi inakata uhusiano wa Adamu na Hawa na Mungu; 'hawatembei tena pamoja na Mungu bustanini. Dhambi huwaathiri kwa ndani; wanaona aibu na kujificha kutoka kwa Mungu. Adamu anamlaumu Hawa, akionyesha kupotea kwa uhusiano na wengine. Ardhi imelaaniwa, na kusababisha ubinadamu kuhangaika na maumbile, ambayo husababisha upotezaji wa uhusiano na uumbaji. Muundo wa uumbaji wa Mungu wenye upatanifu ni kama kitambaa cha vazi lisilo na mshono. Dhambi inaipasua na kuikata vipande vipande. Katika Agano Jipya, Mtume Paulo anaielezea kama viumbe vyote vinavyougua na kutamani kufanywa upya (Warumi 8:22). Ingawa dhambi ya kiburi katika bustani inaelekezwa kwa Mungu, matokeo yake yanavunja sio tu uhusiano wao na Mungu, lakini pia na ubinafsi, wengine na viumbe vyote.

Kuanguka 2: Vurugu—Hadithi ya anguko la Kaini na Abeli inaonyesha dhambi kama mnyama anayechutama nje ya mlango, akiwa tayari kushambulia. Mungu anamwonya Kaini kuutawala wivu wake, akionyesha uhusiano uliovunjika na nafsi yake (Mwanzo 4:7). Lakini Kaini anairuhusu ichemke na kujenga, mpaka inawaka katika vurugu; anamwua ndugu yake Abeli. Dhambi huanza na wazo ambalo linaweza kubadilika kuwa tendo la uharibifu.

Katika hadithi hii, dhambi inaelekezwa kwa mwanadamu mwenzako, lakini pia inavunja uhusiano wa Kaini na Mungu, nafsi na viumbe vyote. Ardhi tena imelaaniwa (Mwanzo 4:12).

Kuanguka 3: Vurugu—Hadithi ya Gharika inaeleza dhambi kama hali ya ndani ya mwanadamu inayoenea ambayo hutokeza mawazo maovu yenye kuendelea. Mawazo mabaya huongoza kwenye matendo maovu, na kusababisha dunia "ijae jeuri" (Mwanzo 6:11). Mungu wa uumbaji hujibu

3 Ibid., 41.

kwa uchungu na huzuni, na kwa hiyo hutenda kwa hukumu: mafuriko huharibu wanadamu wengi na kuanzisha upya uumbaji. Vurugu ni dhambi inayoelekezwa dhidi ya wengine, lakini pia huvunja uhusiano wa mwanadamu na Mungu na ulimwengu wa kimwili, kama inavyoonyeshwa na gharika.

Kuanguka 4: Kiburi—Hatimaye, hadithi ya Mnara wa Babeli inafananisha dhambi kama fahari ya ulimwengu mzima ambayo inawasukuma watu kufika juu ya "kuba" ili waweze kujiinua na kuwa kama Mungu. Hilo laonekana kuwa shtaka hususa la Kiebrania dhidi ya Wababiloni, kwa kuwa mnara huo unaweza kurejelea "lango la mungu" la Marduki. Tena, hii ni Tafsiri ya historia hadithi (Geschichte), akaunti iliyofasiriwa sana ya upumbavu wa miungu ya kigeni, ingawa kuna wingi wao. Hakuna hata mmoja wao anayeweza kufikia uwezo mkuu wa Mungu wa uumbaji wa Kiebrania. Kama ilivyo katika hadithi nyingine za anguko, dhambi hugeuza nia zao dhidi yao: badala ya kuwa watu wakuu sawa na Mungu, wametawanyika na kugawanyika. Dhambi ya kiburi inaelekezwa dhidi ya Mungu, lakini inaishia kuvunja uhusiano na wengine. Wakati wanadamu wanazungumza lugha tofauti na kushindwa kuelewana, jamii inaharibiwa.

Hadithi hizi nne za anguko ni mkusanyiko katika athari: dhambi na matokeo ya dhambi mpira wa theluji na umbo. Mpira wa theluji unakuwa mkubwa kwa kila mapinduzi; harakati ya mviringo inazunguka chini kwa kila upande. Wanadamu wanakuwa chini ya umbo lao la asili. Wanadamu hutoka mahali. Wanadamu hutupa uumbaji wa Mungu uliopangwa kikamilifu (unaoonekana wazi katika shida yetu ya sasa ya kiikolojia). Kwa hivyo, ulimwengu unaonekana zaidi na zaidi kama ulimwengu wa machafuko na vurugu wa Enuma Elish na kidogo zaidi kama Bustani safi.

Kwa urahisi zaidi, dhambi ni tatizo ambalo limekumba uhusiano wa wanadamu tangu mwanzo wa hadithi yetu ya pamoja. Na kuweka jina kwa tatizo ni hatua muhimu.

Hatua inayofuata ni kufafanua suluhu, na suluhisho la tatizo la dhambi ni wokovu.

Wakati mahusiano yote manne yanaponywa au katika mchakato wa uponyaji, tunaweza kusema kwamba jumuiya ina shalom. Shalom ni neno la Kiebrania kwa hali ya kuishi ambapo mtu anapatana na Mungu, na nafsi yake mwenyewe, na watu wengine na ulimwengu wa kimwili. Wakati mwingine tunahusisha kimakosa neno hili tu na kutokuwepo kwa vita, lakini linasimama kwa mengi zaidi. Inatokea wakati kila mtu ana chakula cha kutosha na mahali pazuri pa kuishi, ambapo kila mtu ana nafasi ya kufanya kazi yenye heshima na mahusiano ni ya usawa. Ni kama maisha ya bustani hapo mwanzo, ulimwengu ulioumbwa kikamilifu na Mungu.

Neema na Hukumu

Mungu mwenye maadili, haki na neema huleta hukumu katika hadithi hizi za anguko. Kanuni za maadili (sawa na sahihi) zimefumwa katika kitambaa cha uumbaji. Kila kitu kimeunganishwa na kuunganishwa. Dhambi ya mwanadamu inadhuru viumbe vyote. Hilo linaweza kuonekana si la haki, lakini lazima iwe hivyo ikiwa uumbaji wote ni mfumo wa kiikolojia. Waandishi wa Biblia wa kabla ya kisayansi wangeweza kuona hilo.

Hadithi hizi zinafichua kwamba tendo la dhambi ndani yake lina hukumu juu ya muigizaji (mwenye dhambi.) Hukumu ya dhambi inajumuisha kuvuna kile mtu anachopanda, nyuzi moja ya theolojia katika Biblia. Hukumu, hata hivyo, mara nyingi hufasiriwa vibaya kuwa wonyesho wa hasira ya Mungu. Sio juu ya hasira, lakini juu ya marekebisho kupitia upendo na neema. Fikiria mzazi anayemshika mtoto mkono ili kumzuia asipige msongamano wa magari barabarani. Neema ina neno la mwisho.

Mungu huwafukuza wanadamu katika bustani kama kitendo cha hukumu, lakini kuwazuia wasiingie tena ni tendo la neema. Jaribu la kula matunda ya mti wa ujuzi na kupata usawa na Mungu limeondolewa. Tamaa ya kula matunda ya mti wa uzima na kuishi milele katika hali yao pia imeondolewa. Alama ya Mungu ya hukumu juu ya Kaini pia ni tendo la neema, kwani inamlinda dhidi ya kuwa mwathirika wa mauaji. Gharika ya ulimwenguni pote ni hukumu kali, lakini imechanganyika na kipande cha neema ambacho kinasafisha ulimwengu na kuhifadhi uumbaji wa kutosha pamoja na Nuhu na familia yake ili kuanza tena. Na hukumu ya Mungu katika hadithi ya mnara inakatisha tamaa wanadamu kutokana na utendaji zaidi wa dhambi. Tendo lile lile la Mungu linaweza kuwa neema na hukumu.

Mtu akivua miwani ya kupofusha ya "Agano la Kale kama sheria na Agano Jipya kama neema," mtu anamwona Mungu mwenye neema akifanya kazi katika hadithi hizi za anguko. Mungu hakuumba vibaraka, bali wanadamu kwa mfano wa Mungu wenye uwezo wa kuchagua mema au mabaya. Kwa maana hiyo Mungu alichagua kuwa na mipaka. Wanadamu hao wanapotumia uwezo wao wa kutenda dhambi, Mungu huingilia kati kwa neema ili kufanya jambo bora zaidi, kukomboa hali hiyo na kuleta mema kutokana na uovu. Neema na hukumu ya Mungu vimeunganishwa. Hukumu za Mungu hutafuta urejesho na upatanisho, si kisasi tu cha uharibifu.

5. Mama mkubwa na baba mukubwa

Vifungu vya Biblia: Mwanzo 12-50

Dibaji Kuu iliyomo katika sura kumi na moja za kwanza za Mwanzo ilifafanua tatizo la dhambi ambalo liliharibu uumbaji mkuu wa Mungu kama mahusiano yaliyovunjika katika nyanja nne-na Mungu, ubinafsi, wengine na uumbaji. Sura za Utangulizi ziliweka hatua kwa sehemu ya pili na kubwa zaidi ya Mwanzo, sura ya 12-50, ambapo Mungu anaahidi suluhisho la tatizo la dhambi kupitia familia maalum, mababu wa kizazi (mama wakubwa na Baba wakubwa)

Tunaweza kufuatilia safari ya familia hii kutoka mwanzo wake huko Mesopotamia, kihalisi "Nchi kati ya Mito" ya Tigri na Efrati katika Iraki ya kisasa. Katika mwisho huu wa mashariki wa Hilali yenye Rutuba, jamii za kwanza changamano katika mfumo wa majimbo ya miji ziliibuka karibu 3,000 KK. Falme za mwanzo za Wasumeri na Waakadi zilifuatwa na falme za Waamori, Waashuri na Wababeli. Jamii hizi zinaonekana katika masimulizi ya Biblia, mara nyingi kama maadui. Hatimaye Waashuru washinda Israeli mwaka wa 722 KWK na Wababiloni wakateka Yuda mwaka wa 587 KWK na kuwafagilia mbali hadi uhamishoni.

Tera baba ya Abrahamu achukua familia kutoka Uru "ya Wakaldayo" katika "Nchi iliyo kati ya Mito" na kufuata njia ya kibiashara kuelekea kaskazini hadi Harani, kwenye kilele cha hilali yenye Rutuba. Hapa, Abraham, ambaye anakuwa baba wa mapokeo matatu ya imani - Uyahudi, Ukristo na Uislamu - anaajiriwa kwa utume maalum. Mungu, anayetambulishwa kama BWANA (Yahweh), anawaita Abrahamu na Sara

(Abramu na Sarai) kuacha kila kitu wanachojua—nchi ya asili, familia, desturi na miungu—kuhamia kusikojulikana.

Katika Dibaji, Mungu aliumba ulimwengu kwa neno la kusemwa dabar. Na sasa, kwa mara nyingine tena, Mungu huumba ukweli mpya kwa neno lililonenwa. Baraka na laana zina uwezo wa kubadilisha historia, kubadilisha maisha na kubadilisha ulimwengu. Wito huu ni muhimu kama ilivyo kwa ulimwengu wote:

Nitakufanya wewe kuwa taifa kubwa,
Ubarikiwe, na ulikuze jina lako,
Ili uwe baraka.
Nitawabariki wale wanaokubariki,
Naye akulaaniye nitamlaani;
Na kupitia wewe
Jamaa zote za dunia zitabarikiwa (Mwanzo 12:2-3).

Misheni hii ni "maendeleo mapya makubwa" katika muundo wa uumbaji wa Mungu wa kurekebisha mahusiano yaliyovunjika yaliyofafanuliwa katika mwanzo wa historia ya Hadithi (Primeval Geschichte).[1] Je, maendeleo haya yanaonekanaje? Binadamu sana: wakati mwingine hana kazi, mdanganyifu, na mwoga; wakati mwingine shujaa, mwaminifu na jasiri. Tunafuata familia hii ya wamama wa kubwa na mababu kutoka Harani hadi Kanaani na hatimaye hadi Misri.

Tunafuatilia hija yao kupitia masimulizi ya mfumo mababu na mama wakubwa, yenye msingi katika historia na kuambiwa na tafsiri ya hadith (Geschichte)—kama tulivyotarajia. Kwa hivyo matukio huchaguliwa na kutafsiriwa sana. Kuuliza kwa nini hadithi hizi (na si nyingine) zilisimuliwa, kupitishwa na hatimaye kuandikwa kunaweza kutusaidia kuelewa Historia ya hadithi (Geschichte) au kumaanisha kikamilifu zaidi. Hadithi zinahusu maana zaidi kuliko rekodi ya maeneo na matukio. Muhimu zaidi kuliko jiografia na kronolojia ni mwingiliano kati ya Mungu na familia iliyochaguliwa. Yehova huanzisha, wanadamu huitikia—nyakati fulani wakishirikiana na nyakati fulani kutatiza makusudi ya Mungu. Kinyume na miungu ya Wakanaani ambao wamefungamana na maeneo maalum, Yehova anafungamana na watu. Yehova ni Mungu wa kibinafsi ambaye

1 William Sanford LaSor, et al., Utafiti wa Agano la Kale: Ujumbe, Fomu, na Msingi wa Agano la Kale (Grand Rapids: William B. Eerdmans Kampuni ya Uchapishaji, 1996), 33.

hufanya maagano na kuahidi ulinzi.[2]

Tunajua nini kuhusu familia hii? Wanadamu katika bustani walipaswa "kulima" na "kuweka" ardhi na viumbe vilivyowazunguka.

Na tofauti, wazee wa ukoo wapya ni "walinzi," au wachungaji, wa watu wengine, wanaoendesha mifugo yao katika nchi ya vilima ya Kanaani, wakitafuta malisho mapya daima. Katika mifumo yao ya kuhamahama, wanachanganyika na "wakulima," wafalme wa Kanaani na wakaaji wa jiji. Maingiliano haya wakati mwingine yanapatana, wakati mwingine yana ubishani na wakati mwingine hatari, yanayohitaji uingiliaji kati wa Mungu.

Yehova wa uhusiano, wa kibinafsi anaanzisha agano lisilo na masharti (Mungu pekee ndiye amefungwa) na Ibrahimu, ambaye anaitwa mwenye haki. Haki ya Ibrahimu, ambayo baadaye ilirejelewa katika Agano Jipya, haihusu kanuni ya kimaadili isiyoeleweka, bali inafafanuliwa katika maneno ya uhusiano kama kumwamini Mungu.[3] Ahadi ya baraka, ardhi na vizazi.

Ahadi ya Yehova ya kuwafanya Ibrahimu na Sawa wazazi wa watu wengi ni ya ajabu na ya kejeli, na hata ya kushtua! Wangewezaje kuzaa idadi isiyo na kikomo ya watoto, wengi hivi kwamba wao, kama mavumbi ya ardhi na nyota angani, hawakuweza kuhesabiwa? Hawana watoto, wazee na wasiozaa! Je, huu tayari ni mwisho wa hadithi? Bila riziki ya Mungu, ndiyo.

Ukuaji mpya mkuu wa Mungu unajumuisha mada tatu kuu: teule, agano na riziki—mifumo au miundo kuu zinazounda historia yote ya wokovu.

Waliochaguliwa

Waliochaguliwa, walioitwa, waliteuliwa, kusajiliwa na walioajiriwa ni visawe, ingawa tatu za kwanza ndizo zinazojulikana zaidi na hutumiwa kwa kubadilishana katika historia ya wokovu. Teule ni kati ya maneno yasiyoeleweka na yaliyotumiwa vibaya katika hadithi ya watu wa Mungu. Wakati "mteule" inapotafsiriwa vibaya, inakuwa uhalali wa utaifa, kijeshi na kutovumiliana kwa rangi. Ufafanuzi wa kibiblia wa kuchaguliwa ni maalum na inajumuisha. Abrahamu na Sara wamechaguliwa, si watu wanaopendwa na Mungu na kubembelezwa. Wanachaguliwa kwa ajili ya utume wa kuwa suluhisho la tatizo la dhambi na kuwabariki watu wote wa dunia. Na ni onyesho la neema ya Mungu. Ibrahimu na Sara si watakatifu waliovutia

2 Ibid., 43

3 Eugene F. Roop, Maoni ya Kanisa ya Waumini: Genesis (Scottdale, PA: Herald Press, 1987), 112.

macho ya Mungu kwa ajili ya maisha yao matakatifu; hawajui chochote juu ya Yehova, lakini wanaabudu miungu mingi ya kipagani. Wao, hata hivyo, wanaitikia wito wa Mungu na kukubali utume. Neno lingine ambalo mara nyingi halieleweki na kutumiwa vibaya ni taifa. Mungu, ndani mwanzo 12:1-3, haipendekezi kuwafanya wazao wa Abrahamu kuwa taifa (goy), bali jumuiya ya imani, watu wakuu ('am).[4] Mungu hakuwa na maono ya serikali ya kisiasa, iliyofafanuliwa kikabila na kutengwa kijiografia. kwa mipaka, isiyoweza kufikiwa na watu wote wasio raia. Kinyume kabisa; watu waliochaguliwa walipaswa kuwa wazi, waalikwa, wajumuishi. Walipaswa kuungana na kuwabariki watu wote wa dunia (Mwanzo 12:3b).

Agano

Agano hujenga uhusiano wa karibu kati ya watu wawili au pande mbili na hutiwa muhuri kwa kiapo cha dhati. Asili ya Kiebrania ni carat, ikimaanisha kukata, kama katika kukata mkataba, kukata maneno ya agano katika udongo au vidoge vya mawe, au kukata mahusiano wakati agano linavunjwa au kutotimizwa. Agano kati ya Mungu na Ibrahimu katika Mwanzo 15 linawekwa alama kwa kuwatenganisha wanyama. Pamoja na agano huja majukumu na mapendeleo, na kwa kawaida huhusisha baraka na laana zilizotamkwa. Ndiyo, tena, dabar. Katika historia ya wokovu, kufanya na kufanywa upya kwa maagano huangazia kama mada inayojirudia. Maagano ya msingi (au kufanywa upya) ni pamoja na Nuhu, Ibrahimu, Sinai, Yoshua, Daudi, Yosia, Ezra na Yesu. Daima Yehova, Mungu wa kibinafsi, huanzisha uhusiano wa agano na kuwaita watu kuwa washirika katika utume.

Riziki

Mada kuu ya tatu katika historia ya wokovu inarejelea kuingilia kati kwa Mungu wakati wanadamu wanaharibu na kutishia kuharibu suluhisho la tatizo la dhambi. Uongozi wa Mungu huwaweka wateule, agano, jumuiya ya shalom—na hadithi—hai. Ingawa Mungu daima ni shujaa, hadithi inategemea ushirikiano wa kibinadamu; si vibaraka, wanaotembea kwa mbao huku Mungu akivuta nyuzi. Msururu wa uingiliaji kati wa moja kwa moja katika kitabu chote cha Mwanzo unaonyesha usimamizi wa Mungu: Yehova anazuia wafalme wasimwongeze Sara kwenye nyumba yao ya kifalme wakati Ibrahimu aliyeogopa anapompitisha kama dada;

4 Bernhard W. Anderson, et al., Kuelewa Agano la Kale, Toleo la Tano (Mto wa juu wa Saddle, NJ: Pearson Education, Inc., 2007), 192..

Bwana akawapa Ibrahimu na Sara mtoto wa kiume wakiwa wazee sana kwa watoto; BWANA akamwokoa Isaka na kisu cha baba yake; Yehova anambadilisha Yakobo anayedanganya na mdanganyifu—ambaye analaghai ndugu yake na kuiba haki yake ya mzaliwa wa kwanza—kuwa kielelezo cha imani, kinachoitwa "Israeli; Yehova anamlinda Yakobo wakati Esau anapanga njama ya kumuua; na ndugu wenye wivu walipomuuza Yusufu, aliyependelewa na Yakobo na badala yake alikuwa na fahari mwana, katika utumwa, Yehova anaingilia kati ili kumsaidia Yusufu kunusurika na kuwa msimamizi wa rasilimali za ufalme mkuu wa Farao wakati wa shida kali.

Uchambuzi wa fasihi

Kwa ujumla, mbinu za shirika za hadithi za mama mkubwa na Baba mkubwa katika Mwanzo zimejengwa karibu na kronolojia, wahusika na mahali. Wahusika wakuu ni Abrahamu na Sara (12-25:18), Isaka na Rebeka (21-28), Yakobo na Lea na Raheli (25:19-36:43), Yosefu na Asenathi (37-50). Mipangilio ambapo hadithi inatokea ni Harani, Shekemu, Betheli, Hebroni, Gerari na Misri.

Hapo awali, hadithi hizo zilisimuliwa kama masimulizi ya pekee. Baadaye zilikua na kuwa vikundi vya hadithi zilizosimuliwa na kusimuliwa tena karibu na mioto ya familia na ya koo. Watoto waliosikia simulizi takatifu kutoka kwa wazee wao waliziweka kwenye kumbukumbu, wakawa wao wenyewe wasimamizi wa hadithi ya pamoja ya watu wao. Kwa usahihi na ustadi wa ajabu, wasimulizi wa hadithi walipachika historia ya wokovu katika akili za vizazi vijavyo. Hatimaye, waandishi walichukua nafasi ya wasimulia hadithi huku masimulizi yalipokuwa yanakusanywa, kuandikwa na kukusanywa katika hati-kunjo na vitabu. Tafsiri ya historia ya wokovu (Heilsgeschichte) haikubebwa tena mioyoni na akilini; ikawa karatasi na wino.

Kwa sifa ya milele ya wahariri wa mwisho wa kitabu, tofauti na matoleo ya hadithi hayakubadilishwa ili kuendana na muundo mmoja wa kifasihi, wala hayakubanwa kuwa simulizi moja ili kuepusha tofauti. Wahariri walikusanya hadithi za asili, na kutupa mchoro tajiri, yenye rangi nyingi ya fasihi. "Usomaji wa mara kwa mara" au mikanganyiko haihitaji kutishia imani yetu katika uhalisi wa Biblia. Badala yake, wanapaswa kuimarisha uhakika wetu katika utimilifu wa maandiko matakatifu.

Mikanganyiko inayoonekana inaonekana kuwasumbua wasomaji wengine. Kwa mfano, kama vile tulivyochunguza hadithi mbili tofauti za uumbaji katika sura iliyotangulia, hadithi mbili tofauti za mafuriko pia zimehifadhiwa katika Mwanzo. Pia kuna matoleo mawili ya agano la Mungu na Ibrahimu. Au, Yakobo alimfanyia kazi Raheli kwa muda gani? Tunayo uwezekano mbili. Baada ya Kutoka, wale waliokuwa watumwa walikusanyika mlimani ili kufanya agano na Mungu mkombozi aliyewakomboa. Inaitwa Sinai na Horebu.

Hadithi ya Yosefu mwana wa Yakobo kuuzwa utumwani ina mambo mengi, yanayoonekana kutopatana kidogo. Katika simulizi moja, Yuda, ndugu mkubwa wa Yosefu, anaokoa uhai wake. Katika toleo lingine, ni Reuben ambaye anakuja kumwokoa. Wafanyabiashara wanaomnunua Yusufu wanafafanuliwa kuwa Waishmaeli katika akaunti moja na katika nyingine, Wamidiani.

Moja ya tofauti ya kushangaza zaidi ni matumizi ya majina mawili kwa Mungu. Katika safu moja ya fasihi, Mungu ni Yehova; katika Elohim mwingine. Kila moja ina kusudi maalum na kuwa nayo yote hutusaidia kumwelewa Mungu vizuri. Bila shaka, majina mengi zaidi yahitajiwa ili kumfafanua Mungu ambaye hawezi kutwaliwa na jina lolote!

Hadithi Inaendelea

Ili kuponya mahusiano yaliyovunjika, ufafanuzi wetu wa dhambi, Mungu anawaita Ibrahimu na Sara kujiandaa kwa ajili ya uzinduzi wa jumuiya iliyochaguliwa, agano, shalom. Wanasafiri kwa njia za biashara za Hilali Yenye Rutuba, kutoka "Nchi iliyo kati ya Mito" kuelekea kaskazini hadi Harani na kisha kusini hadi nchi ya vilima ya Kanaani. Eneo hili, mazingira ya masimulizi ya uzazi na baba mkuu, hatimaye inakuwa nchi ya ahadi kwa Watu wa Kale wa Mungu, wazao wengi wa Ibrahimu na Sara na wengine wengi wanaojiunga nao.

Ingawa Isaka na Rebeka baada ya Abrahamu na Sara, Yakobo anakuwa mrithi mkuu wa ahadi za Mungu zilizocheleweshwa. Ijapokuwa Yakobo, kwa msaada wa mama yake, amdanganya baba yake na kuiba haki ya mzaliwa wa kwanza na baraka ya ndugu yake, yeye, anayeitwa "Israeli," anakuwa baba wa ukoo unaokuwa taifa. Majina ya wanawe yanakuwa majina ya makabila ya Wana wa Israeli. Vizazi vya baadaye vinamtaja kuwa babu yao "Mwaramu aliyetanga-tanga" ambaye alihamia Misri, Nchi ya Mto Nile.

Matukio haya yanaongoza kwenye hatua inayofuata ya historia ya wokovu. Baada ya miaka 400 ya utumwa huko Misri, Mungu anasikia vilio vya kukata tamaa vya watu wa Israeli waliokuwa watumwa na kwa kishindo kikubwa, anawaweka huru kutoka kwa mikono ya Farao. Kutoka huko, pamoja na agano kwenye Mlima Sinai, ni "mabonde makubwa ya historia ya Israeli."[5] Huashiria kuzaliwa kwa taifa, kufanyizwa kwa watu, kuanzishwa kwa jumuiya ya shalom. Tukio la kusisimua la Kutoka-Sinai linaunda ufahamu wa Wana wa Israeli kuhusu Yehova kama Mungu mkombozi ambaye anafanya kazi katika historia yao.

---

5 Ibid, 9.

6. Kutoka-Sinai: Ukombozi

Vifungu vya Biblia Kutoka 1-4, 12, 14, 17-20

Familia ya Yakobo katika Misri

Wakati watu wa Mungu waliposoma Historis ya Wokovu (Heilsgeschichte), hawakuanza na Uumbaji, wala na Ibrahimu, bali na Yakobo, ambaye walimkumbuka kama "Mwaramu wa kutangatanga. "Hadithi inaanza na njaa katika Kanaani. Ili kuepuka njaa hiyo, familia ya Yakobo inapata kimbilio Misri, ambako kwa mshangao inakutana na Yosefu, mwana wa Yakobo ambaye familia hiyo ilimuuza utumwani miaka mingi mapema. Katika usimamizi wa Mungu, Yosefu ameinuka kutoka kwa mtumwa na kuwa waziri mkuu wa Farao. Katika tukio lenye hisia-moyo, Yosefu anajifunua kwa ndugu zake wenye hila waliomuuza utumwani, naye anawasamehe.

Yakobo anabaki Misri, akiishi "kama mgeni," pamoja na familia yake ambayo ni "wachache kwa hesabu." Kwa miaka mingi, wazao wa Yakobo "wakawa taifa kubwa, lenye nguvu na watu wengi." Lakini basi farao mpya asiye na uhusiano na Yusufu au familia ya baba mukubwa anainuliwa kwenye kiti cha enzi. Katika kumbukumbu za baadaye za Tafsiri ya historia ya wokovu (Heilsgeschichte), wakati uliopita unakuwa wa sasa, na hivyo wanasema kwamba utawala mpya wa Farao "ulitutendea kwa ukali na kututesa kwa kuweka kazi ngumu juu yetu" (Kumbukumbu la Torati 26: 6).

Ingawa ni vigumu kufikia sasa kwa usahihi, utawala mpya ulioweka kazi ngumu kwa Waebrania unaonekana kuwa ule wa Mafarao Seti I na

Ramesesi II (1290-1224) wa Nasaba ya Kumi na Tisa.[1] Misri, katika kilele cha nguvu na ushawishi wake, alihusika katika miradi mikubwa ya ujenzi wa Miji mpya na majumba katika Delta ya kaskazini-mashariki ya Nile ambayo ilitia ndani Gosheni, ambako familia ya Yakobo ilikuwa.

Musa: Mjumbe wa Yehova

Katika kipindi hiki cha utawala usiopingwa wa Misri, wakati wana wa Yakobo wanapokuwa katika kiwango cha chini kabisa katika historia, Musa anazaliwa. Akitishwa na ukuzi wa watu hao waliokuwa watumwa, Farao aamuru wana wote waliozaliwa wapya wauawe. Ili kumwokoa mwana wake, mama ya Musa anamficha ndani ya kikapu kwenye matete au nyasi kando ya mto. Kwa mbali, dada mkubwa Miriam anamtazama kaka yake mchanga. Akiwa anaoga mtoni, binti ya Farao ampata Musa. Anapomwomba Miriamu atafute nesi, Miriamu anampeleka Musa kwa mama yao wenyewe. Baada ya muda, binti ya Farao anampeleka kwenye jumba la kifalme ambako anamlea akiwa mshiriki wa familia ya kifalme.

Licha ya kifuniko chake cha kifalme, Musa anajitambulisha na watu waliokuwa watumwa. Utambulisho wake wa siri unadhihirika hadharani anapomuua bila kukusudia mwangalizi wa Misri ambaye anampiga mtumwa. Musa, ambaye sasa ni mkimbizi, atoweka na kupata kimbilio kati ya wachungaji Wamidiani katika sehemu za pembezoni za Rasi ya Sinai kusini-mashariki mwa Misri. Huko anakutana na kuhani Mmidiani anayeitwa Yethro na kumwoa binti yake Sipora.

Siku moja alipokuwa akichunga kondoo za baba-mkwe wake, Musa anakabili jambo ambalo lilibadili maisha yake. Msingi wa kukutana ni dabar tena, na wakati huu maneno yanatoka kwenye kichaka kinachowaka moto kwenye ardhi takatifu. Mungu, Mwajiri Mkuu, anamwagiza Musa arudi Misri na ujumbe kwa Farao: "Waruhusu watu wangu waende zao." Lakini ni nani Musa aseme anazungumza? Jibu kutoka kwenye kichaka ni kwamba Mungu huyu si wa kufikirika na wa mbali, bali ni Mungu wa uhusiano wa mababu za Musa, ambaye "ameona mateso ya watu wangu.... [amesikia] kilio chao...na [ame]] shuka ili kuwakomboa" (Kutoka 3:7-8).

Lakini jibu halitoshi kwa Musa; anataka kujua jina la Mungu. Jina katika muktadha huu ni zaidi ya lebo; inafichua tabia na "imejaa nguvu na uchangamfu."[2] Mungu anajibu, "Mimi ndiye ambaye niko," ikimaanisha

1 Bernard W. Anderson, Kuelewa Agano la Kale. Toleo la Tano. (Mto wa juu wa Saddle , NJ: Elimu ya Pearson, 2007), 46.

2 Ibid., 54.

kwamba Yehova yuko hai katika historia na sasa ili kuunda siku zijazo. Kuhusu watu waliokuwa watumwa huko Misri, Musa anapaswa kumtambulisha Mungu kuwa "Yahova (BWANA), Mungu wa baba zako, Mungu wa Ibrahimu, Mungu wa Isaka, na Mungu wa Yakobo... Hili ndilo jina langu kwa wote. wakati, na hivi ndivyo nitakavyowekwa kwa vizazi vijavyo" (Kutoka 3:15).

"Acha watu wangu waondoke!"

Musa mwenye kusitasita sana, pamoja na ndugu yake Haruni akiwa msaidizi, anarudi Misri ili kukabiliana na Farao—yaelekea Ramesesi wa Pili, ambaye amekuwa Farao mahali pa baba yake, Seti wa Kwanza, ambaye Musa alimkimbia. Labda Musa anakabiliana na ndugu yake wa kifalme, ambaye alitumia wakati pamoja naye akiwa mtoto wa kuasili wa Farao. Hata wawe na uhusiano gani, katika kuitikia ombi la Musa la kuwaachilia watumwa, shindano kubwa laanza kuzuka kati ya mamlaka hizo mbili zinazowakilisha: Yehova, Mungu wa haki ambaye amesikia vilio vya watu wake, na Farao, anayezingatiwa katika Mtazamo wa ulimwengu wa Misri kuwa mtu wa miungu.

Baada ya kusihi kwa kwanza kwa Musa na Haruni, Farao awashurutisha watumwa wafanye kazi ngumu hata zaidi, akiongeza kwenye kazi zao kukusanya majani ambayo hapo awali yalikuwa yametolewa na watu wa tatu. Wakati wa rufaa ya pili, fimbo ya Haruni inakuwa nyoka, ambayo wachawi wa kifalme huiga, lakini nyoka mkuu wa Haruni huwameza wengine wote.

Kisha ishara na maajabu (au mapigo), yaliyoandikwa katika Kutoka 7-10, yanashuka Misri kwa mlolongo ufuatao: maji yanageuka kuwa damu; vyura, chawa, na nzi hueneza nchi; ng'ombe hufa; majipu hufunika wanadamu na wanyama; mvua ya mawe huharibu mazao; nzige hula kilichosalia; kisha giza zito likaifunika nchi. Hatimaye, Malaika wa Mauti awapiga wana wazaliwa wa kwanza wa Misri, lakini "anapita juu" ya nyumba za watu waliofanywa watumwa ambazo zimepakwa damu ya wana-kondoo. Wakati wa usiku huu watu waliokuwa watumwa, wakingojea ukombozi, hula wana-kondoo na mkate uliookwa bila chachu, unaoitwa mikate isiyotiwa chachu. Hadi wakati huu, Wayahudi bado wanaadhimisha ukombozi huu kila mwaka kama Seder ya Pasaka.

Wakati Farao angali anakataa kuwaachilia watumwa hao, jambo fulani lenye kupendeza linatokea. Biblia inasema kwamba Mungu hufanya moyo wa Farao kuwa mgumu. Lakini kwa nini? Musa ni ishara ya kibinadamu ya Mungu, na anatenda kwa uaminifu katika maombi yake kwa Farao. Wazo la kwamba Yehova angetenda dhidi ya Musa—na kwa kufanya hivyo ataleta mateso na kifo hata zaidi kwa watumwa na Wamisri—linaonekana kuwa lisilo na mantiki hata kidogo na ni la kikatili zaidi. Je, haingekuwa na maana zaidi kama ibilisi ndiye angeufanya mgumu moyo wa Farao badala ya Mungu? Kwa bahati nzuri, uelewa wa muktadha wa kihistoria wa waandishi wa Biblia na utamaduni unatupa jibu. Waandishi wa Agano la Kale walikuwa Waebrania, na katika mtazamo wa ulimwengu wa Kiebrania, hakuna mpinga-Mungu anayetajwa kama Shetani au ibilisi. Ibilisi anaonekana baadaye katika hadithi ya Biblia, lakini katika vitabu hivi vya mwanzo, Yehova ndiye muigizaji pekee wa kweli wa kimungu katika historia na kwa hiyo ndiye nguvu pekee inayoweza kuathiri mtazamo wa Farao.

Ona pia kwamba Farao anafanya moyo wake kuwa mgumu (Kutoka 8:15, 32; 9:34). Yeye ni mkaidi, lakini pia anacheza mikononi mwa Mungu. Kadiri mzozo unavyoendelea, ndivyo watu wa Misri wanavyolazimika kubadili upande. Mapigo yanatumwa "ili upate kujua ya kuwa hakuna kama mimi katika dunia yote" (9:14). Yehova angeweza kumfutilia mbali Farao na watu wake juu ya uso wa dunia (Kutoka 9:15), lakini Mungu alimwacha Farao aishi "ili nikuonyeshe uweza wangu, na kutangaza jina langu katika dunia yote" (9:16). Zaidi ya hayo, ishara hizi zinatumwa "ili mpate kuwaambia watoto wenu na wajukuu zenu jinsi nilivyowafanya Wamisri kuwa wapumbavu, na ni ishara gani nimefanya kati yao, ili mpate kujua ya kuwa mimi ndimi Bwana" (10:2). Na tena, Farao hasikii, "ili maajabu yangu yapate kuwa mengi katika nchi ya Misri" (11:9).

Kujua, katika muktadha huu, ni zaidi ya ufahamu wa kiakili; ni kutambua uwezo mkuu na makusudi ya Yehova. Kujua ilikuwa ugunduzi wa "ukweli mpya kabisa wa mamlaka ya kisiasa." Mungu huyu anakataa kutumia njia dhalimu na ya kulazimisha ya Farao ya kudhibiti; huyu Mungu anatumia nguvu kwa faida ya "walio dhaifu dhidi ya wenye nguvu," na Mungu huyu hasemi kwa upanga, bali na dabar la nabii Musa.[3]

Inawezekana pia kwamba Mungu aliufanya moyo wa Farao kuwa mgumu. Labda Mungu alifanya hivi ili kuongeza muda wa udhihirisho wa nguvu za Mungu juu ya nguvu za Farao. Ikiwa Wamisri wangeweza kuona kwamba Yehova alikuwa na nguvu zaidi kuliko Farao, basi wao pia wangekuja kumjua BWANA (Kutoka 14:4). Katika mapigo mawili ya

3 Millard C. Lind, Yehova ni Shujaa: Theolojia ya Vita katika Israeli ya Kale (Scott dale, PA: wandishi habari wa Herald, 1980), 63.

kwanza, waganga wa Kimisri wanaweza kuiga muujiza huo (Kutoka 8:7). Hata hivyo, kwa pigo la tatu, wanasema, "Huu ni mkono wa BWANA" (Kutoka 8:18-20). Vita kati ya BWANA na Farao vikiendelea, Wamisri wengi zaidi wanakuja kuamini kwamba Mungu kweli ndiye mwenye nguvu zaidi, hivi kwamba, kwa pigo la kumi, Wamisri na watumwa kutoka mataifa mengine pia waliweka damu ya mwana-kondoo mkamilifu kwenye milango yao na kuwatia moyo. wao pia wanaokolewa kutoka Misri (Kutoka 12:23, 38). Sasa watu wa Mungu wanatoka katika vikundi vyote vya watu, ambalo ni suluhisho la Mungu kwa tatizo la dhambi.

Ukombozi Mkuu

Hatimaye Farao amruhusu Musa aondoke pamoja na watumwa, na umati mkubwa uliochangamana wa wazao wa Yakobo na watu wengine waliokombolewa watoka Misri.

Tukio hili kuu—kwa sababu hiyo watafsiri wa mapema wa Kigiriki walikiita kitabu cha pili cha Biblia kutoka kwa neno la Kigiriki linalomaanisha "kuondoka"—huadhimishwa kuwa tukio la msingi la taifa la Israeli, Watu wa Kale wa Mungu (pia wanaitwa Waisraeli na Wana wa Mungu). Israeli).

Lakini mchezo unaendelea. Hali ya kusafiri kwa watumwa wa zamani ni ngumu. Ingawa Yehova huwaongoza daima—nguzo ya wingu wakati wa mchana na nguzo ya moto wakati wa usiku—kuvuka mpaka wa mashariki wa Misri huwaongoza katika jangwa. Kisha, wanapokaribia Bahari Nyekundu (pia huitwa Bahari ya Shamu), wanaona jeshi la Farao likiwafuatilia. Farao kwa mara nyingine tena amebadili mawazo yake. Wakiwa wamenaswa kati ya bahari na farasi na magari ya Farao, watu wanaogopa. Je, Musa amewatoa Misri ili wachinjwe tu hapa?

Kupitia Musa, babadari wa Yehova huokoa siku. Maneno yanayosemwa hapa ni kielelezo cha awali cha Yehova cha vita: "Usiogope. Simameni imara nanyi mtaona ukombozi ambao BWANA atawaletea leo. Wamisri unaowaona leo hutawaona tena. BWANA atawapigania ninyi; unahitaji kunyamaza tu." Kwa maneno mengine, haya si mapigano ya watu; ni ya Yehova. Kuishi ni suala la uaminifu, sio nguvu ya kijeshi.

Musa anainua fimbo yake ya mbao juu ya bahari. Upepo mkali hugawanya maji, na watu hutembea juu ya bahari kavu kati ya kuta za maji. Wanapofika kwenye ufuo wa mbali, Musa anainua fimbo yake tena na kuta za maji zinaanguka tena ili kumwaga na kuharibu magari ya vita, farasi, na watu wa Farao. Jeshi la Farao linatolewa dhabihu ili kuhifadhi na kupata taifa jipya, kundi jipya la watu kutoka makabila mbalimbali. Hivyo huanza suluhisho la Mungu kwa tatizo la dhambi. Sasa kuna Watu wa Mungu waliochaguliwa kati ya mataifa yote.

Miriamu, ambaye alikuwa amemtazama Musa aliyekuwa amezaliwa akiwa amefichwa kwenye vichaka vya Mto Nile, sasa aongoza sherehe ya ukombozi: "Mwimbieni BWANA (Yahweh) kwa maana ameshinda kwa utukufu; farasi na mpanda farasi amewatupa baharini!" (Kutoka 15:21). Wimbo wa Miriamu unaadhimisha maajabu ya ushindi wa kimuujiza wa Yehova. Yehova, si Musa, ndiye shujaa. Ukombozi wa watumwa unatoka kwa nguvu za kimungu, badala ya kijeshi. Wimbo wa Bahari unafuata pia katika sifa ya Yehova.

Umuhimu wa Kudumu wa Kutoka

Hadithi kuu ya Musa ni historia ya hadithi (Geschichte), iliyofafanuliwa sana na yenye upendeleo, na kuonekana kupitia mche ya imani. Ni hatua ya kugeukia au mgogoro namba moja wa tafsiri ya historia ya wokovu (Heilsgeschichte). Mwangwi wa historia hii ya wokovu unasikika katika Biblia nzima.

Kuna kumbukumbu za maagano, maandishi ya maungamo yaliyofanywa kiibada kama vile Kumbukumbu la Torati 6 na 26; Yoshua 24; na Zaburi 78, 105, 106, 135 na 136. Kumbukumbu hizi, zilizopitishwa kwa vizazi vingi, hufanyiza msingi wa watu wa Mungu wa kujielewa wenyewe na pia maadili yao: wanapaswa kuwakaribisha wageni na waomba ifadhi, kwa sababu wao wenyewe walikuwa wageni. Misri. Hadithi ya Musa pia inafafanua Yehova kama Mungu wa ukombozi mwenye moyo wa haki.

Kwa ujumla zaidi, Kutoka pia huanzisha ukweli mwingine muhimu kuhusu mapenzi ya Mungu na watu wa Mungu:

- Ni tukio la uundaji. Iliunda wateule (wa umisheni), agano, watu wa shalom wa Mungu kutoka katika machafuko yasiyo ya haki ya Misri. Tukio la pamoja na kumbukumbu huunda jumuiya iliyounganishwa ya watu kutoka kwa umati mbalimbali wa watumwa. Tukio hili la pamoja na kumbukumbu ya kawaida ya kuchaguliwa na Mungu huunda utambulisho wa fahamu na hisia ya utume na kusudi.
- Inafafanua wokovu kama tukio la kihistoria, la kisiasa na la ushirika, pamoja na tukio la mtu binafsi, na ni tendo kuu la wokovu la Yehova hadi Yesu Masihi.

- Ni ufunuo mkuu zaidi wa tabia ya Yahweh katika Agano la Kale kama Mungu anayeonyesha huruma kwa watu waliokandamizwa na wanaoteseka.
- Ni tukio la mwanzo la kumbukumbu na tendo la mwisho la neema ya Mungu ambalo watu wa Mungu wameitwa kukumbuka katika historia yote ya Agano la Kale.
- Inatimiza ahadi iliyotolewa kwa Ibrahimu.
- Inamfunua Yahwe kupitia tukio la kichaka kinachowaka kama yupo kikamilifu katika historia ili kuleta kusudi na mapenzi yake.
- Inafunua kielelezo cha awali cha Yahweh cha kupigana Vita Takatifu.

Theolojia ya Vita Takatifu

Vita Takatifu haikuwa asili kwa Waisraeli. Mataifa yote ya kale ya Mashariki ya Karibu yalikuwa na miungu ya kitaifa ambayo eti ilipigania Vita Takatifu kwa ajili yao. Vita Takatifu vilihusisha vita vya miungu ya kitaifa katika ulimwengu wa kiroho wa miungu juu ya anga / kuba. Majeshi yao yalipigana ili kusaidia miungu yao ya kitaifa kushinda pigano hilo, kwa sababu matokeo ya vita kati ya miungu iliyo juu ya jumba hilo yaliamua kweli matokeo duniani. Wanadamu wangeweza kusaidia miungu yao kushinda kwa kuwapigania duniani. Kilichotekea duniani kiliathiri ni mungu gani alishinda mbinguni, ambayo nayo iliamua ni nani aliyeshinda duniani-harakati ya mzunguko.

Waisraeli walifanya badiliko moja muhimu sana katika dhana ya Vita Vitakatifu waliyoazima. Kama vile katika janga la Bahari Nyekundu, Waisraeli hawakupigana kwa sababu Yehova aliwapigania. Kutoka, badala ya kipindi cha baadaye cha kihistoria cha ushindi na uvamizi, kinafunua kielelezo cha asili cha vita katika Israeli, wakimtumaini Mungu kushinda uovu na kuleta uthibitisho.[4] Baada ya muda, Waisraeli walipigana Vita Takatifu vilivyorekebishwa, lakini sifa maalum au vipengele vya Vita Vitakatifu viliibuka ili kuweka vita visivyo vya kawaida na iwezekanavyo. Mambo haya yanakuwa dhahiri mtu anaposoma Agano la Kale, na vipengele hivyo kwa upande wake vinafichua theolojia nyuma ya Vita Vitakatifu.

- **Uchunguzi wa Yehova:** Kabla ya kwenda vitani, watu walihitaji kutambua kama Yehova alikuwa ametangaza Vita Takatifu, kwa sababu kama Yehova hangetangaza vita, watu wa Mungu

4 Ibid., 34, 49-51.

wangeshindwa. Kushindwa huko Kadeshi kunaonyesha jambo hili vizuri (Hesabu 14:39-45). Kwenda vitani katika Vita Vitakatifu lilikuwa suala la uaminifu, si hisia au sababu. Gideoni alitambua mapenzi ya Bwana mara mbili na ngozi kabla ya kujitayarisha kwa vita (Waamuzi 6:37). Mungu, si wanadamu, alitangaza vita.

- **Kuitwa kwa watu:** Wanaume hao walihitaji kuitwa kwa ajili ya Vita Vitakatifu kwa sababu Waisraeli hawakuweka jeshi lililosimama. Utamaduni wao ulitegemea imani yao kwa Mungu. Uwepo wao na Yehova kama mfalme ulikuwa muujiza wa kila siku na ushuhuda wa ukuu na utunzaji wa Yehova (Yahweh). Vizazi baada ya kutoka, Mfalme Daudi alitenda dhambi alipowahesabu watu na kuweka jeshi lililosimama.

- **Kutakaswa kwa watu:** Ikiwa Mungu mtakatifu alitangaza Vita Takatifu, basi Mungu alihitaji watu watakatifu kushiriki. Kujiepusha na mahusiano ya kingono wakati wa maandalizi na vita ilikuwa ni sehemu ya utakaso. Wanaume walipaswa kujitoa kwa kusudi moja pekee. Dhambi ya kwanza ya Daudi. Dhambi ya kwanza ya Daudi na Bathsheba haikuwa uzinzi bali kuvunja sheria za Vita Vitakatifu. Jaribio lake la kufunika ilishindikana kwa sababu mume wa Bathsheba, Uria Mhiti, alibaki mwaminifu kwa sheria za Vita Takatifu huku Daudi, aliyedaiwa kuwa mfalme wa Israeli, hakufanya hivyo (2 Samweli 11).

- **Hofu ya BWANA vitani:** BWANA akawatangulia watu kama mfalme anayeongoza vitani. Kisha Mungu anashinda vita kwa njia ya kushangaza, inayoitwa ofu ya BWANA. Hofu ya BWANA inaweza kuwa tukio la asili kama mvua ya mawe, hofu ya wanadamu (Waamuzi 6:7), mapigo katika Kutoka, vifo vikubwa vya ghafla (2 Wafalme 19:35 na kuendelea), au kupofushwa kwa adui (2 Wafalme 6). 17-18). BWANA anashinda vita. Mtunga-zaburi anauliza, "Mfalme wa utukufu ni nani? BWANA, hodari na hodari, BWANA hodari wa vita" (Zaburi 24:8).

- **Cherem (inayotamkwa "hahreem") au Ban:** Kila kitu kinatolewa kwa Mungu kama dhabihu takatifu, dhabihu ya kuteketezwa. Hakuna kitu kinachozuiliwa kutoka kwa vita isipokuwa wakati umeambiwa haswa kufanya hivyo. Kwa kuwa Mungu anashinda vita, kila kitu ni cha Mungu. Dhambi ya Mfalme Sauli ilihusisha kuvunja utawala huu wa Vita Vitakatifu katika vita dhidi ya Waamaleki. Sauli na jeshi lake hawakuua kila kitu kama dhabihu kwa Mungu kama alivyoambiwa afanye (1 Samweli 15).

Sadaka hii ya maangamizi wakati fulani ilijumuisha mali (kwa kuwa miungu ilienea kila kitu) pamoja na viumbe vyote vilivyo hai. Kuua wanaume, wanawake, watoto na wanyama ni chukizo kwetu leo. Kufuata sheria za Vita Vitakatifu katika muktadha huo wa kihistoria kulimaanisha kwamba kuharibu watu na mali lilikuwa suala la uaminifu, si la kulipiza kisasi au jeuri isiyo ya lazima. Na kwa kuwa BWANA alishinda vita, nyara zote zilikuwa za BWANA. Watu hawakupaswa kwenda vitani kwa ajili ya kulipiza kisasi au kujinufaisha kibinafsi, isipokuwa tu kwa uaminifu kwa mfalme wao wa kimungu, Yehova.

- **Shukrani:** Ibada na shukrani zinafaa kwa sababu BWANA, sio jeshi, ndiye aliyeshinda vita. Yehova daima ndiye shujaa na anastahili sifa ingawa watu walishiriki. Katika hadithi iliyo hapo juu, Miriamu aliwaongoza watu katika kutoa shukrani kwenye Bahari ya Shamu (Kutoka 15). Debora anasherehekea ushindi wa Vita Vitakatifu vya Yehova (Waamuzi 5).

- **Kurudi Nyumbani:** "Kwenye hema zako, Ee Israeli" (1 Wafalme 12:16) huonyesha mtazamo muhimu wa kitheokrasi (utawala wa kuani). Kuvunja jeshi la muda ilikuwa ahadi ya imani na imani katika Yehova. Jeshi lililokusanyika kwa Vita Vitakatifu linatawanyika baada ya Yehova, mfalme wao, kushinda vita. Watu wanakuwa hatarini tena katika kumtegemea Yehova. Uwepo wa watu bila "mfalme wa kawaida" ni muujiza wa kila siku. Kumtumaini kwao Yehova ni ushuhuda wa kila siku na ufunuo wa utunzaji na ukuu wa Yehova (Yoshua 2:1-11).

Historia ya Vita Takatifu katika Historia ya Wokovu

Kusudi la Vita Takatifu lilikuwa ni kupigana na maovu ambayo yaliharibu jamii ya shalom na ambayo yalijaribu kumzuia Mungu kuunda watu wateule ambao kupitia kwao ulimwengu wote ungerudishwa kwenye uhusiano mzuri (shalom).

Mbinu ya awali ya Vita Takatifu ilikuwa kusimama tuli—kutumaini na kutopigana—na kumwacha Mungu apigane, kama katika Kutoka 14:14 . Kama ilivyo katika maeneo mengine ya maisha, watu wa Mungu nyakati fulani walikuwa waaminifu zaidi au kidogo katika jinsi walivyopigana Vita Takatifu. Mara tu baada ya Kutoka, Waisraeli walipungua waaminifu na wakaanza kupigana na Yahweh badala ya kumwamini Yehova kuwapigania, kama vile tamaduni za utaifa zilizowazunguka. Baadaye, wakati wa Ufalme baada ya kuwa na mfalme, Mfalme Daudi alianzisha jeshi lililosimama ambalo lilipigana kwa ajili ya Mungu. Hatimaye katika kushindwa na uhamisho wa Yuda, Mungu alipigana dhidi ya watu wake mwenyewe.5 Mwendo huu na mabadiliko katika historia ya Vita Takatifu yanaonyesha Mungu akifanya kazi na watu wasio waaminifu, si mabadiliko katika mapenzi ya mwisho ya Mungu.

Baada ya dhambi ya Adamu, Mungu anatangaza vita dhidi ya uovu, si wanadamu. Mungu anaweka mipaka ya hukumu kama onyesho la neema. Hukumu huja kama kanuni iliyojengwa ndani. Mungu "huwaacha" ili kuvuna walichopanda (Warumi 1). Kielelezo asilia cha Vita Vitakatifu vilivyoanzishwa katika Kutoka hubadilika kadri muda unavyosonga mbele Mungu anapozoea kushindwa kwa Waisraeli kubaki waaminifu.

1. **1. Mungu Anapigania Watu**—Kama ilivyojadiliwa hapo juu, katika hali ya asili ya Vita Vitakatifu, jukumu la watu ni kutolewa na kuaminiwa. Mapigo, kuzama kwa jeshi la Misri na mavu walioahidiwa (Kutoka 23:28-35) kuwafukuza watu kutoka katika Nchi ya Ahadi vinawakilisha mfano huu wa asili wa Vita Takatifu. Hata hivyo, watu wanakosa subira kutaka usalama zaidi kuliko njia ya "kutumaini na kusimama tuli"! Kusimama tuli na kumwamini Mungu ni ngumu!

2. **Watu Wanapigana Pamoja na Mungu**—Katika kipindi cha waamuzi, watu hupigana na Mungu. Mungu anawaita Debora na Gideoni na wanaume wachache kuwashinda maadui wa Israeli. Yehova angali mfalme wa Israeli. Bado hakuna jeshi lililosimama. Wakati watu wanapigana, wanafanya hivyo kama aina ya zoezi la kurekebisha baada ya Utisho wa Bwana kushinda ushindi.

3. **Watu Wanapigana kwa ajili ya Mungu**—Katika kipindi cha taifa la Israeli, Mfalme Daudi anaanzisha jeshi lililosimama,

dhambi dhidi ya sheria za asili za Vita Vitakatifu (2 Samweli 24). Waisraeli wanaanza kutumainia jeshi lao (farasi na magari) kuliko Yehova, mfalme wao wa kweli. Kwa kukosa uvumilivu na imani, wanatamani mfalme wa kibinadamu awaongoze kwenye vita kama mataifa mengine. Usalama unakuwa suala la taasisi badala ya kumtumaini Yehova.

4. **Mungu Anapigana dhidi ya Watu**—Baada ya vizazi vya kuongezeka kwa ukosefu wa imani, hatimaye Mungu anatangaza Vita Takatifu dhidi ya Yuda, na Waisraeli wanaanguka kwa Babeli. Baada ya kushindwa kwao, watu wanamwuliza nabii Yeremia ikiwa kweli Yehova ndiye Mungu mkuu—baada ya yote, wameshindwa katika Vita Vitakatifu! Yeremia anaeleza kwamba Yehova hakushindwa hata kidogo, bali alikuwa anapigana na watu wake katika hukumu ili watubu (Yeremia 19 na 21). Badala ya kujifunza kutokana na kushindwa kwao, watu wa Mungu wanakuwa wagumu, na kuwa watu wa kitaasisi na kumpa kisogo Yehova. Ufalme wa Israeli unavunjika, ukivunjwa kama chungu cha udongo (Yeremia 19), hautaunganishwa tena. Manabii wa baada ya uhamisho wanawazia Mungu akifanya jambo jipya, mtumishi anayeteseka Masihi kiongozi ambaye atapigana na uovu tena kwa njia ya awali.

Ushindi wa Mwisho wa Yesu

Katika Agano Jipya, Yesu anapigana na uovu kwa njia ya asili tena. Yesu ni Mungu na mwanadamu na ni mwaminifu kabisa kwa Mungu. Yesu anashinda uovu kwa kufichua nguvu za uovu jinsi zilivyo; sio nzuri na sio wote wenye nguvu. Nguvu zinafichuliwa maradufu zinapomuua Yesu. Katika kumuua Yesu asiye na dhambi, wanajidhihirisha kuwa si wema kabisa. Yesu anapofufuka kutoka kwa wafu, wanafichuliwa kuwa si mwenye uwezo wote kwa sababu nguvu inayoogopwa zaidi, kifo, inashindwa. Nguvu ya uovu sasa imeshindwa katika Vita Vitakatifu vya Yesu.

Hadithi Zilizochaguliwa za Vita Vitakatifu Karibu na Mfano wa Asili

- Ukombozi kutoka Misri ndio kielelezo asilia katika Kutoka 1-15. Mungu anamtuma Musa na mapigo mbalimbali ili kuwashawishi Wamisri wawaachie watumwa wa Kiebrania, na sehemu ya Bahari ya Shamu (Bahari ya Shamu) wakati Wamisri wanawafuatia.
- Vita vya Yeriko katika Yoshua 6. Watu wanazunguka mji wakipiga tarumbeta, na kuta zinaanguka.
- Ushindi wa Debora dhidi ya muungano wa Wakanaani katika Waamuzi 4-5. Jeshi la Waisraeli halifanyi chochote, lakini ushindi unapatikana.
- Vita vya Gideoni na Wamidiani katika Waamuzi 6-7. Mungu aweka jeshi liwe na wanaume 300, anawaamuru wapige tarumbeta na kuvunja mitungi kuzunguka kambi ya adui, na Wamidiani wanashambuliana, wakifanya kushindwa kwa urahisi.
- Vita vya Samweli na Wafilisti katika 1 Samweli 7. Wanashambulia kambi ya Waisraeli, lakini Samweli anaomba na kwa kujibu Mungu anatuma radi ambayo inatuma Wafilisti katika hofu, kuruhusu Waisraeli kushinda.
- Vita vya Daudi na Goliathi katika 1 Samweli 17. Katika kupigana hadi kufa, mvulana hushinda jitu kwa kumpiga kichwani kwa jiwe moja tu kutoka kwa kombeo
- Elisha na mfalme wa Shamu katika 2 Wafalme 6. Mfalme wa Shamu anatuma askari kumkamata Elisha, lakini kwa ombi la Elisha Mungu anawapofusha askari wote; Elisha anawaongoza hadi kwa mfalme wa Israeli ambako, badala ya kuwaua askari-jeshi, wanawafanyia karamu askari-jeshi, na pambano hilo lasuluhishwa
- Elisha na Ben-hadadi katika 2 Wafalme 7. Mungu anasababisha jeshi la adui kusikia sauti ya jeshi kubwa linalokaribia, kwa hiyo wanakimbia bila kupigana.
- Ushauri wa Isaya kwa Mfalme Ahazi katika Isaya 7. Wakati Israeli inatishwa, Mungu anawaambia wawe na imani tu na Mungu atashughulikia hali hiyo.
- Isaya, Hezekia na Senakeribu katika 1 Wafalme 19 na Isaya 30:15; 31:1-4. Senakeribu atuma ujumbe wa kutisha kwa Mfalme Hezekia, kwa hiyo Hezekia aomba ukombozi na usiku huo Mungu anapiga sehemu kubwa ya jeshi la Senakeribu na kufa na Senakeribu anaondoka
- Yehoshafati na watu wa Mashariki katika 2 Mambo ya Nyakati 20:1-30. Mungu anawaambia jeshi la Yehoshafati waende tu kusimama pale, na Mungu analishinda jeshi pinzani kwa wakati wanafika huko.

Kutoka-Sinai: Agano

Vifungu vya Biblia vya Agano: Kutoka 1-4, 12, 14, 17-20

Baada ya Msafara wa ajabu kutoka Misri, watu wa makabila mbalimbali, waliokombolewa wanasonga mbele. Wameona "ishara na maajabu" ya Yehova katika Misri na kujionea "mkono wenye nguvu" wa Yehova katika ushindi wenye kuvutia juu ya jeshi la Farao baharini. Wamekuwa mashahidi wa kielelezo cha awali cha Yahweh cha Vita Vitakatifu, ambapo shujaa pekee alikuwa Yehova na silaha pekee ya watu ilikuwa uaminifu.[1]

Matukio ya Kutoka yatakumbukwa na kukumbukwa, kuambiwa na kusimuliwa tena, kuimbwa na kuadhimishwa kama sehemu kuu ya Agano la Kale Historia ya wokovu (Heilsgeschichte). Mpango wa kuokoa wa Mungu unahitaji mwitikio wa watu; bila hivyo hakuwezi kuwa na uhusiano wa karibu na unaoendelea. Kutoka kumeunganishwa kwa njia isiyoweza kutenganishwa na kile kinachofuata katika Mlima Sinai: agano na Maneno Kumi na Moja.

Miezi mitatu ya safari imewaleta watu katika jangwa la Rasi ya Sinai na kwenye mlima wa Mungu, Mlima Sinai au Horebu. Ghuba ya Suez sasa inawatenganisha na Milki ya Farao katika Misri. Safari hii fupi imekuwa ndefu vya kutosha kuanzisha mtindo wa tabia: watu wananung'unika na kulalamika na Mungu huja kuwaokoa. Mwenyezi-Mungu, aliyewakomboa kutoka utumwani, sasa anawapa maji, chakula na ushindi katika vita dhidi ya Waamaleki, watu wa jangwani ambao watakutana nao tena.

---

1 Millard C. Lind, Yahweh ni Shujaa: Theolojia ya Vita katika Israeli ya Kale. (Scott dale, PA: waandishi wa Habari wa Herald, 1980), 23ff.

Watu ambao wamemjua Yehova kuwa mkombozi, sasa wanamwona Yehova kama Mungu wa riziki. Bwana wa riziki anaingilia kati ili kurekebisha kile ambacho watu wanakivuruga na kuendeleza hadithi—kama Mungu amefanya tangu dhambi ilipoingia ulimwenguni.

Wakiwa wamepiga kambi chini ya mlima, watu hao hukaa kwa muda mrefu. Hapa ndipo watu watakutana na Yahweh, ambapo wanapokea utambulisho wao kama watu, ambapo wanaingia katika uhusiano wa kudumu na Yehova, na ambapo wanasikia mwito wao wa kuwa jumuiya iliyochaguliwa, ya agano, ya shalom.

Wakati watu wamepiga kambi chini ya mlima, Musa anapanda mlima mara nyingi ili kukutana na Yehova. Uwepo wa Mungu juu ya kilele cha mlima unaonyeshwa na dhoruba ya kustaajabisha, ishara ya uwezo na ukuu wa Yehova usio na kifani. Kama vile Yehova alivyotumia mapigo ya asili dhidi ya Farao, sasa asili kwa mara nyingine inaashiria uwezo wa.

Agano lawaumba watu wa kale wa Mungu

Je, ni jinsi gani kundi la watu waliochanganyikana la watumwa wa zamani kuwa watu wa kusudi na utume? Je, watu waliokuwa chini ya pigo la Farao wanawezaje kujifunza kumtumaini na kumfuata Yehova kwa shukrani badala ya hofu? Je, watu ambao wameishi chini ya jeuri na dhuluma watakuwaje watu wa amani na Shalom? Inatokea kwa riziki na kwa maagano.

Riziki ndio msingi wa agano. Agano limejengwa juu ya yale ambayo tayari yametokea. Agano la Sinai linawezekana kwa sababu ya Kutoka. Kutoka ni utangulizi wa Sinai. Tunarejelea matukio yote mawili pamoja kama Kutoka-Sinai. Kuunganisha huku ni dhahiri katika sehemu nyingine ya kifungu cha "Mabawa ya Tai" katika Kutoka 19:4-6:

Mmeona niliyowatendea Wamisri na jinsi nilivyowachukua ninyi juu ya mbawa za tai na kuwaleta kwangu.
Basi sasa, mkiitii sauti yangu, na kulishika agano langu;
Nanyi mtakuwa tunu (mali iliyodhaminiwa) kwangu kuliko mataifa yote.
Hakika dunia yote ni yangu
Bali wewe utakuwa kwangu ufalme wa ukuhani na taifa takatifu.[2]

Ahadi ya mabadiliko inategemea utoaji wa Yehova na utii wa watu.

2 Bernard W. Anderson, Kuelewa Agano la Kale. Toleo la Tano. (Mto wa juu wa Saddle, NJ: Elimu ya Pearson, 2007), 82-83.

Kwa ushirikiano wa watu, watakuwa milki ya Yehova inayothaminiwa, ufalme wa makuhani, na watu wenye wito mtakatifu. Kubadilisha watu waliodhulumiwa, wasio na nguvu kuwa hadhi ya juu ya taifa takatifu ni jambo la ajabu. Mabadiliko haya yanarasimishwa na kufungwa na agano la Sinai ambalo linaamuru au kufafanua uhusiano wa Mungu na watu.

Ukombozi Unamaanisha Mabadiliko

Kutoka	Kwa
• Utambulisho wa utumwa wa Misri • Kumtumikia Farao • Utumwa • Umati wa watu wenye mchanganyiko • Mawazo ya utumwa • Utii wa kulazimishwa • Vurugu • Uongozi wa kikandamizaji • Ukosefu wa usawa na ukandamizaji • Hakuna utume au kusudi	• Watu wa utambulisho wa Yehova • Kumtumikia Yehova • Uhuru • Watu • Uhuru wa kufikiri • Utii kwa msingi wa shukrani • Shalom • Uongozi wa mtumishi • Haki ya Shalom • Kuchaguliwa kwa ajili ya misheni

Kwanza, katika sherehe ya agano, utambulisho wa Yehova unafafanuliwa upya. Yahweh shujaa ametawazwa na kutawazwa kuwa mfalme.[3] Utawala wa Yahweh, unaoitwa theokrasi, unakuwa aina ya kawaida ya serikali hadi watu waikatae baadaye wanapodai mfalme wa kibinadamu. Lakini kwa sasa, ni Yehova pekee ndiye mfalme na Musa anabaki kuwa nabii anayezungumza kwa niaba ya Mfalme Yahweh. Pili, watu wanaitwa kuitikia, si kwa sababu ya kulazimishwa kama Farao, bali kwa shukrani ya maongozi ya Yehova katika ukombozi kutoka kwa utumwa wa Farao. Tunaweza kufikiria agano la Sinai kama hati ya mwanzilishi au katiba ya Watu Wazee wa Mungu wapya. Kiini cha hati hii ndefu na ngumu ni Maneno Kumi na Moja. Hadithi ndefu ya sentensi ya Kutoka kwa ukombozi wa Mungu ni Neno la Kwanza, likifuatiwa na Maneno Kumi au Amri Kumi zinazoonyesha wajibu na majukumu ya watu. Katika Seder ya Pasaka, Haggadah (hadithi) inafuatwa na Halakah (amri).

3 Ibid., Lind, 50.

Muundo wa Agano na Fomu

Agano lililofanywa katika Mlima Sinai linafuata umbo na muundo zilizokopwa kutoka kwa majirani wa Mashariki ya Karibu wa Israeli. Agano la namna ya Wahiti kati ya mfalme na raia wake lina vipengele sita. Tatu za kwanza zinatumika katika agano la Sinai, na zingine ziko wazi katika maandishi ya baadaye.

Kwanza, **Dibaji** humtambulisha mfalme, mhusika mkuu wa agano, kwa kawaida akiwa na majina na vyeo. Katika Sinai, Yehova anajulikana kuwa "BWANA Mungu wako."

Pili, **Dibaji ya Kihistoria** inatoa msingi wa kihistoria wa uhusiano huo, kwa kawaida hubainisha tabia ya mfalme na matendo ya ukarimu. Hadithi ya jinsi Yehova "alivyowatoa katika nchi ya Misri, kutoka katika nyumba ya utumwa" inathibitisha muktadha wa kihistoria na inasisitizwa katika maandishi ya Mabawa ya Tai: "Mmeona nilivyowatendea Wamisri, na jinsi nilivyowatendea Wamisri. alikubeba juu ya mbawa za tai na kukuleta kwangu." Hii ina maana neema huja mbele ya amri.

Tatu, **kipengele cha Masharti** kinahitaji uaminifu wa watawaliwa na kubainisha wajibu wao katika kumtumikia mfalme na kuishi kwa amani katika ufalme. Masharti kumi ya agano la Sinai ni:

Usiwe na miungu mingine ila mimi
usijifanyie sanamu
Usilitumie vibaya jina la BWANA, Mungu wako, Ikumbuke siku ya Sabato na kuitakasa
Waheshimu baba yako na mama yako
Usiue
Usizini
Usiibe
Usishuhudie uongo
Usitamani
Usiwe na miungu mingine ila mimi

Nne, kipengele cha Amana na Marejeleo ya Umma ya Mwaka hubainisha mahali ambapo agano litawekwa na linahitaji sherehe ya kila mwaka ya kusimulia upya. Musa alichukua agano na kuliweka ndani ya Sanduku la Agano, pamoja na fimbo ya Aroni iliyokuwa ikichipuka na chombo cha dhahabu chenye mana. Sanduku hili takatifu linafananisha uwepo wa Yehova katika Hema la Kukutania, mahali pa kubebeka pa ibada iliyojengwa mara baada ya agano kufanywa. Risala ya kila mwaka imeachwa hapa, lakini inaonekana katika maandishi mengine mengi, kama vile Kumbukumbu la Torati 26.

Tano, Mashahidi. Katika maagano ya Wahiti, miungu na vitu vya asili, kama vile mbingu, dunia, mito na milima hutumika kama mashahidi. kule Sinai, Wakati watu wote waliposhuhudia ngurumo na umeme, na sauti ya baragumu, na mlima ukifuka moshi, wakaogopa na kutetemeka na kusimama kwa mbali. Sita, Vizuizi vinabainisha matokeo: baraka kwa ajili ya kushika agano na laana kwa ajili ya kukosa uaminifu, ambayo pia ni kawaida katika Agano la Kale.[4]

Agano na Yehova linaidhinishwa wakati viongozi wanapokutana na Mungu juu ya kilele cha mlima na watu wanapoahidi, "Hayo yote aliyoyanena Bwana tutayafanya, nasi tutatii" (Kutoka 24:7). Musa kwa njia ya mfano anamimina damu ya wanyama waliotolewa dhabihu kwenye madhabahu ya sherehe aliyoijenga. Sasa watu wana mfalme, na mfalme ana watu.

Aina Mbili za Maagano

Biblia ina aina mbili za maagano, yasiyo na masharti na yenye masharti. Maagano yasiyo na masharti ni ya upande mmoja. Mungu, mwenye enzi na mkuu, anatoa ahadi bila kuhitaji mwitikio wowote wa kibinadamu kama vile Nuhu (Mwanzo 8:21-22, 9:8-17) na Ibrahimu (Mwanzo 12:1-3, 15:4-20, 17:21) -8). Baadaye Mungu hufanya aina moja ya agano na Lawi (Hesabu 25:10-13) na Daudi (2 Samweli 7:11b-16).

Maagano ya masharti, kwa upande mwingine, yanahitaji ushirikiano wa pande zote mbili. Ahadi za Mungu zinategemea utii na uaminifu wa watu. Maagano ya masharti katika historia ya wokovu yanajumuisha yale yaliyofanywa pale Sinai (Kutoka 20, Kumbukumbu la Torati 5) na Shekemu (Yoshua 24). Kufanywa upya kwa maagano yenye masharti kunafanywa na Yosia, mfalme wa baadaye wa Israeli (2 Wafalme 23:1-4); Ezra, kuhani na mwandishi (Nehemia 10:28-31). Mungu daima huanzisha maagano na kungoja majibu ya watu. Kuweka maagano kunatuzwa kwa baraka; kuvunja maagano huleta laana (Kumbukumbu la Torati 27-28).

Katika Biblia nzima, kuna mvutano kati ya maagano yenye masharti na yasiyo na masharti. Ni pamoja na Yesu pekee, ambaye ni mwaminifu kabisa kwa aina zote mbili za maagano kama Mungu na mwanadamu, ndipo mvutano huo unatatuliwa. Wakristo wanaendelea kuishi na mivutano au

4 Ibid., Anderson, 89-91.

vitendawili, kama vile imani na matendo, neema na hukumu, kuamuliwa kabla na hiari.

Maagano pia yanaweza kuainishwa kama usawa na Utawala wenye nguvu (suzerainty). Katika maagano ya usawa, pande mbili za daraja sawa hujifunga wenyewe kwa wenyewe katika makubaliano ya nchi mbili. Suzerainty au agano la kifalme ni kama mkataba wa Wahiti, uliofanywa kati ya mfalme na kibaraka wa chini, mpangilio zaidi wa upande mmoja. Mfalme pia anajifunga kwa masharti ya agano ingawa mfalme ni mkuu. Agano la Sinai linaonyesha Serekali kuu (suzerain), sio agano la usawa. Yehova anajifunga mwenyewe katika agano la masharti la Sinai.

Kuelewa Maneno Kumi na Moja

Neno la kwanza kati ya Maneno Kumi na Moja ni neno la neema: "Mimi ni Bwana, Mungu wako, niliyekutoa katika nchi ya Misri, katika nyumba ya utumwa." Huu ni muhtasari wa sentensi moja ya tukio la Kutoka; kusudi lake ni kuwakumbusha kwamba Mungu alitenda kwanza. Tendo la Mungu la neema hutangulia majibu ya watu. Ili kupata matokeo kamili, Neno la Kwanza la neema linapaswa kurudiwa kabla ya kila amri. Amri hizo, Halakah, ambazo nyakati nyingine huitwa sheria, zinatokana na neema ya kile ambacho Mungu alikuwa amewafanyia.

Msukumo wa kushika amri ulikuwa—na ni—shukrani, si woga. Amri za Sinai sio uhalali au wokovu kulingana na tabia ya watu. Uhalali ni sheria bila neema ya awali. Ndiyo maana Neno la Kwanza halipaswi kamwe kutengwa na amri zinazofuata. Uhuru, kinyume chake, ni neema bila sheria au kile mwanatheolojia Mjerumani Dietrich Bonhoeffer aliita "neema nafuu."[5]

Maneno Kumi na Moja yanaweka ukombozi wa Kutoka na agano la Sinai pamoja. Tangu mwanzo kabisa wa uwepo wa Watu wa Mungu, neema ya Mungu na mahitaji ya kimungu, injili na sheria, daima huunganishwa. Kama msomi wa Agano la Kale Bernard W. Anderson alivyoweka, "uzoefu wa kuokoa" na "uzoefu wa kuamuru" haviwezi kutenganishwa katika uzoefu na theolojia ya Israeli.[6]

TAmri ni zawadi, si mzigo. Sheria na Maneno Kumi na Moja ni ufunuo wa neema wa Yehova kwa kikundi cha watumwa kilichotolewa hivi majuzi, tofauti na wasiojua jinsi ya kuishi kama jumuiya huru ya Mungu. Kusudi la msingi la sheria ni kuwafundisha jinsi ya kuwa jumuiya ya shalom, ambapo

---

5 Dietrich Bonhoeffer, Gharama ya Uanafunzi (New York: Touchstone, 1995).

6 Ibid., Anderson, 103.

mahusiano yanaponywa kama dawa ya dhambi, si ufunuo wa dhambi.

Amri ya kwanza inahitaji uaminifu-mshikamanifu kikamili kwa Mungu wa Kutoka. Kuunganisha uaminifu wa kipekee kwa Mungu mmoja ndilo hitaji la kwanza kwa jumuiya ya shalom. Amri ya pili inakuza ile ya kwanza, ikisema kwamba uaminifu-mshikamanifu kwa Yehova lazima uchukuliwe kwa uzito. Amri zilizosalia zinaonyesha njia za kuishi katika jumuiya ya shalom.

Katika kukubali toleo la agano la Yehova pale Sinai, watumwa waliokombolewa wanasema "Hapana" kwa madai ya Farao juu yao. Wanaacha maadili ya zamani nyuma, wanavuka juu ya maji na sasa wanaridhia kile ambacho Mungu amewafanyia. kule Sinai, watu wanakubali tendo la Mungu kwa ajili yao na wito wa Mungu na kudai juu yao kuwa makuhani, watu wa umisheni.

Watu Wanavunja Agano

No sooner is the covenant ratified than the people renege on their proPunde tu agano hilo linapoidhinishwa ndipo watu wakaghairi ahadi yao. Musa anarudi mlimani na kukaa muda mrefu sana, watu wanaogopa kwamba hatarudi tena. Kunung'unika kwao kwa kutoridhika kunaongezeka hadi hitaji la "miungu" wanayoweza kuona. Ijapokuwa amri ya pili ya kukataza sanamu za Mungu, Haruni, ndugu ya Musa, anakubali, achukua vito vya watu na kutengeneza ndama ya dhahabu kuwa kitu cha ibada. Watu wenye furaha hutupa kanivali ya mwituni: wanakunywa, kucheza na labda kushiriki katika karamu za ngono. Ndivyo ilivyokuwa wakati Musa anarudi na Maneno Kumi na Moja yaliyochongwa kwenye mbao mbili za mawe. Kwa hasira, Musa anazivunja zile mbao—kama vile watu walivyovunja Maneno Kumi na Moja na agano lao na Yehova.[7]

Je, huu utakuwa mwisho wa hadithi? Musa anamsihi Mungu asikate tamaa. Kwa mara nyingine tena, tabia ya Yehova inafichuliwa: Mungu aliyewabeba watu kutoka utumwani juu ya mbawa za tai anawasamehe wasio na shukrani, watu wenye dhambi. Musa anapopanda tena kilele cha mlima na kukata mbao mbili zaidi za Maneno Kumi na Moja, anasikia maelezo ya Yahweh ambayo yana hukumu yenye mipaka na neema isiyo na kikomo:

Bwana, Bwana
Mungu mwingi wa rehema na neema, si mwepesi wa hasira;

7 Ibid., 95.

na mwingi wa rehema na uaminifu;
akiweka fadhili kwa kizazi cha elfu,
mwenye kusamehe uovu na makosa na dhambi;
lakini kwa vyovyote vile si kuwaondolea hatia,
bali anaadhibu maovu ya wazazi wao
juu ya watoto
na watoto wa watoto,
kizazi cha tatu na cha nne (Kutoka 34:6-7).

Kusonga mbele

Kambi kwenye mlima ni ndefu. Kwa maneno ya kifasihi haiishii hadi Hesabu 10:36. Hesabu ni kitabu cha nne kati ya vitabu vitano vya kwanza vya Agano la Kale, ambavyo wasomi huviita Pentateuch (neno la Kigiriki la "vitabu vitano"). Ingiza (Sandwiched) kati ya vitabu vya Kutoka na Hesabu ni Mambo ya Walawi, maelezo marefu na tata ya wajibu wa watu.

Watu wanaoondoka Sinai sio tena kundi lile lile la watu waliokuja Sinai, bila utambulisho thabiti. Agano limewapa utambulisho rasmi kama Watu wa Mungu. Ingawa wametofautiana kimakabila, wao—pamoja—wanaitwa Wana wa Israili au Waisraeli. Ingawa tayari wameshindwa, agano lililovunjwa linafanywa upya na kuthibitishwa tena.

Katika hatua inayofuata ya Tafsiri ya historia ya wokovu (Heilsgeschichte), wasafiri hutumia miaka arobaini katika jangwa lisilo na urafiki, wakijifunza jinsi ya kuwa wateule, agano, watu wa shalom wa Mungu.

8. Kutangatanga kwa Jangwani

Vifungu vya Biblia: Hesabu 3:1-20; 10-14; 16; 20-23. Kumbukumbu la Torati 14-20; Mambo ya Walawi 16-19, 25-26

Jangwa la chombo ya chuma (crucible)

Wingu linapoinuka juu ya kambi ya Waisraeli, safari ya kutoka Sinai hadi Nchi ya Ahadi inaanza (Hesabu 10:11). Wingu linalosonga ni ishara ya Yehova kwamba wanapaswa kuondoka Sinai, mahali pa agano, ambapo wamepiga kambi kwa karibu mwaka mmoja. Kabila baada ya kabila, umati wa Waisraeli wanatoka kwenda Kanaani, nchi iliyoahidiwa kwa Ibrahimu, Sara na uzao wao (Mwanzo 12:1-7).

Umbali wa kimwili kwenda Kanaani ni mfupi kiasi, lakini kwa sababu ya ibada yao potofu ya sanamu ya ndama wa dhahabu na tukio la wapelelezi kumi na wawili waliofafanuliwa baadaye katika sura hii, watu wamehukumiwa kwa miaka 40 ya kuishi jangwani. Katika chombo ya chuma ya jangwa (crucible), watu hujaribiwa, kufinyangwa na kutengenezwa. Hadithi ya miaka hii ni "hadithi tata ya kutokuwa mwaminifu, uasi, ukengeufu na kufadhaika, iliyowekwa dhidi ya usuli wa uaminifu wa Mungu, uwepo, utoaji na ustahimilivu."[1]

Kunung'unika huanza kabla ya kufika Sinai. Wanalalamika kuhusu ukosefu wa maji huko Mara, Masa na Meriba. Baada ya Sinai, manung'uniko na manung'uniko yanazidi. Wanapolalamika kuhusu ukosefu wa chakula, Mungu huwapelekea mana ya kila siku, kitu kitamu

1 William Sanford LaSor, et al., Utafiti wa Agano la Kale: Ujumbe, Fomu, na Msingi wa Agano la Kale (Grand Rapids: William B. Eerdmans Publishing Company, 1996), 99.

kama mkate. Lakini wanapokumbuka chakula kizuri walichofurahia huko Misri, mana haiwaridhishi. Je, kweli walikuwa na chakula cha hali ya juu kama watumwa huko Misri, au kulalamika huku kulikuwa kuficha wasiwasi? Wanapoomba nyama, Mungu huwapelekea kware.

Katika mgogoro wa uongozi, Haruni na Miriamu, kaka na dada yake Musa, wanaongoza uasi dhidi ya kaka yao. Wengine, wanaotambulishwa kuwa "walaghai," wanaongoza uasi mwingine dhidi ya Musa. Na kisha "kutaniko zima" linaasi. Subira ya Musa na Yehova hujaribiwa tena na tena. Kwa kawaida, Musa anawaombea watu, akimsihi Yehova asiwaadhibu watu jinsi wanavyostahili. Lakini hata Musa, kielelezo cha uongozi wa mtumishi, ana mipaka yake. Anapoagizwa azungumze dabar ili atoe maji katika mwamba, Musa anakasirika na kuupiga ule mwamba kwa fimbo yake. Maji hutiririka, lakini kutotii kwake kunamzuia Musa kuingia katika Nchi ya Ahadi.

Kwa muda mwingi wa kukaa jangwani, watu hupiga kambi kwenye chemchemi huko Kadeshi au Kadesh-Barnea, kama safari ya siku kumi na moja kutoka Sinai. Kutoka mahali hapa, Musa anatuma wanaume kumi na wawili kuchunguza vilima vya kusini vya Kanaani. Wapelelezi hao wagundua mahali penye utajiri na rutuba, "nchi inayotiririka maziwa na asali." Lakini pia wanakutana na miji yenye ngome na majitu yenye kuogopesha. Kati ya wale kumi na wawili, ni Yoshua na Kalebu pekee wanaomwamini Yehova kuwapigania Vita Takatifu. Wengine walieneza hofu na kutoaminiana kati ya watu, wakitangaza kwamba Wakanaani ni wakubwa sana hivi kwamba kwa kulinganisha, "tulionekana kama panzi." Kwa sababu wale wenye kushuku kumi walishinda, hukumu ya Yehova inashuka juu ya watu. Watu wote wenye umri wa miaka ishirini na zaidi hawataiona Kanaani, bali watafia jangwani. Katika kipimo cha neema, kizazi kipya chini ya uongozi wa Yoshua kinaruhusiwa kuingia katika Nchi ya Ahadi.

Mandhari Nne

Wakiwa wamegawanyika na mifarakano na kukata tamaa, shaka na kutoamini, watu wanatatizika kuzifahamu njia za Yahwe. Bwana akawatoa katika Misri; sasa Yahwe anakabiliwa na changamoto ya kupata "Misri" kutoka kwa watu. Wanapaswa kuacha njia za kikatili na za kulazimisha za mafarao. Vijana-ndani watu wa imani lazima wachukue maadili mapya na kupata maono mapya. Mambo manne wanapaswa kujifunza: kumwamini Mungu mwaminifu na mwaminifu, kufuata uongozi wa watumishi, kumwabudu Yehova kwa shukrani na kuwa jumuiya iliyochaguliwa, agano, shalom.

Kujifunza Kumtumaini Mungu Mwaminifu, Mwenye Kutegemeka

Waisraeli wamejua tu miungu ya Misri isiyobadilika, na ya kinyonyaji. Kujifunza kumtumaini Yehova, Mungu mwaminifu ambaye hutimiza ahadi, anayewapenda na kuwajali, anahitaji uelekeo mkali. Kutengwa kwa jangwa kwa ukali kunatoa muktadha-maabara ya kumwamini Yehova kwa utoaji wao wa kila siku na ulinzi wa kila wakati-kama inavyoonyeshwa na mifano ifuatayo:

- Maji yaliyotiwa utamu huko Mara yanaonyesha Mungu mwaminifu ambaye anaweza kuaminiwa kutoa (Kutoka 15). Mana na kware hufunua zaidi Mungu anayeaminika (Kutoka 16 na Hesabu 11).
- Watu hujifunza kumtumaini Mungu kila siku kwa ajili ya chakula cha kutosha (mana). Mana yoyote iliyorundikwa zaidi ya hitaji la siku ni nyara, isipokuwa kwa siku moja kabla ya Sabato, wakati watu hukusanya chakula cha siku mbili ili wasihitaji kufanya kazi siku ya Sabato. Kwa muujiza, mana ya siku mbili haiharibiki (Kutoka 16).
- Vita Vitakatifu vilivyofanikiwa dhidi ya Waamaleki vinawafundisha watu kumwamini Yehova kwa ulinzi wao (Kutoka 17). Ushindi wa Vita Vitakatifu dhidi ya Sihoni, mfalme wa Waamori, na Ogu, mfalme wa Bashani, unasisitiza utunzaji wa Yehova kwao (Hesabu 21). Yehova anawalinda watu kutokana na laana (dabar) za Balaamu na badala yake anamfanya nabii wa Mesopotamia kunena maneno ya baraka.
- Huko Kadeshi, watu hujifunza kile kinachotokea wasipomwamini Mungu kupigana Vita Vitakatifu; wanatangatanga jangwani kwa miaka mingi na kushuhudia wale wenye miaka ishirini na zaidi wakifa kabla ya kufika kwenye Nchi ya Ahadi (Hesabu 14). Ukosefu wa uaminifu pia huleta mapigo ya hukumu (Hesabu 16) na kuumwa na nyoka wenye sumu (Hesabu 21).

Hadithi hizi zilizochaguliwa hufichua Mungu mwaminifu na thabiti, pamoja na Mungu wa maadili, ambaye hutekeleza agano la masharti la Musa kwa baraka na laana.

Uongozi wa Mtumishi Anayejifunza na Kitheokrasi

Uongozi ambao watu walijua huko Misri ulikuwa wa kikatili na wa kulazimisha. Sasa wanahitaji kujifunza jinsi ya kuamini na kufuata uongozi wa watumishi. Hata Musa inambidi ajifunze jinsi ya kupanga na kukabidhi kutoka kwa baba mkwe wake wa Midiani Yethro (Kutoka 18).

Katikati ya wivu na migogoro, kabila la Lawi linachaguliwa kwa ukuhani wakati fimbo ya Haruni inapochanua maua (Hesabu 17). Watu hujifunza kuheshimu viongozi wao kutokana na tukio la Miriamu kuwa na ukoma baada ya yeye na Haruni kumsema Musa (Hesabu 12). Kora, Dothani, Abiramu na Walawi 250 wanapinga uongozi wa Musa na Haruni. Kwa sababu hiyo, wale wanaume watatu na familia zao wanamezwa na dunia, na wale 250 wanateketezwa kwa moto. Wakati "mkutano mzima" unaasi dhidi ya Musa na Haruni, 14,700 kati yao wanauawa kwa tauni (Hesabu 16).

Musa anatoa mfano bora, ingawa si mkamilifu, wa Yehova kama uongozi wakati yuko tayari kutoa maisha yake mwenyewe ili kuzuia uharibifu wa watu wake. Katika Hesabu 14, anaonyesha neema zaidi kuliko Yehova. Anafanya kazi ili kuharakisha kusudi la Yehova badala ya kusudi lake. Aliposhutumiwa kwa kuoa mwanamke Mkushi, Yehova anamtetea Musa, ambaye wakati huo anaitwa mtu mnyenyekevu zaidi, asiye na jeuri duniani (Hesabu 12:3).

Kujifunza Jinsi ya Kumwabudu Yehova

Watumwa hao walikuwa wamejua tu uonevu na utumwa chini ya mafarao, ambao walifikiriwa kuwa wana wa mungu wa Jua. Jangwani, watu hujifunza kumwabudu Yehova, si kama mungu wa asili wa mzunguko ambaye angeweza kubadilishwa, lakini kwa shukrani kwa yale ambayo Yehova amewafanyia. Ibada yao ina msingi katika ukumbusho. Wanaalikwa kumwabudu Yehova kwa hiari na kwa furaha, Mungu mkuu, mwenye enzi yote, aliyewakomboa kutoka utumwani na ambaye kila siku anawaruzuku jangwani.

Hema la kukutania au "Hema la Kukutania" ni patakatifu pa kubebeka na kuashiria uwepo wa Yehova. Imewekwa katikati ya kambi ili kuashiria uwepo wa Yehova katikati yao. Yehova, Mungu wa Kutoka, Mungu wa utendaji, sasa anakuja kukaa katikati ya watu. Lakini hema ni portable. Wakati inasonga, watu wanasonga. Yehova yuko huru kabisa na hawezi kuzuiliwa na jiografia, taifa au rangi. Kusudi la Yehova kwa Watu Wazee wa Mungu ni kuishi kama jumuiya iliyochaguliwa, agano, shalom kwa watu wote kila mahali. Baadaye katika hadithi, Israeli inajenga hekalu la kudumu ndani ya mipaka ya taifa-taifa—kuondoka kutoka kwa Yahweh aliye huru kabisa aliyewakilishwa na hema.

Sanduku la Agano katika Patakatifu pa Patakatifu inawakilisha Mungu ambaye anachanganya neema na sheria, hadithi na amri. Kumwabudu Yehova ni njia ya kuishi, si sherehe tu. Ibada inayostahili hii Mungu anaiunganisha ibada ya Waisraeli inasisitiza **sifa, haki, na maisha matakatifu**. Sadaka zao nyingi hutolewa kwa **wajane, maskini, na wageni** wanaoishi miongoni mwao. Ibada yao, pamoja na sifa na dhabihu, hutokana na kumbukumbu ya shukrani kwa baraka ambazo tayari wamepokea kutoka kwa Mungu; si jaribio la kipagani la kumtukuza Mungu au kumshawishi awape baraka nyingine.

Yehova hufahamika kuwa yupo **katikati ya mbawa za Makerubi juu ya Sanduku la Agano,** ishara kwamba Mungu analitazama na kulithibitisha Agano lake. Wazo kwamba Mungu yupo katika eneo hili, badala ya kuwa ndani ya sanamu au ishara za kimwili, ni mafundisho yenye nguvu yanayopinga ibada ya sanamu.

Ibada yote ya Waisraeli hutokana na tendo kuu la ukombozi la Mungu katika **Kutoka.** Hivyo, **Pasaka** inakuwa msingi wa ibada zote za Kiebrania (Kutoka 12; 23). **Sikukuu ya Vibanda** (au Matembezi) inaadhimisha jinsi Yehova alivyowalisha na kuwalinda kwa uaminifu katika jangwa (Mambo ya Walawi 23).

Siku ya Upatanisho (Yom Kippur ya leo) inawakumbusha watu kwamba Yehova ni Mungu mwenye maadili, haki, neema, na msamaha. Huwahimiza watu kuungama dhambi zao na kuunganisha maadili ya uadilifu katika ibada zao. Sherehe ya **Azazeli** inaashiria msamaha wa dhambi bila kumwaga damu (Mambo ya Walawi 16).

Sikukuu ya Pentekoste ni kumbukumbu na sherehe ya baraka za uaminifu za Yehova (Mambo ya Walawi 23). **Sadaka ya malimbuko**—iliyowahudumia makuhani, wageni, na maskini—inahusishwa na simulizi la agano na tendo kuu la Mungu la kuumba watu wake (Kumbukumbu la Torati 26). Ibada zote zinajengwa juu ya kumbukumbu ya tendo la Yehova la kuunda **jumuiya takatifu, yenye haki, na yenye mahusiano sahihi.**

Kujifunza kuwa Jumuiya ya Kifalme ya Mungu, Amani na ya Kimisionari

Kujifunza kutumaini Yehova, kujifunza uongozi wa mtumishi na kujifunza kuabudu yote huchangia katika uundaji endelevu wa Yehova wa jumuiya iliyochaguliwa, ya agano, ya shalom katika jangwa. Aina ya jamii ambayo watumwa walikuwa wanaijua ilikuwa ya ukandamizaji, utawala, unyanyasaji na nguvu zisizo na huruma. Utaratibu thabiti wa kijamii unaotolewa kwa mahitaji ya watu, uhuru na haki ya shalom ni tofauti kabisa. Yehova alivunja na kuvuruga ubeberu dhalimu ya wa Misri. Sasa watu wako huru kuanza kuishi kuelekea ukweli mpya wa kijamii na kisiasa.[2]

Miundo ya maono haya ya kipekee ya kijamii ilitoka wapi? Bila shaka wengine wameazimwa kutoka kwa watu wengine na kubadilishwa njiani. Lakini maono ya jumuiya hii ya kisiasa yenye udhihirisho mkali wa Yehova hutokana na mkutano huu wa pekee wa jumuiya inayotembea na Yehova iliyozaliwa kutokana na mkutano huu wa pekee wa jumuiya ya rununu na Yehova katika matukio ya kutoka-Sinai na nyikani. Kutoka-Sinai na uzoefu wa nyikani. Na viongozi wote waliomcha Mungu baada ya Musa kujaribu kuwaongoza watu kuelekea maono haya.

Shalom inahusu hisia ya ustawi, na ukamilifu. Shalom ni mpangilio ufaao wa mahusiano ambayo pande zote nne—pamoja na Mungu, wengine, ubinafsi na uumbaji—huponywa na kufanywa kuwa kamili. Shalom inajumuisha ustawi wa kibinafsi, kiuchumi, kijamii na kisiasa. Shalom haiwezekani wakati kuna pengo kubwa kati ya tajiri na maskini, wakati kuna dhuluma za aina yoyote.[3]

Madhumuni ya amri, kanuni au sheria zilizopokelewa pale Sinai ni kuipeleka jamii kwenye haki ya shalom. Maneno Kumi na Moja yanaelekeza watu kuelekea shalom. Pumziko la siku ya Sabato huweka mipaka kuhusu faida ya kiuchumi. Mana yoyote iliyorundikwa zaidi ya hitaji la mchana huharibika nyikani, ikikatisha tamaa ya ujasiriamali na kujitosheleza ambako huvuruga Shalom na kumtegemea Yehova. Siku ya Sabato watu na wanyama wanapewa mapumziko. Msukumo wa pumziko la Sabato ni ukombozi wa Mungu (pumziko) kutoka kwenye utumwa wa wamisri. Utunzaji wa Sabato ni nyongeza ya tendo la kupumzika la Mungu wa Kutoka.

Walipaswa kukumbuka kwamba walikuwa wageni na watumwa huko Misri, na kumbukumbu hii ilipaswa kuwa nguvu inayoongoza nyuma ya maadili yao. Waisraeli walipaswa kuwatunza wageni kwa sababu wao

---

2 Walter Brueggemann, Mawazo ya Kinabii (Minneapolis: Ngome ya Augsburg, 2001), 8-9.

3 Perry B. Yoder, Shalom: Neno la Biblia kwa Wokovu, Haki, na Amani (Newton KS: Waandishi wa Habari wa Imani na Uzima, 1987), 5ff.

wenyewe walikuwa wageni; walipaswa kukumbuka jinsi walivyoteseka chini ya Farao. "Mimi ndimi Bwana Mungu wako" ni toleo fupi la Neno la kwanza kati ya Maneno Kumi na Moja, "Mimi ndimi Bwana, Mungu wako, Niliyekutoa katika nchi ya Misri, katika nyumba ya utumwa." Neno la kutia moyo la neema iliyotangulia amri (sheria) hurejea katika sehemu kubwa ya Agano la Kale katika maandiko kama vile Mambo ya Walawi 29.

Kumbukumbu hii ya ukombozi wa neema ya Mungu ni kuwachochea watu kutenda haki ya shalom, ambapo watu hawapati kile wanachostahili bali kile wanachohitaji. Shalom haki huakisi asili ya neema na matendo ya Yehova.

Inajumuisha kanuni ya kiuchumi iitwayo Yubile inayopaswa kutekelezwa kila baada ya miaka hamsini—wanapofika Nchi ya Ahadi ya Kanaani. Inaanza na Siku ya Sabato ya kila juma ya mapumziko. Wanapofika Nchi ya Ahadi ya Kanaani, wanapaswa kuheshimu Sabato ya kila juma, siku ya kupumzika. Katika upanuzi wa Siku ya Sabato, wanapaswa kutekeleza mwaka wa Sabato. Katika mwaka wa saba, madeni yanapaswa kusamehewa, watumwa waachiliwe huru, na ardhi ipumzike kwa kubaki bila kulimwa. Wale wanaolima ardhi—na hata wanyama, watapewa mapumziko ya mwaka mzima (Kumbukumbu la Torati 15:1-18; Mambo ya Walawi 25:1-7).

Baada ya mizunguko saba ya miaka saba, katika mwaka wa hamsini, huja kilele kikuu cha Mwaka wa Sabato, Mwaka wa Yubile. Katika usemi wa haki ya shalom, uchumi unapaswa kuanzishwa upya au kurejeshwa. Madeni yote yanapaswa kufutwa, watumwa wataachiliwa huru, na ardhi itarudishwa kwa mwenye asili (Mambo ya Walawi 25:8-ff).

Kwa nini Mwaka wa Yubile? Kama ukumbusho kwamba nchi ni mali ya Yehova na kwamba watu ni wageni na wageni wa kudumu, wanaotegemea neema ya Yehova na ukarimu wake (Mambo ya Walawi 25:23-24). Wao kwa upande wao, wanapaswa kuwa wakarimu: Iwapo mtu yeyote ana uhitaji, "usiwe na moyo mgumu wala usiwe mgumu kumwelekea jirani yako mhitaji. Afadhali ufungue mkono wako, ukikopesha kwa hiari ya kutosha kukidhi haja, vyovyote iwavyo" (Kumbukumbu la Torati 15:7-8).

Kuanzishwa upya kwa ardhi kunanufaisha wale ambao, bila kosa lao wenyewe, wanapoteza mali zao. Inawanufaisha wale waliopata ardhi kwa kuwakumbusha kwamba ardhi hiyo si mali yao bali ni ya Yehova.

Kumbuka, wewe pia ulikuwa watumwa, maskini na bila ardhi! Kumbuka!

Mbali na mapumziko ya wanadamu na wanyama, nchi pia italala na kupumzika wakati wa mwaka wa Sabato. Madeni yanapaswa kufutwa. Watumwa wanapaswa kuwekwa huru kwa masharti ya ukarimu ili kuwasaidia kuanza tena. Kitabu cha Kumbukumbu la Torati kinafafanua msukumo huo: Sheria za mwaka wa Sabato zinapaswa kushikwa kwa furaha na shauku, kwa sababu "wewe ulikuwa mtumwa katika nchi ya Misri, naye BWANA, Mungu wako, akakukomboa; kwa sababu hiyo nakuwekea amri hii leo" (Kumbukumbu la Torati 15:15).

Miji ya makimbilio katika Kumbukumbu la Torati 19 pia ni maonyesho ya haki ya shalom. Sheria za vita katika Kumbukumbu la Torati 20 zinaonyesha wasiwasi wa kuhifadhi mazingira. Sheria zote, ikiwa ni pamoja na vikwazo vya chakula, huchukuliwa kuwa sheria za kidini kwa sababu imani ya Kiebrania ni ya jumla: maisha yote ni matakatifu.

Sheria hizi zote zinatokana na matendo ya Yehova ya neema, na zimekusudiwa kurejesha na kuunda upya hisia ya shalom ambayo ilipotea wakati wanadamu walipofanya dhambi mara ya kwanza katika bustani ya Edeni. Matokeo na suluhisho ni za ulimwengu wote. Kusudi la amri zote ni kuunda jumuiya iliyochaguliwa, agano, shalom ambayo inaonyesha njia za ukombozi za Yehova.

Kutafsiri Uzoefu wa Jangwani

Hadithi hizi, amabazo zimekumbukwa kwa muda mrefu, zinazungumza juu ya hukumu ya Yehova ambayo kila wakati hukasirishwa na uvumilivu na neema. Manabii baadaye walikumbuka miaka hii kuwa bora, wakati kabla ya ushawishi wa Wakanaani ambao uliwaongoza kuhatarisha imani yao kwa Yehova. Hadithi chini ya ishirini na nne zina zungumzia kipindi cha miaka arobaini, zikionyesha njisi hadithi hizi zilivyo za kuchaguliwa kwa uangalifu. Matukio na hadithi nyingi hazikukumbukwa waziwazi. Kwa hivyo tunaweza kuuliza kwa nini hadithi hizi hukumbukwa na pia ni maana gani zilibeba kwa waandishi wao na wasomi wa baadaye ambao walikusanya maandiko ili kuingizwa katika Biblia.

Hadithi zilizochaguliwa za nyika zimejaa manung'uniko na malalamiko ya watu. Picha ya watu wa Yehova inaonekana kuwa mbaya na kwa kiasi kikubwa huonyesha ile ya kutokuwa waaminifu. Ingawa hii ni kweli, "fadhili thabiti" za Yahweh (Zaburi 136) hung'aa kwa uangavu zaidi. Yehova, na Musa kwa kiasi kidogo, ndiye shujaa katika hadithi hizi zote. Yehova mfinyanzi anaendelea kutengeneza udongo wenye donge na laini uliotolewa kutoka Misri.

Ingawa kukaa jangwani kunaonekana kuwa kipindi cha kudhoofika katika historia ya watu wa Mungu, manabii wa baadaye wanakitukuza kipindi hiki. Hakungekuwa na nabii mkuu kuliko Musa, na ilikuwa ni wakati kabla ya upatanishi—kuchanganya imani ya Yehova na ibada ya Baali katika Kanaani. Yeremia na Hosea, kwa mfano, wanaona uaminifu wa watu katika siku hizi tofauti kabisa na ukosefu wa imani ya baadaye ya Israel na Yuda.

> *Nakumbuka uungwana wa ujana wako, jinsi ulivyonipenda kama bibi-arusi na kunifuata nyikani katika nchi isiyopandwa mbegu. Israeli walikuwa watakatifu kwa Bwana malimbuko ya mavuno yake (Yeremia 2:2).*

> *Kwa hiyo sasa nitamshawishi na kumleta nyikani na kusema naye kwa upole. Huko ataitikia kama katika siku za ujana wake, kama wakati alipotoka katika nchi ya Misri (Hosea 2:14-15).*

Katika bonde la jangwa, kutengwa na dini na watu wengine kuliwezesha vijana wa Mungu kufinyangwa na kufinyangwa na Yehova kupitia uongozi wa Musa, Miriamu na Haruni. Israeli inavutwa kwa mtindo wa kijamii-kisiasa-kidini wa jamii unaosisitiza haki na huruma ya Yehova, kielelezo tofauti kabisa na ubeberu wa Wamisri na wa mataifa ya Kanaani. Miaka ya jangwani ni miaka muhimu ya malezi wakati Yehova anaanza kutatua tatizo la dhambi kwa kuchagua na kuunda jumuiya ya kimisionari, teule, ya agano na ya amani (Shalom).

9. Kuingia Kanaani

Vifungu vya Biblia: Hesabu 13-24, Yoshua 1-7, 8:30-35, 20, 23, 24

Barabara za kuelekea Nchi ya Ahadi

Kutoka Kadeshi, wale wapelelezi kumi na wawili walichunguza na kukagua nchi ya kusini ya vilima ya Kanaani. Ardhi niya kuahidi, lakini miji na watu wanaonekana kuwa wa kutisha. Kumi kati ya wale wapelelezi kumi na wawili, wakisahau au kupuuza ushindi wa ajabu wa Vita Takatifu vya Yehova dhidi ya majeshi ya Farao kwenye Bahari ya Shamu, wanawashawishi umati kuwa kuingia Kanaani haiwezekani (Hesabu 13-14). Ajabu ni kwamba baadhi ya watu waliamua kuwa ni afadhali kufa macho kuliko kufa huku wakizurura ovyo nyikani, hivyo wakaingia nchi kavu. Bila uongozi wa Musa na kukosa kibali cha Yehova, wanashindwa kabisa na Waamaleki wa jangwani na Wakanaani wa nchi ya vilima (Hesabu 14:29-45). Hivyo huanza miaka 40 ya kutangatanga nyikani.

Kwa kuwa njia ya kuelekea kusini sasa haiwezekani, wanageukia upande wa mashariki hadi upande mwengine wa yordani, nchi iliyo mashariki ya Mto Yordani. Hapa watu wenye makazi huzuia njia yao. Kwanza kuna Waedomu, binamu wa mbali waliohusiana na Esau, ndugu pacha ya Yakobo. Kisha huko kuna Wamoabu na Waamori, na zaidi ya nchi za oni ufalme wa Bashani.

Musa atuma wajumbe kwa mfalme wa Edomu, akiomba ruhusa ya kusafiri kupitia ufalme wake kwenye Barabara Kuu ya Mfalme, njia kuu ya kaskazini-kusini kupitia eneo hilo. Mfalme wa Edomu anawakatalia kupita (Hesabu 20:14-21), kwa hiyo wanaizunguka Edomu na kusafiri hadi Sihoni, ufalme wa Waamori. Waamori huweka wazi nia yao kwa kuanzisha mashambulizi ya kijeshi, lakini wahamiaji hao wanawashinda Waamori na kumiliki ufalme wote (Hesabu 21:21-26). Kisha wanashambulia na kumshinda mfalme Ogu wa Bashani, jitu la mtu, na kumiliki nchi yake (Hesabu 21:33-35).[1]

Waisraeli walipiga kambi kwenye tambarare za Moabu karibu na mto Yordani (Hesabu 26:3). Katika matukio ya ajabu zaidi, mazungumzo ya punda na nabii mgeni anaajiriwa kuwalaani Waisraeli. Kando na ucheshi wa punda anayezungumza, mfalme wa Moabu aamuru nabii wa Babiloni atamke dabar dhidi ya Waisraeli. Lakini Yehova, katika onyesho la mamlaka ya ulimwengu wote, anapingana na amri na kumfanya nabii awabariki Israeli (Hesabu 22-24).

Hatimaye, Musa anawaaga kwa muda mrefu (sehemu kubwa ya kitabu cha Kumbukumbu la Torati) watu ambao amewaongoza kutoka kwenye Kutoka, kupitia miaka mingi ya jangwani, hadi kufikia hatua ya kuingia Kanaani. Katika mfululizo wa "mahubiri" Musa anasimulia subira na majaliwa ya Yehova, na kwa mara nyingine tena, anafanya upya agano. Katika baraka ya mwisho, Musa anatangaza:

> *Heri wewe, Ee Israeli! Ni nani aliye kama wewe, watu waliookolewa na BWANA, Ngao ya msaada wako, na upanga wa ushindi wako?*
>
> *Adui zako watakuja kwako wakikuonea,*
> *Nawe utawakanyaga migongo yao (Kumbukumbu la Torati 33:29).*

Mungu anamwita Musa kwenye Mlima Nebo, ambako angewez kuiona kuiona Nchi ya Ahadi ambayo hawezi kuingia. Musa anapokufa "kulingana na agizo la Bwana," kwa amri ya BWANA" watu wanaomboleza kifo chake kwa muda wa siku thelathini (Kumbukumbu la Torati 34:1-8).[2]

Yoshua na Kuvuka Yordani

Kitabu cha Yoshua kinaanza kwa uteuzi wa Yoshua kama Musa mpya. Kama vile Musa alivyowaongoza watu kupitia Bahari ya Shamu walipotoka utumwani. utumwani, vivyo hivyo Yoshua anawaongoza kupitia maji yaliyogawanyika ya Mto Yordani hadi kuingia katika Nchi ya Ahadi. Katika Kutoka, nguzo ya moto ya Yehova na fimbo ya Musa iliwaongoza watu. Sasa

1 Bernard W. Anderson, et al., Kuelewa Agano la Kale, Toleo la Tano (mto wa juu Saddle River, NJ: Elimu Pearson, 2007), 107-110.

2 Ibid., Anderson, 111..

makuhani, wakiwa wamebeba Sanduku la Agano, wanawaongoza watu kuvuka mto kwenye nchi kavu. Katika Kutoka, Miriamu anasherehekea ukombozi wa Vita Vitakatifu vya Yehova, na sasa Yoshua anaweka mnara wa mawe kumi na mawili kama ushaidi wa sura hii mpya katika Historia ya wokovu (Heilsgeschichte):

> *Watoto wako wanapowauliza wazazi wao baadaye, "Mawe haya yanamaanisha nini?" ndipo mtawajulisha watoto wenu, ya kwamba, Israeli walivuka Yordani hapa katika nchi kavu. Kwa kuwa Bwana, Mungu wenu, aliyakausha maji ya Yordani kwa ajili yenu, hata mlipovuka; kama Bwana, Mungu wenu, alivyoifanya Bahari ya Shamu, ambayo aliikausha kwa ajili yetu, hata tukavuka; ili mataifa yote ya dunia jueni ya kuwa mkono wa Bwana ni wenye uweza, ili mpate kumcha Bwana, Mungu wenu milele (Yoshua 4:21-24).*

Vita Takatifu katika Kanaani

Vita takatifu vya kwanza vya watu wa Israel katika Kanaani ni dhidi ya mji wenye ngome wa Yeriko na vinafuata mtindo wa vita Takatifu wa awali uliorekebishwa kidogo. Kama Musa alipo waongoza wana wa Israeli Kutoka Misri bila kupigana, vivyo hivyo na Yoshua anaingia Kanaani bila vita.[3] Katika kielelezo kingine cha tabia ya Israeli yenye kutofautiana kimakabila, Rahabu, kahaba husaidia katika ushindi kwa kuwaficha wapelelezi ambao Yoshua aliwatuma katika jiji hilo. Amesikia hadithi za Kutoka kwao Misri na Bahari ya shamu, na ushindi wa hivi karibuni dhidi ya wafalme wa Waamori, Sihoni na Ogu. Anamtambua Yehova kuwa kama Mungu wa mbingu na inch (Yoshua 2:10-11). Kuta za Yeriko zilipoanguka kwa sauti ya pembe za kondoo-dume, ni Rahabu tu na familia yake ndio wanaosalimika. Wanaungana na Waisraeli na anapewa nafasi ya heshima kama babu wa Mfalme Daudi (Mathayo 1:5) na baadaye anaitwa shujaa wa imani (Waebrania 11:31).

Hata hivyo, baada ya ushindi mkubwa huko Yeriko, Israeli yashindwa vibaya na mji mdogo unaoitwa Ai, kwa sababu "walivunja imani kuhusu vitu vilivyo wekewa wakfu" Mmoja wa watu wao, Akani, alivunja sheria za Vita Vitakatifu kwa kushika baadhi ya nyara, badala ya kuharibu kila kitu kama dhabihu kwa Mungu (cherem au herem). Katika tukio ambalo lazima limekuwa la kuogofya, Akani na familia yake walipigwa mawe na

3 Millard C. Lind, Yehova ni Shujaa: Theolojia ya Vita katika Israeli ya Kale (Scottdale, PA: Waandishi wa Habari wa Herald, 1980), 78.

mali walizopata zatolewa kama dhabihu kwa Yehova. Hapo ndipo dhambi za watu husafishwa, na kuwafanya tena kuwa tayari kupigana Vita Takatifu (Yoshua 7).[4]

Kuanzia hatua hii kwenda mbele, watu mara nyingi zaidi huacha kielelezo cha asili cha Vita Vitakatifu ambapo Bwana anawapigania; wanazidi kupigana pamoja na Bwana.

Maoni Mawili: Je, Wakanaani Wote Walifukuzwa?

Usomaji wa awali wa kitabu cha Yoshua unatoa taswira ya kwamba nchi yote imetekwa na Wakanaani wote wameshindwa au kusalimishwa. Kwa mfano, "Yoshua akaipiga nchi yote, nchi ya vilima, na Negebu, na nchi tambarare, pamoja na miteremko, wala hakuacha mtu yeyote hai, bali aliangamiza kabisa kila kiumbe chenye pumzi ya kupumua." (Yoshua 11:16). Hata hivyo hii sio hadithi yote. Hadithi ya uvamizi na ushindi inasimuliwa kama kampeni tatu za maamuzi. Katika lile la kwanza, Waisraeli walivuka Mto Yordani na kushambulia kilima cha kati. Pili, wanashinda muungano wa wafalme watano wa kusini. Katika kufagia kwa tatu, wanawashinda wafalme wa eneo la kaskazini.

Katika kila kisa, Yoshua anashinda "nchi yote" na "wafalme wao wote" kwa sababu Yehova "alipigania Israeli" (Yoshua 10:28-43). Ushindi huo unaripotiwa kuwa kamili: "Wakawapiga watu wote kwa makali ya upanga, hata wakawaangamiza, wala hawakumwacha yeyote aliyepumua." Historia ya hadithi (Geschichte) wa matukio haya ni wazi: "Kwa maana Bwana aliifanya mioyo yao kuwa migumu ili waje juu ya Israeli vitani, ili waangamizwe kabisa" (Yoshua 11:20). Hii inakumbusha jinsi Yehova alivyofanya moyo wa Farao kuwa mgumu ili Wamisri wote waweze kushuhudia nguvu ya Yehova juu ya Farao.[5]

Baadaye, hata hivyo, Yehova anamwambia Yoshua, "Wewe umekuwa mzee na miaka mingi, na imesalia sehemu kubwa sana ya nchi kumilikiwa" (Yoshua 13:1). Hata hivyo, Yehova amwamuru Yoshua kugawanya nchi

---

4 Kama vile adhabu ya Kora, ambaye aliongoza uasi dhidi ya Musa na kuangamizwa pamoja na familia yake (Hesabu 16), kuangamizwa kwa familia ya Akani ni onyesho la dhana ya kale . ya "utu wa ushirika," ambapo watu binafsi hawajatengwa na vikundi wanavyoviwakilisha; wote wanashiriki katika wajibu kwa pamoja, na hivyo pia, lawama na adhabu. Tazama Noel David Freedman, et al., "Corporate Personality/Utu wa kampuni" katika kamusi ya Eerdmans.
87.

5 Millard Lind, Yehova ni Shujaa: Theologia ya Vita katika Israeli ya Kale (Scottdale, PA: Waandishi wa Habari wa Herald, 1980), 77-71.

kati ya makabila ya Israeli, akiwa na uhakika kwamba hatimaye Yehova atawafukuza wote. Yoshua agawanya nchi katika sura ya 13-21, isipokuwa makabila mawili ya Yusufu, Manase na Efraimu, yanapewa mgawo mkubwa wa baba yao. Kabila la Lawi halipati ardhi. Wao ni viongozi wa kidini waliowekwa rasmi, na hivyo wanategemezwa na matoleo ya makabila mengine.

Kitabu cha Waamuzi kinapanua pendekezo katika Yoshua 13 kwamba watu wengi ambao hawajashindwa wanabaki karibu na Waisraeli. Makundi kama vile Waamori na Wakanaani, ambao wanasemekana walishindwa kabisa kulingana na Kitabu cha Yoshua, sio wote walikuwa wameshindwa.

Sura ya kwanza ya Waamuzi inaleta mchanganyiko zaidi kuhusu nani alishindwa na lini. Vipi kuhusu Yerusalemu? Kulingana na Waamuzi 1:8, "wana wa Yuda wakapigana na Yerusalemu na kuutwaa." Yoshua 10, ilivyonukuliwa hapo juu, inadokeza kwamba Yoshua alimshinda mfalme wa Yerusalemu kama sehemu ya ushindi dhidi ya muungano wa wafalme watano. Hata hivyo ni Daudi, ambaye baadaye katika 2 Samweli 5:6-9, anashinda Yerusalemu na kuufanya mji wake mkuu mpya. Ingawa inaonekana katika Waamuzi 1 kwamba watu wanachukua miji ya Wafilisti na maeneo ya Gaza, Ashkeloni na Ekroni, 2 Samweli 8:1 inaripoti kwamba ni Mfalme Daudi ambaye hatimaye anateka na kudhibiti maeneo ya Wafilisti.

Kilicho wazi juu ya ugumu huu ni kwamba kuna mchanganyiko wa historia na Tafsiri ya Hadithi (Geschichte). Ingawa inaweza kuonekana kutofadhaisha kwamba kuna matoleo tofauti ya jinsi ushindi wa Kanaani ulivyotokea, haipaswi kutuzuia kuona Biblia kama iliyoongozwa na roho. Tunaweza kutulia tukijua kwamba wahariri wa mwisho hawakuondoa maelezo yanayokinzana. Waandishi wa kale hawakujali sana juu ya usahihi wa kihistoria kama jamii ya kisasa inavyo jali leo. Linaloonekana kuwa muhimu zaidi kumwonyesha Yehova kama shujaa mkuu, na Yoshua kama shujaa mdogo. Yehova aliwasaidia Waisraeli kuipata Nchi ya Ahadi, na wakati watu walipomwasi Yehova aliondoa msaada wake.

Kwa nini Wakanaani wote hawakufukuzwa?

Sababu tatu—sababu mbili za Tafsiri ya Historia ya Hadithi (Geschichte) na sababu moja ya historia:

1. Waamuzi wanatoa sababu mbili za tafsiri ya Historia ya Hadithi (Geschichte). Kwanza, kwa ajili ya kutotii kwao: "Ninyi hamkutii

amri yangu, kwa hiyo sitawafukuza mbele yenu; watakuwa adui zenu na miungu yao itakuwa tanzi" (Waamuzi 2:2-3).

2. Pili, kuwajaribu Waisraeli: "ili kuona kama wangetunza kuenenda katika njia ya Bwana kama walivyofanya baba zao" (Waamuzi 2:21-23).

3. Sababu ya kihistoria ni kwamba Waisraeli hawakuweza kuwafukuza wenyeji wa uwanda "kwa sababu walikuwa na magari ya vita ya chuma" (Waamuzi 1:19). Wakanaani walikuwa na faida ya kiteknolojia. Waisraeli walikuwa mwishoni mwa Enzi ya Shaba, wakati Wafilisti na watu wengine wa pwani huko Kanaani walikuwa tayari katika Enzi ya Chuma. Sio hadi Ufalme wa Muungano Waisraeli wapate na kuingia Enzi ya Chuma. Wakati wa waamuzi, Waisraeli walitegemea Wafilisti waliobobea kiteknolojia kutengeneza na kudumisha vifaa vya chuma (1 Samweli 13:19-20), hali ambayo Wafilisti waliidumisha kimakusudi.

Hata hivyo, tunajua kutokana na hadithi za Vita Vitakatifu kwamba ushindi hautegemei nguvu au teknolojia bora. Mafanikio hutegemea kiwango cha uaminifu wa Waisraeli na utegemezi wao kwa Yehova. Katika hadithi nyingi za Vita Vitakatifu, wapiganaji wa Kiyahudi hupunguzwa hadi kuwa kikundi kidogo cha ajabu ili kusisitiza Yehova ndiye mshindi. Kwa mfano, Gideoni ambaye alikuwa mmoja wa waamuzi wa baadaye, alipunguza idadi ya wanajeshi wake kutoka 32,000 hadi 300 pekee (Waamuzi 6). Kwa hivyo basi, mwisho wa yote, tafsiri za Historia ya Hadithi (Geschichte) hupata uzito zaidi kuliko ile ya kihistoria.

Ushindi, Upenyaji na Mapinduzi

Tunaweza kuirejelea kundi kuu la wavamizi chini ya uongozi wa Yoshua kama Watu wa Uvamizi au watu wa wa Ushindi wa Kijeshi. Kinachoongeza ugumu wa hadithi na utofauti wa Israeli ni makundi mengine mawili: Watu wa Upenyaji na Watu wa Mapinduzi.

Kupenya kwa Amani ni binamu wa mbali ambao hawakuwa watumwa huko Misri. Baada ya muda, walihamia nchi ya milimani isiyo na wakazi wengi kama wachungaji wa kuhamahama na wafugaji wa ng'ombe. Baadthi yao huenda wengine waliwasili hata kabla ya ndugu zao kufanywa watumwa. Waliishi kwa amani na majirani zao, labda wakifunga ndoa na Wakanaani walipojichanganya katika mazingira ya Wakanaani, hadi binamu zao wa Ushindi walipowasili. Huenda wengine waliishi sehemu ya kusini mwa Kanaani kabla ya kufanywa watumwa. Pia, baadhi yao huenda waliingia kwa siri wakati wa kutangatanga nyikani. Watu wa mataifa yanayo husiana na wahuriani na Waamori walihamia Kanaani wakati wa mababu wa taifa na baada ya hapo, na huenda waliungana na makabila yalikuwa wakiingia.

Watu wa Mapinduzi ni Wahabiru, watu waliokuwa pembezoni na wasio na mizizi ya kudumu, huenda walikuwa watumwa na Wakanaani. Wahabiru walichokulia uvamizi wa Watu wa Ushindi kama fursa yao ya kushiriki katika "maasi ya wakulima" ili kujikomboa kutoka kwa watesi wao na kuwa huru. Waliungna na Waisraeli wavamizi katika ushindi wao wa majimbo ya Kanaani.[6]

Agano la Shekemu na Historia ya Wokovu (Heilsgeschichte)

Yoshua akikaribia mwisho wa maisha yake, aliitisha kusanyiko kubwa katika jiji-jimbo la Shekemu, mahali pa kati na pa kimkakati pakkutanikia kwa muungano wa makabila —kama ilivyokuwa kwa Wakanaani, Wamisri, Wahiikso na wengineo kabla yao.[7] Shekemu pia ni mahali pa ibada pa muhimu sana, maarufu katika hadithi za baadaye.

Kwa mara nyingine tena, akifuata nyayo za Musa, Yoshua anatoa hotuba ya kuwaaga watu na kusimulia Historia ya Wokovu (Heilsgeschichte). Toleo la Yoshua linajumuisha maelezo zaidi kuliko simulizi fupi la agano katika Kumbukumbu la Torati 26. Kama kawaida, Haggadah, neno la kwanza la neema, linafuatwa na Halakah, itikio la watu kwa utiifu wa shukrani. Akiwa amezungukwa na mataifa yote ya Wakanaani na miungu yao, tamko la Yoshua, "chagueni hivi leo mtakayemtumikia" ni la muhimu sana. Kuwapa kikundi hiki chaguo la kutembea mbali na Yehova, baada ya yote ambayo Mungu amewatendea, ni neema kubwa naya ajabu kutoka kwa Mungu, zawadi ambayo inayo heshimu uhuru wao wakuchagua. Yoshua anasisitiza Amri ya pili kati ya Amri kumi na Moja, kwa kuwakumbusha watu kwamba Yehova ni Mungu wa pekee na mwenye wivu, si mungu ambaye atashiriki uaminifu na miungu mingine (Yoshua 24:19).

Kwa hivyo, kwa nini paliitajika Agano la Shekemu, ihali tayari kulikuwa na kufanywa upya kwa agano huko Gerizimu na Ebali? Je,

---

6 Ibid., Anderson, 125-128. Anderson Pia anapendekeza uwezekano wan ne kama "mashambani" Mlipuko wa idadi wa watu katika maeneo ya vijijni, ikifuatiwa na mashambulizi dhidi ya majimbo ya mijini.

7 Ibid, Anderson, 131.

agano halikufanywa mara moja na kwa wote pale Sinai? Kama vile Musa alipounganisha "umati mchanganyiko" la wana Waisraeli walipotoka Misri, sasa Yoshua aunganisha umati wa watu mbalimbali hata zaidi huko Shekemu.

Agano ni njia ya kujumuisha watu wapya katika jumuiya ya imani ya Mungu. Kupitia agano, wageni huifanya Historia ya Wokovu (Heilsgeschichte) kuwa yao wenyewe. Hadithi za Kutoka,-Sinai na kutangatanga jangwani zinakuwa hadithi yao pia: "Babu yangu Mwaramu aliyetanga-tanga... Wamisri walipotutesa na kutukandamiza....tulimlilia BWANA, Mungu wa baba zetu. Bwana akaisikia sauti yetu...akatutoa katika Misri...akatupa nchi hii." Wanamtambua Yehova na wakawa sehemu ya wateule, agano, watu wa shalom wa Mungu ili kuwabariki watu wote wa dunia.

Kuingia na Uvamizi

Watu wa nyikani waliongozwa na makabila ya Yusufu. Yoshua alikuwa Mwefraimu. Makabila haya ya Yusufu ndivo yalikuwa makubwa zaidi na yalipokea eneo kubwa la ardhi iliyojumuisha sehemu kuu na takatifu za kukutania. Ikiwa sehemu kubwa ya makabila ya Yuda na -Simeoni hawakushiriki katika tukio la Kutoka na jangwa, hiyo inaweza kuelezea sehemu ya mapambano ya kuunganisha kusini na makabila ya kaskazini, mgawanyiko wa mwisho, na kwa nini Daudi aliweza kuwa mfalme wa kusini kwa miaka saba kabla ya kutawala juu ya Israeli yote.

Wasomi kwa ujumla wanakubaliana kuwa mababu wa taifa la israeli – wake kwa waume walikuwa sehemu ya jamii kubwa zaidi ya Wahuriani na Waamori. Kwa hiyo, wakati watu wa jangwani wakiongozwa na makabila ya Yusufu na Benjamini walipovamia nchi, waliunganishwa na makabila haya yenye uhusiano wa mbali ambao walikuwa wamejipenyeza hapo awali, pamoja na wahabiru walikuwa pembezoni mwa jamii, ambao walijiunga nao katika mapinduzi dhidi ya muungano wa miji ya matajiri na yneye nguvu. Hii inaeleza kwa nini Wagibeoni na wengine waliamua kujiunga na watu wa Mungu walio toka jangwani.

Kilichotokea hapo pengine kilikuwa ni mchanganyiko wa uvamizi na mapinduzi ya kijamii yaliyodumu hadi katika kipindi cha waamuzi. Yoshua alisema kuwa "kulikuwa bado na nchi nyingi ya kuchukuliwa." Mipaka ilionekana dhahiri ilisogea huku na huko. Baadhi ya majimbo ya jiji yalikuwa hayajatekwa. Kwa kielelezo, kabila la Dani, lilipoteza ardhi nyingi sana kiasi ya kwamba baadhi yao walilazimika kuhamia kaskazini kabisa. lakini ukweli wa kihistoria na maelezo yanayowezekana hayapunguzi maana ya Imani ya tafsiri ya hadithi(Geschichte) na ujumbe ambao Yehova aliwapa watu wa Mungu Nchi ya Ahadi. Yehova anaunda jamii teule ya watu wa agano na shalom ya watu.

Hali ya kisiasa na kijamii katika Kanaani wakati wa Yoshua iliwezesha makabila ya wavamizi kupata msimamo katika nchi ya vilima. Vipakatalishi vya mawasiliano ya Armana vilivyopatikana katika tovuti ya utafiti wa kisayansi wa mabaki ya nyenzo (archeological) ya Tell el-Armana huko Misri vinaelezea hali hiyo. Ardhi ikiwa - chini ya udhibiti wa Wamisri, iligawanywa katika majimbo mengi madogo ya miji ambayo yalidhibiti ardhi ya kilimo karibu na jiji lao. Baadhi ya majimbo haya ya miji yalikuwa na ushirikiano uliolegea. Muungano wa wafalme watano wa majimbo ambao Yoshua alishinda ulikuwa muungano huo. Kwa hiyo, hakukuwana serikali ya umoja ya kitaifa au kijeshi kukomesha watu wa nyikani waliokuwa wakiingia kwa siri au kwa nguvu na kuvamia.[8]

Manabii wa Zamani na Historia ya Hadithi (Geschichte) ya Kumbukumbu la Torati

Hadithi yetu imetupeleka katika vitabu vitano vya kwanza vya Agano la Kale, kuanzia Mwanzo hadi Kumbukumbu la Torati. Vitabu vinaitwa Pentateuki (vitabu au hati-kunjo tano) au Torati (maelekezo au sheria).

Vitabu vya Yoshua, Waamuzi, Samweli na Wafalme vinaitwa Manabii wa Zamani badala ya kuitwa historia. Aina hii inafaa kwa sababu vitabu hivi si maandishi ya kawaida ya kihistoria; Vitabu hivi ni Historia ya Hadithi (Geschichte) zaidi kuliko historia ya kawaida. Yehova yuko hai katika kila jambo linalotokea. Mtazamo wa kitheolojia katika vitabu hivi ni kama ule wa Kumbukumbu la Torati, kwa hiyo inaitwa historia ya Kumbukumbu la Torati. Kwa mtazamo huu, Yehova huwabariki wale walio waaminifu na kuwalaani wale ambao si waaminifu.

Kwa kuwa waandishi wa Manabii wa Zamani huendeleza maoni ya Kumbukumbu la Torati, wengine hudokeza kwamba kitabu cha Kumbukumbu la Torati kinapaswa kuhesabiwa kuwa sehemu ya Manabii wa Zamani kuliko kuwa sehemu ya pentateuki. Kumbukumbu la Torati linafanya kazi kama kitabu cha mpito kati ya Torati na Manabii wa Zamani, kwa kuwa inasisitiza tena Torati na kuweka msingi wa kitheolojia kwa Manabii wa Zamani.

Manabii wa Zamani, Yoshua kupitia Wafalme, wanatoa muhtasari mpana wa historia ya Israeli kuanzia ushindi hadi uhamishoni wa Yuda. Vitabu hivi vinavyojumuisha kipindi cha miaka 700, vitabu vinaeleza

8 Ibid., Anderson, 122; LaSor, et al, 147.

matatizo ya uvamizi, muungano wa kikabila, umoja wa kifalme, mgawanyiko wa ufalme, anguko la Israeli, na hatimaye, anguko na uhamisho wa Yuda—mgogoro wa migogoro yote. Kwa kupendeza, maandiko haya yanarejelea vyanzo ambavyo sisi hatuvijui: Kitabu cha Yashari (2 Samweli 1:18), Matendo ya Sulemani (1 Wafalme 11:41), Hati za Wafalme wa Israeli (1 Wafalme 14:19), na Annals. wa Wafalme wa Yuda (1 Wafalme 15:7, 23).

Kitabu cha Yoshua kinaanza wakati wa makabila ya jangwani yakiwa karibu kuvuka mto Yordani. Baada ya kuvuka kwa kimuujiza kwa Yordani na ushindi (sura 1-12), kitabu hicho kinamalizia kwa kugawanywa kwa nchi (13-21) na agano la Shekemu (22-24). Ulinganisho na kitabu cha Waamuzi unaonyesha kwamba Yoshua ni kitabu kinachofasiriwa sana cha uvamizi na ushindi. Yoshua anaeleza kana kwamba ushindi ulipatikana haraka, kwa urahisi na kwa ukamilifu. Historia ya Hadithi (Geschichte) ni kwamba Yehova huwapa watu nchi kupitia Vita Vitakatifu. Kwa upande mwingine, Waamuzi wanaonekana kutoa masimulizi ya kihistoria zaidi, yanayo onyesha kwamba ushindi huo haukuwa wa ukamilifu, na bado kuna nchi nyingi za kushinda baada ya kampeni ya Yoshua kumalizika.

Kitabu cha Yoshua kinahitimishwa na kifo cha Yoshua, lakini simuliziya watu wa Mungu inaendelea katika sura inayofuata ya kitabu cha Waamuzi na hadithi ya muungano wa Kikabila.

10. Majaji na Muungano wa Kikabila

Vifungu vya Biblia: Waamuzi 1-4, 6-7; Kumbukumbu la Torati 27-30:10

Agano la Shekemu, kama agano la Sinai, linawajumuisha watu wengi wapya walioungana na watu wa Mungu—jangwani na baada ya kuingia Kanaani, wakiwa pamoja na Watu wa Kujipenyeza na Mapinduzi. Makundi ya kikabila yapewa maeneo katika pande zote mbili za Mto Yordani, kuanzia Asheri na Naftali upande wa kaskazini hadi Simeoni upande wa kusini. Hata hivyo hawako peke yao katika maeneo yao. Ijapokuwa Yoshua anatoa picha ya kutawaliwa kabisa kwa Kanaani, Kitabu cha Waamuzi huonyesha wazi kwamba watu wengi wa asili waliobaki katika inch hiyo.

Kwa nini bado kuna Wakanaani katika eneo hilo? Kuna sababu tatu. Sababu ya historia: Wakanaani walikuwa na magari ya chuma" (Waamuzi 1:19), na sababu mbili za Historia ya hadithi (Geschischte): "hamkutii amri yangu" (Waamuzi 2:2), na ili "kuwajaribu Israeli" (Waamuzi 3:4).

Kuelewa utambulisho wao wenyewe ni changamoto yy kudumu kwa watu wa Israeli. Utambulisho wao umefungamana na kumbukumbu ya Yehova, ambaye aliye waokoa kutoka utumwani na kuwaleta katika Nchi ya Ahadi. Mradi wanakiri Historia ya wokovu (Heilsgeschichte), wanajua wao ni nani; lakini wanaposahau Historia ya wokovu (Heilsgeschichte), wanakuwa dhaifu na huanza kuabudu miungu ya Wakanaani.

Changamoto ya Mchanganyiko wa dini/imani au Usawazishaji

Nchi ya Ahadi pia inageuka kuwa mahali pa hatari. Ikilinganishwa na Wakanaani waliosafishwa na wa hali ya juu, njia za watumwa wa zamani waliotanga-tanga nyikani ni mbovu na za kutupwa. Mchakato wa asili wa kuzoea tamaduni mpya unatishia utambulisho wa Waisraeli, ambao wameundwa na kumbukumbu ya majaliwa ya Yehova katika historia. Lakini tishio lenye kuleta migawanyiko na uharibifu zaidi" kuliko yote ni ibada ya miungu ya Wakanaani, Baali (ambayo maana yake ni "bwana" au "mmiliki") pamoja na mwenzake wa kike, Baalathi (malkia) au Astartie.[1]

Hatari kuu haiko katika kumwacha Yehova kwa ajili ya Baali, bali iko katika kuchanganya ibada ya Baali na Yehova. Mchanganyiko huu au wa taratibu wa dini mbili au zaidi unaitwa mchanganyiko wa dini au Usawazishaji (syncretism).

Mchanganyiko wa dini, kama vile uenezaji, hutokea hatua kwa hatua, mfano wa chura anayepikwa unaelezea hili vyema, ukimtumpa chura kwenye maji yanayochemka anaruka nje mara kwa haraka, lakini ukimweka kwenye maji ya uvuguvugu na kuwasha moto polepole, chura haoni hatari na bila kujua anakuwa nyama iliyopikwa. Uwiano wa kisasa unaweza kujumuisha kuchanganya imani ya Kikristo na utaifa ili kuzalisha dini ya kiraia; au mchanganyiko wa Ukristo na ulaji, ambao unaweza kusababisha "injili ya ustawi" ambapo Mungu anatarajiwa kumlipa mtu kwa uaminifu wake kwa kumpa mali na utajiri wa kidunia.

Kukubali ibada ya Baali hakumaanishi tu kuingia katika aina mpya ya kiroho au taratibu mpya za ibda; ni kukumbatia kwa ujumla maisha ya Wakanaani, utamaduni na mtazamo wa dunia wa kikanaani. Chukulia kwa mfano wa kawaida kabisa suala la vitendo sana la kilimo. Waisraeli walikuwa wanatanga-tanga jangwani hakuwa na maarifa ya kujua jinsi ya kulima nchi mpya, kwa hiyo kwa kawaida wao hutazama mazoea ya ukulima ya majirani zao. Wakanaani walioabudu Baali wanahusisha kilimo na ibada ya uzazi ya Baali, ambayo inajumuisha ukahaba wa hekaluni. Kwao, haikuwa rahisi kufikiria mafanikio ya kilimo pasipo ibada ya Baali.

Katika mtazamo wa ulimwengu wa Wakanaani, Baali ndiye mmiliki wa inch, bwana wa ardhi ambaye anayedhibiti mzunguko wa majira ya mwaka. Mafanyikio ya kilimo yalitegemea kuwatuliza na kuwadanganya Baali (kwa wingi, kwa kuwa maeneo mengi yalikuwa na toelo lao la Baali) ili kuhakikisha uzazi na ustawi wa ardhi. Mtazamo huu ulimwengu unajumuisha mambo kadhaa yafuatayo:

- Kwanza, miungu, Baali na Baalathi, wanaaminika kuishi juu ya anga la juu katika kosmolojia ya daraja la tatu.

1 Bernhard W. Anderson, et al., Kuelewa Agano la Kale, Toleo la Tano (Mto wa juu wa Saddle, NJ: Elimu ya Pearson, Inc., 2007), 170.

- Pili, uzazi wa wanyama na kuota kwa mbegu ni siri ya kabla ya kisayansi, lakini watu wanaona kuwa kujamiiana huzalisha watoto.
- Tatu, kile kinachotokea juu ya anga yaani, shughuli za ngono ya Baali na Baalathi, husababisha uzazi wa rutuba duniani na huamua kile kinachotokea duniani na kinyume chake.
- Nne, dhana ya utafiti wa wanadamu (anthropological) ya "uchawi wenye huruma," inayomaanisha kwamba tabia ya binadamu inaweza kuwaathiri miungu, inatumika kwa desturi za kuzaa za ibada ya Baali.[2]

Kwa hiyo, kushiriki ngono na makahaba wa hekaluni kulikusudiwa kuwasukuma miungu iliyo juu ya anga ili kufanya ngono. Hatimaye kitendo hiki kilikuwa na athari kwenye uzazi na rutuba ya mimea, wanyama na wanadamu. Kwa hiyo, kwa Waisraeli, jaribu la kumwabudu Baalihalikuwa la kingono tuu, bali lilikuwa la kiuchumi. Kuokoka na kustawi kunategemea kudanganywa kwa miungu na si kwa majaliwa ya Yehova.

Yehova, kwa upande mwingine, anachukua jukumu kubwa katika historia. Yehova hawezi kubadilishwa au kuathiriwa na taratibu za ibada zinazofanywa duniani. Yehova asema wazi "usiwe na miuungu mingine ila mimi" (Kutoka 20:3). Yehova anatenda kwa njia ambazo ni kali na za kushangaza—wakati mwengine akiwa mwenye neema, wakati mwingine akisema hapana—tofauti na mienendo ya mzunguko ya miungu ya Baali. Uhusiano wa Yehova na watu wateule ni wenye nguvu hadi pale ambapo mipango ya Mungu inaweza kubadilika kwa wakati kadiri ya historia inavyoendelea.

Hitimisho la simulizi la agano Agano katika Kumbukumbu la Torati 26 lina tangazo muhimu la kumpinga Baali: "Kwa hiyo sasa ninaleta malimbuko ya matunda ya ardhi ambayo umenipa, Ee Bwana." Yehova, si Mabaali au Astartie ndiye chanzo cha mavuno.

Uvutano wa utamaduni wa Baali unaonekana wazi pale ambapo Waisraeli wanatumia jina Baali katika kuwapa watoto wao majina. Hata mfalme Sauli na Daudi waliwapa watoto wao majina yanayo husiana na Baali: Mefibaali (Mefiboshethi) na Ishbaali (2 Samweli 21:8; 4:4; 9:6; 1 Mambo ya Nyakati 8:34). Gideoni mwamuzi anaitwa Yerubaali, kwa sababu alipambana kwa bidii dhidi ya ibada ya Baal.[3]

Jedwali lifuatalo linabainisha tofauti kati ya ibada ya Baali na Yehova:

---

2 Ibid., 172.

3 Ibid., 175.

Vipengele	Ibada ya Baali	Ibada ya Yehova
Kusudi/Lengo	Uzazi, ustawi, usalama, kujitosheleza, kupenda mali za kidunia	Uundaji wa jumuiya iliyochaguliwa yenye agano la -shalom
Ibada	Udanganyifu wa miungu	Ukumbusho wa neema ya Mungu Pamoja na shukrani
Maadili	Udanganyifu wa watu	Shalom haki ambapo mahitaji yote yanatimizwa na mahusiano yote yanaponywa
Mtazamo wa Historia	Mzunguuko, amefungwa kwa asili na misimu inayobadilika	Kutoka hatua moja hadi nyingine, yenye historia na wakati ujao, kwa kusudi la wote kuwa watu wa Mungu

Ibada ya Baali inatokana na mtazamo wa mzunguko wa kihistoria. Kwa mtazamo huu, miungu lazima iendeleze kuendesha mzunguko huo - majira ya uzazi na mvua—ikiwa wanadamu watafanya sehemu yao na kuiheshimu miungo hiyo kwa taratibu za ibada na dhabihu zinazofaa. Lakini hakuna kinachobadilika kweli. Historia haipati mshangaa wowote. Watu hufanya ibada zao, miungu hufanya sehemu yake, ardhi huwa na rutuba, wanadamu wanufaika na kila kitu huwa sawa. Katika mtazamo huu wa ulimwengu, watu hawapendi bali wanaogopa miungu yao. Hawatarajii miungu yao kuwafanyia jambo lolote la pekee. Ni mfumo wa ghaliba.

Manabii wanaelewa sawa kwamba ni hatua ndogo kutoka kwa kudanganya miungu yao hadi kuwadanganya watu. Hivyo basi, wanafanya uhusiano kati ya ibada ya Baali na ukandamizaji wa kijamii. Ikiwa umezoea kutumia miungu yako, kwa nini usitumie watu wengine?

Waisraeli wana mtazamo wa mstari wa historia. Wanaamini kuwa Yehova anaweza na wakati mwingine atafanya mambo mapya kabisa, kama vile ukombozi wa Kutoka – Mlima Sinai. "Mimi Niko Amabye Niko" hufanya kazi ndani ya historia halisi. Kwa hivyo, Yehova hawezi kudanganywa na Mungu huyu aliye huru kabisa anapendwa badala ya kuogopwa. Shema ya Waisraeli, wonyesho wao wa imani unaorudiwa kila siku, aonyesha maoni haya: "Sikia, Ee Israeli, Bwana ndiye Mungu wetu, Bwana peke yake. Nawe mpende Bwana, Mungu wako, kwa moyo wako wote, na kwa roho yako yote, na kwa nguvu zako zote" (Kumbukumbu la Torati 6:4-5). Makundi ya watu wengine yana kitu sawa na Shema, lakini wanasisitiza hofu badala ya upendo.

Waamuzi

Ili kupinga ushawishi wa Mabaali na Baalathi (bibi) Astartie, Yehova anaweka waamuzi. Neno la Kiebrania la mwamuzi, shofet, lina maana ya karibu zaidi na "mtawala" au "mkombozi." Waamui katika muungano wa kikabila uliopangwa kiholela ni viongozi wa kijeshi wenye ukarimu ambao hujitokeza wakati "Roho wa Bwana anawatia nguvu" kwa mamlaka na uwezo wa kipekee. Kwa kawaida, wanaitikia mgogoro maalum wa ndani ambapo kabila, kwa msaada wa makabila kadhaa ya jirani, hupata uhuru kutoka kwa mkandamizaji. Waamuzi hawakuanzisha nasaba au kurithi madaraka, - kwa sababu utawala haukuwa wa damu na nyama, bali juu ya uaminifu kwa Yehova.[4]

Hadithi nyingi za kuusu Waamuzi ni hadithi za Vita Vitakatifu vya kukumbukwa karibu na mfano wa awali wa Kutoka wakati Yehova alipopigania watu. Kwa kuongezeka, Waisraeli wanachagua kupigana na Yehova, na baadaye wanapigania kwa niaba ya Mungu kwa jeshi la kudumu na mfalme wa kibinadamu wa kifalme. Mara nyingi Hofu ya BWANA hushinda vita kama katika Wimbo wa Debora: "BWANA ampiga Sisera hofu, magari yake yote na jeshi lake lote" (Waamuzi 4:15). Katika visa vingi vya mtindo iliyorekebishwa kidogo ya Vita Vitakatifu, wanadamu huibuka na kikundi kidogo cha ajabu cha wapiganaji waliokusanywa kwa haraka.[5]

Badala ya kujenga juu ya mafanikio yao katika vita moja na jeshi lililosimama katikati, amri inatolewa, "Rudini Kwenye hema zako, Ee Israeli" (1 Wafalme 12: 6). Kurejesha watu wa mapigano nyumbani kunawaacha Israeli wakiwa hatarini kimakusudi, wakimtegemea Yehova kabisa . Mgogoro mpya unahitaji mwanzo mpya kwa kuwaita mashujaa-wakulima wasio na uzoefu.

4 William Sanford LaSor, et al., Utafiti wa Agano la Kale: Ujumbe, Fomu, na Usuli wa Agano la Kale (Grand Rapids: William B. Kampuni ya uchapishaji ya Eerdmans, 1996), 155.

5 Millard C. Lind, Yahova ni Shujaa: Theolojia ya Vita katika Israeli ya Kale (Scottdale, PA: Waandishi wa Habari wa Herald, 1980), 72.

Miongoni mwa waaamuzi ni Debora, ambaye pia anajulikana kuwa nabii wa kike, na "mama wa Israeli" (Waamuzi 5:7). Wimbo wake, Wimbo wa Debora, washerehekea ushindi mkubwa sana huko Megido dhidi ya Sisera, jenerali katika jeshi la Yabini, Mfalme wa Hazori: "Amka, amka, Debora; Amka, amka, imba wimbo!" Mwanamke wa pili, Yaeli, ambaye anamwua Sisera peke yake na kwa ukatili, pia anasherehekewa: "Yeye ndiye mbarikiwa sana kati ya wanawake ... Alimpiga Sisera" (Waamuzi 5:24). Ingawa kuhusika kwa mwanadamu (kupigana na Yehova), kumeathiri Vita Vitakatifu, shujaa wa shairi bado ni Yahova. Yehova anatumia nguvu za asili kushinda vita: "Kutoka mbinguni alipigana nyota" na "Mto Kishoni uliwafagilia mbali" (Waamuzi 5:20-21).[6]

Tola, Yairi, Ibzani, Eloni, Shamgari na Abdoni ndio waamuzi wadogo. Waamuzi sita wakuu wameorodheshwa hapa pamoja na kabila na maadui zao.

Hakimu/mwamuzi	kabila	Adui
Othniel II	Efraimu	Kushani-rishathaimu
Ehudi	Benjamini	Egloni wa Moabu Pamoja na Waamori na Waamaleki
Deborah	Efraimu	Yabini, wakaanani
Gideoni	Manase	Wamidiani, Waama-leki
Yeftha	Manase	Waamoni, Wamoabu
Samsoni	Dani	Wafilisti

Ingawa hayuko kwenye Jaduali, Samweli ni mwamuzi na nabii naye anatumika kama mtu wa mpito kati ya waamuzi na manabii na kati ya waamuzi na wafalme.

Mzunguko wa Kumbukumbu La Torati

Uteuzi wa waamuzi, ukosefu wa imani wa watu, na ukombozi wa Yehova vinafuata utaratibu maalum unaoonekana katika Waamuzi 2:11–19, unaoitwa *mzunguko wa Kumbukumbu la Torati.* Vipengele vya mzunguko huu ni:

6 Ibid., 75.

1. Watu hutenda maovu, humwacha BWANA na kuabudu Baali.
2. Yehova huwaruhusu adui kuwashinda na kuwatawala.
3. Watu humlilia BWANA kwa msaada.
4. BWANA husikia kilio chao na kuinua mwamuzi.
5. Mwamuzi huwaokoa watu kutoka kwa watesi wao.
6. Baada ya mwamuzi kufa, watu hurudi katika maovu—mara nyingi makubwa kuliko ya mababu zao.
7. Mzunguko huanza upya, ambapo hatua ya #6 inarudi kuwa hatua ya.

Mzunguko huu unaakisi aina fulani ya teolojia—njia ya kumwelewa Mungu—ambayo wanazuoni huiita teolojia ya Kumbukumbu la Torati. Mtazamo huu wa kihistoria unaendana na kanuni ya sababu na matokeo, au kupanda na kuvuna: uaminifu unaleta baraka, na kutotii kunaleta laana. Ikiwa mtu mmoja au jamii nzima inaishi kwa wema, baraka huonekana katika maisha haya—kama vile uzao mwingi, mafanikio ya kilimo, ushindi dhidi ya maadui, au manufaa mengine yanayoonekana. Lakini ikiwa wanamuasi Mungu, wanakabiliwa na laana kama vile utasa, kushindwa vitani, au adhabu nyinginezo.

Ingawa teolojia ya Kumbukumbu la Torati inajitokeza sana katika vitabu vya Manabii wa Zamani, simulizi yenyewe pia linatoa changamoto ya kina. Katika mzunguko huu, Waisraeli wanapomlilia Mungu—kitendo kizuri cha toba—Mungu huwapa mwamuzi wa kuwakomboa. Hata hivyo, ukweli kwamba mzunguko huu hurudiwa mara kwa mara bila Mungu kuwatelekeza unaonyesha kuwa Mungu ni mwenye huruma na neema nyingi, zaidi ya jinsi teolojia hii rahisi inaweza kuelezea. Mungu haachi agano lake, wala haondoki.

Uthabiti wa Mungu katika kudumu kwenye uhusiano wa agano na watu waasi unaonyeshwa katika neno la Kiebrania esed. Kwa kawaida hutafsiriwa kama "upendo usioyumba" au "upendo wa agano", neno hili linapatikana mara nyingi katika Agano la Kale. Linawakilisha upendo wa kina wa Mungu na azimio lake la kubaki mwaminifu, hata pale watu wanapovunja ahadi na maagano yao mara kwa mara.

Baadaye katika Agano Jipya, Yesu anapinga kwa kiasi fulani teolojia ya Kumbukumbu la Torati (Mathayo 5:3–12). Anasisitiza kwamba mara nyingine wenye haki wanateseka katika dunia hii, na kwamba malipo yao ya kweli yanasubiri baada ya maisha haya.

Mapito

Pamoja na badiliko kutoka kwa kuishi nyikani hadi katika kilimo cha makazi, kuna wengine: 1) kuhama kutoka kutengwa kwa jamaa kwa uzoefu wao wa jangwa wa miaka arobaini hadi kuingiliana na watu wa hali ya juu wa kiteknolojia wa Kanaani wanao abudu miungu ya uzazi ya Baali; 2) kuhama kutoka kwa aina ya mtumishi wa Musa-Yoshua wa kielelezo cha uongozi hadi kufunguliwa kwa mifano ya mamlaka, ya haki ya wafalme ya uongozi; 3) kubadilisha kutoka kwa usawa zaidi, mtindo wa haki ya shalom kijamii/kisiasa hadi kufichuliwa na mifumo ya kisiasa yenye unyonyaji wa ngazi za juu; na 4) kuhama kutoka kwa maana ya mstari wa wakati na kusudi hadi kwa mzunguko, hisia ya maslahi ya binafsi ya historia inayoonyesha, na mkusanyiko wa mali.

Kutafsiri Muungano wa Kikabila

Hadithi hizi zinaonyesha kiwango cha chini cha uaminifu na maadili miongoni mwa Waisraeli wakati wa shirikisho la utawala wa kikuhani (theocratic). Waamuzi wenyewe wanaonekana zaidi kama viongozi wa vita takatifu wenye bidii kuliko viongozi wa kiroho wa agano kama Musa au manabii wa baadaye. Yeftha, ambaye anamtoa binti yake bila kusita, si mfano wa hekima wala wa kuigwa na watu wa Mungu. Vivyo hivyo, ingawa Samsoni alikuwa na nguvu za ajabu, upendo wake usiodhibitiwa kwa wanawake Wafilisti uliutawala udhaifu wake. Samsoni anaweza kuonekana kama mfano wa watu waliooa wanawake Wakanaani na kushawishiwa na wake zao kuabudu miungu mingine. Kwa njia hii, Israeli—kama Samsoni mpumbavu—walifichua nguvu zao katika Yehova mbele ya adui zao. Hili ndilo jaribu ambalo Ezra alilikumbuka baadaye alipojaribu kuzuia maelewano kwa kuwalazimisha Wayahudi kuwatupa wake zao wa kigeni (Ezra 10).

Migogoro ya kikabila inaonyesha ugumu wa kudumisha umoja na amani wakati wa shirikisho hili. Hata makabila ya Yusufu yalipigana baina yao wenyewe, kama vile kabila la Manase lililokuwa ng'ambo ya Yordani chini ya Yeftha lilipopigana na kuwashinda Waefraimu. Wivu na migogoro ilitokea mara kwa mara.

Katika kiwango fulani, shirikisho la kikabila linaonekana kama jaribio lililoshindwa. Hadithi ya Mlawi na suria yake huko Gibea (Waamuzi 19) inafupisha hali ya kutotii na ukosefu wa imani wa watu. Kitabu kinafikia hitimisho kwa tamko la kifalme lenye uzito: "Kila mtu alifanya lililo sawa machoni pake mwenyewe, kwa kuwa hakukuwa na mfalme katika

Israeli" (Waamuzi 21:25). Kauli hii ni ya kipekee ikizingatiwa teolojia ya Kumbukumbu la Torati inayoongoza kitabu kizima, lakini pia inaashiria jambo linalokuja baada ya shirikisho.

Kwa upande mwingine, manabii kutoka kipindi cha mwisho cha ufalme waliangalia nyuma enzi za shirikisho kama wakati wa uaminifu mkubwa zaidi kwa mapenzi ya Yehova kuliko kipindi chao wenyewe. Kutoka mtazamo wa mataifa jirani, Israeli waliishi chini ya mfumo wa ajabu wa kisiasa: taifa bila mfalme wa kibinadamu, likiongozwa na Mungu asiyeonekana. Kuendelea kwao kuishi kila siku kulikuwa muujiza wenyewe—ushuhuda wa ulinzi na uaminifu wa Yehova. Muungano huu wa kikabila uliotawanyika uliunganishwa tu na agano lao na mfalme asiyeonekana. Mpangilio huu ulihitaji uaminifu wa kila siku, sawa na ule uliowahitaji wakati wa kutangatanga jangwani.

Kukataa kwa Gideoni kuwa mfalme, pamoja na jaribio la kiburi la mwanawe Abimeleki la kuwa mfalme, ni hukumu ya wazi dhidi ya mfumo wa kifalme. Badala yake, matukio haya yanakuza utawala wa kuhani (theocracy), ambamo Yehova pekee ndiye Mfalme.

Aidha, namna ambayo watu walivyoweza kuungana na kuitikia dhiki katika nyakati fulani inaonyesha upande mzuri wa shirikisho hili. Makabila yaliweza kukusanyika kama mwili mmoja—kutoka Dani hadi Beer-sheba—katika mwito wa Gideoni na wakati wa kuwahukumu Wabenyamini kwa uovu uliowapata suria wa Mlawi. Ingawa shirikisho liliendeshwa kwa ukosefu fulani wa ufanisi, bado lilifanya kazi kwa njia chanya katika kujilinda na kutafuta haki. Kwa kulinganisha na kipindi cha uzao wa kifalme kitakachofuata, watu wa shirikisho walikuwa angalau hawajafanywa watumwa na wafalme wao wenyewe.

"Njia ya Israeli" ya kipekee ya utawala wa kuhani iliendelea kuwa mbadala wa kijasiri dhidi ya mifumo ya unyonyaji ya mafarao wa Misri na wafalme wa Kanaani waliotafuta maslahi yao binafsi. Kama mfinyanzi afinyangavyo udongo, watu wa shirikisho bado wangeweza kuumbwa na kurekebishwa mikononi mwa Mungu. Hawakuwa bado wametegemea taasisi kama jeshi lililosimama, serikali kuu yenye nguvu, nasaba ya kifalme, au Hekalu lisiloweza kuanguka (Yeremia 18).

Historia na Tafsiri ya Historia ya Hadithi

Kama ilivyo katika kitabu cha Yoshua, mwanahistoria wa Kumbukumbu la Torati katika Waamuzi anaonyesha upendeleo wa imani katika namna anavyoeleza na kufasiri hadithi hizi. Simulizi zimeandikwa katika viwango viwili: kwanza, kiwango cha historia halisi ya msingi; na pili, kusudi la juu zaidi la kuonyesha kazi inayoendelea ya Yehova katika kuunda watu wake waliochaguliwa—watu wa agano, wa shalom—ili wawe ushuhuda kwa majirani zao Wakanaani. Kupatikana kwa maeneo salama ya kikabila ni suala muhimu kwa sababu kusudi la Yehova la kubariki "familia zote za dunia" liko hatarini.

Dini na tamaduni za Wakanaani zinawapa watu wa Mungu chaguo linalofanana na lile lililotolewa kwa Adamu na Hawa katika Bustani ya Edeni. Chaguo hilo linawapa fursa ya kufanya maamuzi mazuri yanayoweza kusababisha ukuaji, kujitambulisha zaidi kama taifa tofauti na mengine, na kubaki waaminifu kwa wito wao kwa kufunua njia na mapenzi ya Yehova.

Mapambano kati ya imani kwa Yehova na ushawishi wa tamaduni na dini za Wakanaani yaliyoizunguka Israeli yaliendelea hadi kuanguka kwa ufalme wa Yuda na uhamisho wa Babeli. Hata juhudi za kufanya mageuzi hazikufanikiwa kuondoa kabisa ibada ya Baali na desturi za upatanishi. Kwa kweli, wafalme wengi wa Israeli na Yuda waliokuja baadaye waliendeleza mchanganyiko wa ibada hizi—hasa Manase wa Yuda, na hata Sulemani, ambaye licha ya hekima yake, aliruhusu ulinganifu wa kidini kuingia katika taifa.

11. Kuelekea Ufalme wa Muungano

Vifungo vya Biblia: I Sam. 1-12, 15-16, 18-19, 31; Judges 19; 2 Samuel 5-6

Kushuka kwa Kiroho, Kimaadili na Kisiasa kaitka Historia ya Wokovu (Heilsgeschichte)

Hadithi katika Waamuzi zinaonekana kuwa mbaya zaidi. Hata baadhi ya majaji hufanya maamuzi mabaya. Hakika Mungu ndiye shujaa na huingilia kati kuokoa watu. Neema thabiti ya Mungu inaangaza. Kitabu kinamalizia na hadithi ya kutisha ya kubakwa kwa suria wa Mlawi. Tahariri ya mwisho ni "watu wote wakafanya yaliyo mema machoni pao wenyewe" (Waamuzi 21:25).

Lakini subiri, yote hayajapotea. Licha ya uovu wote, watu wa Mungu bado ni "taifa" tuna uwezekano wa kuwa wateule wa Mungu, agano, watu wa umishonari kwa ulimwengu wote. Bado ni utawa wa kuhani (theocracy) ya kipekee badala ya "taifa-inch."

Hata hivyo, maelewano ya kidini wakati wa kipindi cha Waamuzi na Mungu kutopigana Vita Takatifu katika Samweli 2, 4 na 8 yote yalielekeza kwenye hitaji la mamlaka kuu zaidi. Hadithi nyingi zinaonyesha jambo hili:

- Tukio la msiba kwa mfalme kibaraka Abimeleki (Waamuzi 9)
- Tabia ya Samsoni ya kipumbavu (Waamuzi 13-16)
- Suria wa Mlawi anarapu huko Gibea (Waamuzi 19)
- Wana wa Eli na Samweli wafisadi (1 Samweli 2, 8)
- Ushindi wa kijeshi wa Wafilisti ambao ulitishia uwepo wa Waisraeli (1 Samweli 4) ulisababisha vilio kwa mtindo tofauti wa uongozi (1 Samweli 8).

Ufafanuzi wa Waisraeli wa ugumu ulikuwa kwamba Yehova hakuwa tegemezi katika kupigana Vita Takatifu kwa ajili yao tena. "Tunahitaji mfalme wa kupigana vita vyetu" (1 Samweli 8:19-20).

Kweli, Yehova hakuwa anapigana Vita Takatifu kwa ajili ya Waisraeli dhidi ya Wafilisti. Kwa nini? Kwa sababu Waisraeli hawakuwa wakiishi kitakatifu, maisha ya shalom kulingana na agano lao la awali na Yehova. Yehova hangeweza kupigana Vita Takatifu bila watu watakatifu. Hawakuona, au walikana njia zao mbaya—sababu halisi ya wao kushindwa vita. Badala ya kutubu, walichukua Sanduku la Agano vitani wakijaribu kudanganya uwepo wa Yehova kushinda vita. Yehova angejitetea (1 Samweli 4). Waliamini katika uchawi wa ishara ya ibada badala ya kutubu na kuwa waaminifu kwa Yehova na wito wao wa kuwa wateule wa Yehova, wamisionari.

Ushindi wa Wafilisti ulitishia uhai wao. Kwa hiyo walimlilia mfalme awaongoze kwenye vita (1 Samweli 8), ingawa Samweli alikuwa ametoka tu kuwaongoza baadhi ya watu katika toba na ushindi mtukufu wa Vita Takatifu dhidi ya Wafilisti (1 Samweli 7).

Fasihi ya Samuel wa 1 na 2

Vitabu vya Yoshua, Waamuzi, Samweli na Wafalme vyote vinaunda hadithi moja iliyoandikwa kutoka kwa mtazamo wa Kumbukumbu la Torati kwamba Mungu atabariki uaminifu na kuruhusu hukumu ije juu ya ukosefu wa uaminifu.

Samweli ni mtu wa mpito kutoka kitabu cha Waamuzi hadi 1 Samweli. Sura kumi na mbili za kwanza za 1 Samweli zinasimulia hadithi zinazoendelea za waamuzi wa mwisho kwa mfalme wa kwanza. Zikiwa hadithi za mpito, sura hizi zinaweza kuwa za kitabu cha Waamuzi na vilevile cha 1 Samweli. 1 na 2 Samweli waliunda kitabu kimoja katika maandiko ya Kiebrania. Lakini kilipotafsiriwa katika Kigiriki, kitabu hicho kikawa kikubwa mno kwa hati-kunjo moja. 1 Samweli 8-12 inatoa picha ya kuvutia ya Historia ya Hadithi (Geschichtes) mbili tofauti. Usomaji wa makini unaonyesha kuwa kuna nyuzi za fasihi zinazounga mkono ufalme na zinazopinga ufalme.

> *Wasomi wamebainisha kwa muda mrefu kwamba katika 1 Samweli 8-12 kuna mitazamo miwili ya msingi (na pengine vyanzo) kuhusiana na asili ya ufalme. Moja ni ya kuunga mkono ufalme (9:1-10:16, 11:1-15) na nyingine ni ya kupinga ufalme (8:1-22; 10:17-27; 12:1-25)... Wasomi kukubaliana kwamba 1 Samweli ina mapokeo na*

vyanzo viwili tofauti kuhusu kuinuka kwa ufalme katika Israeli... [mmoja] anaweza kuona kwamba ni wazi nyenzo za kupinga ufalme zimepewa utawala ili kwamba aina ya mwisho ya 1 Samweli 8-12 imekuwa. iliyorekebishwa (iliyohaririwa) ili kuweka sifa kwenye taasisi ya kihistoria ya kifalme.[1]

Chanzo cha baadaye cha Kumbukumbu la Torati, baada ya kuona matokeo ya ufalme, ni kupinga ufalme, wakati chanzo cha awali ni kuunga mkono ufalme. Wahariri wa mwisho hawakuondoa mtazamo mmoja bali waliunganisha tu, na kuruhusu maoni/mila mbili tofauti kuhusu ufalme kusimama. Ukweli kwamba wahariri wa mwisho hawakubadilisha mapokeo mawili tofauti ili kuwafanya wakubaliane unapaswa kutupa imani zaidi katika Biblia, si kidogo. Waliiona hadithi waliyorithi kuwa takatifu. Nyenzo hii ni kama pamba iliyounganishwa pamoja kuliko kitambaa cha rangi moja.

Mstari wa Fasihi wa kuunga Ufalme (1 Samweli 9:1-10, 16; 11:1-11)

Soma vifungu vinavyounga mkono ufalme vilivyoorodheshwa hapo juu vyote kwa pamoja na utaona hadithi thabiti ya kuadhimisha ufalme wa Israeli. Ikielezwa kwa ufupi, hadithi ya kuunga mkono ufalme inasomeka hivi: Sauli anampata Samweli ili kuuliza ni wapi punda wake waliopotea wamepotea. Sauli alitoka Gibea na familia kuu katika eneo la kabila la Benyamini. Kuna hadithi mbili tofauti kuhusu jinsi alivyokuwa mfalme wa kwanza wa Israeli. Bwana anamfunulia Samweli kwamba amtie mafuta Sauli awe mfalme faraghani. Mungu alimpa Sauli moyo mpya wenye ishara za uthibitisho siku hiyo. Roho ya Mungu ikamjaa alipokuwa karibu na nyumba yake huko Gibea.

Baadaye Sauli asikia kuhusu kuzingirwa kwa Waamoni kwa Yabesh-gileadi. Sauli anasukumwa, na Roho ya Mungu inakuja juu yake kama ilivyokuwa kwa waamuzi wa awali. Anachinja ng'ombe wake na kutuma vipande kwa makabila yote, ujumbe wa kukusanyika kwa vita. Wanaitikia na Sauli akawaongoza watu katika kushindwa vibaya sana na Waamoni. Watu wanamwomba Sauli awe mfalme kama walivyomwuliza Gideoni hapo awali (Waamuzi 8:22-23). Sauli anakubali na Samweli anamtawaza kuwa mfalme huko Gilgali.

Katika hadithi hii inayounga mkono utawala wa kifalme, Yahweh

1 John Hayes na Carl Holladay, Ufafanuzi wa Kibiblia: Kitabu cha Waanzilishi, mch. ed. (Louisville: Westminster John Knox, 1987), 107.

kupitia Samweli anaunda mfalme kwa Israeli ili kukabiliana na Wafilisti na changamoto mpya za kisiasa zaidi ya uwezo wa mpangilio wa muungano wa kikabila wa utawala wa kuhani (theocratic). Samweli anaongoza Israeli katika siku mpya kama Musa na Yoshua walifanya katika Kutoka na ushindi. Hakuna kutoridhishwa au upinzani kutoka kwa Yehova au Samweli kuonekana katika hadithi hii. Kuondoka kwa kumwamini Yehova katika utawala wa Kuhani (theocracy) kwa utawala wa kifalme kunaonekana kuwa tendo la uangalizi la Yehova katika hali mpya ya kuhifadhi Watu wa Mungu.

Hata hivyo, chanzo au mstari wa pili--baadaye mstari wa Kumbukumbu la Torati labda unatoka kwenye duru za kinabii za Ufalme wa Kaskazini kinyume kabisa na ufalme.

Mstari wa Kifasihi wa Kupinga Ufalme (1 Samweli 7-8, 10:17-27, 12:1-15)

Soma vifungu vilivyoorodheshwa hapo juu vyote kwa pamoja na utaona hadithi thabiti inayolaani ufalme wa Israeli. Hadithi hii inasoma tofauti sana na ile iliyopita. Baada ya kurudi kwa Sanduku la Agano, Samweli anaongoza Israeli katika toba na uamsho huko Mispa. Kisha Samweli anawaongoza watu katika ushindi wa Vita Vitakatifu vya Yahweh dhidi ya Wafilisti, akiondoa hitaji la mfalme wa kuwaongoza vitani. Samweli anawaweka wanawe kuwa waamuzi, akijaribu kufanya uamuzi wa mvuto kuwa taasisi ya urithi inayotegemewa zaidi.

Lakini Waisraeli hawakuridhika. Samweli anaomba na Bwana anamwambia Samweli kwamba watu hawamkatai bali wanamkataa Yehova kama mfalme. Yehova anamwambia Samweli amtie mafuta mfalme kama watu wanavyotaka. Samweli anaambiwa pia kuwaonya juu ya kile mfalme atafanya: kutoza ushuru mkubwa na kuwafanya watumwa. Onyo kali zaidi la Samweli ni kwamba watu watakapomlilia mfalme wao, Yehova hatajibu kama Yehova alivyofanya Misri. Lakini watu wanaendelea kudai mfalme. Kwa hiyo Mungu anamwambia Samweli ajitoe kwa watu na kumtia mafuta mfalme (1 Samweli 8).

Mtazamo wa kupinga ufalme pia umeonyeshwa katika Waamuzi wakati Abimeleki mwenye kiburi anajiweka kama mfalme lakini hatimaye anauawa kwa fedheha na mwanamke (Waamuzi 9). Hapo awali watu walikuwa wamemwomba Gideoni awe mfalme wao lakini alikataa kwa sababu alielewa kuwa Bwana ndiye mfalme wao.

Ndipo wana wa Israeli wakamwambia Gideoni, Ukatawale juu yetu, wewe na mwanao, na mjukuu wako pia; kwa maana umetuokoa na mkono wa Midiani. Gideoni akawaambia, Mimi sitatawala juu yenu, wala mwanangu hatatawala juu yenu; Bwana atatawala juu yenu" (Waamuzi 8:22-23).

Kwa hiyo Samweli yule mtu wa mpito anawaita watu Mispa na kumtia mafuta Sauli mfalme baada ya kuchaguliwa kwa kura. Watu wengine hawaleti zawadi kwa mfalme, ikionyesha uungwaji mkono kamili wa kifalme na Sauli kama mfalme. Samweli anasoma kanuni za mfalme kwa watu ambazo zingemzuia kuwa kama wafalme wa mataifa mengine (Kumbukumbu la Torati 17:14-20). Sheria hizi ni pamoja na kwamba mfalme asiwe na wake wengi, wala asiwe na fedha nyingi na dhahabu; ataisoma torati kila siku ya maisha yake ili ajifunze kumcha Bwana; na asijitukuze juu ya wanajamii wengine. Wafalme wawili mashuhuri zaidi wa Israeli, Daudi na Sulemani, wanavunja sheria hizi tena na tena kwa njia kuu!

Samweli anatoa hotuba ya kuaga akipitia upya Historia ya Wokovu (Heilsgeschichte), akitetea uongozi wake na kushutumu kuchaguliwa kwa mfalme kama dhambi (1 Samweli 12). Ngurumo ya Yehova baada ya hotuba ya Samweli inathibitisha hukumu ya Samweli. Watu wanaungama dhambi yao ya kuomba mfalme na kumwomba Samweli awaombee. Anawakumbusha zaidi kukumbuka matendo makuu ya Mungu kwao au watafagiliwa mbali na hukumu.

Mapenzi ya Mungu ya Kurekebisha: Marekebisho Makuu ya Agano

Ni nini kinachofanya kuwa taifa-taifa na mfalme wa kibinadamu kama mataifa mengine kuwa dhambi kwa watu wa Mungu? Kuwa na mfalme huweka mipaka miwili kuzunguka watu badala ya kuwafanya wabaki kuwa watu wa kipekee wa kimisionari wanaomfunua Yehova kwa ulimwengu wote. Kwa mipaka hii Yehova anakuwa mungu wa taifa badala ya kuwa Mungu wa ulimwengu wote. Yahweh pia anakuwa Mungu aliyewekewa mipaka ya eneo moja la kijiografia badala ya dunia nzima (Zaburi 137). Kwa maneno mengine, mfalme hufanya mtazamo wa Israeli ndani badala ya nje. Utawala wa kifalme hufafanua upya "kuchaguliwa" kumaanisha kuchaguliwa kuwa vipendwa vya Mungu, huku uraia na jiografia zikiwa alama za upendeleo huu maalum. Sasa baadhi ya watu ambao wanaweza kutaka kujiunga na Watu wa Mungu hawawezi, kwa sababu wao si raia.

Hapa makubaliano ya Yehova ya ufalme ni mapenzi ya Mungu ya

kurekebisha. Watu wanamkataa Yehova kama mfalme wao (1 Samweli 8). Hata hivyo, kwa upendo thabiti, Yehova anaendelea kufanya kazi pamoja na watu wanaoweza kunyooka zaidi au kidogo, akitafuta kuwafanya wawe jumuiya ya wamisionari ambayo inaweza kutimiza wito wake wa ufalme wa kikuhani kumfunua Yehova kwa watu wote wa ulimwengu (Kutoka 19:5). Mapenzi ya Mungu yanatafuta kufanya vyema zaidi kutokana na hali iliyosababishwa na ukosefu wa uaminifu wa watu. Wengine huita mapenzi ya Mungu "ya kuruhusu". Hata hivyo, neno "kurekebisha" linaonekana kufaa zaidi kwa tabia ya Yahweh kwa sababu neno "tiba" linapendekeza ushirikishwaji zaidi na wa ubunifu.

Yehova anaendelea kuwatunza na kukaa pamoja na watu, akijaribu kuwakomboa na kufanya kilicho bora zaidi kutokana na ukosefu wao wa uaminifu. "Fadhili zake ni za milele" (Zaburi 136). Lakini bado kutakuwa na matokeo ya muda mrefu kwa watu wa Mungu kwa kuwa utawala wa kifalme wa taifa. Samweli anaonya kwamba baada ya kumvika taji mfalme wa kibinadamu, watu "watalia kwa ajili ya mfalme wako ... lakini Bwana hatakujibu siku hiyo" (1 Samweli 8:18).

Mtazamo huu unaona utawala wa kifalme kuwa hatua inayoongoza kuelekea utumwani chini ya Mfalme Sulemani, ikifuatwa na ufalme uliogawanyika, kuharibiwa kwa falme zote mbili, na hatimaye kuharibiwa kwa Yuda na Yerusalemu na kupelekwa uhamishoni Babiloni. Mwishowe, hukumu na neema ya Mungu huvunja mipaka ya "imani na taifa" na "imani na jiografia" ili watu wa Mungu waweze kurejesha misheni yao ya asili kwa watu wote wa ulimwengu.

Katika msukosuko wa upatanishi, watu wa Mungu mara nyingi walinaswa na uasilia wa dini za Kanaani. Sasa katika mgogoro wa kifalme, wanaanguka mawindo ya utaifa. Katika utaifa wao watu wanaweza kuishi lakini wakapoteza umuhimu wao wa kipekee. Kabla ya utawala wa kifalme watu wa Mungu walikuwa taifa, watu, an am, kama kabila la Waamerika Wenyeji wa Cheyenne.[2] Kwa taifa-inchi, mtu asiye myaudi watu wa Yehova hawatafafanuliwa tena kama jumuiya ya imani ya ulimwengu wote, lakini kama utambulisho wa taifa. ambayo itapunguza misheni yao ya asili. Yehova anakuwa Mungu mwingine wa kitaifa na kijiografia, wakati wafalme wa kibinadamu wanakuwa nasaba za kitaasisi ambazo hazimwamini Mungu kuchagua kiongozi anayefuata.

2 Bernhard W. Anderson, et al., Kuelewa Agano la Kale, Toleo la Tano (mto wa juu was Saddle River, NJ: Pearson Education, Inc., 2007), 192.

Utawala wa Sauli: 1020-1000 BCE

Akiwa kiongozi mwenye haiba, Sauli hakuwa na kazi ya kushinda ya kuwa mfalme wa kwanza wa Israeli. Sauli anapaswa kujifunza wapi jinsi mfalme wa watu wa Yehova alitenda na kuongoza? wajibu na majukumu yake ya uongozi yalikuwa yapi? Theolojia ilikuza kwamba wakati mfalme alipakwa mafuta, Yehova atamchukua mfalme kama mwana wa kufanya mapenzi ya Mungu. Mfalme wa Israeli alikuwa zaidi ya mwamuzi, lakini pia si mungu kama Farao. Sauli, Samweli na watu walikabiliwa na maji yasiyojulikana katika shida hii.

Sauli alionekana kuwa dhaifu sana. Samweli, licha ya kumtia mafuta Sauli kama mfalme, alikuwa msaidizi wa kusitasita wa ufalme katika safu ya kupinga ufalme. Zaidi ya hayo, si watu wote waliounga mkono ufalme (1 Samweli 10:27). Zaidi ya hayo, Sauli alikuwa wa kabila dogo la Benyamini, lililojumuisha mji wa Gibea, ambapo suria wa Mlawi alibakwa. Kama matokeo, Samweli alionekana kuwa na mamlaka kuu kati ya makabila na wazee. Sauli alihudumu chini yake na aliwajibika kwake. Watu walitaka mfalme wa kuwaongoza katika vita (1 Samweli 8:20). Hata hivyo hali ya kisiasa ilibakia kwa kiasi kikubwa ya kikabila na ugatuzi na ingebaki hivyo kupitia utawala wa Sauli na sehemu ya utawala wa Daudi. Shekemu na mahali pengine patakatifu palikuwa maeneo ya kidini (baadaye tu ndipo Daudi alipoiteka Yerusalemu na kuifanya mji mkuu).

Kwa sifa ya Sauli alipanga njia tofauti na mifano ya ufalme wa Farao na Wakanaani. Uchimbaji wa utafiti wamabaki ya mwanadamu (Archaelogical) unaonyesha kwamba Sauli aliishi katika makazi ya aina ya ngome. Alikuwa na kikosi kidogo tu cha askari wa kudumu, hakuwa na jeshi lililosimama. Hakujikusanyia mali au kuunda tabaka la matajiri miongoni mwa watu. Pia hakuwa na nyumba kubwa ya watu wa kuzalisha warithi wa kiti cha enzi ambao wangehitaji kodi.

Lakini Sauli alivunja sheria za Vita Vitakatifu katika vita dhidi ya Waamaleki kwa kutoharibu wanyama wote wa maadui (1 Samweli 15). Sauli alichukua uongozi wa kidini kwa kutoa dhabihu wakati Samweli alifika marehemu wakati wa vita na Wafilisti (1 Samweli 13). Kushutumu kwa Samweli kwa Sauli kulichangia kuzorota kuelekea mwisho wa utawala wa Sauli. Sauli alipoteza utegemezo ambao Samweli mwenye mabishano alikuwa amempa. Zaidi ya hayo, Roho wa Mungu aliyekuja juu yake alipokuwa mfalme alimwacha. Lazima tujiulize leo kwa nini Sauli alihukumiwa vikali sana kwa makosa haya ambayo yanaonekana kuwa madogo ikilinganishwa na dhambi za Daudi na Sulemani baadaye. Labda Sauli hakutubu kama Daudi. Na katika tendo la uhaini Samweli alimpaka mafuta Daudi wakati

Sauli angali mfalme! Katika hali hii Sauli angeweza kufanya nini kuhusu hilo? Alizama katika unyogovu wa kina na zaidi na akafa juu ya Mlima Gilboa katika vita dhidi ya Wafilisti.

Utawala wa Daudi: 1000-961 BCE

Daudi alitoka katika kabila kubwa la kusini la Yuda na kupata umaarufu kwa sababu ya mafanikio ya kijeshi. Badala ya kumwimbia Yehova sifa baada ya ushindi wa Vita Takatifu kama Miriamu na Debora walivyofanya (Kutoka 14, Waamuzi 5), watu walianza kumwimbia Daudi sifa (1 Samweli 18:7). Mgogoro wa Wafilisti ulikuwa wa kutishia maisha ya makabila hivi kwamba kuwashinda ilikuwa ajenda namba moja. Daudi aliwatiisha Wafilisti wakati wa utawala wake, na kupunguza tisho hilo. Utu wa Mfalme Daudi na ustadi wake wa kijeshi na wa kisiasa ulimfanya apendwe na watu wengi zaidi katika sehemu ya kusini ya kabila lake la Yuda kuliko katika makabila ya Yosefu ya kaskazini.

Kijana Daudi alikimbia kutoka kwa Sauli hadi eneo la kusini mwa Yuda ambapo, katika operesheni ya mtindo wa Robin Hood (1 Samweli 25), alikusanya rasilimali, wafuasi na uaminifu. Baada ya kifo cha Sauli Daudi akawa mfalme huko kusini kwa miaka saba na nusu kabla ya kuwa mfalme wa Israeli yote. Makabila ya kaskazini yalikubali Ishboshethi mwana wa Sauli kuwa mfalme wao. Kamanda wa jeshi la Daudi mwerevu na mkatili, Yoabu, alimsaidia Daudi kuimarisha utawala wake juu ya Israeli yote. Daudi kwa werevu aliteka Yerusalemu kati ya kaskazini na kusini na kuifanya jiji kuu. Mpito kwa ufalme ulichukua miaka.

Dhambi za Daudi zinaonekana kuwa nzito zaidi kuliko za Sauli. Alifanya uzinzi na Bathsheba kisha akaamuru Uria mumewe auawe ili kufunika dhambi yake. Uria alimfanyia Daudi kazi kama mmoja wa walinzi wake binafsi. Pia aliweka jeshi lililosimama, ambalo agano la awali la Yehova lilikataza (2 Samweli 24). Tofauti na Sauli, Daudi alijenga jumba la kifalme, akakusanya mali na kuanzisha nyumba ya wanawake. Alihesabu watu kwa ushuru na kuunda jeshi lililosimama. Kumwamini Yehova ili kupigana Vita Takatifu kulififia kadiri watu wa Mungu walivyopangwa, wakitumaini jeshi na mfalme wao. Walianza kupigana Vita Takatifu kwa ajili ya Yehova! Ili kutumia mlinganisho wa udongo wa Yeremia, udongo (Israeli) ulikuwa mgumu na kupoteza usikivu katika mikono ya Yehova (Yeremia 18). Hata hivyo Daudi alisherehekewa. BWANA alizungumza kupitia Nathani na kufanya agano lisilo na masharti na Daudi kwamba mmoja wa wazao wake atakaa kwenye kiti cha enzi milele (2 Samweli 7).

Mfalme Sauli alimpa Samweli changamoto na kumweka mwaminifu. Samweli alipoondoka kwenye picha, nabii Nathani alitimiza daraka hilo. Alimkabili Mfalme Daudi kuhusu uzinzi na Bathsheba na mauaji ya Uria (2 Samweli 11-12). Mtazamo wa Daudi wa kutubu, kushindwa kwake kwa Wafilisti, jitihada zake za kuleta Sanduku la Agano Yerusalemu, na umaarufu mkubwa ulimfanya aendelee kukaa kwenye kiti cha ufalme ingawa dhambi yake ilisababisha uharibifu mkubwa katika familia ya Daudi. Kama vile Nathani alivyotabiri, dhambi za baba ziliendelea katika maisha ya watoto. Amnoni, mwana mkubwa wa Daudi, alimbaka Tamari, dada yake wa kambo, ambaye pia alikuwa dada ya Absalomu. Daudi hakufanya lolote kuhusu jambo hilo, ambalo lilimkasirisha Absalomu mwanawe kumuua Amnoni na kuongoza uasi ambao karibu umwangushe Daudi kama mfalme. Daudi alilazimika kukimbia Yerusalemu (2 Samweli 13-15).

Daudi alitubu baadhi ya dhambi zake, ingawa aliendelea kufanya kazi zaidi na zaidi kama wafalme wa mataifa mengine, akikusanya mali na kuweka serikali kuu ya kisiasa huko Yerusalemu. Akiwa mlinzi wa sanaa, Daudi aliweka wanamuziki katika jiji kuu, na yeye mwenyewe akaandika Zaburi nyingi. Lakini maono ya muungano wa kikabila hayakupotea kabisa, hasa katika makabila ya kaskazini. Maono ya utawala wa kuhani (theocracy), uaminifu-mshikamanifu wa kikabila na wazee wa kikabila ulibaki hai na ulichangia uwezo wa Absalomu kupata utegemezo wa kutosha kuongoza uasi dhidi ya Daudi baba yake. Uasi huo ulimsukuma Daudi kuweka mamlaka na mamlaka zaidi ya kisiasa katika Yerusalemu wakati wa miaka ya baadaye ya utawala wake.

Siku za mwisho za Mfalme Daudi na maneno yake yalifadhaika alipotoa amri kuamuru Yoabu, jemadari wake mkuu, auawe na kulipizwa kisasi dhidi ya wapinzani. Siku za mwisho za giza za Daudi ni tofauti kabisa na jumbe za kuaga za Musa, Yoshua na Samweli. Badala ya kumwambia Historia ya wokovu (Heilsgeschichte) hadi sasa, siku za mwisho za David zimejaa fitina katika familia, kunyakua madaraka na kulipiza kisasi.

Ni mkuu yupi kutoka kwa nyumba ya wanawake wa Daudi angerithi kiti cha enzi? Adoniya, mrithi mkubwa na wa dhahiri zaidi, alishindwa ujanja na kada iliyojumuisha mke kipenzi cha Daudi, Bath-sheba, nabii Nathani na Sadoki kuhani! Kwa hiyo Sulemani mwana wa Bathsheba akawa mfalme. Adoniya, kaka mkubwa wa Sulemani na Yoabu, kamanda mkuu wa Daudi, wanauawa na Benaya, kamanda mkuu mpya! Abiathari, kuhani ambaye alimuunga mkono Adonia, alifukuzwa kutoka katika kazi za ukuhani. Kwa uchache zaidi, ufalme wa kurithi ulikuwa haujatatua masuala yote ya mabadiliko ya uongozi!

Utawala wa Sulemani: 961-922 BCE

Sulemani alikuwa amekulia katika jumba la kifalme la baba yake, na aliweka zaidi mamlaka na mamlaka katika Yerusalemu, akieneza ufalme kupitia ndoa za kisiasa. Waisraeli wengi—lakini si wote—walisitawi kutokana na kodi kutoka kwa maeneo mapya yaliyodhibitiwa na njia zilizo wazi za biashara, lakini wake wa kigeni wa Sulemani pia walileta dini zao pamoja nao katika Israeli.

Badala ya kuona Israeli kuwa watu waliochaguliwa na Mungu, wamishonari wa shalom kwa ulimwengu wote, Mfalme Sulemani aliimarisha zaidi Israeli kuwa taifa la taifa na ufalme uliofungwa kijiografia kwa kujenga hekalu lenye kuvutia sana katika Yerusalemu. Hekalu liliweka ibada katikati katika mji mkuu wa kisiasa. Kuongezeka kwa pengo kati ya matajiri na maskini kuliharibu jumuiya ya shalom ambayo ingepaswa kuwa ufunuo wa Mungu kwa ulimwengu wote. Badala ya kufichua njia za Yahwe kwa ulimwengu, utawala dhalimu wa Sulemani ulipeleka Israeli mbali zaidi na zaidi kutoka kwa jumuiya ya shalom na theokrasi ambapo Yahweh ni mfalme. Maisha ya kifahari ya Sulemani, kujenga Hekalu, jeshi lake na wafanyakazi wote waliohitaji kusaidia wake zake 300 na masuria 700 yalisababisha ushuru mkubwa na kazi ya kulazimishwa. Waisraeli walifungwa tena utumwani, lakini wakati huu walijitengenezea wenyewe.

Hata hivyo Sulemani anasifiwa kwa hekima yake! Hakika baadhi ya watu walifurahia mali mpya. Sanaa zinazoendelea na uwezo na heshima ya kimataifa ya Israeli humfanya Sulemani aonekane mwenye hekima. Lakini kupindukia kwake, utawala wake wa kinyonyaji na ukandamizaji, ulipanda mbegu kwa mgogoro uliofuata: mgawanyiko wa Ufalme wa Muungano.

Kutafsiri Mgogoro wa Kifalme

Israeli chini ya uongozi wa Sauli ilikuwa imesalia kwa kiasi kikubwa na utambulisho wa kikabila. Daudi aliweka mamlaka katikati akijaribu kuunda utawala wa kifalme ulioungana zaidi, hasa baada ya uasi wa Absalomu. Sulemani karibu kufikia umoja wa taifa la kifalme, lakini uaminifu wa kikabila na utawala wa kuhani (theocratic) maono yalibaki hai. Mara tu ufalme ulioungana ulipoonekana kuimarika chini ya Sulemani ndipo ulipogawanyika kati ya makabila ya kaskazini na kusini, na kutoweza kuunganishwa tena. Mgogoro kati ya makabila ya Lea na Raheli (wake za Yakobo) uliendelea kucheza.

Chini ya miaka mia nne baada ya Bwana kuwakomboa kutoka utumwa wa Misri, Watu wa Mungu walikuwa watumwa tena, mali ya mfalme wao wenyewe. Uhuru wa utawala wa (theocratic) wa Yehova ulikuwa mgumu sana, kwa hiyo waliutoa kwa ajili ya usalama mdogo wa wafalme. Mbele ya changamoto ya Wafilisti, watu waliacha Vita Takatifu, wakitegemea wafalme na majeshi badala yake. Walijinyima uhuru wao wakijaribu kuhifadhi uhuru wao. Israeli na mfalme wao walikuwa kweli wamekuwa kama mataifa mengine.

Badala ya kuwa wamisionari wa Mungu wanaohubiri ulimwengu, ulimwengu ulikuwa unawatengeneza. Usanifu, kupitia kwa nyumba ya wanawake ya dini nyingi ya Sulemani, sasa uliungwa mkono na mfalme. Ingawa baadhi ya watu walikubali upatanisho wa kidini na uasilia (ibada ya Baali) na utaifa, imani ya Yehova iliendelea kusitawi.[3]

Je, kwa mtazamo wa kisosholojia haikuepukika kwamba makabila hatimaye yangeanzisha taasisi kuu ya ufalme yanapoendelea na kukomaa? Ufafanuzi huo wa kuhama kwa shida kwa ufalme unasema hii ilikuwa ya kawaida na ya kawaida-hatua nzuri ya kuhifadhiwa na watu. Mapenzi ya Mungu yalibadilika tu katika hali hii mpya wakati Wafilisti walipotishia kuwepo kwao. Ufalme ulikuwa mzuri, uwezekano mpya wa ubunifu.

Hata hivyo, kutokana na mtazamo wa kinabii wa Kumbukumbu la Torati, kuhamia ufalme ilikuwa dhambi, anguko, na isiyoepukika. Hatua hii ni mapenzi ya Mungu ya kurekebisha hata kidogo, makao ya upendo thabiti wa Yehova, unaofanya kazi ili kufanya yaliyo bora zaidi kutokana na ukosefu wa uaminifu wa watu. Mapenzi ya Mungu ya kurekebisha ni hesabu upya ya kimaadili—kama mwendeshaji wa meli akisahihisha njia—kutokana na kutokuwa waaminifu kwa watu kwa mapenzi ya asili au ya mwisho ya Mungu. "Mfinyanzi mwaminifu" anaendelea kufanya kazi na udongo wa udongo unaoweza kunyunyika na wakati mwingine wenye uvimbe (Yeremia 18).

Ili kuelewa thamani ya wafalme wa kibinadamu wa Israeli katika mapenzi ya mwisho ya Mungu, tunahitaji tu kuangalia ni nani aliyemtokea Yesu vizazi baadaye kwenye Mlima wa Kugeuzwa Sura. Hakuna hata mmoja wa wafalme aliyemtokea Yesu, bali manabii wawili: Musa na Eliya.

---

3 Ni muhimu kuona ukosoaji huu wa ufalme wa Israeli katika muktadha. Anasema Rosemary Radford Ruether, Imani na uuwani: Theological Roots of Anti-Semitism (New York: Seabury Press, 1974), 231. "Lazima tujifikirie nyuma katika mfumo ambao Ukristo ulikuwa ndani, si nje ya, Uyahudi. 'Wayahudi,' wale 'viongozi' wanaoshambuliwa, hawawakilishi 'watu wengine' fulani, bali watu wa mtu mwenyewe, viongozi wa 'Kanisa' wa mtu mwenyewe, wanaoonwa kuwa wasiopinga imani ya kweli. Mgawanyiko huo si ule unaotenganisha Mkristo na Myahudi, bali ni ule uliogawanya Myahudi na Myahudi wakati huo na ambao leo unagawanya Mkristo na Mkristo."

Ufalme na mafundisho ya Yesu yalilingana na manabii, si wafalme wa taifa.

Je! ni kwa muda gani jumuiya yenye msimamo mkali, ya utawala wa kuhani (theocracy) ambayo Yehova aliiunda katika kitabu cha Kutoka ingeweza kudumu kwa kweli? Samweli aliwakilisha wa mwisho wa jumuiya hiyo huru yenye itikadi kali. Baadaye manabii wangeona na kutangaza aina hiyo ya jumuiya ya wamisionari ingeweza kuwepo tena. Labda inashangaza kwamba ukweli kama huo wa kimapinduzi wa kijamii kama vile theokrasi ulidumu kutoka 1280 hadi 1020 BCE!

Kutafsiri Maoni Mawili ya Ufalme

Waandishi na wahariri wa Kumbukumbu la Torati waliacha minyororo ya fasihi inayounga mkono na inayopinga ufalme kubaki katika Manabii wa Zamani (maandiko ya Kiebrania), ingawa maoni ya kupinga ufalme yanachukua nafasi ya maoni ya ufalme ikiwa tunaelewa kuwa Yehova ndiye shujaa wa hadithi, akielezea. upendo thabiti mbele ya ukosefu wa uaminifu wa watu. Ufalme ni mapenzi ya Yehova ya kurekebisha. Sehemu ya shida hii katika historia ya wokovu ni kwamba mapenzi ya mwisho ya Mungu yanaweza kupotea na kusahaulika wakati marekebisho ya maagano yanafanywa. Unaposoma hadithi ya historia ya wokovu ya Biblia, ni muhimu kukumbuka kila mara kwamba hadithi nyingi za kibiblia baada ya utawala wa kifalme huwakilisha mapenzi ya Yehova ya kurekebisha.

Manabii walihifadhi kumbukumbu ndefu ya kutosha hivi kwamba walitangaza utawala wa kuhani (throcracy), sio ufalme, kama mapenzi kuu ya Yehova, ingawa kulikuwa na manabii wa utaifa. Utawala wa kuhani (Theocracy) ulibakia kuwa sehemu ya kumbukumbu ya uaminifu. Hata karibu na mwisho wa Ufalme wa Kaskazini, nabii Hosea alishutumu utawala wa kifalme kama kukataliwa kwa Yehova kama mfalme (Hosea 8:4, 9:15, 10:3, 9). Ulinganisho wa maono ya wafalme na manabii unaonekana katika sura inayofuata.

Tafsiri mbili za mgogoro huu zinasimama katika maandiko kama ishara na maonyesho ya uhusiano wa uaminifu wa Mungu na watu ambao wakati mwingine wasio waaminifu. Waandishi wa Kumbukumbu la Torati wanasema kwamba mapenzi ya mwisho ya Yehova hayakubadilika katika shida hii. Hadithi za kupinga na kuunga mkono ufalme zinawakilisha mapenzi ya mwisho na ya kurekebisha ya Mungu. Yehova daima hutafuta kuleta yaliyo bora zaidi kutoka kwa hali za kutokuwa mwaminifu. Mungu anatafuta kuunda upya udongo (Yeremia 18).

Maandiko kadhaa yanapendekeza kwamba mapenzi au matendo ya

Mungu yalibadilika kwa sababu ya kukosa uaminifu au toba ya watu na maombi ya watu. Ibrahimu anafanya biashara na Mungu (Mwanzo 18). Musa anampinga Yehova, na Yehova Haiwaangamizi watu wasio waaminifu (Kutoka 33).

Yehova anazungumza na Yeremia kuhusu jinsi mapenzi yake yanavyobadilika kulingana na kile ambacho watu wanafanya (Yeremia 18:7-10). Mungu wa maandiko hayuko sawa, bali ni Mungu mwenye nguvu ambaye anashirikiana na watu wote waaminifu na wasio waaminifu ambao anawachagua kwa ajili ya misheni.

12. Wajibu wa Mtume

Vifungu vya Biblia: 2 Samweli 11-12, 1 Wafalme 17-22, Amosi 1-6, Hosea 1-3

Mnamo mwaka wa 1020 BCE, watu wa Israeli walihama kutoka muungano wa kikabila uliopangwa kiholela na kuingia katika utawala wa kifalme. Kupitia Samweli, Mungu aliwaonya watu kwamba mfalme wa kibinadamu angetumia vibaya mamlaka yake na kuwatoza kodi kupita kiasi na kuwafanya watumwa. Mfalme angesahau kuhusu haki ya shalom na kutafuta mali zaidi kwa ajili yake na marafiki zake. Yehova angekuwa mungu wa taifa badala ya kuwa Mungu wa mataifa yote.

Lakini Mungu hakuwa tayari kuruhusu mabadiliko haya ya matukio kuharibu suluhisho la tatizo la dhambi. Yehova alituma manabii kusema neno la dabar, kutilia shaka nguvu za wafalme na kuweka hai maono ya Utawala wa Mungu.

Maendeleo ya Kinabii kutoka kwa Musa hadi Manabii wa Baada ya Uhamisho

Kuna manabii wengi waliotajwa katika Biblia: Isaya, Yeremia, Eliya na Elisha kwa kutaja wachache. Kwa ujumla, yeyote anayezungumza kwa niaba ya Mungu anaweza kuitwa nabii. Musa na dada yake Miriamu ni watu wa kale. Musa alionyesha maono na utume wa Mungu kwa jumuiya mpya inayotoka utumwani Misri, kundi lililochanganyikana la kikabila la wageni katikati ya kutengeneza utambulisho kama watu wa Mungu. Miriamu, akifanya kazi kama nabii mke, aliongoza jumuiya mpya katika kumsifu Mungu kwa nyimbo kwa ajili ya ukombozi wa Bahari ya Shamu.

Pamoja na ndugu Haruni, waliwaongoza watu kiroho. Musa alikutana na Yehova kwenye Mlima Sinai na kisha kwenye Hema la Kukutania ambako alipokea ufunuo wa Mungu wa kuwapitishia watu.

Baada ya Musa, jukumu la kiunabii la kusema neno la Mungu limefichwa na majukumu mengine. Yoshua kimsingi ni kiongozi wa kijeshi, ingawa anaonyesha wasiwasi wa kidini katika kuweka mnara wa kusaidia makabila kukumbuka kusimulia hadithi (Yoshua 6). Anaonglea Hadithi ya Wokovu (Heilsgeschichte) huko Shekemu na kuwaita watu kufanya uchaguzi kama watamfuata BWANA au la (Yoshua 24).

Kama Yoshua, waamuzi wanafanya kazi hasa kama viongozi wa kijeshi. Lakini wakati fulani uongozi wao wa kiroho unasisitizwa. Sauli akutana na "shule ya manabii" baada ya kutiwa mafuta na Samweli kuwa mfalme. "Roho ya Yehova" inammiliki Sauli anapojiunga na mkanganyiko wa kinabii unaompa moyo mpya (1 Samweli 10:10). Ujumbe wa Mungu huja kwa manabii wa kwanza zaidi kwa njia ya furaha na uaguzi. Ingawa baadhi ya manabii wa baadaye huwasilisha jumbe zao kwa njia za ajabu zaidi, "kusikia" au kupokea neno la kinabii hutoka katika hali ya furaha hadi mahubiri ya kimaadili na ya kihistoria ya hadithi (Haggadah) na matarajio na sheria (Halakah).

Akiwa mwamuzi wa mwisho, Samweli anadai nafasi ya pamoja ya uongozi wa kinabii, ukuhani na kisiasa, kama vile Musa alivyofanya. Pia ni katika hatua hii ya historia ambapo jukumu tofauti la nabii linaanza kujitokeza. 1 Samweli 9:9 inasema, "Zamani katika Israeli mtu ye yote aliyekwenda kuuliza swali kwa Mungu alisema, Njoo, twende kwa mwonaji; kwa maana yeye aitwaye sasa nabii hapo kwanza aliitwa mwonaji. Tunaweza kuona kutoka katika mstari huu kuna maneno kadhaa ya Kiebrania ambayo yanaweza kutafsiriwa kama nabii, ro'eh na hozeh. Na kuna jina jipya, nabi, ambalo linaashiria utambulisho ulio wazi zaidi na kusudi la manabii wa Biblia. Nabii maana yake ni yule ambaye ameitwa, au kwa maana halisi, anayetangaza. Na kwa kuja kwa wafalme wa kibinadamu, kuna uhitaji mkubwa zaidi wa mtu ambaye hutoa ufahamu wa kimungu wa Yehova katika mpangilio mpya wa kisiasa ambapo kuna uwezekano mkubwa zaidi kwa wafalme kutumia mamlaka yao vibaya.

Unabii uliinuka na kuanguka pamoja na ufalme. Wafalme walikuwa wagumu kukaa wanyenyekevu na kumwamini Mungu kijeshi.[1] Kishawishi cha kutumia madaraka vibaya kilikuwa kikubwa. Na ingawa kulikuwa na

---

1 G.V. Smith, "Nabii," katika Biblia ya Kimataifa ya Kawaida Encyclopedia, ed. Geoffrey Bromiley, v. 3 (Grand Rapids: Eerdmans, 1986), 993.

manabii muda mrefu baada ya kuanguka kwa Israeli na Yuda, hata kufikia wakati wa Yesu pamoja na huduma ya Yohana Mbatizaji, sehemu kubwa ya utendaji wa kiunabii inapatana na utawala wa kifalme.

Jamii za Kinabii

Manabii wote wa Biblia huzungumza neno la Mungu kwa watu wa Mungu, lakini wanafanya hivyo kwa njia tofauti na katika miktadha tofauti ya kijamii na kiuchumi. Wakati wa utawala wa kifalme, manabii wanaweza kuainishwa na kazi mbili za kijamii. Wengine walikuwa manabii wa kidini, wakifanya kazi pamoja na makuhani. Wengine walikuwa manabii wa makao ya mfalme ambao walihubiri na nyakati fulani waliishi katika makao ya mfalme.[2] Nathani ni nabii wa mahakama ambaye anaambiwa na Mungu kuhusu uzinzi wa Daudi na Bathsheba na matumizi mabaya ya mamlaka kama alivyofanya mume wa Bathsheba auawe vitani (2 Samweli 11). Nathani anamkabili Daudi kuhusu dhambi hii, pengine kwa kuhatarisha maisha yake. Ujasiri na uadilifu wa Nathani unasimama tofauti na masimulizi mengi ya kibiblia kuhusu manabii wa ibada na mahakama. Mara nyingi hutupwa kama washirika wa udhalimu, waliombwa kubariki Hekalu la kidhalimu au kifalme mazoea ya mahakama. Wanashinikizwa sana kupinga shirika lile ambalo huwalisha.

1 Wafalme 22 inaeleza tukio kama hilo, ambapo Mfalme Ahabu anataka kupigana vita. Anawaita manabii wake 400, akiwauliza "waulize kwa Bwana" (1 Wafalme 22:5). Wanarudi wakimpa Ahabu baraka za Bwana. Yehoshafati anauliza ikiwa hakuna nabii mwingine wa kushauriana naye. Ahabu asema, "Bado yuko mtu mwingine ambaye kwa yeye tunaweza kumwuliza Bwana, Mikaya mwana wa Imla; lakini namchukia, kwa maana hatabiri neno lo lote lililo jema juu yangu, ila mabaya tu." Mjumbe wa mfalme aenda kumchukua Mikaya na kumnong'oneza kwamba manabii wengine wote wanatangaza ushindi katika vita kwa ajili ya Israeli na Yuda na kwamba Mikaya anapaswa kufuata mfano huo. Lakini Mikaya anasema anaweza tu kusema yale ambayo amesikia kutoka kwa Mungu. Wafalme hao wawili wanamwomba Mikaya neno lake kutoka kwa Bwana, na simulizi hilo linabadilika lisilotarajiwa. Mikaya anamwambia aende kupigana vita hivi. Lakini Mfalme Ahabu anajua nabii huyo anadanganya na akasema, "Ni mara ngapi nikuapishe usiniambie neno lo lote ila ukweli katika jina la Bwana?" (1 Wafalme 22:16). Kisha Mikaya anamwambia ujumbe halisi

2 Aaron Chalmers, Kuchunguza Dini ya Israeli ya Kale: Nabii, Kuhani, Sage na watu (Downers Grove: Vyombo vya habari vya InterVarsity, 2012), 45.

kutoka kwa Mungu, kwamba kupigana katika vita kutakuwa mbaya sana. Ahabu ni mwerevu vya kutosha kujua kwamba nabii wa kweli wa Mikaya, lakini hana akili vya kutosha kuamini kwamba anaweza kushinda licha ya amri ya Mungu dhidi yake. Israeli na Yuda wanakabiliwa na hasara mbaya sana, Ahabu anauawa na Mikaya anathibitishwa.

Manabii wa Uongo na Hadithi Zingine za Mikaya

Mojawapo ya matatizo ambayo Waisraeli walikabili ilikuwa ni kuamua ni nabii gani wa kumwamini wakati manabii wawili walipokuwa wakitoa ujumbe tofauti kutoka kwa Mungu. Jinsi gani mtu angejua wa kumwamini wakati manabii wote wawili walikuwa wakisema, "Bwana asema hivi? Bila shaka, unabii unapotimia, basi nabii huyo anathibitishwa kuwa ni wa kweli. Lakini kwa wakati huo, ni kuchelewa sana ikiwa unasikiliza moja mbaya.

Nabii Yeremia alikabili tatizo hilo alipokabiliana na Hanania. Yeremia aliwasihi watu wa Yuda wajitiishe kwa Nebukadreza, mfalme wa Babiloni, na kujiruhusu kutawaliwa na nchi za kigeni. Hanania, nabii mwingine, aliwaambia watu wasiwe na wasiwasi, kwamba vyombo vya thamani vya Hekalu ambavyo Nebukadneza alichukua vitarudi baada ya miaka miwili na kwamba Bwana angewapa Yuda ushindi juu ya Babeli. Kwa hiyo watu wanapaswa kumsikiliza nabii gani?

Akihisi kuchanganyikiwa kwao, Yeremia alitoa mbinu mbili muhimu za kumtambua nabii wa kweli. Kwanza, manabii wa kweli wanawapenda watu wao sana hata wako tayari kukosea. Yeremia alionyesha hili mwenyewe. Baada ya Hanania kumpinga kwa ujumbe mzuri zaidi, Yeremia alisema, "Amina! Bwana na ayatimize maneno uliyotabiri" (Yeremia 28:6). Yeremia aliipenda Yuda sana hivi kwamba angependelea kukosea—na pengine auawe kwa ajili yake—kuliko kuthibitishwa kuwa sahihi na kutazama Yuda ikianguka. Pili, daima ni bora kuweka mamlaka zaidi kwa manabii wanaotoa ujumbe hasi. Manabii daima watajaribiwa kutoa habari njema, kwa sababu hivyo ndivyo watu wanavyotaka kusikia, na vivyo hivyo, watu wa imani daima watajaribiwa kukubali habari njema kuwa kweli.

> *Lakini sikilizeni sasa neno hili ninalosema masikioni mwako na masikioni mwa watu wote. Manabii waliokutangulia wewe na mimi tangu zamani za kale walitabiri vita, njaa na tauni juu ya nchi nyingi na falme kuu. Na kwa habari ya nabii atabiriye amani, neno la nabii huyo litakapotimia, ndipo itajulikana ya kuwa Bwana amemtuma nabii huyo kweli (Yeremia 28:7-9).*

Lakini je, manabii wa uwongo, kama Hanania, wanajaribu kuwadanganya watu kimakusudi? Wakati mwingine, lakini labda sio wakati wote. Huko nyuma katika 1 Wafalme 22, Mikaya anatupa jambo la kuzingatia. Sehemu ya ufunuo huu kutoka kwa Mungu ilikuwa kwamba manabii 400 walidanganywa kwa makusudi ili kumshawishi Ahabu kwenda vitani na kushindwa.

Baada ya Mgawanyiko wa 922 KK, kuliibuka kundi la tatu: manabii wa kujitegemea. Manabii hawa wa kujitegemea walikuwa huru zaidi kutoa ukosoaji wa kuchosha kwa mfalme. Amosi, mashuhuri zaidi kati ya hawa watu huru, alienda mbali na kusema kwamba yeye hakuwa nabii hata kidogo! Kinyume na manabii wa awali ambao walielekea kwenye shughuli ya kusisimua, manabii wa kujitegemea wa wakati huu wa baadaye, kama vile walivyovuviwa, walizungumza maneno ya busara na moto kutoka kwa Mungu kuhusu ukosefu wa haki. Amosi ni mfano mzuri sana:

> *Sikieni neno hili, enyi ng'ombe wa Bashani (wanawake matajiri wa Samaria) mnaoketi juu ya Mlima Samaria, mnaowaonea maskini, wanaowaponda wahitaji, mnaowaambia waume zao, 'Leteni kitu cha kunywa' Bwana Mungu ameapa kwa wake utakatifu: Hakika wakati utakuja juu yenu, watakapowachukua ninyi kwa kulabu, hata wa mwisho wenu kwa kulabu (Amosi 4:1-2).*

Manabii pia wangeweza kuainishwa kwa njia yao ya msingi ya kueleza ujumbe wa Mungu, hasa kuandika na manabii wasioandika. Manabii wanaoandika wanakumbukwa kwa vitabu vyao, ilhali manabii wasio waandishi wanajulikana zaidi kwa matendo yao ya ushujaa na wakati mwingine ya ajabu au "waliigiza dabar." Matukio haya yaliandikwa na waandishi wengine wa Biblia. Manabii waandikaji wanaweza kugawanywa zaidi kwa urefu wa vitabu vyao. Manabii wakuu waliandika vitabu virefu na manabii wadogo waliandika vitabu vifupi.

Mfuatano wa kihistoria ni njia nyingine ya kupanga manabii na majukumu yao ya msingi kama watu wanaonena neno la Bwana. Kwa ujumla, kulikuwa na manabii wa kabla ya uhamisho ambao waliishi muda fulani kabla ya uhamisho wa Babeli mwaka wa 587 KK; manabii waliohamishwa au wale waliotoa unabii wakati wa Yuda huko Babiloni; na manabii wa baada ya uhamisho, kuanzia na kurudi mwaka 538. Na ingawa kuna tofauti nyingi kwa sheria, kwa ujumla kila karne ilikuwa na mgogoro wa jumla ambao manabii waliitikia. Katika karne ya kumi KWK, manabii walishughulikia matatizo ya wafalme na matumizi mabaya ya mamlaka ya wafalme. Katika karne ya tisa, suala la ibada ya Baali na pia maadili ya serikali lilikuwa suala kuu. Katika karne ya nane na ya saba KWK, ukandamizaji wa kijamii na kutendewa isivyo haki maskini ukawa kilio kikuu. Katika karne ya sita hadi ya tano, wakiwa wamepoteza mataifa yao, manabii walisaidia Israeli na Yuda kushughulikia utambulisho wao na maswali ya kina ya imani. Kufikia karne ya nne, manabii walikuwa wakiwasaidia watu kutazamia wakati ujao na kuwazia Mungu wa vikundi vyote vya watu. Manabii wakuu wa kabla ya uhamisho:

- Kutoka 1000-900: Samweli, Nathani, Gadi na Ahiya
- Kdutoka 900-800: Eliya na Elisha
- Kutoka 800-700: Amosi, Hosea, Isaya na Mika
- Kutoka 700-587: Yeremia

Manabii wakuu wa uhamisho:

- Kutoka 587-538: Yeremia, Ezekieli, 2 Isaya Mkuu baada ya uhamisho
- Kuanzia 538 na kuendelea: 3 Isaya, Hagai, Zekaria

Wajibu wa Mtume

Nabii alipaswa kusema neno la Yehova na kuwaongoza watu. Lakini walifanya hivyo jinsi gani? Manabii walitumia dabar. Neno la Kiebrania dabar linasimama kwa dhana kwamba maneno, hasa maneno yanayotoka kwa Mungu au mjumbe wa Mungu, yana nguvu kubwa ya kutimiza chochote ambacho kimezungumzwa. Mitume wamepewa dabar kama silaha yao pekee ya kupigana na maovu. Mungu aligusa midomo ya Yeremia, ishara ya kumpa nguvu za dabar (Yeremia 1:9-10). 1 Samweli 3:19 inasema, "Samweli alipokuwa akikua, Bwana alikuwa pamoja naye, wala neno lake lolote lisianguke chini," njia nyingine ya kuvutia ya kufafanua dabar. Kupitia nguvu zao za dabar, manabii walileta moto kutoka mbinguni (1 Wafalme 18:36-39), walitangaza hukumu juu ya adui zao (Yeremia 28:15-17) na kufufua wafu (1 Wafalme 17:17-24).

Nyakati nyingine manabii "walitenda" dabar. Mungu alimwambia Yeremia (Yeremia 13:1-11) avae kitambaa kiunoni lakini asifue. Kisha akaagizwa achukue vazi hili chafu la ndani hadi kwenye Mto Eufrate, umbali mrefu, na kulizika katika ufa wa mwamba. Kisha baada ya siku nyingi, Mungu alimwambia Yeremia atoe nguo ambayo ilikuwa imechafuka na ambayo kwa sehemu ilikuwa imeharibika. Matendo haya yote yalikuwa ya kuwaonyesha watu wa Yuda kwamba, kama kitambaa cha kitani kinachoshikamana na mwili, ndivyo walivyoshikiliwa kwa ukaribu na Mungu, lakini kwa sababu ya kiburi chao na dhambi, wangekuwa na uchafu na wasiofaa kitu.

Manabii walisimulia hadithi. Watu wa Mungu wanapokumbuka jinsi Mungu alivyowaokoa zamani, basi wanapata msukumo sahihi wa utii na ibada (Kumbukumbu la Torati 26:5-10). Manabii walijua kanuni hii na walifanya kazi kwa bidii ili kuwasaidia watu kukumbuka. Walisimulia hadithi za wakati uliopita, wakiwasaidia watu kuelewa Mungu mwenye upendo na mwaminifu.

Kisha wakafanya kazi ili kuwasaidia watu waone hali yao ya sasa kwa njia tofauti, waone kwamba Mungu huyo mwenye upendo na mwaminifu bado alikuwa akifanya kazi. Watu wa Yuda walijiona kuwa salama na vipendwa vya Mungu wakati Israeli ilipoanguka, lakini Yeremia alitafsiri tena matukio hayo ya sasa, akiwaonya kwamba walikuwa wabaya zaidi kuliko Israeli kwa sababu waliona kuanguka kwa Israeli na hawakufanya chochote kubadili njia zao mbaya (Yeremia 3). Baadaye, Babiloni ilipotishia kuwameza na wakajaribiwa kupigana nao, Yeremia alifafanua tena historia, akiwakumbusha kwamba vita vyao vilitegemea utii kwa Mungu. Wakati huu Yehova alikuwa akisema, "Tiini Babeli" (Yeremia 28). Kilichoonekana kwao kuwa hatima mbaya zaidi, kuhamishwa hadi nchi ya kigeni, Mungu na Yeremia waliona kuwa ni jambo jema, fursa ya kufanywa upya—Kutoka kwa pili (Yeremia 24).

Sehemu ya kusimulia hadithi ilikuwa kuwasaidia watu kuhisi shukrani. Dini zote zinazozunguka ziliamini katika mtazamo wa mzunguko wa historia, ambapo miungu ilitumiwa tu na mila ya ibada ili kuwapa watu mvua, jua na uzazi ambayo ilitoa utajiri. Makundi haya ya watu hayakuabudu miungu yao kwa hisia ya upendo kwa yale ambayo miungu yao ilifanya zamani. Watu walistahili uzazi wao kwa sababu walifanya sehemu yao: kutoa sadaka na kwenda kwenye mahekalu yao. Lakini wafuasi wa Yehova walimwabudu Mungu kwa sababu tofauti, shukrani kwa manabii. Hadithi hiyo ilitokeza shukrani kwa yale ambayo Mungu alikuwa amefanya hapo awali na kuwakumbusha kwamba, tofauti na mtazamo wa mzunguko wa historia, Yehova alikuwa huru kabisa kutenda na si chini ya kudanganywa. Manabii walisimulia hadithi za nyika ambapo Bwana, akiwakilishwa na nguzo ya moto na wingu, alienda popote Mungu alitaka kwenda. Na Mungu aliwaokoa watumwa kutoka Misri, si kwa sababu walikuwa wamefanya matambiko ili kustahili neema hii, lakini kwa sababu Mungu, kwa upendo, alitaka kuwaweka huru.

Manabii walitekeleza agano. Sehemu ya kusimulia hadithi, inayoitwa Haggadah, ilikuwa ikiunganisha na agano. Katika maagano yenye masharti, kama vile Agano la Sinai, Mungu alikuwa amewapa watu sheria kama sehemu yao ya kuweka maagano. Zinazoitwa Halakah, sheria hizi zilikuwa na madhumuni ya jumla ya kulea shalom, au uponyaji wa mahusiano manne makuu. Manabii walijua hili. Waliwakumbusha watu kwamba jinsi walivyoishi ni muhimu na waliwaita watu watubu.

Manabii waliwakosoa wafalme na makuhani. Jaribio kuu la wafalme wa Israeli lilikuwa kutumia vibaya mamlaka yao. Makuhani wa Hekalu pia walipambana na jaribu hili, wakipewa mamlaka yao kuu juu ya watu na utajiri mwingi uliokuja kwenye hazina ya Hekalu. Yehova akawajibu manabii.

Mungu alimtuma Eliya kwa Mfalme Ahabu ili kumjibu kuhusu matumizi yake mabaya ya mamlaka ya kifalme. (Ahabu alikuwa ameeneza uwongo kuhusu Nabothi, mtu mwadilifu, ili amwue na kisha kupata shamba lake la mizabibu kama haki yake ya mfalme.) Mara tu Ahabu alipomwona Eliya akija, akasema, "Je! adui yangu?" (1 Wafalme 21:20). Eliya alikuwa amempata na akamwambia Ahabu juu ya maafa ambayo Mungu alikuwa amepanga kwa ajili yake.

Manabii waliwatesa wenye kustarehesha na kuwafariji wenye taabu. Sio tu wafalme na makuhani walikosolewa, bali pia yeyote aliyepata mali kwa kuwakandamiza wengine. Amosi aliwadharau wale waliokuwa wamestarehe katika Sayuni (Amosi 6:1) na kuahidi mabadiliko ya bahati kwa wale "waliokanyaga wahitaji" (Amosi 8:4-10). Isaya alitangaza kwamba Mungu alichukia taratibu zao za kidini kwa sababu hawakutenda haki:

> *Unapokuja kuonekana mbele yangu, ni nani aliyekuuliza kutoka kwa mkono wako? Usikanyage nyua zangu tena; kuleta matoleo ni ubatili; uvumba ni chukizo kwangu.*
> *Mwandamo wa mwezi na sabato na mwito wa kusanyiko—Siwezi kustahimili makusanyiko matakatifu pamoja na uovu. Miandamo ya mwezi mpya na sikukuu zenu zilizoamriwa nafsi yangu inazichukia; zimekuwa mzigo kwangu, nimechoka kuzibeba.*
> *Mnaponyosha mikono yenu, nitaficha macho yangu nisiwaone; ijapokuwa mkifanya maombi mengi, sitasikia; mikono yako imejaa damu.*

Jiosheni; jitakaseni; ondoeni uovu wa matendo yenu mbele ya macho yangu; acheni kutenda mabaya, jifunzeni kutenda mema; itafuteni haki, mwokoeni aliyeonewa, mteteeni yatima, mteteeni mjane (Isaya 1:12-17).

Ujumbe wa nabii kwa maskini, wale wanaokanyagwa-kanyagwa, ni tofauti kabisa na maneno ya hukumu kwa matajiri. "Maskini na wahitaji wakitafuta maji, wala hapana, na ndimi zao zimekauka kwa kiu, Bwana atawajibu; mimi, Mungu wa Israeli, sitawaacha" (Isaya 41:17). Kupitia manabii, Yehova anawakumbusha walioonewa kwamba hawajasahauliwa; wanatiwa moyo kubaki waaminifu na kungojea uthibitisho wa Bwana. Hata wale ambao hapo awali walikuwa wakandamizaji hupata rehema kutoka kwa Mungu, kama Isaya 40:1 inavyoonyesha: "Fariji, enyi wafariji watu wangu, asema Mungu wenu; Semeni na Yerusalemu kwa upole, mkaulilie kwamba umetimiza muda wake, ya kwamba adhabu yake imelipwa, ya kwamba amepokea kwa mkono wa Bwana mara mbili kwa dhambi zake zote."

Kwa njia hizi zote, manabii hawakutoa tu neno la Mungu kwa watu, lakini walihifadhi hai maono ya utawala wa Mungu wa jangwani. Kila sehemu ya ujumbe wa manabii ilikuza ufahamu kwamba Mungu ndiye mfalme halisi. Mungu anaweza na huwaangusha wafalme ambao ni waovu. Mungu huwapa nguvu wasio na uwezo na huwaweka huru mateka. Kupitia manabii, Mungu hutoa njia mbadala ya kuishi, ukosoaji wa maono ya mfalme, njia ya shalom ambapo watu kwa hiari huacha nguvu zao ili wengine wapate nafasi ya kuishi maisha ya heshima.

Maono ya Mfalme dhidi ya Maono ya Nabii

Maono ya Mfalme	Maonoya Nabii
• Uchumi wa wingi na mali • Siasa za madaraka na ukandamizaji • Dini inayobariki hali iliyopo • Imani katika uwepo wa Mungu na kibali. Mungu yuko upande wetu na anapatikana kwa urahisi • Ibada inayodanganya na kudai kutoka kwa Mungu • Uongozi unaojitegemea unaotumia madaraka vibaya, unaokandamiza watu na kutumia dini	• Uchumi wa "kutosha" kwa kila mtu • Siasa za uhuru na haki ya shalom • Dini inayotaka uamsho, mageuzi na marekebisho • Imani katika Mungu mkuu, mwenye haki ambaye yuko huru kabisa kutawala • Ibada inayoonyesha shukrani ya unyenyekevu. Humtawaza tena Mungu na kufanya maagano tena na Mungu na wengine • Uongozi wa utumishi uliowasilishwa unaomtumikia Mungu na watu, kwa kutumia mamlaka kuunda jumuiya huru ya shalom[3]

3 Walter Brueggemann, Mawazo ya Kinabii (Minneapolis: Vyombo vya habari vya Fortress, 1978), 36-38.

13. Aina ya Masemi (Matamushi)

Vifungu vya Biblia: Yeremia 1, 18:1-11, 27-28; 1 Wafalme 21-22

Kuelewa kazi na maana ya nabii huamua jinsi mtu anavyosoma na kutafsiri Biblia nzima. Maneno "unabii" na "nabii" yanaunganisha maneno "mteule" na "taifa-inch" kuwa miongoni mwa maneno yasiyoeleweka vibaya sana katika Biblia. Wengine kwa makosa huona unabii hasa kama utabiri wa wakati ujao, kisha wanasoma na kutafsiri Biblia nzima kupitia upendeleo huo. Kwa hiyo, wanakosa kile ambacho Yehova alikuwa anajaribu kutimiza katika historia ya Agano la Kale na wateule, watu wa umisheni wa Mungu. Nabii anahubiri neno la Yehova kwa hali maalum ya kihistoria. Na katika mahubiri hayo, nabii huyo anaonyesha kwamba Mungu anataka haki kwa wote. Kufikiri kwamba maneno ya nabii huyo yanahusu wakati ujao ulio mbali ndiyo njia inayofaa kwa Wakristo leo kuepuka mwito ulio wazi wa Mungu wa kufanyia kazi haki.

Jinsi tunavyoelewa maono ya kinabii pia huamua jinsi tunavyo mtafsiri Yesu. Kwenye Mlima wa Kugeuzwa Sura, Yesu anakutana na Musa na Eliya, si Daudi na Sulemani (Mathayo 17:1-13). Na ingawa Yesu alijionyesha kuwa mfano wa mfalme, upatanisho huu na manabii unaonyesha ni mfalme wa aina gani atakuwa. Tena na tena katika injili Yesu alikuwa na maono sawa, vipaumbele sawa na manabii. Kama Yesu angetenda kama Daudi au Sulemani, majaribu ya nyikani yasingekuwa majaribu hata kidogo! Sawa na wafalme hao, Yesu angeanzisha taifa, kutia ndani watu fulani na kuwatenga wengine, na angetumia jeuri kupata alichotaka. Lakini Yesu hafanyi lolote kati ya hayo na hata anataja matendo hayo jinsi yalivyo, njia ya kumsujudia

Shetani (Mathayo 4:1-11). Simulizi la kibiblia liko wazi kwamba ufalme ni mapenzi ya Mungu ya kurekebisha na kwamba manabii wanashikilia mapenzi ya mwisho ya Mungu. Ikiwa ufalme unaonekana kama mapenzi ya mwisho ya Mungu na Yesu anatambuliwa na kufafanuliwa kupitia wafalme na maono yao, mtu anaishia na Yesu mpiganaji, uanzishwaji, dini ya kiraia ya kitaifa, Idhini ya Madaraka ya hiari ya hali ya sasa ya taifa la Israeli, Wayahudi kama watu wanaopendwa na Mungu, injili ya ustawi na baraka ya hali ya jamii.

Kutambua Aina ya Masemi (matamushi)

Ikiwa mtazamo wetu wa manabii huamua mtazamo wetu wa Biblia na jinsi Wakristo wanapaswa kuishi maisha yao, basi lazima iwe muhimu pia kutambua na kutafsiri maneno ya nabii. Aina ya masemi ya kinabii inaweza kuwa na sifa kwa njia hizi.

Aina hii inaonekana kama kuhubiri. Maneno ya kinabii karibu kila mara husikika kama mtu anayeambia hadhira yake nini cha kufanya au nini cha kuamini. Tanzu hii inaweza kuchukua umbo la kishairi au nathari, lakini kwa vyovyote vile, madhumuni ni kuwashawishi wasikilizaji au wasomaji kubadili njia zao. Mara nyingi aina hii ya muziki hutumia msemo, "BWANA asema hivi," au tofauti fulani ya kifungo hicho, kama karibu kificho kwamba ujumbe huu ni wa kinabii na unatoka kwa Mungu. Manabii walijiona kuwa ni wajumbe tu; maneno kweli yalikuwa yanatoka kwa Yehova.

Baadhi ya matamushi ni matamushi ya "ole" yanayoonyesha huzuni na mahumivu nyingi. Ezekieli 26:1-6 ni neno la ole kwa jiji la Tiro.

Katika mwaka wa kumi na moja...neno la Bwana lilinijia: wanadamu, kwa sababu
Tiro alisema kuhusu Yerusalemu,
Aha, lango la kabila la watu limevunjika;
imenifungulia; Nitajazwa sasa kwa kuwa imeharibika, basi, Bwana MUNGU asema hivi:
Tazama, mimi ni juu yako, Ee Tiro!
Nitawatupa mataifa mengi dhidi yako, kama bahari inavyorusha mawimbi yake. Wataharibu kuta za Tiro na kubomoa minara yake. Nitakwangua udongo wake na kuufanya kuwa jabali tupu.
Itakuwa, katikati ya bahari, mahali pa kutandaza nyavu. mimi nimesema, asema Bwana MUNGU. Itakuwa nyara za mataifa, na

miji yake ya mabinti mashambani itauawa kwa upanga.
Ndipo watajua ya kuwa mimi ndimi Bwana.

Tofauti moja kwa neno la ole ni kesi ya agano. Hapa Mungu analeta "kesi" dhidi ya kundi la watu, kwa kawaida Israeli au Yuda. Akiwa wakili mwendesha-mashtaka na mwamuzi, Mungu, kupitia nabii, anaweka mashtaka dhidi ya Israeli mshtakiwa. Kuna wito wa kutokea, mashtaka, ushahidi na uamuzi. Isaya sura ya 3 ni mfano mzuri.

Maneno mengine ni ahadi au maneno ya wokovu. Tofauti na usemi wa ole ambao 'huwatesa wenye starehe,' maneno ya wokovu "kuwafariji walioteswa." Ezekieli anatoa mifano mingi mizuri, kama vile Ezekieli 36:33-36:

Bwana MUNGU asema hivi; Siku ile nitakapowatakasa na maovu yenu yote, nitaifanya miji ikaliwe na watu, na mahali palipoharibiwa patakapojengwa upya. Nchi iliyokuwa ukiwa italimwa, badala ya kuwa ukiwa iliyokuwa machoni pa wote waliopita. Nao watasema, 'Nchi hii iliyokuwa ukiwa imekuwa kama bustani ya Edeni; na miji iliyoachwa na ukiwa, na ukiwa, sasa inakaliwa na watu, na yenye maboma.' Ndipo mataifa yaliyosalia pande zote zenu yatajua ya kuwa mimi, Bwana, nimejenga upya mahali palipoharibiwa, na kupapanda tena mahali palipokuwa ukiwa; Mimi, Bwana, nimesema, na nitafanya.

Kanuni za tafsiri kwa Semi ya Kinabii

Jukumu la nabii ni kufikisha ujumbe wa Mungu kwa watu wa kipindi maalum cha wakati ili wabadili tabia zao. Maneno na matendo mengi ya manabii yalionekana kama mahubiri, kwa kusudi la kuwaita watu watubu au kuwapa tumaini katika hali zao mbaya. Kwa ujumla, hawakukusudia maneno yao kuwa utabiri katika siku zijazo za mbali. "Chini ya asilimia 2 ya unabii wa Agano la Kale ni wa kimasiya. Chini ya asilimia 5 hufafanua enzi ya agano jipya. Chini ya asilimia 1 inahusu matukio ambayo bado yanakuja katika wakati wetu.[1] Manabii walikuwa "watabiri" na sio watabiri.

Manabii walizungumza juu ya siku zijazo, lakini ilikuwa wakati ujao wa karibu. Manabii waliona ni wapi matendo ya jamii yangewaongoza na, kama mzazi mwenye upendo lakini mkali, walitaka watubu ili kuepuka

1 Gordon Fee na Douglas Stuart, Jinsi ya Kusoma Biblia kwa Thamani Yake Yote (Grand Rapids: Zondervan, 2003), 182.

hukumu inayokuja. Kwa maana hii, manabii walizungumza maoni ya Kumbukumbu la Torati, ambayo yanasema kwamba wenye haki watabarikiwa na wasiomcha Mungu watalaaniwa. Simulizi la Biblia lina matukio mengi ambapo nabii anatoa ujumbe wa jumla kwamba ikiwa Israeli haitatubu na kubadili njia zake mbaya, jambo hili au lile baya litatokea. Watu huvuna walichopanda. Manabii walikuwa na hekima ya kutosha kujua kwa kiwango cha mtu binafsi maoni ya Kumbukumbu la Torati huwa hayatimii kila wakati, lakini walikuwa wakilenga jamii kama shirika la ushirika, ambapo dhambi za baadhi ya watu kwa kweli huathiri kundi zima.

Epuka kulichukulia Agano la Kale kama kivuli tu cha mambo katika Agano Jipya. Baadhi ya watu wanaona Agano la Kale kama kivuli tu au mfano wa matukio au mawazo katika Agano Jipya. Hii inapunguza matendo ya maisha halisi ya Mungu kwa Israeli katika kipindi hicho na inaweza kusababisha miunganisho ya kitheolojia yenye shaka. Wakati mwingine waandishi wa Agano Jipya walitumia kifungu cha Agano la Kale katika muktadha mpya, na hivyo kutoa kifungu hicho maana ya pili, mpya katika Biblia. Mfano wa hilo ni andiko la Hosea 11:1 : "Israeli alipokuwa mtoto, nalimpenda na nikamwita mwanangu kutoka Misri." Kwa wazi Hosea anarejelea ukombozi wa watumwa kutoka Misri wakati wa Kutoka. Israeli inaitwa mtoto au mwana wa Mungu mahali pengine katika Agano la Kale. Maana ya wazi ya andiko hili katika muktadha ni kwamba Israeli ni "mwana" ambaye Mungu alimpenda na kumkomboa kutoka Misri. Lakini Mathayo anachukua mstari huu na kuupa maana ya pili, ambapo mwana anarejelea Yesu ambaye alipelekwa Misri ili kuepuka jaribio la Herode la kumuua (Mathayo 2:15). Ingawa waandishi wa injili na Paulo wakati mwingine hutumia maandiko ya Agano la Kale kwa njia hii mpya, hatuna leseni ya kufanya vivyo hivyo leo. Ikiwa tutajiruhusu kutumia Agano la Kale kama kielelezo cha Agano Jipya, tunaweza kuifanya Biblia kusema chochote tunachotaka kwa urahisi. Itakuwa ni jaribu hasa kulainisha mwito wa wazi wa haki ya kijamii ambao manabii wanatangaza.

Vuka daraja la kihemenetiki. Kama aina zote, neno la kinabii lina ukweli muhimu unaostahili kueleweka ipasavyo, katika muktadha wake wa asilia. Aina hii hata hivyo, zaidi ya aina nyinginezo, inahitaji msomaji wa kisasa kuelewa kipindi cha kihistoria cha maandiko ya kinabii yanayohusika. Kwa mfano, ni muhimu kuelewa maana ya "Edomu" maana yake kwa hadhira asilia na manabii waliozungumza dhidi yake (kitabu cha Obadia, Yeremia 49, Ezekieli 35).

Waedomu walikuwa wazao wa Esau na kulikuwa na hisia za uchungu kati ya familia za ndugu wawili (Yuda angeunganishwa na pacha wa Esau, Yakobo). Edomu mwanzoni walishirikiana na Sedekia kupigana na Babeli (Yeremia 27:3) lakini baadaye wakawa washirika wa Babeli (Ezekieli 25:12-14). Watu wa Yuda walipohamishwa, Waedomu walikaa katika miji ya Yuda, na kuwakasirisha zaidi watu wa Yuda. Usuli huu humsaidia msomaji kuelewa uchungu na hasira ya maneno ya nabii na pia jinsi unabii dhidi ya Edomu ulivyoelekezwa kwenye wakati ujao wa haraka. Edomu si sitiari kwa nchi yoyote ya kisasa leo. Ilikuwa mahali pa kweli kwa wakati halisi. Unabii dhidi ya Edomu, au kikundi kingine chochote cha watu wa kale, hauwezi kutumika kwa vikundi vya watu leo.

Yeremia 18 inasimulia jinsi Mungu alivyo kama mfinyanzi anayefanya kazi kwa bidii kwenye gurudumu ili kuunda upya udongo. Nyakati nyingine mfinyanzi lazima avunje udongo kwa sababu chombo kimeharibika sana, kinastahimili umbo la mfinyanzi hivi kwamba hakifai. Wakati manabii wanaposema neno la Mungu, wakiwachambua matajiri na kuwatia moyo maskini, wakiwakumbusha watu kuhusu hadithi ya imani, wakizungumza dabar, wanatumika kama mkono wa Yehova kujaribu na kutengeneza upya udongo, Watu wa Kale wa Mungu. Ni kazi ngumu, ya upweke, lakini inayostahili.

Maono Mbadala ya Mtume

Kwa maneno ya kishairi na yenye nguvu katika Mika 6:6-8, nabii Mika anatoa mfano wa jinsi nabii anavyoshikilia maono mbadala, njia ya BWANA. Wakati wa huduma ya Mika, watu wa Mungu waliamini kimakosa kwamba kumwabudu Mungu ni sawa na kufanya desturi zinazofaa. Mika anayaweka sawa, akionyesha kwamba lazima kuwe na mengi zaidi ya kuabudu kuliko desturi, kwa maana hata zawadi iliyokithiri zaidi haitoshi.

> *Nimkaribie Bwana na kitu gani, niiname mbele za Mungu aliye juu? Je! nije mbele zake na sadaka za kuteketezwa, pamoja na ndama wa mwaka wa kwanza?*
>
> *Je! Bwana atapendezwa na maelfu ya kondoo waume, na makumi ya maelfu ya mito ya mafuta? Je! nimtoe mzaliwa wangu wa kwanza kwa ajili ya kosa langu, mzao wa tumbo langu kwa ajili ya dhambi ya nafsi yangu?' Amekuambia, Ee mwanadamu, lililo jema; na Bwana*

anataka nini kwako, ila kutenda haki, na kupenda rehema, na kwenda kwa unyenyekevu na Mungu wako.

Na ingawa kutoa matoleo si lazima kuwa mbaya, isipokuwa dhabihu ya watoto, ambayo Mungu hupinga mara kwa mara katika masimulizi ya Biblia, hazitoshi kamwe. Mungu anataka ibada iunganishwe na haki (ona pia Isaya 1:10-17). "Fadhili zenye upendo" humaanisha kuwa na furaha kwa wengine wanapopata bora kuliko wanavyostahili, jambo ambalo pia huitwa haki ya shalom.

"Kutembea kwa unyenyekevu pamoja na Mungu" kunamaanisha kumtii Mungu. Mahitaji yote matatu yaliyoorodheshwa yanahusika kwa njia fulani na haki. Mika anawasaidia wasikilizaji wake—na sisi—kuelewa kikweli maana ya kumwabudu Mungu.

14. Ufalme Unagawanyika

Vifungu vya Biblia: 1 Wafalme 11, 12, 14

Wakati watu waliochaguliwa kwa ajili ya misheni walipokuwa taifa-inch waliruhusu mamlaka kujilimbikizia katika mfalme kama mataifa mengine. Tumeona jinsi wafalme watatu katika Ufalme wa Muungano walivyozidi kutumia vibaya mamlaka yao. Sulemani, ingawa alikufa wakati mgawanyiko ulipotokea mwaka wa 922 BCE, aliharakisha mgogoro huo kwa mtindo wake wa maisha wa fahari, ushuru mkubwa na sera dhalimu za kijamii. Utabiri mbaya zaidi wa Samweli kuhusu ufalme ulikuwa umetimia! Sulemani, kama Daudi, alipuuza sheria za mfalme (Kumbukumbu la Torati 17:14-20). Yehova alikuwa amewakomboa watu kutoka katika utumwa wa Farao huko Misri. Sasa walikuwa katika utumwa wao wenyewe chini ya mfalme mkandamizaji wa ukoo wa Daudi. Ukandamizaji huo ulikuwa na athari mbaya kwa vizazi. Mgawanyiko kati ya Israeli na Yuda haukuweza kuponywa kabisa.

Wachezaji Muhimu katika Uasi na Mgawanyiko

- Mfalme Sulemani aliwatoza watu kodi nyingi na kuanzisha kazi ya kulazimishwa ambayo iliendelea baada ya kifo chake.
- Yeroboamu, kiongozi mwenye kipawa kutoka katika "nyumba ya Yusufu," alikuwa msimamizi wa kazi ya kulazimishwa.
- Rehoboamu, mwana wa Sulemani, alipaswa kupanda kwenye kiti cha enzi.
- Nabii Ahiya alitabiri kwa Yeroboamu kwamba atapewa makabila kumi.

- Farao Shishaki alimpa Yeroboamu hifadhi ya kisiasa na baadaye akashambulia Yuda.
- Shemia alikuwa nabii katika Yuda.
- Washauri wengi wazee na vijana wa mfalme pia walichangia matatizo hayo.

Hadithi

Mfalme Sulemani alimweka Yeroboamu, kiongozi mwenye kipawa kutoka katika "nyumba ya Yusufu," asimamie kazi ya kulazimishwa iliyohitajiwa ili kutegemeza maisha yake ya fahari, nyumba kubwa za wanawake na miradi ya ujenzi. Makabila makubwa ya kaskazini ya Yosefu, Efraimu na Manase, yalibeba mzigo mzito wa kodi na kazi ya kulazimishwa kwa mfalme. (Kumbuka hapakuwa na kabila la Yusufu bali maeneo mawili makubwa ya makabila upande wa kaskazini yalipewa wanawe wawili, Efraimu na Manase.) Pia walikuwa na baadhi ya nchi bora zaidi. Yuda lilikuwa kabila lingine kubwa kusini. Makabila ya Yuda na Yusufu yalikuwa makundi mawili yenye ushawishi mkubwa katika ufalme. Kwa karne nyingi, kumekuwa na mvutano kati ya makabila ya Yuda na Yosefu. Mfalme wa kusini, Sulemani, aliongeza mvutano huo kwa kuwafanya watumwa kutoka kaskazini.

Nabii kutoka Shilo aitwaye Ahiya alitabiri kwa Yeroboamu kwamba Yehova atayararua makabila kumi kutoka kwenye kiti cha enzi cha Sulemani na kumpa yeye. Ahiya akararua vazi lake jipya vipande kumi na viwili na kumpa Yeroboamu kumi, hivyo akaigiza dabar.

Ingawa Yeroboamu aliwekwa kuwa msimamizi wa kazi ya kulazimishwa, alijifanya apendezwe na wafanyakazi waliolazimishwa kumfanyia kazi Sulemani na akapata wafuasi. Sulemani aliposikia kuhusu unabii wa Ahiya, alijaribu kumuua Yeroboamu, ambaye alikimbilia Misri ambako Farao Shishaki alimpa hifadhi.

Baada ya kifo cha Mfalme Sulemani, mwanawe Rehoboamu ndiye aliyekuwa mrithi wa kiti cha ufalme. Alikulia katikati ya utajiri wa jumba la kifalme la Sulemani, aliyekingwa kutokana na hali za watu wa kawaida. Wakati ulipofika wa yeye kutawazwa mfalme, alichagua mahali pa ajabu sana kwa sherehe. Alienda Shekemu, mahali pa agano takatifu la kale lililokuwa upande wa kaskazini. Kwa nini kwenda huko? Je, Rehoboamu alikuwa akijaribu kuponya mpasuko kati ya Kaskazini na Kusini, Nyumba ya Yusufu (kabila la Raheli) na Yuda (kabila la Lea)?

Yeroboamu aliposikia hayo huko Misri, alirudi nyumbani. Kwa

msaada wa wafuasi wake, Yeroboamu alimkabili Rehoboamu na kumuuliza angekuwa mfalme wa aina gani. Je, angekuwa tofauti na baba yake na kuwapunguzia watu mzigo? Rehoboamu aliwaomba washauri wake wampe mwongozo. Lakini kisha akakataa washauri wake wakubwa waliosema "kupunguza mzigo." Badala yake alikubali ushauri wa washauri wake wadogo waliokua nao katika utajiri wa pekee wa ikulu. Rehoboamu alikataa kwa kiburi maombi ya makabila ya kaskazini ya kuwa mfalme mwenye haki zaidi.

Rehoboamu akajibu, "Kidole changu kidogo ni kinene kuliko kiuno cha baba yangu. Sasa, ikiwa baba yangu aliwatwika kongwa zito, mimi nitaongeza nira yenu. Baba yangu aliwaadhibu kwa mijeledi, lakini mimi nitawaadhibu kwa nge" (1 Wafalme 12:1-11).

Yeroboamu aliposikia jibu hilo na kuelewa ni aina gani ya mfalme Rehoboamu alimaanisha kuwa, yeye na makabila ya kaskazini walikuwa na jibu lao wenyewe: "Tuna sehemu gani katika Daudi? Hatuna urithi katika mwana wa Yese. Nendeni kwenye hema zenu, enyi Israeli! Ee Daudi, itazame nyumba yako mwenyewe" (1 Wafalme 12:16). Rehoboamu alimweka mtu tofauti aitwaye Adoramu kuwa msimamizi wa kazi ya kulazimishwa ili kujaribu kudhibiti hali hiyo. Lakini watu wa kaskazini walipigana. Walimpiga Adoramu kwa mawe hadi akafa (1 Wafalme 12:18). Rehoboamu alikimbilia Yerusalemu na mgawanyiko ukazidi kuwa mkubwa. Huenda Rehoboamu alishambulia makabila ya kaskazini wakati huo, katika jitihada za kuunganisha nchi, lakini huko Yerusalemu, nabii Shemia alimwonya asiwashambulie ndugu zake (1 Wafalme 12:22-24).

Lakini upande wa kaskazini Yeroboamu, yule bwana wa zamani wa mtumwa, alikuwa na washirika wake mwenyewe. Farao Shishaki, kwa huruma na Yeroboamu, alishambulia Yuda kutoka kusini, hata kuchukua hazina kutoka kwa jumba la kifalme na Hekalu. Sasa Rehoboamu hangeweza kushambulia kaskazini hata kama alitaka. Alikuwa na jeshi kubwa la taifa, lakini bado hangeweza kupigana kwenye pande mbili—Yeroboamu akiwa kaskazini na Farao upande wa kusini.

Rehoboamu akiwa amenaswa katika Yuda, Yeroboamu alijiimarisha kuwa mfalme wa Israeli. Alifanya kituo cha zamani cha kidini Shekemu kuwa mji mkuu mpya. Pia aliimarisha baadhi ya miji ya mpakani. Ili kukabiliana na umaarufu wa Hekalu la Yerusalemu, alianzisha maeneo mengine ya kuabudu huko Dani huko Kaskazini kabisa na Betheli karibu na mpaka wa kusini. Pia aliunda ukuhani mbadala ambao ulidai mizizi katika kipindi cha Musa. Makuhani wengi wa Walawi walikuwa wamekimbilia

Yerusalemu wakati wa mgawanyiko huo.

Inafurahisha kuona kwamba mwandishi wa Biblia—ambaye pengine alitoka kusini—alishutumu kitendo cha Yeroboamu kwa lugha kali sana (1 Wafalme 14:7 na 1 Wafalme 16:26), kisha akawatambulisha wafalme wa kaskazini kwa maneno haya, [mfalme] akafanya yaliyo mabaya machoni pa Bwana, akienenda katika njia ya Yeroboamu, na dhambi aliyowakosesha Israeli" (1 Wafalme 15:34). Kabla ya hatua hiyo mwandishi wa Biblia alielezea uongozi wa Yeroboamu na mgawanyiko uliofuata kama "kutoka kwa Bwana" (1 Wafalme 12).

Watu Waliogawanyika Kwa Muda Mrefu

Kama tu migawanyiko mingine kulikuwa na sababu za muda mrefu na sababu za haraka za mgawanyiko kati ya makabila ya kaskazini na kusini. Kwa kweli, nyufa hizo zilionekana kabla ya mpasuko kati ya Yeroboamu na Rehoboamu. Daudi alipokuwa mfalme kusini, mwana wa Sauli, Ishboshethi, mrithi halali wa nasaba ya kiti cha ufalme, alikuwa mfalme katika makabila ya kaskazini. Na kabla ya hapo, mioto ya kimapinduzi kaskazini ilikuwa imemuunga mkono Absalomu katika uasi wake dhidi ya baba yake Daudi, na kusababisha Mfalme Daudi kuweka mamlaka ya kisiasa katika mji mkuu wa Yerusalemu.

Mfalme Sulemani aliendelea kuweka mamlaka ya kisiasa katikati alipokuwa mfalme. Uasi wa Absalomu ambao karibu ufaulu uliangushwa lakini ulikuwa umepinga umoja wa kitaifa. Kulikuwa na uungwaji mkono mwingi kwa Absalomu kati ya makabila ya kaskazini. Absalomu aliuawa lakini ingechukua muda kuzima moto huo wa kuasi na kuanzisha uaminifu wa kitaifa. Maono ya uwongozi ya Musa na muungano wa kikabila iliendelea katika makabila ya kaskazini, hasa katika makabila ya Yusufu ya Efraimu na Manase. Maono ya kuwa "watu wa taifa" waliochaguliwa badala ya kuwa taifa-inch yalikuwa bado hai.

Ufalme ulikuwa umeunganishwa juu tu kupitia haiba ya Daudi, sera za werevu na kulazimishwa na Sulemani. Utawala wa kifalme haukuwahi kuunganishwa kikamilifu.

Kwa nini mgawanyiko ulitokea	Kwa nini mgawanyiko ulifani-kiwa
• Sababu ya historia ni kazi ya kulazimishwa ya Sulemani na sera za kodi zenye uonevu na kisha kukataa kwa Rehoboamu kusikiliza maombi ya makabila ya kaskazini na washauri wake wakubwa. • Sababu ya hitoria yahadithi (Geschechte) ni Bwana akitenda kupitia nabii Ahiya ambaye, kwa tendo la uhaini, alimfanya Yeroboamu kuwa mfalme wa makabila kumi ya kaskazini kwa maneno na kutenda dabar.	• Sababu ya historia ni hiyo Farao Shishaki alishambulia Yuda kutoka kusini, na kumlazimisha Rehoboamu kuimarisha majiji ya kusini badala ya kushambulia makabila ya kaskazini mara moja. • Sababu ya historia hadithi (Geschichte) ni kwamba nabii Shemia alimtabiria Mfalme Rehoboamu, "BWANA asema hivi, Hutakwea kwenda kupigana na jamaa zako, wana wa Israeli. Rehoboamu alimsikiliza Bwana kupitia maneno ya nabii na hakushambulia (1 Wafalme 12).

Kutafsiri Kitengo katika Mtazamo wa Historiaya Wokovu (Heilsgeschichte)

Vitabu vya Wafalme wa 1 na Wafalme wa 2 viliandikwa kwa mtazamo wa kusini. Katika kuandika historia waliwahusisha wafalme wa Israeli na wafalme wa Yuda ambayo inafichua eneo na mwelekeo wao. Kwa mfano 1 Wafalme 15:33: "Katika mwaka wa tatu wa Asa mfalme wa Yuda, Baasha mwana wa Ahiya alianza kutawala juu ya Israeli yote..." Hukumu ya jumla inasomeka hivi, "Akafanya maovu machoni pa Bwana. , akienenda katika njia ya Yeroboamu, na katika dhambi aliyowakosesha Israeli" (1 Wafalme 15:23-26, 33-34, 16:2526). Lakini wafalme wa Yuda walipokosa uaminifu, bado waliheshimiwa na dhambi zao zilipunguzwa kwa ajili ya Agano la Daudi; 2 Samweli 7:13 ilisema kwamba kiti cha enzi cha Daudi kingeimarishwa milele. Kwa kuwa Daudi hakumuua Mfalme Sauli alipokuwa na nafasi, kulikuwa na ufahamu katika Yuda kutomgusa "mtiwa-mafuta wa Bwana" (1 Samweli 24:6) jinsi walivyokuwa wabaya!

Hakukuwa na mapinduzi yoyote katika Yuda, tofauti na yale mengi katika ufalme wa kaskazini wa Israeli.

Ukweli wa mambo ni kwamba wafalme wa Yuda katika ukoo wa Daudi hawakuwa bora zaidi kiroho kuliko wafalme wa kaskazini. Wafalme wa Yuda waliweka sanamu hata katika Hekalu na kuruhusu udhalimu. Lakini wafalme wa Israeli walihukumiwa mara kwa mara kwa mambo matatu:

1. Israeli hawakuwa na wafalme katika ukoo wa Daudi (1 Wafalme 15:33). Ikiwa kama Ahiya asemavyo ni ya Bwana alipomtabiria Yeroboamu, kwa nini mabadiliko katika 1 Wafalme 14 ambapo anahukumiwa vikali? Ni nini kilibadilisha mawazo ya Ahiya?
2. Israeli hawakuwa na makuhani katika ukoo wa Lawi (1 Wafalme 12:33).
3. Israeli hawakuabudu katika Hekalu la Yerusalemu, lakini Dani na Betheli (1 Wafalme 12).

Jambo la kushangaza ni kwamba, hukumu hii inafunua kwamba waandishi wa kusini walitoa uaminifu zaidi kwa Agano la Daudi lililoanzisha ufalme kuliko Agano la Sinai ambalo lilishikilia utawala wa Mungu. Uaminifu wa Daudi unategemea agano na Daudi kwamba kiti chake cha enzi kitaimarishwa milele (2 Samweli 7). Lakini katika 1 Wafalme 8 na sala ya Sulemani, kiti cha enzi kinategemea ikiwa "watoto wako watakwenda mbele zangu kama vile wewe [Daudi] ulivyokwenda mbele zangu."

Utata wa Israeli wa Kaskazini juu ya ufalme na maono yao ya utawala wa Mungu zaidi kwa hakika yalikuwa maono ya juu zaidi, karibu na mapenzi ya mwisho ya Yehova kuliko maono ya kifalme ya Yuda yanayowakilisha mapenzi ya Yehova ya kurekebisha.

Mtu anapoweka ukosoaji wa taifa - inch ya Israeli katika mtazamo mkubwa wa Historia ya Wokovu (Heilsgeschichte), waandishi wa kusini wenye mwelekeo wa Yerusalemu wanawakilisha kuondoka kwa watu wasio waaminifu kutoka kwa wito wa awali wa Mungu wa kuwa watu wa umisheni duniani kote badala ya kuwa taifa-inch. Wanaonekana kuwa wamesahau mwito wa Mungu kwa Ibrahimu kubariki vikundi vyote vya watu. Utawala wa kifalme unaonekana kukubaliwa na waandishi wa kusini kama mapenzi ya mwisho ya Mungu badala ya mapenzi ya kurekebisha. Inafurahisha pia kwamba historia ya Israeli inawahusu zaidi manabii Eliya na Elisha kuliko wafalme.

Nabii Ahiya alisimama katika mapokeo ya nabii na mwamuzi Samweli.

Pia alifanya uhaini kwa kumweka Yeroboamu kuwa mfalme huku mfalme mwingine akiwa bado ameketi kwenye kiti cha enzi. Mgawanyiko huo ulikua kutoka kwa maono ya mageuzi na kutoka kwa mapokeo ya utawala wa Musa. Je, Yeroboamu alishiriki maono hayo? Huenda mtu akafikiri kwamba alifanya hivyo kwa kadiri fulani kwa sababu aliweka makao makuu huko Shekemu, kitovu cha awali cha agano la kidini ambapo Yoshua aliongoza makabila katika kufanya agano upya baada ya ushindi na Sanduku la Agano lilipumzika hadi Daudi alipolileta Yerusalemu. Yeroboamu pia alikazia uangalifu mahali pengine patakatifu kama vile Penueli na Betheli. Hata hivyo, alikuja kuwa mfalme, si mwamuzi.

Kitendo Cha Yeroboamu Yenye Utata Zaidi

Katika hatua ya kutatanisha na pengine ya kukufuru kwa ajili ya utawala wake mpya, Yeroboamu alisimamisha sanamu za mafahali kwenye vituo vingine vya ibada vya Dani na Betheli. Miungu mbalimbali ya Mashariki ya Kati ilionyeshwa ikiwa imepanda juu ya migongo ya mafahali, na fahali wa Yeroboamu wangeibua sanamu za miungu mingine isipokuwa Yehova. Wasomi wanajadiliana kuhusu jambo hili kwa Yeroboamu na watu. Hekalu la Yerusalemu lilikuwa na Yehova akikaa kati ya mbawa za maserafi juu ya Sanduku la Agano. Je, Yeroboamu aliona Yehova akiwa amepanda ng'ombe badala yake? Aliunganisha Mungu wa Dani na mahali patakatifu pa Betheli kama "Yehova aliyewatoa kutoka Misri." Bernhard Anderson aandika, "Wakati huo Yeroboamu hakuwa na wazo la kuanzisha ibada ya 'miungu' mipya; bali nia yake ilikuwa kufanya upya ujitoaji wa Israeli kwa Mungu wa agano." Haidhuru Yeroboamu alikuwa na nia gani, labda fahali huyo alikuwa karibu sana na ibada ya Baali ili kuepuka miingiliano katika muktadha huo.[1] Watu hawakuelewana na mafahali wa Yeroboamu walisababisha upatanishi badala ya kumwabudu Yehova pekee ambaye aliwakomboa kutoka Misri. Nabii Hosea wa kaskazini ndiye wa kwanza kulaani ndama wa ng'ombe huko Betheli, si mwanahistoria kutoka Yuda (Hosea 8:5-6, 10:5-6).

Hitimisho na Tafsiri

Mgawanyiko wa ufalme ni mgogoro muhimu katika hadithi ya watu wa Mungu, yenye mizizi thabiti katika historia na kama tukio linalo tafsiriwa kutoka kwa upendeleo wa imani. Sababu za kihistoria za mgawanyiko

1 Bernhard W. Anderson, et al., Kuelewa Agano la Kale, Toleo la Tano (Upper Saddle River, NJ: Pearson Education, Inc., 2007), 240.

huo ziko wazi hata kutoka kwa hati za kibiblia. Ufalme wa Muungano haukuwahi kuunganishwa kikamilifu na kwa wakati wa Sulemani kwa nguvu tu. Nyufa katika umoja zilionekana mara kwa mara baada ya mfalme wa kwanza, Sauli. Daudi alijua kwamba alihitaji mji mkuu katika eneo lisilo na upande wowote kati ya kaskazini na kusini. Aliiteka Yerusalemu na kuifanya kuwa kituo cha kisiasa na kidini. Mgogoro wa Yuda na Yusufu ulirudi nyuma hadi kwenye mzozo katika familia ya Yakobo kati ya wana wa Lea na Raheli. Watu wa Mungu waliogawanyika mara nyingi walipigana wao kwa wao (1 Wafalme 14:30) na pia wakati mwingine wakawa washirika dhidi ya adui wa kawaida au wakati familia za kifalme zilipooana.

Mgawanyiko unaweza kutafsiriwa kwa njia mbili tofauti kabisa, kulingana na ufahamu wa mtu wa mapenzi ya mwisho na ya kurekebisha ya Yehova.

Mtazamo wa Utawala wa Kifalme: Kwa mtazamo kwamba mapenzi ya mwisho ya Yehova yalikuwa kwamba watu wawe taifa-inch, uasi na mgawanyiko ulikuwa mbaya kabisa. Daudi alionekana kuwa mfalme bora zaidi, mtu anayeupendeza moyo wa Mungu mwenyewe, na Nathani—badala ya kutoa tisho mbaya kuhusu wakati ujao wa nyumba ya Daudi—alitabiri kwamba kungekuwa na mzao kwenye kiti cha enzi cha Daudi milele. Haiba ya Daudi, ushindi wake wa kijeshi na werevu wa kisiasa uliadhimishwa, na alichukuliwa kuwa mfalme mkuu zaidi. Baadhi ya wasomaji wa Biblia ambao hupuuza dhambi za Daudi wanaamini kuwa ufalme ulikuwa ni mapenzi ya Mungu. Na baada ya yote, nasaba ya "kiti cha enzi cha Daudi" ilidumu mamia ya miaka. Sulemani, ambaye alipanua nguvu na ushawishi wa Israeli kutawala Mashariki ya Kati kwa muda pia anaonekana kama kiongozi mkuu na mwenye hekima wa taifa la Mungu. Dhambi zake za uonevu na kazi ya kulazimishwa zinapunguzwa na baadhi ya wasomaji wa Biblia leo.

Mtazamo wa Kupinga Ufalme: Mgawanyiko wa Israeli ni hukumu ya Mungu dhidi ya Sulemani na sera zake za kupinga shalom. Waisraeli wasio waaminifu walikuwa wakivuna walichopanda walipokuwa taifa lenye mamlaka iliyokabidhiwa kwa wafalme. Wafalme waliofuata walizidi kutumia vibaya mamlaka yao, kutia ndani Daudi na Sulemani. Nathani alitoa unabii kwa Daudi baada ya dhambi yake, kwamba Yehova "ataleta mabaya juu yako kutoka katika nyumba yako mwenyewe," akimaanisha uasi wa Absalomu (2 Samweli 12:11). Israel pia ilikabiliwa na changamoto kutoka nje ya mipaka yake katika siasa mbaya na yakutumbukia za kimataifa kati ya mataifa ya Mashariki ya Kati.

Utawala wa kifalme ulikuwa ni mapenzi ya Yehova tu ya kurekebisha, na theokrasi na mwito wa Ibrahimu wa kuwa mmishenari haukufa kabisa wakati wa utawala wa kifalme. Walipaswa kumfunua Yehova kwa vikundi vyote vya watu wa ulimwengu. Katika upendo thabiti (Zaburi 136), Yehova alibaki ameunganishwa katika ukosefu wa uaminifu wa watu. Mungu huyu mstahimilivu aliendelea kufanya kazi na watu ambao walikuwa huru kukataa.

15. Israeli na kuanguka kwake kwa Ashuru

Vifungu vya Biblia: 1 Wafalme 18, 2 Wafalme 17

Mgawanyiko wa Ufalme wa Muungano unaacha Ufalme wa Kaskazini, Israeli, na sehemu kubwa na yenye rutuba zaidi ya ardhi. Israeli ni bora zaidi kuliko Yuda kiuchumi, kijeshi na kisiasa. Kwa sababu hii, Yuda ndogo na iliyojitenga zaidi haipatiwi baadhi ya vita vya kimataifa. Njia kadhaa za biashara huvuka Israeli, na kuifanya iwe ya kuhitajika zaidi na kwa hivyo inaweza kushambuliwa zaidi. Wakati mwingi wa uwepo wa Israeli, Yuda ni zaidi ya kibaraka wa Ufalme wa Kaskazini. Uhusiano kati ya nchi hizo mbili ulianzia vita hadi miungano iliyoanzishwa na ulinzi wa pamoja na ndoa za kifalme.

Hadi Israeli inaanguka, waandishi wa Biblia wanazingatia Ufalme wa Kaskazini. Hadithi ya Israeli inafuata zaidi shughuli za manabii wa kaskazini Eliya na Elisha ambao wanapata chanjo zaidi. Nabii huyo anaitwa "mtu wa Mungu." Ni baada tu ya 722 BCE ndipo hadithi ya Yuda inasikizwa sana. Hadithi ya Yuda inafuata zaidi wafalme.

Waandishi wa Kumbukumbu la Torati kwa ufupi wanalaani Israeli kwa sababu Waisraeli sio waaminifu. Hawana wafalme katika ukoo wa Daudi, hawana makuhani katika ukoo wa Lawi, na hawaabudu katika Yerusalemu. Ukosefu wa Waisraeli wa wafalme katika mstari wa Daudi pengine ulisababisha waandishi wa Biblia kuzingatia hadithi zao kwa manabii ambao walikuwa katika mgogoro na wafalme wa Israeli.

Kama ilivyoonyeshwa katika sura iliyotangulia, uasi dhidi ya Rehoboamu una mizizi fulani ya utawala wa Mungu, maono ya mageuzi na kutoelewana kuhusu mamlaka ya kifalme ya katikati. Cheo cha mfalme na wafalme wenyewe hakiheshimiwi sana katika Israeli kama vile katika Yuda. Tofauti na Yuda, hakuna tatizo katika Israeli la kuwaua wafalme "watiwa-mafuta wa BWANA." Kwa hivyo kuna idadi ya mapinduzi ya umwagaji damu na tawala fupi katika Israeli. Kinyume cha hilo, Yuda ina nasaba isiyovunjika ya wafalme katika nasaba ya Daudi isipokuwa utawala mmoja mfupi wa malkia. Upinzani katika Israeli kwa serikali kuu husababisha kukosekana kwa utulivu wa ndani na hatari ya nje kwa nchi jirani na himaya.

Wafalme wa Israeli

Kukosekana kwa utulivu wa kisiasa na vita vya mara kwa mara na Yuda wakati wa miaka 50 ya kwanza ya Israeli hudhoofisha taifa na kumzuia Yeroboamu (922-901) asianzishe nasaba ya kudumu kwa muda mrefu. Baada ya utawala wake wa miaka 21, mfululizo wa mauaji ya umwagaji damu yafupisha enzi za wafalme wanne waliofuata kuwa mwaka mmoja, miaka mitatu, mwaka mmoja, na hatimaye kuwa siku saba! Heshima ya chini kwa ofisi ya wafalme katika makabila ya kaskazini inajidhihirisha kwa kupita kiasi.

Hatimaye, Omri (876-842 BCE) anaongoza mapinduzi yaliyofanikiwa kuleta mwongozo na utulivu wa kisiasa. Wazao wanne wa Omri walitawala kwa miaka 35. Anaanzisha uhusiano wa amani na nchi jirani, kutia ndani ndoa za watoto wake na familia za kifalme za Foinike na Kiyahudi. Anaongoza kampeni za kijeshi zilizofanikiwa kupanua udhibiti wa Israeli huko ngambo ya yordani. Omri pia anahamisha mji mkuu kutoka Shekemu, ulio katika eneo lisiloweza kutetewa katika bonde, kaskazini-magharibi hadi jiji la Samaria lililoko kimkakati juu ya kilima. Baadaye, Waashuru hujitahidi kwa miaka mitatu kuliteka jiji kuu, ikionyesha hekima ya kuhama. Ahabu, mwana wa Omri, aolewa na Yezebeli wa Foinike, ambaye ni mendelezaji mwenye nguvu wa ibada ya Baali. Anawatesa manabii wa Yehova. Yezebeli analeta maovu mengi sana hivi kwamba jina lake bado lina maana mbaya katika miduara fulani.

Nasaba ya Omri inaishia kwa Yehu (842-815 BCE), ambaye ni kapteni wa jeshi aliyetiwa mafuta kuwa mfalme na nabii Elisha. Anaongoza mapinduzi ya kidini, kwa sehemu ya kisiasa, ya umwagaji damu ili kusafisha nyumba ya Ahabu na kuanzisha nasaba ya tatu. Anaua familia yote ya Ahabu, akiwakata kichwa wanawe sabini, makuhani na marafiki. Lakini utakaso huo unaua washiriki wa familia za kifalme kutoka Foinike na Yuda pia, na kuumiza uhusiano wa kimataifa na kuifanya Israeli kuwa katika hatari ya kushambuliwa. Nasaba ya Yehu inaangukia kwa Yeroboamu wa Pili, ambaye anarudisha Israeli kwenye ufanisi wa kiuchumi na udhibiti wa eneo sawa na siku za Ufalme wa Muungano. Zekaria, mwana wa Yeroboamu wa Pili, anatawala kwa muda wa miezi sita tu, akimaliza kitaalam nasaba ya Yeroboamu wa Pili Mwandishi wa Kumbukumbu la Torati anamsifu Yehu kwa utakaso wake wa kidini ingawa yeye haharibu madhabahu ya Dani na Betheli (2 Wafalme 9-10). Lakini nabii Hosea anamshutumu Yehu kwa mapinduzi yake ya umwagaji damu (Hosea 1:4). Nabii Amosi na Hosea wanahubiri wakati wa utawala wenye ufanisi wa Yeroboamu wa Pili (786-746 BCE). Lakini wafalme dhaifu wanamfuata Yeroboamu wa Pili, na upanuzi wa upande wa magharibi wa Ashuru ulisababisha kushuka kwa kasi na, hatimaye, kuanguka kwa Israeli kwa Ashuru mnamo 722 BCE.

Manabii Wakuu wa Israeli

Wakati wa utawala wa kifalme wenye misukosuko wa Israeli, manabii walifurahia hadhi ya juu na kustahiwa, na kadhaa walijitokeza kutoka kwenye kundi hilo. Kwa mfano, nabii Mikaya hakukubaliana waziwazi na makadirio ya manabii wengine mia nne wenye ujuzi kwamba Mfalme Ahabu angeweza kushinda Siria. Mikaya alimwambia Ahabu kwamba vita vingeenda vibaya. Ahabu alichagua kupigana hata hivyo, na aliuawa katika vita hivyo (1 Wafalme 22:13-40).

Manabii ni muhimu sana kwa hadithi ya kibiblia hivi kwamba hadithi ya Ufalme wa Kaskazini inahusu manabii wasioandika Eliya na mrithi wake Elisha kuliko wafalme. Eliya na Elisha walitoa unabii kotekote katika Israeli, Foinike, na Siria na walikuwa na uwezo wa kuwatia mafuta wafalme, kutia ndani mmoja wa Siria! Eliya na Elisha waliwakilisha agano na sheria za Musa na Mungu wa pekee ambaye hangevumilia miungu mingine, hasa Baali. Waliwaita wafalme na watu kwenye haki ya kijamii ya agano la Sinai.

Manabii Wawili Wasioandika

Eliya, Mtishbi kutoka Gileadi, aliitwa "msumbufu wa Israeli" na mfalme Ahabu. Eliya aliongoza pambano kuu na manabii wa Yezebeli wa Baali kwenye Mlima Karmeli. Hadithi za Eliya zinatia ndani pia kutabiri kwake ukame, mafuta na unga wa kimuujiza usioisha wa mjane wa Foinike ambaye alimpeleka Eliya nyumbani kwake wakati wa njaa, kumfufua mwana wa mjane huyo ili aishi, kumkabili Mfalme Ahabu kuhusu kuchukua shamba la mizabibu la Nabothi, na kupaa kwake mbinguni kwa upepo wa kisulisuli (1 Wafalme 17-19, 21, 2 Wafalme 2).

Eliya alimtia mafuta Elisha ili achukue nafasi yake. Hadithi za miujiza za Elisha zinatia ndani kuongeza mafuta ya mjane maskini mara mia ambayo kisha aliuza ili kuwalipa wadai wake, hivyo kuwaokoa watoto wake wasichukuliwe utumwani. Pia alimfufua mwana aliyekufa wa mwanamke Mshunami mwenye ukaribishaji-wageni na tajiri. Alisafisha sufuria ya kitoweo, akaongeza chakula kuwalisha watu mia nne, akamwambia jemadari wa Shamu Naamani jinsi ya kuponywa ukoma kwa kuoga katika Mto Yordani, na akafanya kichwa cha shoka kilichoazima kielee ili kiweze kuchukuliwa na kurudishwa. Elisha pia alikuwa mtendaji wa kisiasa, akishiriki katika kampeni mbalimbali za Vita Vitakatifu, akishirikiana na mfalme wa Shamu, akimpaka mafuta Yehu kuwa mfalme na kumuunga mkono katika usafishaji wake wa kidini wa umwagaji damu wa familia ya Ahabu. Baadhi ya hadithi za Elisha zinasikika kwa njia ya kutiliwa shaka sawa na baadhi ya hadithi za Eliya.

Hadithi hizi zinafunua wasiwasi wa Elisha kwa maskini, zinaonyesha maono ya haki ya shalom ya agano la Musa. Kupofushwa kwa Waaramu kama Utisho wa Bwana ni hadithi ya Vita Vitakatifu katika mshipa wa mfano wa asili usio na vurugu wa Vita Vitakatifu. Mfalme wa Aramu alikuwa akituma washambuliaji katika Israeli lakini bila mafanikio. Elisha aliendelea kumwambia mfalme wa Israeli mahali ambapo Waaramu walikuwa wamepiga kambi. Mfalme wa Aramu aliambiwa kwamba Elisha alikuwa akimwambia mfalme wa Israeli maeneo yao. Kwa hiyo mfalme wa Aramu akatuma askari kumkamata Elisha huko Dothani. Waliuzunguka mji. Elisha aliomba kwamba macho ya mtumishi wake mwenye hofu yafumbuliwe. Na yule mtumishi akaona kwamba vilima vimejaa farasi na magari ya moto. Wakati Waaramu walipofika kwa Elisha, aliomba kwamba Mungu awapofushe, jambo ambalo Mungu alifanya. Kwa hiyo Elisha akawaongoza hadi katika jiji kuu la Samaria. Wakati wote walikuwa ndani, Elisha aliomba na Bwana akafungua macho yao. Mfalme wa Israeli alimwuliza Elisha kama awaue Waaramu, na Elisha akakataa. Badala yake Elisha akawalisha Waaramu karamu kubwa kisha akawaacha waende zao. Hadithi inaisha na "Washami hawakuingia tena katika nchi ya Israeli" (2 Wafalme 6:8-23).

Manabii Wawili Waandishi

Amosi, mkulima-mchungaji kutoka Tekoa, maili tano kusini mwa Bethlehemu katika Yuda, akawa nabii wa kwanza katika Israeli ambaye maneno yake yalikusanywa kuwa kitabu. Amosi alitabiri karibu 750 BCE wakati wa utawala wa Yeroboamu II, wakati wa ustawi wa Israeli na utawala wa kisiasa. Amazia, kuhani mkuu wa Betheli, alipomwambia Amosi aende nyumbani Yuda na kujitafutia chakula pamoja na wale manabii wengine kitaaluma, alijibu kwamba yeye si "nabi" wala mwana wa "nabi," bali kwamba Mungu alimwita. na kumtuma kutabiri kwa "watu wangu Israeli" (Amosi 7:14-15).

Amosi alipiga ngurumo dhidi ya matajiri na wenye nguvu katika Israeli. Alikashifu dhuluma za kijamii, akitoa wito wa kurejeshwa kwa jumuiya ya maagano ambako kulikuwa na haki ya kiuchumi na shalom. Alisisitiza kwamba ibada inayokubalika katika Betheli lazima ihusishwe na haki ya shalom.

> *Ninazichukia, nazidharau sikukuu zenu, wala sifurahii makusanyiko yenu makuu. Hata mjaponitolea sadaka zenu za kuteketezwa sitazikubali...Niondoleeni kelele za nyimbo zenu; Sitasikiliza wimbo wa vinubi vyenu. Lakini haki na itelemke kama maji, na haki kama kijito kinachotiririka daima (Amosi 5:21-24).*

Ingawa ujumbe wake mwingi ulikuwa wa hukumu, Amosi pia alionyesha huruma na upendo mwingi kwa watu. Alipokuwa akiona hukumu inayokuja juu ya Israeli, Amosi alimlilia Mungu, akiwaombea watu, "Ee Bwana MUNGU, acha, nakuomba. Yakobo anawezaje kusimama? Yeye ni mdogo sana" (Amosi 7:5).

Nabii wa pili mwandikaji, Hosea, alitoa unabii baada ya Amosi, karibu na wakati wa kifo cha Yeroboamu katika 746 BCE na kisha baadaye wakati uharibifu wa haraka wa Israeli ulikuwa tayari umeanza. Tofauti na Amosi, Hosea alikuwa nabii mwenye kusihi na ujumbe kwamba Yehova alipenda Israeli kwa kuchagua na kumkomboa kutoka Misri na kumwangalia jangwani. Aliwaona Israeli kama mtoto mpendwa wa Mungu. "Israeli alipokuwa mtoto nalimpenda na nilimwita mwanangu kutoka Misri" (Hosea 11:1). Akitumia mfano wa ndoa, Hosea alifananisha Israeli kuwa mke asiye mwaminifu aliyejaa ukahaba katika sura ya pili. Lakini neema ya Yehova isiyo na akili bado ilitafuta kurejesha uhusiano na mke huyu mpotovu. Hosea alisaidia kwamba hukumu ya Yehova ilionyesha upendo na neema ya Mungu, ikitafuta kuwarudisha watu waliopotoka kwenye uhusiano wa agano. Lakini Hosea pia alitoa changamoto kwa Israeli:

> *Nifanye nini nawe, Ee Efraimu? Nifanye nini nawe, Ee Yuda? Upendo*

wako ni kama wingu la asubuhi, kama umande unaotoweka mapema. Kwa hiyo nimewakata kwa njia ya manabii, nimewaua kwa maneno ya kinywa changu, na hukumu yangu inatoka kama nuru. Maana nataka fadhili wala si dhabihu, kumjua Mungu kuliko sadaka za kuteketezwa (Hosea 6:4-6).

Israeli alipokuwa mtoto nilimpenda, na kutoka Misri nilimwita mwanangu. Kadiri nilivyowaita, ndivyo walivyozidi kuniacha; wakaendelea kuwatolea dhabihu Mabaali, na kufukizia uvumba kwa sanamu. Lakini mimi ndiye niliyemfundisha Efraimu kwenda, naliwachukua kwa mikono yangu; lakini hawakujua ya kuwa niliwaponya...Watarudi mpaka nchi ya Misri na Ashuru atakuwa mfalme wao, kwa sababu wamekataa kunirudia mimi (Hosea 11:11-5).

Wachezaji wa Kimataifa wakati wa Uwepo wa Israeli

Mara tu baada ya mgawanyiko kati ya Israeli na Yuda, Farao wa Misri Shishaki alivamia Yuda. Pia alivamia Israeli njia yote ya kaskazini hadi Megido. Siria ilikuwa nchi iliyofuata kutishia Israel, ikichukua eneo la kaskazini mwa ngambo ya Yordani. Uhusiano wa Israeli na Shamu juu ya kuwepo kwake kwa miaka 200 ulijumuisha ushirikiano dhidi ya maadui wa kawaida na vita vya mara kwa mara (ona hadithi za Vita Vitakatifu katika 2 Wafalme 6-7).

Ufalme wa Kaskazini wa Israeli ulikuwa mchezaji muhimu kimataifa hasa wakati wa utawala wa Yeroboamu, Ahabu na Yeroboamu II. Mamlaka zinazotawala katika Hilali yenye Rutuba katika mpangilio wa kihistoria hadi wakati huo katika Agano la Kale zilikuwa Misri, Umoja wa Israeli, Siria, (Kaskazini) Israeli na Ashuru. Ashuru ilipoibuka na kupanua udhibiti wake kuelekea magharibi, Siria na Israeli ziliunda muungano. Lakini kwenye pigano kuu la Qarqar mwaka wa 853 BCE, Shalmanesa wa Tatu, mtawala wa Ashuru, alishinda lakini yaonekana si kwa kadiri ambayo angeweza kusonga mbele zaidi kuelekea magharibi ili kuteka majiji makuu ya Damaski na Samaria.

Kuanguka kwa Israeli kwa Ashuru

Baada ya kifo cha Yeroboamu wa Pili, Israeli ilipungua upesi. Kushuka kwa maadili na kiroho pamoja na ukosefu wa utulivu wa kisiasa kulichangia Israeli kupoteza nguvu ya kitaifa. Wafalme dhaifu na mapinduzi baada ya mapinduzi yalipelekea Israeli kuanguka na kuanguka kwa Ashuru mnamo 722 BCE. Mfalme Tiglath-Pileseri III (anayeitwa Puli katika Biblia) alianza kutawala mwaka ambao Yeroboamu wa Pili alikufa mwaka wa 746 BCE. Alielekea magharibi kutoka Ninawi, akashinda Damaski mwaka wa 732 BCE na kutawala sehemu za kaskazini mwa Israeli. Puli alipokufa mwaka wa 727 BCE, Mfalme Hoshea wa Israeli aliamua kuasi na kutolipa kodi ya kila mwaka. Kisha Shalmanesa, mfalme mpya wa Ashuru, alivamia Israeli na kuzingira jiji kuu la Samaria kwa miaka mitatu lakini akafa kabla ya kupata ushindi huo. Sargoni II alikamilisha uharibifu wa Samaria. Israeli ilikuwa magofu, isingerudishwa tena.

Waashuru waliwafukuza wapatao 27,000, au karibu theluthi moja ya raia wa Israeli, na kuleta takriban idadi sawa ya wageni ili kudhoofisha utamaduni wa Waisraeli. Makundi ya watu wawili walioana na watoto wao waliitwa Wasamaria. Baadaye, watu wa Yuda, ambao hatimaye wangeitwa Wayahudi, wangewachukia Wasamaria, wakiwaona kuwa nusu-zao. Chuki hii iliendelea hadi wakati wa Yesu.

Yuda na Wayahudi wa baada ya uhamisho ambao walijieleza kuwa safi kikabila walijiona kuwa bora kuliko Wasamaria. Ukweli wa mambo ulikuwa kwamba watu wa Kutoka walikuwa kundi mchanganyiko kuanzia (Kutoka 12:38). Umati huu uliunganishwa na **Wakeni (kenites)** nyikani na watu wa kujipenyeza na Habiru wa pembeni na Wagibeoni walipohamia Kanaani. Watu wengine wa kabila walijiunga na Watu wa Mungu na kuonekana katika ukoo wa Yesu. "Waisraeli" au Watu wa Mungu hawakuwahi kuwa wazao wa Yakobo walio na damu ya ukoo wa Yakobo. Uteule wao ulikuwa wa kuwa watu wenye msingi wa imani (utambulisho), sio kabila. Kwa hiyo ingawa kuanguka kwa Israeli kwa Ashuru kuliwakilisha wakati mgumu sana kwa Ufalme wa Kaskazini, hadithi yao ilikuwa haijaisha. Imani ya Yehova ilidumu katika Samaria hadi wakati wa Yesu.

16. Yuda na kuanguka kwake kwa Babeli

Vifungu vya Biblia: 2 Wafalme 23-24, Yeremia 18-19

Muktadha wa Kihistoria: Israeli, Yuda na Ashuru

Uhusiano wa Yuda na Israeli baada ya mgawanyiko ulianzia kwenye ushirikiano wa karibu na kuoana kati ya familia za kifalme hadi migogoro na vita. Kihistoria hadhi dhaifu ya Yuda na eneo lililotengwa zaidi lilichangia kusalimika kwake wakati Israeli ilipoanguka kwa Waashuri. Lakini dini ya kiraia maarufu ya Yuda ili tafsiri jinsi uhai wake utakavyoendelea.

Mwaka wa 734 BCE Israeli na Siria zilivamia Yuda na kuifanya iwe kwenye mstari wa kusimama pamoja dhidi ya safari ya kuelekea magharibi ya Ashuru. Mfalme Ahazi wa Yuda (735-715 BCE) alikuwa amekataa kujiunga na muungano huo wa Israeli na Siria dhidi ya Ashuru. Katika kujilinda dhidi ya muungano wa Israeli na Syria, Mfalme Ahazi alituma zawadi kubwa kwa mfalme wa Ashuru Tiglath-Pileseri (Pul) ambayo ilifanya Yuda kimsingi kuwa kibaraka wa Ashuru kwa miaka sitini iliyofuata. Uhusiano huo wa kibaraka ulijumuisha kodi ya kila mwaka ambayo ilidhoofisha zaidi uchumi wa Yuda (2 Wafalme 16:5-8). Mfalme Ahazi alilazimika kuvua Hekalu ili kulipa kodi (2 Mambo ya Nyakati 28:21). Nabii Isaya wa Yerusalemu alipinga kutuliza kwa Ahazi kwa Waashuri (Isaya 7). Lakini kitendo cha mfalme kilisaidia Yuda kunusurika wakati Waashuri waliposhinda Israeli mnamo 722 BCE.

Ashuru iliposhinda Israeli na Siria, Yuda ilipoteza eneo fulani kwenye mpaka wake wa kaskazini hadi Ashuru, na hivyo kupunguza ukubwa na umaana wake zaidi. Edomu, kibaraka wa Yuda kwenye mpaka wake wa kusini-mashariki, alichukua fursa ya hali dhaifu ya Yuda na kuasi. Yuda walipoteza mapato ya ardhi na kodi.

Sababu tatu za Yuda Kuokoka Israeli ilipoanguka

Kwa nini Yuda haikuanguka Israeli ilipotekwa na Ashuru? Sababu moja ya historia ni kwamba Mfalme Sargoni wa Ashuru alilazimika kurudi nyumbani ili kukabiliana na uasi wa kisiasa katika sehemu ya mashariki ya milki yake. Kufagia kwake kuelekea kusini hadi Yuda hakukamilishwa. Sababu ya pili ya historia ni kwamba Mfalme Ahazi alikuwa ameituliza Ashuru mapema kwa zawadi kubwa.

Lakini kwa kutumia mtazamo wa Kumbukumbu la Torati, tafsiri maarufu ya HistoriayaHadithi(Geschichte) ilikuwa kwamba kutoroka kwa Yuda kutoka kwa uvamizi wa Waashuri ilikuwa ishara nyingine kwamba walikuwa wenye haki zaidi kuliko Israeli iliyoanguka. Dini yao ya kiraia ilisaidia Yuda kutegemea usalama huu wa uwongo badala ya kutubu kwa ajili ya ukosefu wa haki wa kiuchumi, ibada ya sanamu na uasherati. Walitukuza Hekalu na nasaba ya Daudi, yote ambayo yaliunda hisia ya uwongo ya usalama ambayo nabii Yeremia alikuwa amewaonya dhidi yake (Yeremia 7). Baada ya yote, walifikiri, Yuda walikuwa na wafalme katika ukoo wa Daudi, makuhani wa ukoo wa Lawi, pamoja na Hekalu na Sanduku la Agano huko Yerusalemu. Waliamini kwamba Yehova hakika angewalinda na kuwapigania Vita Takatifu kama ilivyotokea mara kadhaa hapo awali.

Wafalme Wanne wa Yuda: Wawili waovu na Wawili Wacha Mungu

Waandishi wa Biblia hawakuwapa wafalme wa Yuda alama bora zaidi kwa uongozi wao wa kidini na kisiasa kuliko walivyowapa wafalme wa Israeli. Uovu wa Manase katika Yuda bila shaka ulishinda ule wa Mfalme Ahabu wa Israeli. Lakini tofauti na Israeli hapakuwa na mapinduzi katika Yuda kwa sababu wafalme wote walikuwa katika uzao wa Daudi. Na Daudi alitoa kielelezo kwamba mfalme aliyeketi asidhurike (kujeruhiwa) alipopata nafasi ya kumuua mfalme Sauli, lakini akakataa kufanya hivyo (1 Samweli 24). Hata hivyo nasaba ya Daudi, dini ya kiraia na Hekalu katika Yuda bado iliongoza waandishi wa Biblia kuwa wapole zaidi kwa wafalme wa Yuda.

Ahazi (735-715 BCE)—Mfalme Mwovu

Utulizaji wa Ahazi (aliyeitwa pia Yehoahazi) kwa Ashuru ulitia ndani kuridhiana kidini na kutii kisiasa. Aliweka madhabahu kwa miungu ya Waashuru katika Hekalu na kufikia hata kumtoa mwanawe dhabihu kwa mungu Moloki (2 Wafalme 16:3). Nabii Isaya (wa Yerusalemu) na Mika walipinga maafikiano ya kisiasa na kidini ya Ahazi ambayo waliyaona kuwa sawa (Isaya 2, 7).

Hezekia (715-687 KWK)—Mfalme Mwema

Hezekia, mwana wa Ahazi, aliongoza maasi mawili dhidi ya Ashuru. Ya kwanza kwa kiasi kikubwa ilikuwa mageuzi ya kidini ambayo pia yalikuwa na athari za kisiasa. Baada ya uasi huu wa kwanza mfalme Senakeribu wa Ashuru alivamia maeneo ya Foinike, Shamu na Yuda, akateka miji mingi ya Yudea na kumtenga mfalme Hezekia katika Yerusalemu. Hezekia alifanya amani kwa kuharibu hazina na zaidi kulivua Hekalu ili kulipa kodi kwa Ashuru. Senakeribu pia alilazimika kurudi nyumbani ili kukabiliana na matatizo ya kisiasa huko (2 Wafalme 19:7). Yerusalemu iliokolewa tena.

Mfalme Hezekia aliongoza uasi wa pili karibu na mwisho wa utawala wake ambao ulileta tena jeshi la Waashuru Yerusalemu. Lakini janga liliua askari 100,000 katika jeshi la Ashuru. Mwanahistoria Herodotus anaonyesha tukio hili lilikuwa tauni ya panya,[1] ambayo ina uwezekano mkubwa inamaanisha tauni ya bubonic, maambukizi hatari ya bakteria yanayoenezwa na viroboto na wabebaji wa kati kama panya. Tauni hiyo itakuwa sababu ya historia ya vifo vya watu wengi. Tunapata sababu ya Historia ya Hadithi (Geschichte) kutoka kwa mwandishi wa Biblia katika Wafalme wa 2 na kutoka kwa Isaya, ambaye alitafsiri vifo hivyo kama Utisho wa BWANA katika Vita Takatifu baada ya Hezekia kumwomba Yehova ukombozi (Isaya 36-37, 2 Wafalme 19). Ufafanuzi wa Isaya na mwandishi wa Biblia wa ukombozi huu wa Vita Vitakatifu, pamoja na kuokolewa mapema kwa Yuda wakati Israeli ilipoanguka, vilichochea dini maarufu ya Yuda kuamini kwamba Yehova angelinda Yuda na Yerusalemu kila wakati. Waliamini baada ya yote kwamba walikuwa mabaki waaminifu wa mwisho wa Yehova na hivyo wasingeangamizwa. Walipuuza enzi kuu ya Yehova na wakakuza

1 Herodotus, Historia, ii, 141,5. A.D. Goodly, mh. Maktaba ya Dijiti ya Perseus, http://www.perseus.tufts.edu/hopper/. Juni 22, 2016. Ona pia William Sanford LaSor, et al., Utafiti wa Agano la Kale: Ujumbe, Umbo, na Usuli wa Agano la Kale. Toleo la Pili. (Grand Rapids: Kampuni ya Uchapishaji wa William B. Eerdmans, 1996), 215.

imani ya kipekee kwamba walikuwa watu wanaopendwa na Yehova badala ya watu waliochaguliwa kukamilisha misheni.

Mfalme Manase (687-642 BCE)—Mfalme Mwovu

Manase mwana wa Hezekia aonekana kuwa mwovu zaidi wa wafalme wa Yuda. Mwandishi wa Kumbukumbu la Torati anasema kwamba uovu wake ulisababisha hukumu ya Yehova, kuanguka kwa Yuda na uhamishoni Babeli. Na nabii Isaya na Mika wakiwa wametoweka, Manase alirudisha mahali pa ibada ya sanamu, akaunga mkono dhabihu za wanadamu—kutia ndani ile ya mwana wake mwenyewe—na kwa ukali sana kuweka Nguzo ya Ashera katika Hekalu la Yerusalemu!

Yosia (640-609 BCE)—Mfalme Mwema

Mjukuu wa Manase alikuwa mfalme mwaminifu zaidi katika Yuda. Alilisafisha Hekalu la miungu ya kigeni; Maeneo mengine ya kuabudu sanamu pia yaliharibiwa na ibada ilikuwa katikati ya Yerusalemu ili iweze kudhibitiwa. Wakati wa ukarabati wa Hekalu, wafanyakazi walipata gombo la Sheria.[2] Inaonekana kwamba ilikuwa sehemu kuu ya Kitabu cha Kumbukumbu la Torati. Nabii wa kike Hulda alipothibitisha kwamba kitabu hicho cha kukunjwa, Yosia alitubu na kuongoza marekebisho ya kidini. Kutoka kwa mtazamo wa Kumbukumbu la Torati aliogopa hukumu ya Yehova kwa sababu ya dhambi ya watu (2 Wafalme 22-23). Ugunduzi wa mshangao wa hati-kunjo katika Hekalu unaonyesha jinsi taratibu za ibada zilikuwa zimetoka mbali na sheria ya Musa.

Kutoka Misri hadi Utawala wa Babeli

Wakati wa utawala wa Mfalme Yosia, milki ya Ashuru ilidhoofishwa na maasi ya maeneo yaliyotekwa. Farao Neko wa Misri alichukua fursa hii kurejesha utukufu wa zamani wa milki ya Misri. Majeshi yake yalipanda pwani ya Mediterania ili kuiteka Ashuru. Kwa kuogopa kutengwa na Misri, Yosia alijaribu kumzuia Neko kwenye kivuko cha Megido. Yosia aliuawa na Yuda kushindwa vita vya Megido (609 BCE). Yuda akawa kibaraka wa Misri. Hatima ya Yuda sasa ilifungamana na hatima ya Misri.

Wakati huo huo, Babeli ilikuwa imeishinda Ashuru kwenye Vita vya Qarqar na ikawa mamlaka inayoibuka ya Mashariki ya Kati. Mfalme

2 Bernhard W. Anderson, et al., Kuelewa Agano la Kale, Toleo la Tano (mto wa juu wa Saddle, NJ: Elimu ya Pearson, Inc., 2007), 289.

Nebukadneza wa Babiloni alishinda jeshi la Farao Neko kwenye pigano kuu la Karkemishi katika Mashariki ya Kati mwaka wa 605 BCE, kwa hiyo sasa Misri na Yuda zikawa vibaraka wa Babiloni! Baada ya Mfalme Yosia kufa vitani, washindi wa Yuda waliweka wafalme bandia ili kuwaweka watu wa Yuda kwenye mstari. Haikufanya kazi vizuri sana.

Uhamisho Kubwa wa Kwanza hadi Babiloni—Mfalme kibaraka Yehoyakimu (609-589 BCE) aliwaasi Wababiloni. Alikufa wakati Nebukadneza alipozingira Yerusalemu. Mwana wake Yehoyakini alikuwa ametawala kwa muda wa miezi mitatu tu wakati Yerusalemu ilipojisalimisha kwa Babeli. Yehoyakini alipelekwa Babiloni pamoja na watu 10,000 wakuu wa Yuda. Babeli ilitumaini kwamba kwa kuwatoa viongozi kutoka Yerusalemu, wangekuwa rahisi kudhibiti. Nabii Ezekieli pia alichukuliwa katika uhamisho huu. Ingawa uhamisho ulikuwa wa maumivu kwa Yuda, bado walifurahia nusu-uhuru.

Uhamisho Kubwa wa Pili hadi Babeli—Sedekia, mfalme kibaraka wa mwisho wa Yuda, alitawala kwa miaka kumi hadi pia alipoasi kipumbavu mwaka wa 589 BCE. Uvumilivu mwishoni, Babeli ilizingira Yerusalemu, na kuharibu kabisa jiji na Hekalu mnamo 587 BCE. Ili kukomesha nasaba hiyo, wana wote wa Mfalme Sedekia waliuawa mbele yake na kisha macho yake yakapofushwa. Kipofu Sedekia alipelekwa Babeli akiwa amefungwa minyororo pamoja na raia wengi wa Yuda (2 Wafalme 25). Kuzingirwa kwa muda mrefu kwa Yerusalemu kulisababisha mateso makubwa. Taifa la Yuda halikuwepo tena! Yerusalemu ilikuwa magofu! Safari ya kwenda Babeli ilikuwa ndefu na ngumu. Hawakuweza kuchukua njia ya moja kwa moja kuvuka jangwa bali walifuata Hilali Yenye Rutuba hadi nchi iliyo ng'ambo ya mito ya Tigri na Frati. Maelfu ya raia wake sasa waliishi katika jumuiya za uhamisho huko Babiloni. Ni watu wachache tu maskini wa vijijini waliobaki. Nabii Yeremia alitoroka pamoja na watu fulani waliokimbilia Misri wakati Babiloni ilipovamia.

Kuelewa Maasi

Kama ilivyoelezwa hapo juu, Wayudea walijihisi kuwa wamehifadhiwa kutokana na kushambuliwa, kushindwa na kuteseka kwa ujumla. Hisia hiyo ya kutokuwa na kinga iliongoza baadhi ya viongozi wa Yuda kuinuka dhidi ya uwezekano wa kudhihaki, na matokeo yalikuwa tofauti. Hata hivyo, si Wayudea wote waliona uhakika kwamba Yehova daima angeingia ili kuwaokoa katika dakika ya mwisho. Nabii Yeremia aliwaonya Wayudea watubu na kurekebisha njia zao, na ndipo Mungu angekaa pamoja nao.

"Hapa unaamini maneno ya ulaghai bila mafanikio. Je! mtaiba, na kuua, na kuzini, na kuapa kwa uongo, na kumtolea Baali dhabihu, na kuifuata miungu mingine msiyoijua, kisha mtakuja na kusimama mbele zangu katika nyumba hii iitwayo kwa jina langu, na kusema, Tuko salama?" (Yeremia 7:8-10). Ibada ilikuwa imetenganishwa na maadili na haki ya shalom.

Bila kujali, Wayuda waliendelea kusisitiza maagano yasiyo na masharti ya Ibrahimu na Daudi, hasa maagano ya mwisho, ambayo yaliahidi kuanzishwa kwa nasaba ya Daudi milele (Mwanzo 12:1-3, 2 Samweli 7:89, 12-19). Wakati huohuo, waliepuka agano la masharti la Musa ambalo lilihusisha wajibu wao wa kuwa waaminifu kwa Yehova kama sharti la ustawi wao. Kusudi lao la kuwa wamisionari waliochaguliwa bila mipaka lilisahauliwa na mahali pake pakiwa na hisia ya kuwa watu wapendwao na Mungu na kutukuzwa kwa utawala wa kifalme, nasaba ya Daudi na taifa lenye mipaka yake ya kitaifa na kijiografia.

Mgogoro wa Imani wa Migogoro: Je, Imani ya Yahweh itaokoka?

Yerusalemu, Hekalu na Yuda wakiwa magofu na watu walio uhamishoni, hadithi ya kibiblia inahamia kwa wahamishwa huko Babeli. Ardhi yao, mfalme, jiji na Hekalu vyote vilikuwa vimetoweka. Imani ya Yehova ilikuwa imepatwa na maangamizi makubwa na ilionekana kuwa haiwezekani kuokoka. Hasara, njaa na mateso ya kuzingirwa, kuanguka na mwendo mrefu wa kwenda uhamishoni ulizua maswali muhimu ya imani. Ingawa baadhi ya maswali yalitokana na misingi ya uwongo, hata hivyo yalikuwa maswali mazito. Manabii waliohamishwa kama Yeremia, Ezekieli na Isaya walishikilia ufunguo wa kuokoka kwa imani ya watu ya Yehova. Watu waliuliza maswali, na manabii wakajibu.

Je, Yehova ni mwaminifu kwa agano? Manabii walijibu kwamba Mungu huweka maagano yenye masharti na yasiyo na masharti (1 Wafalme 8:23, 2 Mambo ya Nyakati 6:14, Yeremia 22). Manabii na waandishi wa Biblia huunganisha pamoja mapokeo ya maagano yenye masharti na mapokeo yasiyo na masharti.

Je, Yehova ndiye Mungu mwenye nguvu zaidi? Marduki, mungu wa taifa wa Babiloni, amemshinda mungu wa taifa la Yuda, sivyo? Manabii walijibu kwamba Yehova ndiye Mungu mwenye nguvu zaidi, lakini Yehova alipigana Vita Takatifu dhidi ya watu wake mwenyewe. Hukumu ni onyesho la nidhamu ya upendo ya Yehova (Ezekieli 21, Yeremia 21:5-19, 2 Wafalme 24:2). Yehova aliharibu masanduku ya taifa-inch na jiografia.

Je, Yehova amewaacha watu? Manabii wakajibu kwamba watu wamemwacha Yehova. Hukumu ya Yehova na kuendelea kwa ushupavu wa watu kunaonyesha upendo thabiti wa Yehova kwa watu (2 Samweli 7:11, Isaya 54:6-10).

Je, tunawezaje kumwabudu Yehova nje ya nchi na jiji la Yehova? Yehova yuko kila mahali. Kiti cha enzi cha Mungu kina magurudumu yanayotembea pande zote nne (Ezekieli 1:15-21, 10:9-17, 37).

Je, tunawezaje kuabudu bila Hekalu? Nabii Ezekieli anasema kwamba Yehova anaweza kuabudiwa kila mahali (Ezekieli 1:10).

Je, tunawezaje kuwa na imani wakati taifa-Inchi itakoma kuwepo? Yehova ni Mungu wa watu kutoka kila kabila na taifa na Mungu wa dunia nzima (Isaya 49:6).

Taifa la Yuda lilikuwa limevunjwa vipande vipande kama chungu cha udongo ambacho nabii Yeremia alikivunja mbele ya wazee wa Yerusalemu (Yeremia 19). Yehova alivunja mipaka miwili ambayo Watu wa Mungu walikuwa wameunda katika dini yao maarufu ya kiraia wakati ufalme ulipoanzishwa. Uhamisho wa Babiloni ulivunja sanduku la kijiografia kwa kuwapeleka watu wa Yuda katika nchi ya kigeni. Pia ilivunja sanduku la taifa-inchi kwa kuharibu taifa la Yuda.

Kutenganisha kwa Yehova nchi na taifa kutoka kwa imani yao kuliwapa watu fursa mpya ya kugundua tena na kuwa waaminifu kwa kuchaguliwa kwao kwa mapenzi ya Mungu ya asili, ya mwisho kwa jumuiya ya kimisionari, agano, shalom. Wangeweza kuwa watu wa kimataifa waliomfunua Yehova kwa ulimwengu wote, nuru kwa mataifa (Mwanzo 12:1-3, Kutoka 19:6).

Uhamisho wa Babeli ulikuwa mgumu sana kwa sababu Yuda hawakuuona ukija. Manabii waliokuwa uhamishoni walikuwa ufunguo wa tumaini la watu kwa siku zijazo.Walisaidia watu kuwa na mtazamo mpya wa ulimwengu, utambulisho mpya na tumaini.

17. Marekebisho ya Uhamisho

Vifungu vya Biblia: Zaburi 137; Isaya 40:1-11; Yeremia 29:1-15; Ezekieli 36:26-27, 37:1-14; 2 Samweli 1:17; 1 Mambo ya Nyakati 21:1-17

Wahamishwa wa Babeli waliishi katika jumuiya zilizokuwa huru kuzunguka Babeli katika bonde la Tigri na Mto Frati. Bila shaka wengine waliiacha imani; nyingine zilizokuzwa, zikichanganywa katika utamaduni wa Kibabiloni; huku wengine wakifafanua imani yao kwa nguvu zaidi dhidi ya dini ya Babeli. Ushawishi wa kitamaduni wa Babeli unaonekana katika dini ya Kiyahudi inayotoka uhamishoni. Hili laonekana hasa katika kuanzishwa kwa lugha ya Kiaramu ambayo ni mchanganyiko wa Kiebrania na Kibabeli.

Kuvunjika moyo sana, hasira, huzuni na maswali mazito ya imani yaliwasumbua wahamishwa. Walikuwa wamepoteza ardhi, mfalme na Hekalu. Je, imani ya Yehova itadumu? Zaburi ya 137 inaeleza hisia za angalau baadhi ya watu.

Kwa maji ya Babeli
Hapo tuliketi na kulia.
Kwenye mierebi huko tulitundika vinubi vyetu
Maana huko waliotuteka walituomba nyimbo
Na watesi wetu wakaomba furaha, wakisema
'Imbieni moja ya nyimbo za Sayuni.'
Tungewezaje kuimba wimbo wa Bwana katika nchi ya ugeni.
Nikikusahau, Ee Yerusalemu, Mkono wangu wa kuume na ukauke!
Ulimi wangu na ushikamane na paa la kinywa changu,

Ikiwa sikukumbuki,
Nisipoiweka Yerusalemu juu ya furaha yangu kuu...
Watakuwa na furaha wale wakulipa uliyotufanyia!
Heri wale watakaowachukua watoto wako na kuwaangusha kwenye mwamba!

Zaburi hii inaakisi imani ya wahamishwa kwamba Yerusalemu ndio sehemu muhimu zaidi katika dini yao, na bila hiyo wangepotea. Lakini huduma na ujumbe wa manabii na marekebisho ya kidini ambayo watu walifanya yalikuwa funguo za kuishi na kufanywa upya kwa imani ya Yuda uhamishoni. Manabii wakuu waliokuwa uhamishoni walikuwa Yeremia, Ezekieli na Isaya.

Marekebisho ya Kidini

Kwa kupotea kwa Hekalu, ardhi, mfalme na taifa-nchi, Wayahudi walihitaji kufafanua upya utambulisho wao na imani. Mgogoro huu wa utambulisho ulizalisha mkusanyiko na uhariri wa hadithi zao. Nyaraka nyingi za Agano la Kale ziliwekwa katika hali ya mwisho uhamishoni. Kurudishwa kwa hadithi yao kulitengeneza utambulisho wao na imani, na kuleta ujitoaji upya kwa Yehova.

Jumuiya ya kidini ilihama kutoka ibada ya hekaluni hadi ibada ya sinagogi. Kwa kuwa Hekalu liliharibiwa, mikusanyiko zaidi isiyo rasmi ya waabudu iliibuka katika sehemu zinazoitwa masinagogi. Masinagogi hayakuwa makubwa, kwa hivyo mengi yalianzishwa katika jamii zilizohamishwa. Na kwa sababu kila sinagogi lilihitaji nakala ya maandiko, waandishi wengi wa nakala walihitajika pia. Na kwa kuwa masinagogi yalikuwa kila kona, wahamishwa walikusanyika kuabudu mara moja kwa juma badala ya mara moja kwa mwaka.

Walihama kutoka ibada ya msingi wa madhabahu hadi ibada ya vitabu katika sinagogi. Tena, bila Hekalu, kusingeweza kuwa na dhabihu za wanyama ambazo zilikuwa msingi wa ibada yao ya hekaluni. Sasa kusoma na kutafsiri Torati na maandiko mengine ya Agano la Kale ikawa shughuli kuu katika ibada ya sinagogi. Mpito wa kuabudu unaozingatia vitabu ulisaidia watu waliohamishwa kugundua tena hadithi yao na kudai kuwa ni yao.

Uongozi wa kidini ulihama kutoka kuhani hadi mwandishi. Mwandishi aliibuka kama kiongozi kwa sababu ya hitaji la kukusanya, kuweka pamoja, kuhariri, kunakili na kutafsiri maandiko. Makuhani hawakuwa na umuhimu mdogo sana katika ulimwengu usio na dhabihu za hekalu. Kanuni za Agano la Kale ziliibuka kwa kiasi kikubwa wakati na baada ya uhamisho.

Tafuta Utambulisho Mpya

Ni nini hufafanua uhamisho kutoka Yuda? Jina jipya la Waisraeli lilikuwa "Wayahudi." Neno Myahudi linatokana na neno Yuda. Kwa mabadiliko ya ibada, walijulikana kama "watu wa kitabu." Utambulisho wao unaojitokeza ulikua karibu na matumizi ya maandiko maishani, kushika Sabato, tohara, kujitolea kwa Torati na mahudhurio ya sinagogi. Walichagua hadithi zao, kisha hadithi zao zikawaunda.

Maendeleo ya Kitheolojia: Kutoka Hukumu Hadi Tumaini

Mwandishi Isaya (Isaya wa uhamishoni) anaanza sura ya 40 kwa maneno ya kawaida, "Wafarijini, enyi wafarijini watu wangu, asema Mungu wenu. Semeni kwa upole Yerusalemu ya kwamba umetimiza muda wake..." Isaya anaongea zaidi. "Usiogope, kwa maana mimi ni pamoja nawe; Nitaleta uzao wako kutoka mashariki na kutoka magharibi nitakukusanya..." (43:5). "Sikiliza! Walinzi wako wanapaza sauti zao, pamoja wanaimba kwa furaha kwa maana mbele ya macho wataona kurudi kwake Bwana wa Sayuni" (52:8).

Katika sura ya 61 Isaya anaandika maneno haya ambayo Yesu anayarudia katika sinagogi la Nazareti: "Roho wa Bwana yu juu yangu kwa maana Bwana amenitia mafuta; amenituma kuwahubiri walioonewa habari njema, kuwaganga waliovunjika moyo, kuwatangazia mateka uhuru wao, na waliofungwa kufunguliwa kwao..." (Isaya 61:1). Wakiwa uhamishoni, manabii wanaanza kueleza tumaini la mtiwa-mafuta wa pekee, anayeitwa Masihi. Masihi huyu ajaye ataleta uponyaji na urejesho kwa watu wa Mungu.

Kinachoonekana kukosa matumaini kama bonde la Mto Frati lililojaa mifupa mikavu kinashughulikiwa na maono ya Ezekieli (Ezekieli 37). Neno la Mungu kupitia neno la nabii dabar linaingia ndani ya mifupa (wahamishwa wasio na tumaini) na kuwafanya waishi. Neno la Yehova linaleta jambo lisilowezekana na la kimiujiza, labda la ajabu kama ile ya Kutoka kwa kwanza kutoka Misri!

Maendeleo ya Kitheolojia: Wajibu

Manabii hufundisha wajibu zaidi wa mtu binafsi ikilinganishwa na uwajibikaji wa shirika. Vipengele viwili vya theolojia ya Waisraeli vilikuwa kwamba historia yote, vizazi vyote, vimeunganishwa na kwamba watu ni shirika la ushirika. Watu hutenda dhambi na kizazi kijacho hupata hukumu. Wazazi wanafanya dhambi na watoto wao wanateseka kwa hiyo na wanaweza kurudia tena. Mfalme na viongozi hutenda dhambi na kila mtu anateseka. Ezekieli ananukuu teolojia hii ya zamani katika mfumo wa methali na kisha kuitolea changamoto kwa kusisitiza juu ya wajibu wa mtu binafsi.

> *Wazazi wamekula zabibu kali, na meno ya watoto yamewekwa makali. Kama mimi niishivyo, asema Bwana MUNGU, mithali hii hamtaitumia tena katika Israeli. Jua kwamba maisha yote ni yangu; uhai wa mzazi pamoja na uhai wa mtoto ni wangu; ni mtu atendaye dhambi tu ndiye atakayekufa (Ezekieli 18:2-4).*

Maendeleo ya Kitheolojia: Mateso ya Ukombozi

Manabii walitafsiri ole zilizoipata Yuda kuwa za ukombozi kwa sababu taabu hizi zilifunua upendo thabiti wa Yehova kwa watu wengi tofauti na kwa sababu Yuda walipata upya wa kiroho. Yehova hakuwaacha. Kulikuwa na mateso ya kutisha wakati wa kuzingirwa kwa Yerusalemu ambapo watu hata walikula watoto wao, lakini uharibifu ulivunja mipaka miwili waliyokuwa wamejiwekea wenyewe na Mungu katika ufalme. Kupotea kwa ardhi, mfalme na taifa-nchi kuliwasaidia kuona dhambi zao na kutokuwa waaminifu. Hasara na uhamisho uliwapa fursa mpya za kuwa waaminifu kwa wateule wao kwa ajili ya misheni ya Yehova.

Hata hivyo, si mateso yote ni ya ukombozi. Manabii waliona faida ya mateso walipowatazama wahamishwa wote, si lazima mateso ya mtu binafsi. Ingawa Mungu ana uwezo wa kuunda upya kutoka kwa ugumu, Mungu hafanyi kazi hivyo kila mara, na si ugumu wote ni mpango wa Mungu.

Hukumu ya Yehova kamwe si adhabu tu bali inakusudia kuleta upya na toba ili watu wawe waaminifu zaidi. Kinyume cha upendo si chuki bali kuachwa. Yehova hajawaacha watu wake. Isaya wa uhamishoni anaeleza mateso ya ukombozi kupitia "Nyimbo za Watumishi" katika 42:1-4, 48:1-6, 50:4-9, 52:13-53:12.

"Mtumishi wa Yehova" anayeteseka ni nani? Katika Isaya 49:3 jibu ni "Israeli mtu binafsi." Lakini katika 9:6 utume wa mtumishi ni kwa Israeli na mtumishi anafanya misheni ambayo Israeli imeshindwa kutimiza. Sio kila mtu anayekubali ni nani "mtumishi anayeteseka". Wengine hufikiri kwamba inarejelea Yesu Kristo, au inaweza kurejelea watu na vikundi mbalimbali.

Maendeleo ya Kitheolojia: Agano Jipya

Yeremia na Ezekieli wanaona Yehova akiunda agano jipya na watu, la kibinafsi na la ndani zaidi. "Siku zinakuja, asema Bwana, nitakapofanya agano jipya na nyumba ya Israeli, na nyumba ya Yuda" (Yeremia 31:31). Neno kujua katika kifungu kifuatacho linamaanisha ubaribu, maarifa ya karibu. "Nitatia sheria yangu ndani yao, na katika mioyo yao nitaiandika... Hawatafundishana tena, wala hawataambiana, Mjueni Bwana; " (Yeremia 31:31, 33, 34).

Ezekieli anarudia mada hii hiyo, inayosikika kama kifungu kutoka katika Agano Jipya. "Nitawapa ninyi moyo mpya, nami nitatia roho mpya ndani yenu; Nitauondoa mwilini mwako moyo wa jiwe na kukupa moyo wa nyama. Nami nitatia roho yangu ndani yenu..." (Ezekieli 36:26-27).

Ukuzaji wa Kitheolojia: Imani Kali ya Mungu Mmoja

Imani ya Mungu Mmoja ni imani kwamba kuna mungu mmoja tu. Miungu mingine hata haipo. Wakati Musa anaonyesha imani ya Mungu mmoja inayotokana na Yehova kuwakomboa kutoka utumwani, imani hii inakuja kwa usemi wake kamili katika vifungu kutoka kwa Isaya wa uhamishoni. "Mimi ni wa kwanza na mimi ni wa mwisho, zaidi yangu mimi hakuna mungu... je! Hakuna mwamba mwingine; simjui hata mmoja" (Isaya 44:6b-8b). Na tena, "...kwa maana mimi ni Mungu wala hapana mwingine, mimi ni Mungu wala hakuna aliye kama mimi..." (Isaya 46:9b). Yeremia pia anashutumu miungu mingine kama "mvuke au hakuna miungu" (Yeremia 2:5, 10:8, 14:22).

Ushirikina ni imani ya miungu mingi. Mtu hupata kutajwa kwa miungu katika hadithi za Baba wakubwa (Patriarch) na Mama wakubwa (Matriarch), huko Shekemu na katika maelewano ya watu kutoka kwa ushindi kupitia ufalme. Usawazishaji wa Baali na ibada ya Yehova unaonekana wazi wakati wa muungano wa kikabila. Sulemani anageukia ushirikina mzito katika siku zake za mwisho (1 Wafalme 11) kama anavyofanya Manase wa Yuda (2 Wafalme 2). Wafalme wote wawili waliweka madhabahu kwa miungu mingine katika Hekalu. Je, Sulemani alikuwa mwamini wa Mungu mmoja alipowapa makao wake zake wa kigeni?

Henotheism ni imani kwamba miungu mingine ipo, lakini kwamba "mungu wetu" ndiye mkuu zaidi. Maneno "Mungu wa miungu" yanaonyesha hili. Maneno ya Yoshua kwenye Agano la Shekemu yanadokeza kwamba miungu mingine iko lakini watu wanahitaji kuchagua kati yao na Yehova aliyewatoa Misri. "Yeye ni Mungu mwenye wivu" si kauli ya Mungu mmoja kwamba hakuna miungu mingine. Badala yake inadokeza kwamba Yehova hatavumilia kushiriki na miungu mingine au kusawazisha (Yoshua 24). Kuwepo kwa miungu mingine pia kunadokezwa katika 1 Wafalme 9:9.

Imani kubwa ya Mungu mmoja iliwasaidia manabii wa uhamisho kutambua asili ya ulimwengu ya ibada ya Yehova. Mungu ni Mungu wa watu wote. Maono haya yanaonyeshwa katika Yehova akiwa "Mungu muumba na Bwana wa dunia yote" (Isaya 40, 41). Watu wa Mungu wanapaswa kuwa watu wamishonari—"nuru kwa mataifa."

Maendeleo ya Kitheolojia: Uwili wa Ulimwengu

Kando na imani ya Mungu mmoja na athari zake za kiulimwengu na za kimishonari, pengine maendeleo makubwa zaidi ya kitheolojia katika jamii ya Wayahudi walio uhamishoni yanaweza kuwa imani mpya ya uwili wa ulimwengu. Katika mtazamo huu wa ulimwengu, dunia/ulimwengu ni uwanja wa vita kati ya Yehova na nguvu za uovu zinazojulikana kama Shetani.

Uwili wa ulimwengu unasema kwamba Shetani ndiye chanzo cha uovu, mateso na kifo, badala ya hukumu ya Mungu kwa dhambi kama katika mtazamo wa Kumbukumbu la Torati.[1] Chanzo cha uwili wa ulimwengu kilikuwa ni dini za Uajemi, haswa zaidi ya Mungu mmoja kablaya Uislamu (Zoroastrianism). Wayahudi waliokuwa uhamishoni waliingiza uwili huu katika imani yao. Kutoka hapo uwili huu ulipata njia yake katika Ukristo wa Agano Jipya. Kwa hiyo, Biblia ina mitazamo hii miwili ya ulimwengu: 1) mtazamo ambao Yehova anasababisha kila kitu ikiwa ni pamoja na "mambo mabaya" kama hukumu kutoka kwa mtazamo wa Kumbukumbu la Torati; na 2) uwili wa ulimwengu unaomwona Yehova nyuma ya wema na Shetani, ingawa hana nguvu kuliko Mungu, sababu ya uovu, mateso na matukio mabaya.

Kabla ya uhamisho kuna marejeleo machache kama yoyote ya Shetani. Kwa mfano, ni Yehova ambaye hufanya moyo wa Farao kuwa mgumu wakati wa kutoka Misri. Na katika 2 Samweli 24:1, Yehova anamchochea Daudi kutenda dhambi kwa kuhesabu watu ili kuweka jeshi lililosimama. Kinyume

1 Stephen L. Harris, Kuelewa Biblia, toleo la 3. (Denmark: Kampuni ya Uchapishaji ya Mayfield, 1992), 24-26.

chake, katika 1 Mambo ya Nyakati 21, ni Shetani ndiye anayemchochea Daudi kufanya dhambi hii. Je, tofauti katika matoleo haya mawili ya tukio moja inatuambia nini? Mambo mawili: Kwanza, tofauti inatuambia wakati nyenzo ziliandikwa; na pili, kwamba wahariri na waandishi wa Biblia waliohamishwa na walioishi uhamishoni hawakubadilisha maandishi waliyorithi kwa kuingiza "Shetani" katika maandishi ya awali, kama vile hati ya 2 Samweli 24:1 ili kuifanya ikubaliane na 1 Mambo ya Nyakati 21 baadaye: kifungu 1. Walichukulia maandishi waliyorithi kuwa matakatifu na kwa hivyo hawakuyabadilisha. Kutoelewana huku kati ya maandiko haya mawili hakupaswi kudhoofisha imani yetu katika maandiko bali kwa kweli kutupa imani zaidi katika jinsi maandiko ya Biblia yalivyoshughulikiwa kwa busara na waandishi na wahariri. Hawakubadilisha mambo kwa uhuru ili kuwafanya wakubaliane!

Wakati uwili wa ulimwengu unapounganishwa na imani kwamba dunia itaisha (apocalyptism) kati ya maagano na Utafiti wa mwisho wa dunia (eschatology), mtazamo wa "miaka miwili" wa historia hutokea. Shetani na uovu wako katika "udhibiti mdogo" sasa, katika enzi hii, ingawa wameshindwa hatimaye na maisha na kifo cha Yesu. Mungu atakuwa katika udhibiti kamili katika wakati ujao.

Hitimisho

Uhamisho wa Babeli ulikuwa jaribu gumu kwa watu wa Yuda, na bado miaka hii ilikuwa yenye matunda. Wahamishwa wengi walifanikiwa katika jumuiya zao mpya; walitafuta shalom ya miji ya Babeli kama nabii Yeremia alivyowahimiza kufanya (Yeremia 29:4-7). Walikutana na theolojia mpya. Walipata upya wa kiroho walipoanza kuabudu katika masinagogi mara moja kwa juma na kusoma hadithi za mababu zao kwenye hati-kunjo mpya zilizotengenezwa. Walipata fursa ya kurudisha utambulisho wao kama watu waliochaguliwa kwa ajili ya misheni, utume wa kuonyesha Mungu mwenye upendo kwa mataifa mengine yote. Je, wangekumbuka utambulisho huu na karama hizi za kufanywa upya walipokuwa na nafasi ya kurudi Yerusalemu? Hiyo ilikuwa bado kuonekana.

18. Kurudi na Kujaribu Upya

Vifungu vya Biblia: Ezra 9-10, Isaya 45

Wakati huu katika historia, kulikuwa na misukosuko mingi ya kisiasa na kijeshi ikitokea karibu na Watu wa Mungu. Yuda ilikuwa imeshindwa kabisa mwaka wa 587 BCE wakati Babiloni ilipoharibu Yerusalemu na kuwapeleka uhamishoni asilimia 90-99 ya watu. Chini ya Nebukadneza, watu wa Yuda, ambao sasa wanaitwa Wayahudi, walifanya kazi ili kupata tena utambulisho wao katika nchi ya kigeni. Lakini nguvu nyingine ilikuwa ikifanya kazi— milki ya Uajemi, nguvu ambayo hatimaye ingewaruhusu Wayahudi kurudi nyumbani.

Milki ya Uajemi ilikuwa imemsaidia Nebukadneza kushinda Hilali yenye Rutuba ya magharibi, kutia ndani Yuda. Uajemi ilibakia kuwa na nguvu kubwa kaskazini-mashariki mwa Babeli. Milki ya Babeli Mpya haikudumu kwa muda mrefu zaidi ya mfalme wake wa kwanza na mkuu zaidi, Nebukadneza (605-562 BCE). Mauaji na fitina katika sehemu za juu za kiserikali baada ya kifo cha Nebukadneza zilidhoofisha milki hiyo. Kiti cha enzi kilibadilika mara tatu ndani ya miaka saba ya machafuko. Wakati huohuo mfalme wa Uajemi upande wa mashariki alimshinda mfalme wa Umedi na kuendeleza utawala wake hadi Asia Ndogo (Uturuki). Nabonido akawa maliki wa Babeli Mpya baada ya miaka saba ya machafuko na kutawala pamoja na mwanawe Belshaza.

Mnamo 539 BCE Koreshi wa Uajemi alimshinda Nabonido kwenye vita vya Opis kwenye Mto Tigri. Muda mfupi baadaye, Babiloni ilisalimu amri kwa Koreshi bila vita. Simulizi la ushindi wa Koreshi limeandikwa kwenye Silinda maarufu ya Koreshi na katika Isaya 44:24 - 45:13 na Ezra 6:3. Simulizi hilo la kilimwengu linasema kwamba mungu wa taifa Marduk alimkasirikia maliki Nabonido kwa kupuuza hekalu la Marduki na kuhitaji kazi ya utumwa. Kwa hiyo Marduki alimtawaza Koreshi kuandamana dhidi ya Babeli ambapo raia walimkaribisha.

Koreshi alikuwa na sera tofauti kabisa kuhusu watu kutoka maeneo yaliyotekwa. Alikomesha kazi ya kulazimishwa na kurudisha sanamu takatifu kwa watu mbalimbali waliohamishwa. Koreshi pia aliwaruhusu Wayahudi waliohamishwa warudi nyumbani na kuwapa pesa za kujenga upya madhabahu zao. Katika Isaya 45:1 , Koreshi anatajwa kuwa "mtumishi wa Bwana" na "masihi" ambaye aliwasaidia Wayahudi waliokuwa uhamishoni kurudi Yerusalemu. Milki ya Uajemi ilidumu hadi kiongozi wa Kigiriki Alexander Mkuu aliposhinda Mashariki ya Kati yote.

Kurudi kwa Wayahudi waliohamishwa

Wayahudi waliokuwa uhamishoni Babeli walikuwa na hali nzuri za maisha. Waliishi katika jumuiya zao wenyewe katika bonde la Tigri na Mto Frati. Wengi walifanikiwa, walijikuza na kujihusisha na masuala ya kiuchumi na kijamii ya jumuiya zao mpya na wengine walishiriki katika maisha ya kiserikali. Lilikuwa jambo la kawaida kwa Wayahudi ambao hawakuwa na desturi nzuri na waliomcha Mungu kuwa tayari kufunga safari ndefu ngumu ya kurudi Yerusalemu.

Tunajua vikundi vinne vilivyorudi, jumla ya robo ya wale waliokuwa wamehamishwa. Hata hivyo matatizo katika nyaraka za Biblia za Nehemia na Ezra hufanya iwe vigumu kuwa na uhakika kuhusu tarehe, mfuatano na maelezo. Vikundi vinne ni kama ifuatavyo:

- **Sheshbaza:** Mnamo mwaka wa 538 BCE, Koreshi alipokuwa kiongozi wa Uajemi, Sheshbaza aliongoza kundi ambalo liliweza kuweka msingi wa Hekalu jipya. Sheshbaza alikuwa mwana wa mfalme Yehoyakini wa Yuda, na wa ukoo wa Daudi.
- **Zerubabeli:** Mwaka wa 520 BCE, wakati Dario alipokuwa mfalme wa Uajemi, Zerubabeli aliongoza kundi lililojenga hekalu jipya lililoitwa Hekalu la Pili au Hekalu la Zerubabeli.
- **Ezra:** Mnamo mwaka wa 458 BCE, Artashasta wa Kwanza alipokuwa mfalme wa Uajemi, kuhani Ezra aliwaongoza watu katika kufanya marekebisho ya kidini na kufanya agano. Nehemia alisaidia katika mageuzi.

- **Nehemia:** Mwaka wa 445 BCE, Nehemia, mnyweshaji wa mfalme wa Uajemi, aliongoza katika kujenga upya kuta za jiji la Yerusalemu.

Kikundi cha kwanza kilichoongozwa na Sheshbaza kilirudisha hazina za hekalu ambazo Nebukadneza alikuwa amechukua hadi Babiloni. Kikundi cha kwanza kiliweza kufanya ni kuweka msingi wa Hekalu jipya (Ezra 5:14-16). Ni nini kilizuia maendeleo yao? Nguvu zao nyingi zilienda kuishi katika ardhi ambayo bado ilikuwa imeharibiwa. Migogoro pia ilikuwa shida. Wayuda ambao hawakuwahi kupelekwa uhamishoni walihisi kwamba nchi hiyo ni yao; walikuwa wamekaa huko kwa miaka 40. Isitoshe, Wayahudi waliokuwa uhamishoni walijiona kuwa bora kuliko wale walioachwa nyuma. Kisha kukawa na upinzani kutoka kwa watu wa Makabila ya Kaskazini ambao walijiona kuwa waaminifu kwa imani ile ile ya Yahweh na walitaka kusaidia kujenga upya Hekalu.

Zerubabeli aliongoza kundi la pili katika kujenga upya Hekalu lililoitwa "Hekalu la Zerubabeli." Nabii Hagai alikuwa mhamasishaji hodari wa kujenga upya Hekalu. Kwa mtindo mzuri wa Kumbukumbu la Torati, aliwaambia watu kwamba wangefanikiwa baada ya Hekalu kujengwa (Hagai 2). Zekaria alikuwa nabii wa pili pia kukuza mradi wa Hekalu. Baada ya Hekalu kujengwa, kulikuwa na ukimya kuhusu matukio katika Yerusalemu.

Wasamaria waliposikia kwamba wale waliorudi kutoka uhamishoni wanakwenda kumjengea Yehova hekalu, wakajitolea kusaidia kulijenga, wakisema, "Na tujenge pamoja nawe, kwa maana tunamwabudu Mungu wako kama wewe." Zerubabeli na watu wakawakataa: "Hamtakuwa na sehemu pamoja nasi katika kumjengea Mungu wetu nyumba" (Ezra 4:1-3). Cha kufurahisha zaidi mwandishi wa Biblia anawaita Wasamaria waliojitolea kusaidia kujenga Hekalu "wapinzani wa Yuda na Benyamini." Haishangazi, Wasamaria kisha wakazuia ujenzi wa Yerusalemu baada ya ombi lao la kusaidia kukabiliwa na ubaguzi wa kikabila. Uhasama wa zamani wa Kaskazini-Kusini, Israeli-Yuda uliishi!

Kundi la tatu lililorudi liliongozwa na kuhani mwenye uvutano Ezra. Walileta pesa nyingi kutoka kwa mfalme wa Uajemi pamoja na vyombo vitakatifu zaidi vya matumizi ya Hekalu. Mfalme alimpa Ezra kazi ya kuwateua mahakimu na waamuzi kwa ajili ya watu "ng'ambo ya Mto." Ezra hakupoteza muda katika kufanya kazi ya mageuzi aliporudi. Aligundua kwamba watu wengi ambao hawakuwahi kuhamishwa, kutia ndani makuhani, walikuwa wameoa wanawake wasio Wayahudi wa nchi hiyo. Ezra alifanya maombi ya ufasaha yaliyoandikwa katika Ezra 9. Kisha akararua nguo zake kwa njia ya ajabu, akang'oa nywele zake na kuingia katika hali ya kuomboleza. Alijitupa chini mbele ya Hekalu, akilia na kuungama (Ezra 9-10). Umati ulikusanyika na kufanya agano na Ezra kwamba wangewataliki wake zao wote wasio Wayahudi na kuwafukuza pamoja na watoto wao. Kisha Ezra akawaapisha wote kwamba wangefanya kile walichokuwa wameahidi, kwa sababu ndoa kati ya watu wawili ilisababisha maelewano ya kidini katika Israeli hapo awali. Lakini Ezra alienda mbali zaidi na uondoaji wake wa kikabila. Katika Israeli, kihistoria wakati mke alifukuzwa, watoto walibaki na baba. Lakini katika kisa hiki watoto pia walifukuzwa ingawa walikuwa "uzao wa baba zao."

Siku iliyofuata Ezra alituma tangazo kwamba watu wote wakutane. Ikiwa hawakuja, wangepoteza mali zao! Mkutano huu ulipaswa kuanza kutekeleza kiapo walichokifanya kuhusu ndoa zao mchanganyiko (Ezra 10:7-8). Nehemia, ambaye alikuwa mnyweshaji wa Mfalme Artashasta wa Uajemi, alisikia kuhusu hali zenye kuhuzunisha huko Yerusalemu. Mfalme akamweka kuwa gavana wa Yerusalemu na akamtuma na fedha ili kukarabati kuta za jiji. Lakini Nehemia alikabili upinzani kutoka kwa Sanbalati, liwali wa Samaria, Tobia, liwali wa Amoni katika ng'ambo ya Yordani, na Geshemu, mfalme Mwarabu. Licha ya upinzani, uongozi na ustadi wa Nehemia wa kupanga mambo ulimwezesha kujenga upya kuta.

Wakati wa muhula wa pili wa Nehemia kama gavana, alirejesha ukusanyaji wa zaka ili Walawi waweze kuhudumu muda wote Hekaluni. Alilazimisha kushika Sabato kwa adhabu. Kama Ezra, Nehemia alishutumu ndoa mchanganyiko. Aliwapiga kimwili Wayahudi waliokuwa wameoa wake wa kigeni, kutia ndani mwana wa kuhani mkuu. Ili kuwa na jumuiya safi na ya kumcha Mungu, uvutano wote wa kigeni uliondolewa katika maisha ya Kiyahudi. Ezra na Nehemia walikomesha upatanisho wa kidini ambao kihistoria ulikuja kwa kuoana na watu wa nchi lakini kwa kufanya hivyo ukaweka mpaka wa kikabila kuzunguka Watu wa Mungu—njia mpya ya kutokuwa waaminifu kwa wateule wao wa kuwa watu wa umishonari wa Mungu kwa ulimwengu wote.

Tathmini ya tamaduni zingine (Ethnocentrism): Kutafsiri Kurudi na Marekebisho

Hadithi ya Wayahudi waliorejea ni chanya na hasi katika muktadha mkubwa wa hadithi ya Historia ya wokovu (Heilsgeschichte). Kusherehekea sikukuu, kusimulia hadithi ya historia ya wokovu, kuungama kutokuwa mwaminifu na kufanya agano tena ni chanya. Kufafanua upya nani ni Myahudi ni kitendo cha mchanganyiko chenye athari chanya chache lakini kubwa zaidi hasi. Matokeo mabaya zaidi yalikuwa mpaka mpya ambao ulifafanua upya "kuchaguliwa" kumaanisha vipendwa vya Mungu, wakati huu vipendwa kwa sababu ya utambulisho wa kabila. Inawezekana kwamba mpaka huu mpya ulilainishwa wakati "watu wa nchi" walipojiunga na wahamishwa waliorejea katika sherehe ya Pasaka baada ya Hekalu kukamilika. "Watu wa nchi" walikuwa wamejitenga na uchafuzi wa mataifa, jambo jema. Hata hivyo, haiko wazi kama "watu wa nchi" walikuwa wengine isipokuwa Wayahudi walioachwa nyuma katika uhamisho wa Babeli (Ezra 6:21).

Ezra na Nehemia walifafanua upya Watu wa Mungu tu kama wale wa urithi safi wa Kiyahudi, wanaounga mkono Hekalu la Yerusalemu, na waliojitolea kwa sheria, hasa Sabato na tohara. Wayahudi waliweka nasaba ili kuthibitisha urithi wao. Viongozi, makuhani na Walawi hasa walipaswa kuthibitisha urithi wao wa kimwili wa Kiyahudi. Ufafanuzi huu uliwaondoa Wasamaria na wengine pia. Ufafanuzi huu wa Myahudi mwema ulisaidia kudumisha utambulisho, lakini ulitegemea masuala yasiyofaa yenye mtazamo mbaya.

Badala ya kuwauliza wake wasio Wayahudi swali na mwaliko wa kimisionari kama wangekuwa wafuasi wa Yehova, Ezra na Nehemia waliuliza swali la kikabila na kuwafukuza. Badala ya kuwa waaminifu kwa uteule wao na kufikia nje "kama nuru kwa watu wote" (Isaya 49), kwa kujilinda walilenga ndani bila kutengwa. Yehova alikuwa amevunja mipaka ya kitaifa na kijiografia ili waweze kuchukua fursa ya kuwa waaminifu kwa wateule wao. Lakini sasa walitengeneza mpaka mpya kuzunguka Mungu na watu wa Mungu! Waliuliza swali lisilo sahihi: swali la kikabila, sio la imani. Kujitoa kwa Yehova, kushika sheria, kujifunza hadithi ilikuwa kitu ambacho watu wasio Wayahudi wangeweza kufanya kama vile mtu yeyote. Ezra na Nehemia walikuwa na nia njema, lakini bado hawakuielewa vizuri! Je! ni umbali gani huu kutoka kwa Yehova kuunda watu waliochaguliwa-kwa-misheni kutoka kwa umati wa makabila mchanganyiko katika Kutoka na watu mbalimbali wanaojiunga nao katika historia ya wokovu!

Kurudi kutoka uhamishoni kulikuwa ni Kutoka kwa pili mpya ambapo watu wa Mungu wangeweza kuumbwa upya kama watu wa kimisionari wa kikuhani, nuru kwa Mataifa. Kutoka huku, kama ile ya kwanza, ilitokea ili watu wote "wajue" kwamba Yehova ndiye Bwana. Lakini Wayahudi waliorudi waliwakataa hata binamu zao walioamini Yahwe, Wasamaria, kisha wakawafukuza Mataifa. Wayahudi wanaoteseka hawakuwa "mtumishi anayeteseka" akikomboa ulimwengu wote ambao nabii Isaya aliona (Isaya 42: 6, 45: 23, 49: 6). Ezra alichukuliwa kuwa msanifu wa dini ya Kiyahudi ya kikabila ya Mafarisayo tunayopata wakati wa Yesu katika Agano Jipya.

Hadithi ya Yona

Inaweza kuonekana kuwa isiyo ya kawaida kubadili mada kutoka kwa ujanja mkuu wa kisiasa na chuki dhidi ya wageni hadi kwa mtu aliyenaswa ndani ya samaki, lakini hadithi ya Yona ina maana kubwa kama mahubiri ya mafumbo yenye kuuma kwa Wayahudi wa kikabila. Yehova anawapa Wayahudi wanaorudi nafasi ya pili ya kuwa watu wamishonari na nuru kwa mataifa, na kama Yona, wanashindwa.

Mungu anamwita Yona kwenda Ninawi na kuhubiri kwamba wataangamizwa isipokuwa watubu. Badala ya kwenda huko, Yona anaelekea baharini.

Meli inashikwa na dhoruba. Mabaharia hao hutupa mizigo yao yote baharini ili kuokoa abiria, kutia ndani Yona. Yona anawaambia yeye ndiye aliyesababisha dhoruba hiyo na kumtupa baharini pia. Mabaharia wanataka kumwokoa Yona na kupiga makasia kwa nguvu. Kwa kusitasita wanamtupa baharini na dhoruba ikatulia. Yona anamezwa na samaki anayemtemea ufuoni baada ya siku tatu.

Baada ya Mungu kumwita Yona mara ya pili kwenda Ninawi, anaenda na kuhubiri, "Siku arobaini Ninawi utaangamizwa" (Yona 3:4), akitumaini kwamba watu hawatatubu na badala yake wataangamizwa. Anaenda nje ya jiji kutazama jiji likipinduliwa. Lakini watu huitikia kwa Mungu mara moja, na Mungu ni mwenye neema na hawaangamizwi. Yona ana hasira sana anatamani kufa. Kwa hiyo Mungu kwa neema anachipua mmea ili kumtia kivuli. Lakini basi mdudu huja na kuharibu mmea. Sasa Yona anamkasirikia Mungu hata zaidi kwa kuuacha mmea ufe. Kisha Mungu anampa changamoto Yona kuhusu kuhangaikia sana mmea kuliko maelfu yote ya watu mjini. Yona anampinga Mungu, "Nilijua ya kuwa wewe u Mungu wa neema" (Yona 4:2). Katika kujitetea Mungu anauliza ikiwa Yona anahangaikia sana mmea huo, je, hapaswi kuhangaikia watu 120,000 huko Ninawi?

Hadithi ya Yona haihusu samaki, ambaye ni mchezaji mdogo. Inamhusu Yona, ambaye anaitwa—au kuchaguliwa—kwenda kuhubiria adui wa Mataifa Ninawi, jiji kuu la milki ya Ashuru yenye jeuri. Lakini badala ya kuwa mwaminifu kwa mteule wake, Yona anaelekea baharini ambako anafikiri kwamba Mungu hayupo. Bahari inafikiriwa kuwa mahali pa fujo na wanyama wabaya, sio mahali ambapo Mungu yuko. Dhana hiyo isiyo sahihi yapatana na maoni ya Mungu aliyefungamana na kijiografia, kama katika Zaburi 137, "Tunawezaje kuimba wimbo wa Bwana katika nchi ya ugeni?"

Lakini, mshangao! Mungu yuko baharini pia. Kisha inakuja kejeli ya kwanza katika hadithi. Kundi la mabaharia wapagani walijidhabihu kila kitu ili kumwokoa Yona, alipokuwa tayari kuwaacha wao na wakazi wote wa jiji wafe. Samaki akammeza Yona kama Yuda alivyomezwa na Babeli kwa sababu ya kukosa uaminifu kwao. Sawa na Wayahudi waliokuwa uhamishoni, Yona anapata kufanywa upya kiroho ndani ya samaki. Kisha samaki wanamtemea mate, kama vile Wayahudi wengine wanavyoruhusiwa kutoka Babiloni kurudi Yerusalemu. Hii ni fursa ya pili kwa Yona na Wayahudi kuwa waaminifu kwa wito wao wa kimisionari.

Akiwa ameachiliwa kutoka katika gereza lililo hai, Yona kwa kusitasita anaenda Ninawi na kuwafunulia Yehova, lakini bado anatumaini kwa siri kwamba hawatatubu ili Yehova awaangamize. Watu wapagani wa Ninawi wanatubu katika nafasi yao ya kwanza, tofauti na Yona, ambaye ni mwaminifu kwa sehemu tu hata kwa nafasi yake ya pili! Vivyo hivyo, Wayahudi waliorudi hawako tayari kuwaruhusu Wamataifa au Wasamaria kuwa Watu wa Mungu. Yona na waliorudi wanashindwa "kupenda fadhili" ambazo nabii Mika anasema Mungu anataka (Mika 6:8).

Tafakari juu ya Asili ya Kisitiari ya Yona

Ingawa matukio ya Yona yalivyokuwa ya ajabu, ni sawa kuuliza kama hadithi yake ni mahubiri ya mfano kabisa au tukio halisi la mtu ambaye aliokoka kumezwa na baadaye kutemewa mate na samaki mkubwa.

Suala la hadithi ya Yona sio kama ni ukweli uliovuviwa na Mungu bali asili ya aina ya fasihi. Je, kweli iliyopuliziwa na Mungu inawasilishwa kupitia aina ya masimulizi ya kihistoria au aina ya fumbo katika kisa cha kitabu cha Yona? Wakristo wawili waliojitolea kwa usawa ambao wanashikilia Biblia kuwa imevuviwa kwa usawa wanaweza kutofautiana kuhusu aina ya hadithi ya Yona. Suala si kuhusu ukweli uliovuviwa wa hadithi, bali ni kuhusu aina au chombo cha kifasihi kinachowasilisha ukweli.

Kitheolojia kurudi kutoka Uhamishoni kulikuwa mfuko mchanganyiko. Hekalu na ukuta kuzunguka Yerusalemu vilijengwa upya, Ezra aliongoza katika sherehe ya kufanya tena agano, na Pasaka iliadhimishwa. Katikati ya maendeleo hayo, Ezra aliwalazimisha wanaume Wayahudi kuwataliki wake zao wasio Wayahudi. Hakufikiri kwamba wake wasio Wayahudi walitaka kumtumikia Yehova na kuwa sehemu ya watu wa Mungu. Je, Ezra alikuwa akikumbuka Historia ya wokovu (Heilsgeschichte) yote ya nyuma? Je, mpaka mpya wa Ezra wa kikabila utaathirije Historia ya Wokovu (Heilsgeschichte) inayoendelea?

19. Zaburi na Aina ya Zaburi

Vifungu vya Biblia: Zaburi 1, 13, 22-23, 44, 58, 88, 145, 149-150

Je, umewahi kuandika shairi linaloonyesha uchungu mwingi? Au umewahi kuandika maneno ya wimbo kichwani mwako? Je, umewahi kutengeneza orodha ya shukrani, au kutumia muda kuandika njia zote ambazo mtu—au Mungu—amekusaidia hapo awali? Ikiwa unaweza kusema ndiyo kwa swali lolote kati ya haya, basi umeandika zaburi.

Zaburi, kama mashairi, ni maneno yaliyoandikwa na nyimbo zinazofanya kazi kueleza hisia za binadamu. Na tofauti na sehemu nyingi za Biblia, ni maneno kutoka kwa wanadamu kwenda kwa Mungu. Kitabu cha Zaburi kilikuwa wimbo wa Israeli; yaliyomo ndani yake yanashughulikia tajriba mbalimbali za maisha ya kikundi na mtu binafsi. Zaburi ni dirisha la hisia na uzoefu wa maisha ya Watu Wazee wa Mungu. Maumivu yao, hasira, huzuni, shukrani, furaha na sifa—hisia hizi zote zilipasuka kutoka kwa kurasa, zikisimulia hadithi si kwa namna ya masimulizi, bali kwa maombi na maombi yao ya uaminifu.

Kitabu cha Zaburi

Zaburi zinapatikana katika vitabu mbalimbali vya Biblia. Lakini kitabu halisi cha Zaburi ni cha pekee kwa kuwa ni mkusanyo wa mashairi ambayo wasomi wanaamini kwamba yalidumu karibu miaka elfu moja ya historia ya Waisraeli. Kitabu cha Zaburi katika Biblia ya sasa ni mkusanyo wa vitabu vitano. Kitabu cha 1 ni Zaburi 1-41; Kitabu cha 2 ni Zaburi 42-72; Kitabu cha 3 ni Zaburi 73-89; Kitabu cha 4 ni Zaburi 90106 na Kitabu cha 5 ni Zaburi 107-150. Kila "kitabu" huisha na baraka.

Daudi aliandika karibu nusu ya Zaburi, au alizifanya ziandikwe kwa jina lake, huku Zaburi nyinginezo ziliandikwa na Musa, wana wa Asafu na wana wa Kora, kutaja chache. Kitabu cha Zaburi kama kinavyoonekana leo huenda kiliwekwa pamoja baada ya uhamisho na kujengwa upya kwa Hekalu.

Sifa za Zaburi

Kama aina zote za muziki, ni ujuzi muhimu kuweza kutambua aina ya Zaburi ili mtu aweze kutumia kanuni zinazofaa katika kuitafsiri. Pengine kidokezo bora zaidi unachosoma Zaburi ni jinsi inavyosikika kama ushairi, kwa maana kimsingi ni ushairi. Zaburi ni ushairi kwa kuwa maneno yameundwa kisanaa, hutumia taswira ya sitiari na madhumuni yake ni kuibua na kukabiliana na mihemko ya kina.

Zaburi hutumia usambamba. Waandishi wa kale wa Kiebrania hawakutengeneza vishazi vyao vya kishairi mwishoni, kama tunavyoona mara nyingi katika lugha ya Kiingereza. Hata hivyo, mistari inahusiana kwa kila mmoja kwa njia yenye mitindo. Ubunifu wao wa kisanii unatokana na usambamba, kifaa cha kifasihi kinachotumia jozi ya mistari ya aya, au mistari miwili inayohusiana kwa namna fulani. Katika usambamba, mistari ya shairi/zaburi imeunganishwa katika jozi. Mstari B unahusiana na Mstari A katika mojawapo ya njia tatu:

1. Usawa sawa: Mstari wa pili au Mstari B unarudia Mstari A kwa njia ya ubunifu bila kutoa taarifa yoyote mpya. Mstari wa pili unarudia mstari wa kwanza. Hapa kuna baadhi ya mifano:

   Sikiliza maneno yangu, Ee Bwana; (A) Sikiliza kuugua kwangu. (B) Zaburi 5:1

   Ee Bwana, uweke mlinzi kinywani mwangu; (A) linda mlango wa midomo yangu. (B) Zaburi 141:3

2. Usambamba wa hatua au ngazi: Hapa Mstari B unakamilisha Mstari A au unaongeza maelezo zaidi. Zaburi 27:3 hutoa ulinganifu mbili za usanifu ambapo Mstari wa B unamalizia wazo la Mstari A.

   Jeshi lijapopanga kupigana nami, (A)
   moyo wangu hautaogopa; (B)

Vita vikinizukia, (A)
lakini nitakuwa na ujasiri. (B)

Zaburi 103:2 inaonyesha ulinganifu wa sintetiki ambapo Mstari B huongeza habari zaidi kwa Mstari A.

Ee nafsi yangu, umhimidi Bwana, (A)
Wala usizisahau fadhili zake zote— (B)

3. Usambamba wa Antithetic: Katika aina hii ya usambamba, mstari wa pili unatofautisha mstari wa kwanza. Zaburi 1:6 ni kielezi kizuri sana.

Kwa maana Bwana huiangalia njia ya wenye haki, (A)
Bali njia ya waovu itapotea. (B)

Pamoja na sifa yake ya ulinganifu, aina ya Zaburi haipatikani tu katika Kitabu cha Zaburi bali katika vitabu vingine pia. Isaya 1:3 ina visawe viwili: "Ng'ombe amjua mwenye wake, na punda amjua kibanda cha bwana wake; lakini Israel hajui, watu wangu hawaelewi." Mithali 10:1 ina ulinganifu usio wa kweli: "Mtoto mwenye hekima humfurahisha babaye; bali mtoto mpumbavu ni huzuni ya mamaye."

Kutambua ulinganifu ni muhimu kwa sababu mara kwa mara zaburi huvunja kanuni zake na kutoa sehemu tatu. Utatu hutoa mdundo mpya katika shairi na kwa njia hiyo huangazia maana yake. Wakati mtunga-zaburi alitaka kusisitiza jambo fulani, aliandika barua tatu. Kujua hili kunaweza kumsaidia msomaji wa kisasa kutambua kile ambacho mwandishi asilia alifikiri ni muhimu. Zaburi ya 111 ina sehemu tatu kadhaa. Pia ni maarufu kwa sababu, pamoja na Zaburi ya 112, ni neno fumbo, au shairi linaloanza na kila herufi ya alfabeti ya Kiebrania kwa mpangilio. Zaburi ina ulinganifu wa kawaida wa mistari miwili kwa sehemu kubwa, lakini beti mbili za mwisho, kilele cha shairi, zina sehemu mbili tatu.

Alituma ukombozi kwa watu wake; (A)
Ameamuru agano lake milele. (B)
Jina lake ni takatifu na la kutisha. (C)
Kumcha Bwana ni mwanzo wa hekima; (A)
wale wote wanaofanya hivyo wana ufahamu mzuri. (B)
Sifa zake zadumu milele. (C)

Mdundo tofauti, pamoja na maneno mazito ambayo yanajumlisha Zaburi nzima, hufanya kazi pamoja ili kueleza waziwazi jambo lililo muhimu kwa mtunga-zaburi katika Zaburi hii.

Zaburi pia ni kama ushairi kwa kuwa zinatumia taswira ya sitiari. Mojawapo ya njia bora zaidi za kuonyesha hisia za kina ni kutoa picha za maneno. Zaburi ni ushuhuda mzuri wa nguvu za mafumbo. Zaburi 23 ni mfano mzuri.

Bwana ndiye mchungaji wangu, sitapungukiwa na kitu. Hunilaza katika malisho ya majani mabichi; huniongoza kando ya maji tulivu; anairejesha nafsi yangu. Ananiongoza katika njia zilizo sawa kwa ajili ya jina lake.

Ingawa ninapita katika bonde lenye giza zaidi,
Siogopi ubaya; kwa maana wewe uko pamoja nami; fimbo yako na fimbo yako—hunifariji.

Waandaa meza mbele yangu, Machoni pa adui zangu; umenipaka mafuta kichwani; kikombe changu kinafurika.
Hakika wema na fadhili zitanifuata siku zote za maisha yangu.
nami nitakaa nyumbani mwa Bwana siku zote za maisha yangu.

Yehova si mchungaji kihalisi, wala sisi si kondoo ambao tumeongozwa haswa kwenye kijito cha maji ya utulivu. Lakini mifano hii ya maneno inatusaidia kupata ufahamu wazi zaidi wa upendo na uaminifu ambao Daudi alihisi alipotazama nyuma jinsi Mungu alivyokuwa amemwokoa; tunaweza kupata pumziko lilelile la kitulizo ambalo lazima Daudi alihisi. Kama mchungaji anayetegemewa, BWANA alimwongoza Daudi kupitia matatizo mengi, na maongozi ya Mungu na mwongozo wake ulikuwa kama kuandaliwa karamu kubwa mbele ya adui za mtu.

Hatimaye, Zaburi ni kama mashairi katika kusudi lao la kawaida la kuelekeza hisia kwa Mungu. Zaburi ni maonyesho ya hisia za kina.

Ingawa kuna vighairi vichache ambapo zaburi hutafuta kufundisha au kushauri, zaburi nyingi karibu zitoke kwenye ukurasa na taswira ambayo huamsha hasira, furaha au maumivu yetu. Na ingawa mashairi haya yana thamani madhubuti katika kiwango cha kisanii, yanapata thamani zaidi tunapogundua kwamba nderemo, shangwe na nyimbo hizi ni maombi ya uaminifu yanayofanywa kwa Mungu, na kwamba Mungu aliyaheshimu, hata mashairi yaliyonyoosha vidole kwa Mungu. Zaburi ya 13 inaweka tatizo kwenye miguu ya Yehova.

> *Hata lini, Ee Bwana? Utanisahau milele? Utanificha uso wako hata lini? Nitavumilia maumivu hata lini, Na kuwa na huzuni moyoni mwangu mchana kutwa? Adui yangu atainuliwa juu yangu hata lini? (Zaburi 13:1-2)*

Kufikia mwisho wa shairi hilo, Yehova hamkemei mtunga-zaburi bali humpa kitulizo kutokana na matatizo yake.

Aina za Zaburi

Kuna aina tofauti za zaburi na mara nyingi makundi zake zimefungamanishwa na hisia ambazo zaburi zinaeleza. Maombolezo Zaburi zinaonyesha maumivu au hasira. Maombolezo, ambayo yanajumuisha zaidi ya asilimia 50 ya Zaburi, yanaonyesha hisia zinazotokana na hali ngumu. Inaweza kuwa mashairi ya ushirika yanayoelezea hisia za watu wote au mashairi yanayoelezea hisia za mtu binafsi.

Maombolezo mengi yana vipengele sita vinavyoweza kutambulika. Uzuri wa mashairi haya ni kwamba, hata katikati ya maumivu makali, kuna mpangilio fulani. Zaburi 22 inaweza kueleza kila sehemu sita:

1. **Hotuba:** Zaburi inamwita Mungu, ikimwomba BWANA awepo na asikie kilio cha mtunga-zaburi. "Mungu wangu, Mungu wangu..." (22:1a).
2. **Malalamiko:** Mwandishi anamwaga matatizo yake na kueleza nini ni lazima Mungu ashughulikie matatizo haya. "Mbona umeacha? Mbona uko mbali sana na kunisaidia, na maneno ya kuugua kwangu? Ee Mungu wangu, nalia mchana, lakini hunijibu; na usiku, lakini hampati raha" (22:1b-2). "Nimwagwa kama maji, na mifupa yangu yote imetengana" (22:14).
3. **Mtumaini:** Mtunga-zaburi a kwamba anamtumaini Mungu kwa ujumla. "Lakini wewe ndiwe uliyenitoa tumboni; umeweka salama katika matiti ya mama yangu" (22:9).
4. **Ombi la ukombozi:** Akitumia vitenzi vya lazima, mtunga-zaburi anaorodhesha kile hasa ambacho Mungu anapaswa kufanya ili kupunguza matatizo. "Lakini wewe, ee Mwenyezi-Mungu, usiwe mbali! O msaada wangu, njoo upesi kunisaidia! Uniponye nafsi

yangu na upanga, uhai wangu na nguvu za mbwa! Uniokoe na kinywa cha simba!" (22:19-21).

5. **Uhakikisho wa kusikilizwa:** Baada ya mapambano na kusihi, mwandishi anaonyesha uhakikisho kwamba Mungu atatoa. Sehemu hii mara nyingi inafanana na usemi wa uaminifu. "Maana hakudharau wala kuchukia mateso ya mtu aliyeteswa; hakunificha uso wake, bali alisikia nilipomlilia" (22:24).
6. **Viapo vya sifa:** Mtunga-zaburi anatoa sifa na shukrani kwa yale ambayo Mungu amefanya zamani na yale ambayo Mungu atafanya wakati ujao. "Sifa zangu zinatoka kwako katika kusanyiko kubwa; nitazitimiza nadhiri zangu mbele ya wamchao" (22:25).

Nyimbo za sifa hutoa mshangao wa shangwe au maelezo jinsi Mungu alivyo mkuu. Mara nyingi huwa na mwito wa kusifu na kisha kutoa sababu kwa nini mtu anapaswa kumsifu Mungu, akiorodhesha sifa za Mungu, na kisha wanapanua mwito mpya wa sifa zinazoendelea. Nyimbo za sifa zinaweza kutofautishwa na Zaburi za Shukrani kwa kuwa ni za jumla zaidi; hawakumbuki au kusimulia tena tendo mahususi la ukombozi wa Mungu. Zaburi ya 149 ni mfano mzuri.

Bwana asifiwe!
Mwimbieni Bwana wimbo mpya, sifa zake katika kusanyiko la waaminifu. Israeli na wafurahi katika Muumba wake; wana wa Sayuni na wamshangilie Mfalme wao. Na walisifu jina lake kwa kucheza, wamwimbie kwa matari na kinubi. Kwa maana Bwana huwaridhia watu wake; huwapamba wanyenyekevu kwa ushindi. Waaminifu na washangilie kwa utukufu; waimbe kwa furaha kwenye viti vyao. Sifa kuu za Mungu na ziwe kooni mwao, na panga zenye makali kuwili mikononi mwao, ili kulipiza kisasi juu ya mataifa, na adhabu juu ya kabila za watu, na kuwafunga wafalme wao kwa pingu.
na wakuu wao kwa minyororo ya chuma, ili kuwafanyia hukumu iliyoamriwa.
Huu ni utukufu kwa waaminifu wake wote. Bwana asifiwe!

Kushukuru Zaburi hukumbuka nyakati maalum za zamani wakati Yehova aliwaokoa watu. Wakiwa wamejawa na shukrani, mtu mmoja mmoja au kikundi kizima hutaja njia ambazo Mungu amewasaidia hapo awali. Zaburi 40:1-3 huonyesha jambo hilo.

Nalimngoja Bwana kwa saburi; aliniinamia na kusikia kilio changu. Alinitoa kutoka shimo la ukiwa, kutoka shimo la matope, akaweka miguu yangu juu ya mwamba, na kufanya hatua zangu kuwa salama. Akaweka wimbo mpya kinywani mwangu, wimbo wa sifa kwa Mungu wetu. Wengi wataona na kuogopa, na kumtumaini Bwana.

Historia ya Wokovu Zaburi ni sawa na Zaburi ya Kushukuru kwa kuwa wao pia huonyesha shukrani kwa Mungu kwa ukombozi wao hapo awali. Hata hivyo Historia ya Wokovu Zaburi ni mahususi zaidi, zinafanya kazi kama historia ya simulizi ya ubunifu, ikitaja majina. Zaburi 135:8-12 ni mfano mzuri.

Yeye ndiye aliyewapiga wazaliwa wa kwanza wa Misri, wanadamu na wanyama; alituma ishara na maajabu katikati yako, Ee Misri, juu ya Farao na watumishi wake wote. Akayapiga mataifa mengi na kuwaua wafalme wenye nguvu, Sihoni, mfalme wa Waamori, na Ogu, mfalme wa Bashani, na falme zote za Kanaani; akawapa nchi yao kuwa urithi, urithi wa watu wake Israeli.

Zaburi nyingine zinaonekana kuwa zimeandikwa kwa ajili ya ibada fulani. Zaburi hizi za kusherehekea na uthibitisho ni pamoja na zaburi za Upyaji wa Agano au zaburi zinazohusika na matambiko ya ufalme kama vile kutawazwa au harusi ya mfalme. Zaburi za Kifalme pia zinaweza kuwa maombolezo (Zaburi 144) au wimbo wa shukrani (Zaburi 18), lakini kwa maudhui yao kuhusu mfalme, pia huitwa zaburi za kifalme. Zaburi ya Upyaisho wa Agano ni Zaburi ya 50 na 81.

Nyimbo za uaminifu huzingatia uaminifu na uaminifu wa Mungu. Zaburi 27:1 inaeleza vyema sauti ya jumla ya zaburi hizi. "Bwana ni nuru yangu na wokovu wangu; nimwogope nani? Bwana ndiye ngome ya uzima wangu; nitamwogopa nani?"

Hatimaye, Zaburi za Hekima zinatoa methali zenye maana za kuelimisha na kuhimiza utii mwaminifu kwa Mungu. Wanaonyesha hisia kidogo na, kwa maana hiyo, wanafanana zaidi na aina ya hekima. Zaburi ya 37 ina sifa nyingi za aina ya hekima. "Jiepushe na uovu, utende mema; hivyo mtakaa milele. Kwa kuwa Bwana anapenda haki; hatawaacha waaminifu wake."

Kanuni za Ufasiri za Aina ya Zaburi

Zaburi za kitabu cha Zaburi na zaburi zinazopatikana kwingineko katika Biblia zina hali ya maisha ambayo ni tofauti na kitabu kingine. Zingeweza kuimbwa kwa mdomo kwa miaka mingi kabla ya kuandikwa, au mwandikaji angeweza kuchukua zaburi ambayo tayari imeandikwa na kuiingiza katika maandishi yake. Na ikizingatiwa kwamba zaburi nyingi hutoa maelezo machache sana ya kihistoria ili tuweze kuchumbiana nao, ni vigumu kujua mazingira yao maishani. Lakini angalau, ni lazima tuheshimu Zaburi kwa kuzichukulia kama vitengo vyake vya fasihi.

Soma zaburi yote na ujitahidi kupata maana inayoheshimu zaburi hiyo yote. Hatupaswi "kukata na kubandika," au kuchukua mstari nje ya muktadha wake wa kifasihi. Kwa mfano, aya moja moja katika Zaburi 44 zote zina sifa na zinasema ukweli. Baadhi ya mistari hii inazungumzia jinsi Mungu amewalinda dhidi ya maadui. Mistari hii ya "habari njema" ina matokeo mengi zaidi inaposomwa kama sehemu ya zaburi yote, ambapo mistari mingine hutoa "habari mbaya" kwamba ingawa watu wamekuwa waaminifu, bado wanashindwa na adui zao. Ikichukuliwa kwa ujumla, Zaburi ya 44 ni theolojia mnene, tunapowasikia Waisraeli wa kale wakikabiliana na maswali ya kina ya imani, wakithubutu kufikiria kwa uaminifu mambo yasiyowazika, kwamba Mungu kwa namna fulani hawezi kuwaokoa na bado anaonyesha, kwa sala hii hii, kwamba wao. bado wanamwamini Mungu.

Usitumie Zaburi kujenga mafundisho dhahania. Kama ilivyo kwa aina zote, ni muhimu kukumbuka madhumuni ya zaburi. Hazikusudiwi kufundisha imani maalum au kuagiza jinsi watu wanavyoishi maisha yao. Kusudi lao ni kuandaa gari kwa watu kumwambia Mungu kwa uaminifu jinsi wanavyohisi. Nyakati za hasira kali au furaha kubwa kwa kawaida sio wakati wa kufikiria kwa uangalifu. Hii haimaanishi kwamba aina hizo za zaburi hazina maana sana, lakini lazima zichukuliwe jinsi zilivyokusudiwa—si kama mafundisho yaliyofikiriwa kwa uangalifu, bali maneno ya mshangao ya hisia za kina katika joto la sasa. Mfalme Daudi katika Zaburi ya 51 alisema, "Hakika, nilizaliwa na hatia, mwenye dhambi mama yangu aliponichukua mimba. Maelezo ya kihistoria mwanzoni mwa zaburi hii yanatuambia kwamba Daudi aliiandika mara tu baada ya nabii Nathani kumkabili kuhusu uzinzi wake na Bathsheba. David alikamatwa na alikuwa anahisi hatia. Kwa hivyo madai ya kuzaliwa na hatia na mwenye dhambi wakati mama yake alipomchukua mimba labda ni njia iliyotiwa chumvi ya kusema yeye ni mtenda dhambi mbaya na sio maelezo ya kidhahania ya jinsi kujamiiana kunavyopitisha dhambi kutoka kwa mtu mmoja hadi mwingine, kama mila zingine za Kikristo. wameifanya aya hii kuwa na maana. Daudi anaumimina moyo wake uliolemewa na aibu; hajaribu kueleza asili ya asili ya dhambi tuliyo nayo sote.

Tazama tamathali za semi na taswira za kishairi kwa jinsi zilivyo: njia za kueleza lakini zisizo halisi za kuwasilisha ukweli. Zaburi 22:16 inasema, "Kwa maana mbwa wamenizunguka; kundi la watenda mabaya limenizunguka." Ni wazi kutoka kwa zaburi yote kwamba Daudi hasemi kuhusu mbwa halisi, lakini watu waovu. Lakini matumizi ya neno mbwa ni mazuri, kwa sababu inatusaidia kuhisi woga wa Daudi kwa taswira ya kuzungukwa na kundi la mbwa mwitu. Vivyo hivyo, Zaburi 18:2 yasema, "BWANA ni mwamba wangu, na ngome yangu, na mwokozi wangu, Mungu wangu, mwamba wangu ninayemkimbilia." Tena, Mungu si kweli mwamba. Lakini sitiari hiyo inamlinganisha Mungu na mwamba katika maana ya kwamba Mungu anaweza kutenda kama ngome ya mawe yenye ulinzi. Kila tunaposoma Zaburi, lazima tukumbuke kwamba mara nyingi ukweli wa milele wa mashairi haya hutujia kupitia sitiari na taswira za kishairi.

Zaburi Leo

Tunajua Zaburi zilikuwa za thamani kwa hadhira asilia ambao walitumia nyingi kati yao kama nyimbo zao, na ambao walipata faraja kwa kupitia kwa uchungu wao wenyewe na furaha kupitia maneno ya mwingine. Lakini pia wanaweza kuwa wenye thamani kwetu leo.

Wataalamu wa lishe wanapenda kusema, "Wewe ni kile unachokula." Wanatheolojia na viongozi wa kanisa hupenda kusema, "Wewe ndiye unachoabudu." Zaburi zinaweza kukuza na kuongoza ibada yetu wenyewe. Zaburi zinaweza kutupa maneno tukiwa bubu. Wanaweza kututia moyo tutaje nyakati hususa ambazo Mungu alituokoa. Wanatukumbusha kwamba machafuko ya maisha yetu yanaweza kuwekwa kwa utaratibu, ikiwa tu mpangilio wa shairi muundo. Zinatupatia tumaini, zikituita kuamini tena kwamba "Yahwe anatawala" (Zaburi 93).

Zaburi pia inatutia moyo tuwe waaminifu kwa Mungu. Ikiwa kungekuwa na shaka kwamba Mungu hangeweza kushughulikia maneno na shutuma kali, dakika tatu au nne katika kitabu cha Zaburi zingeshughulikia hilo. "Umewafanya wenzangu waniepuke; umenifanya kuwa kitu cha kutisha kwao...Ee Bwana, mbona wanitupa? Mbona unanificha uso wako?" (Zaburi 88:8,14). Watunga-zaburi walisema tena na tena yale ambayo karibu hayasemeki kwa Mungu—na wakaishi. Je, Mungu aliwajibu mara moja? Labda sivyo. Lakini kutokana na muda wa kutosha, uwazi, amani na uponyaji ulikuja, hata wakati sala maalum ya mtunga-zaburi haikujibiwa kwa njia ambayo aliomba ijibiwe.

Katika uaminifu huu, sisi pia tunaacha haja yetu ya kulipiza kisasi. Baadhi ya zaburi zinazosumbua zaidi ni zaburi za kisasi, ambapo watoto wachanga wa adui huvunjwa vichwa vyao (Zaburi 137:9) au damu ya adui inapita kwenye kifundo cha mguu (Zaburi 58:10). Maneno haya maovu hayasikiki kama haki ya shalom na kwa sababu hii, tunaweza kushikilia zaburi hizi kwa urefu - kwa sababu nzuri. Hata hivyo, zaburi zote za kisasi, katikati ya hasira yao inayomwagika, pia huweka wajibu wa kulipiza kisasi sawasawa kwa Mungu. Ikizingatiwa kwa ujumla, zaburi ya kisasi ni nzuri kwa kuwa inatoa njia ya hasira ya kweli. Na pia ni vizuri kwa kuwa mtunga-zaburi anajua kulipiza kisasi ni jambo ambalo Mungu pekee ndiye anayeweza kulitimiza.

Hatimaye, Zaburi inatukumbusha umuhimu wa kutafakari na kutafakari. Tunaposoma tafakari za wengine, kutoka karne nyingi zilizopita, tunaalikwa kimya kimya kutazama ndani ya nafsi zetu wenyewe. Adui zetu wanaweza kuwa na huzuni au wasiwasi badala ya jeshi linalotisha, lakini wanahisi kutisha vile vile. Tunapata ujasiri wa kutaja maumivu yetu wenyewe na kwa kufanya hivyo, tunapata uponyaji uleule wa watunga-zaburi. Zaburi hutusaidia kuacha na kutathmini hisia zetu wenyewe; wanatupa njia ya furaha yetu ambayo ni kubwa kuliko maneno. Tunaposoma Zaburi, tunalazimika kupunguza mwendo na kutafakari kile kinachoendelea ndani yetu. Kwa kufanya hivyo, Zaburi hutupa zawadi kuu.

20. Aina ya Hekima

Vifungu vya Biblia: Ayubu 38, 42; Mithali 1-3, 8, 26, 31

"Vijiti na mawe vinaweza kuvunja mifupa yangu lakini majina hayataniumiza kamwe." Ushauri huu wa kawaida ambao wazazi huwapa watoto wao unaweza kuwa na utata kwa mwanafunzi wa darasa la kwanza, ambaye tayari anajua kwamba maneno yanaweza kuuma, lakini hawezi kueleza kwa nini. Mtoto anapokuwa mzee-junior high, hebu sema-sentensi ya kuvutia ina maana kwake, kiasi fulani. Hakika, kile ambacho watu husema hakiumizi kimwili kama kugongwa na mwamba, lakini bado kinaweza kudhuru kihisia. Kwanza, sifa miongoni mwa vijana wenzako ni muhimu zaidi wakati wa ujana kuliko kuwa na jicho jeusi. Kufikia wakati mtoto anafikia miaka yake ya utineja, na tisho la uwanja wa michezo la kupigwa kwa fimbo limepungua, huenda asikubaliane kabisa na wazazi wake kuhusu mstari huu wa hekima wa kawaida. Lakini kwa ukomavu zaidi bado, anaweza kurudi nyuma na kuona safu nyingine ya ukweli: tunaweza—kwa juhudi, mwongozo, na mazoezi—kuchagua kuumizwa au kutoumizwa na maneno ya wengine kwa njia ambayo hatuwezi kuchagua. kuumia wakati watu wanatushambulia kimwili.

Katika maisha yetu yote tunakutana na mafundisho ya maadili, ushauri, maonyo na mapishi mafupi ya furaha na mafanikio. Hii inamaanisha kuwa sote tumepitia hekima inayofanana na aina ya hekima, angalau katika umbo lake la mdomo. Na kama mithali za uchungu ambazo wazazi wetu hushiriki nasi, hekima ya Biblia inahitaji kuchanganuliwa kwa uangalifu. Kuna ukweli mzuri, uliovuviwa katika hekima ya kibiblia, lakini ni ukweli usio na maana ambao wakati mwingine unahitaji kufunguliwa na daima unahitaji mtazamo wa habari.

Aina ya hekima inapatikana zaidi katika vitabu vya Mithali, Ayubu, na Mhubiri, ingawa kuna zaburi za hekima na vipengele vya hekima katika vitabu vingine kadhaa. Hekima ya Kibiblia ni sawa na maneno ya hekima ya tamaduni zingine za kale za Mashariki ya Kati na bado kuna mkazo tofauti juu ya hitaji la kumtegemea Yahweh. Aina ya hekima ni zaidi ya akili nzuri ya kizamani. "Kumcha Bwana ni mwanzo wa hekima" (Mithali 1:8).

Lakini kumcha Bwana kunamaanisha nini? Je, tunapaswa kumwogopa Mungu kihalisi? Kwa hekima ya kibiblia, Mungu yuko katikati. Mungu ndiye Muumba wa ulimwengu wa asili, na uchunguzi wetu wa makini na wa hekima wa ulimwengu huu hutupatia utambuzi wa tabia ya Mungu. Yehova pia ndiye chanzo cha hekima. Hatuwezi kujifanya kuwa wenye hekima, wala hatuwezi kamwe kuelewa kikamilifu siri au hekima ya Mungu. Kwa hiyo njia ya "kumcha" Yehova ni kumpa Mungu heshima yetu ya ndani zaidi, kutafuta hekima inayotoka kwa Mungu pekee, na kujizoeza unyenyekevu, tukijua kwamba hekima yetu itapungukiwa daima.

Mtazamo wa Kumbukumbu la Torati wa Historia

Kabla ya kuingia katika uchunguzi kamili wa aina ya hekima, labda tunapaswa kujikumbusha kuhusu mtazamo wa Kumbukumbu la Torati wa uhusiano wa watu na Mungu. Njia moja ya kumwelewa Mungu inasema kwamba Mungu huwabariki wale walio waadilifu na kuwalaani wale ambao si waadilifu. Theolojia hii inatawala katika hekima ya kibiblia, lakini pia inapingwa. Wahenga hawakuzingatia methali zao kuwa hakikisho la maadili.[1] Ilikuwa ni sehemu ya mapokeo ya hekima kukosoa mila hiyo.

Mistari ifuatayo wakati mwingine inafasiriwa vibaya kumaanisha kwamba ikiwa unamwamini Mungu na kumtambua Mungu katika maisha yako yote, hutakuwa na ugumu wowote.

> *Mtumaini Bwana kwa moyo wako wote, wala usizitegemee akili zako mwenyewe. Katika njia zako zote mkiri yeye, naye atayanyosha mapito yako (Mithali 3:5-6).*

Hapa kuna mfano mwingine wa mtazamo huu:

---

1 Leo G. Perdue, Ufafanuzi: Ufafanuzi wa Biblia wa Kufundisha na Kuhubiri: Mithali. (Louisville, KY: Waandishi habari wa John Knox, 2000), 6.

Mheshimu Bwana kwa mali yako na malimbuko ya mazao yako yote; ndipo ghala zako zitakapojazwa kwa wingi, na mashinikizo yako yatafurika divai (Mithali 9-10).

Pia kuna maoni yanayopingana yaliyoonyeshwa katika sura hiyo hiyo ya Mithali. Mistari hiyo inadokeza kwamba watu wazuri nyakati fulani hukabiliana na matatizo, hapa ikifasiriwa kama kuadibu au karipio la Mungu.

Mwanangu, usidharau kuadhibiwa na Bwana, wala usichoke na maonyo yake; kwa maana Bwana humrudi ampendaye, kama baba mwana ambaye amependezwa naye (Mithali 3:11-12).

Katika mstari mwingine, changamoto ya kitheolojia inakuja kwa njia tofauti: mstari huu unaashiria kwamba inawezekana kuwa maskini na wenye haki.

Kinachotamanika ndani ya mtu ni uaminifu, na ni bora kuwa maskini kuliko mwongo (Mithali 19:22).

Sifa za Hekima ya Kibiblia

Utendaji—Kwa msingi wake, hekima ya kibiblia ni ya vitendo. Kuwa na hekima haimaanishi tu ufahamu sahihi bali pia kuishi maisha sahihi. Fasihi ya hekima imejaa maneno mafupi yanayosisitiza kufanya maamuzi sahihi. Mithali hutoa mifano mingi: "Mchongezi hufunua siri; basi usishirikiane na mpaji maneno" (Mithali 20:19). "Mvivu halimi wakati wa majira yake; mavuno huja, wala hakuna kitu kitakachopatikana" (Mithali 20:4).

Neno la Kiebrania kwa hekima ni chokmah. Katika muktadha wake wa asili, inaeleweka sio tu kama kipingamizi cha kuwa mjinga, lakini pia kuwa na ujuzi katika kazi ya mtu. Bezaleli, mwanamume ambaye alikuwa stadi wa kazi ya mbao na useremala hivi kwamba alikuwa msimamizi wa ujenzi wa hema la kukutania, alisemekana kuwa na chokmah (Kutoka 35:30-36:7). Mara nyingi, chokmah au hekima haimaanishi kitu kinachofaa kabisa, lakini daima hutegemea maagizo rahisi ya maadili ambayo hutusaidia katika maisha yetu ya kila siku.

Mara nyingi aina hii inafundisha kupitia utofautishaji. Wenye hekima huwa juu ya wapumbavu, na wenye haki hufananishwa na waovu. Tofauti kati ya makundi haya mawili ni wazi na kama muundo wa fasihi ni fumbo fupi au maelekezo marefu, ujumbe ni sawa: kuwa na hekima na haki. Andiko la Methali 12:15 linasema: "Wapumbavu hufikiri njia yao wenyewe kuwa sawa, bali wenye hekima husikiliza mashauri." Katika Mithali 15:6, wenye haki na waovu wanatofautishwa, "Nyumbani mwa mwenye haki mna hazina nyingi; bali mapato ya waovu hupata taabu."

Hata hivyo, hekima ya Biblia haisemi kwamba kila mtu aliye mwadilifu atabarikiwa. Mengi ya kanuni za hekima zinaunga mkono maoni ya Kumbukumbu la Torati ambapo, kwa urahisi, Mungu atakubariki ikiwa wewe ni mwaminifu na akulaani ikiwa hutakuwa mwaminifu. Lakini kuna changamoto kwa mtazamo huu, kama vile kitabu kizima cha Ayubu. Ayubu ni mtu mwadilifu ambaye anateseka sana. Marafiki watatu walikuja kumtembelea na kila mmoja anajaribu kumwambia Ayubu anateseka kwa sababu ya dhambi yake. Wao ni mfano wa mtazamo wa Kumbukumbu la Torati. Hakika Mwenyezi Mungu anamwadhibu Ayubu kwa uasi mbaya sana. Lakini msomaji anajua jambo ambalo Ayubu na marafiki zake hawafahamu: Shetani amemwomba Mungu ruhusa ya kumtesa Ayubu kwa mateso hayo mbalimbali.

Tunaposoma kitabu hiki kwa ukamilifu, tunaweza kuona kwamba theolojia inayosema Mungu huwabariki watu wema na kuwalaani watu wabaya ni rahisi sana. Kinachotokea maishani sio kile ambacho Mungu anatamani au kinachoonekana kuwa sawa. Mungu anapozungumza na Ayubu hatimaye, tunatambua kuwa ni rahisi sana kumtaka Mungu ajibu "Kwa nini mimi?" maswali. Mungu anamwambia Ayubu kwamba wanadamu hawawezi kuelewa kila kitu. Kama Ayubu, hatuwezi "kujua wakati mbuzi wa milimani huzaa" (39: 1) wala hatukuwepo wakati Mungu alipoweka msingi wa dunia (38: 4). Kuna mipaka kwa hekima na ufahamu wetu. Mungu anamwambia Ayubu kwamba njia za Bwana ziko mbali sana na ufahamu wa mwanadamu na kwamba Mungu ana haki ya kufanya kile tunachoona kuwa haki kwetu. Kwa hiyo hekima ya kibiblia inawatia moyo wasomaji wake kuwa waadilifu na wenye hekima, lakini haitoi hakikisho kwamba kwa sababu tu sisi ni waaminifu, tutabarikiwa katika maisha haya.

Mazingira ya Kijamii—Mpangilio wa kipekee wa kijamii wa hekima ya kibiblia ni sifa ya pili. Mara nyingi mwenye hekima—mtu mwenye hekima ambaye amepewa kazi ya kuwafundisha wengine—hutoa hekima yake. Hili linaweza kutokea nyumbani, katika mazingira ya familia, "shuleni," au katika mahakama za kifalme. Hatimaye maneno ya mdomo ya mwenye hekima, labda yamehifadhiwa tu katika kumbukumbu kwa mamia ya miaka kama sehemu ya mapokeo ya mdomo, yameandikwa na kukusanywa katika vitabu.

Fomu za Kifasihi—Tanzu ya Hekima ina sifa za kipekee za kifasihi ambazo mara nyingi huongeza maana ya maudhui. Ingawa kuna aina nyingi za fasihi, nyingi zina sifa zifuatazo: ni sahihi, fupi na zimeandikwa kuwa rahisi kukumbuka. Ikiwa hekima inahusika na utaratibu na uzuri (na ni) basi namna iliyoandikwa ya hekima inaunga mkono mada hizi kwa kuandika kwa utaratibu na mtindo wa kisanii.

Sifa za kawaida za kifasihi katika hekima ya kibiblia ni mafumbo, mashairi, mafumbo,Neno fiche, Neno la werevu, tashihisi, fumbo, maswali ya balagha na heri. Kwa ujumla wao huangukia chini ya kategoria ya misemo au maneno mafupi, mahususi ya ukweli, ambayo huitwa mashal kwa Kiebrania. Mkusanyiko wa maneno huitwa mashaliim.

Mitindo hii yote ya uandishi wa fasihi huonyesha mpangilio na uzuri. Fumbo, kwa mfano, ni mashairi yanayotumia alfabeti ya Kiebrania kupanga yaliyomo. Mstari wa kwanza wa fumbo huanza na herufi ya kwanza ya alfabeti na kisha kila mstari mpya huanza na herufi inayofuata. Mpangilio wa alfabeti daima ni sawa, ambayo inasisitiza kwa hila umuhimu wa utaratibu, kama utaratibu wa uumbaji uliowekwa na Mungu. Kuna usanii katika kufanya alfabeti ilingane na yaliyomo. Na hatimaye fumbo, na vile vile misemo mingine mifupi ya mtindo kama methali na heri, ni rahisi kukariri. Ama kwa ulinganifu wao wa kishairi au kwa mpangilio dhahiri wa maneno, misemo hii ya busara hutoka ulimini na ni rahisi kukumbuka.

Matumizi ya Taswira—Waandishi wa aina ya hekima hutumia maneno thabiti, mara nyingi kutoka kwa asili au maisha ya kila siku, ambayo huleta picha akilini mwa msomaji. Yeremia 17:11 inasema, "Kama kware akiangua asichoatamia, ndivyo walivyo wote wakusanyao mali isivyo haki; katikati ya maisha itawaacha, na mwisho wao watakuwa wapumbavu." Nabii anatumia aina ya hekima kututengenezea picha ya maneno. Tunaweza kuwazia kware akiiba kiota cha ndege mwingine na jinsi picha hiyo kutoka kwa maumbile inavyonasa pupa ya wale wanaojikusanyia mali kwa njia zisizo za haki.

Kutumia mifano kutoka kwa maumbile kunaweza kuwa baraka na kikwazo kinachowezekana. Taswira ya fasihi hii hurahisisha kukumbuka. Lakini asili ya sitiari ya msemo huo pia inamaanisha kuwa ni mawindo rahisi kufasiriwa vibaya. Mtu hawezi kuchukua maneno mengi ya hekima kihalisi au kama kweli kabisa wakati wote. Ni za kweli katika maana ya ndani zaidi kwa kuwa zinaelekeza kwenye kanuni ya jinsi maisha yalivyoishi katika utii mwaminifu kwa Mungu huelekea kufanya kazi.

Mifano ya fomu za fasihi katika fasihi ya hekima:

- Methali: "Heri kuchagua jina jema kuliko mali nyingi, na neema ni bora kuliko fedha au dhahabu" (Mithali 22:1).
- Methali "afadhali kuliko" (Zaburi 37:16): "Afadhali mali kidogo aliyo nayo mwenye haki kuliko wingi wa waovu wengi."
- Heri: Heri ni msemo mfupi unaoanza na neno "furaha." "Heri wale wanaopata hekima, na wale wanaopata ufahamu" (Mithali 3:13).
- Tamko la tashi: Hii ni mbinu ya kifasihi ambapo sauti fulani hutumiwa mara kwa mara, kama njia ya kimakusudi ya kufanya matini kukumbukwa zaidi na "kimuziki." Tamko la tasnifu hupotea kila tunapotafsiri kutoka lugha moja hadi nyingine. Mhubiri 3:1-8 ni mfano mzuri.
- Fumbo: Katika istiari, kitu kimoja huwakilisha kitu kingine. Katika fumbo lifuatalo, upumbavu unatajwa kuwa kahaba.

  Mwanamke mpumbavu ana kelele; yeye ni mjinga na hajui chochote. Yeye huketi mlangoni pa nyumba yake, kwenye kiti kwenye mahali pa juu pa mji, akiwaita wapitao njia, wanaokwenda moja kwa moja kwenye njia zao, 'Ninyi msio na akili, geukeni huku!
  Na kwa wale wasio na akili anasema,
  'Maji yaliyoibiwa ni matamu,
  na chakula chenye kuliwa kwa siri ni kitamu.' Lakini hawajui kwamba wafu wamo humo, ya kwamba wageni wake wamo katika vilindi vya kuzimu (Mithali 9:13-18).

- Swali la balagha: "Ikiwa umeshindana na wakimbiaji kwa miguu na wakakuchosha, utashindanaje na farasi? Na ukianguka katika nchi salama, utafanyaje katika vichaka vya Yordani? (Yeremia 12:5).

Kwa ujumla fasihi ya hekima haitafutii tu kuwapa hadhira asili mamlaka rahisi ya kufuata kwa mafanikio-ingawa hiyo ni sehemu ya madhumuni yake-lakini pia kusaidia msomaji kukubali mtazamo mpya wa ulimwengu. Katika mtazamo huu wa ulimwengu Mungu ni mkuu, mkuu, chanzo cha hekima. Lakini Mungu kama huyo si lazima awe mtu binafsi hivyo. Baada ya kuumba ulimwengu kwa utaratibu wa kimungu, sasa Mungu na wanadamu wanahitaji tu kuruhusu utaratibu huo ujitokeze. Ikiwa mtu anatumia nidhamu, anamheshimu Mungu na kutazama ulimwengu wa asili, ana ufunguo wa maisha marefu, furaha na anaweza kuepuka migogoro na kushindwa. Katika ufahamu huu wa uhalisi, wanadamu wanaweza kudhibiti hatima yao na kuishi kupatana na wote ikiwa wataheshimu utaratibu huu wa kimungu na kumtii Mungu.

Kanuni za Ufasiri

Kwanza, ni lazima tukumbuke kwamba maneno ya hekima si ahadi za kimkataba kati yetu na Mungu. Fasihi ya hekima inatoa miongozo ya jumla, sio dhamana ya moja kwa moja. Kwa mfano, sote tunajua watu wanaoishi katika nyumba zisizo na viwango. Ni wazi pia kwamba baadhi ya watu hao ni wajane. Hata hivyo Mithali 15:25 hutuambia hivi: "BWANA huibomoa nyumba ya wenye kiburi, bali huisimamisha mipaka ya mjane." Je, ukweli wa wajane wasio na makazi unamaanisha kwamba mstari huu si wa kweli au kwamba Mungu hawezi kutimiza ahadi? Pia tunajua watu wenye kiburi na wachoyo wanaoishi katika majumba ya kifahari ambayo kwa wazi hayajabomolewa.

Wahenga wa kale wangetuambia kwamba ikiwa tutafanya hitimisho hili, tunakosa uhakika. Aya hii inaelekeza kwenye ukweli kwamba Mungu anapendelea maskini na kwamba hatimaye, Mungu atasahihisha makosa yote ya ulimwengu huu. Umaalumu wa neno mjane huwakilisha watu wote waliotengwa. Na ingawa watu wengi waliotengwa wanaweza kufa bila makazi na watu wengi wabakhili wanaweza kufa katika nyumba ya kifahari, mwishowe, kutakuwa na haki. Ni kwa ukweli huu mkubwa zaidi ndipo hekima ya kibiblia inaelekeza.

Vile vile, hatuwezi kuchukua methali na misemo mingine kwa njia halisi kabisa. Hatuwezi kufanya hivi kwa sababu methali hiyo ni ya sitiari au inarejelea ufahamu wa jumla wa maisha ambao haufanyi kazi kila wakati kwa njia ya kihalisi. Kwa mfano, andiko la Mithali 20:17 linasema, "Chakula kilichopatikana kwa udanganyifu ni kitamu, lakini baadaye kinywa kitajaa changarawe." Ingawa hatutageuza chakula chetu ambacho tumepata kwa njia isiyo sahihi kuwa changarawe tunapotafuna, hoja hiyo bado inatumika. Uradhi wa muda mfupi tuwezao kupata kutokana na shughuli za udanganyifu hatimaye utatupata na kutuletea madhara badala ya mema.

Lazima tusome kitengo kizima cha fasihi. Watu wengi hufanya makosa kuchukua mstari mmoja kutoka kwa sura ya hekima na kuzingatia tu. Lakini waandishi wa Biblia walikusudia maneno ya hekima yafanye kazi kwa ujumla wake, hata kama inaonekana kwamba aya hizo hazifanani.

Katika Mithali 26:4-5, inaonekana kana kwamba mwandishi anajipinga mwenyewe. "Usimjibu mpumbavu sawasawa na upumbavu wake, la sivyo utakuwa mpumbavu mwenyewe. Uwajibu wapumbavu sawasawa na upumbavu wao, la sivyo watakuwa wenye hekima machoni pao wenyewe." Kwa hiyo tuwajibu wajinga au la? Kwanza, ni lazima tuwe waangalifu kuona neno "mpumbavu" katika muktadha wake wa kitamaduni. Mistari hii hairejelei watu ambao wanaweza kuwa na ulemavu wa akili, lakini badala yake watu ambao kwa makusudi wanachagua kukataa mafundisho ya Mungu. Pili, aya hizo mbili zilizowekwa pamoja zinasaidia kufafanua ukweli mgumu. Wakati mtu anashughulika na mpumbavu, wakati fulani ni muhimu kumkemea na wakati mwingine ni bora kunyamaza. Hatupaswi kutupa mstari mmoja nje na kuita mstari mwingine kuwa kweli.

Kutumia kitabu kizima ni kanuni muhimu ya kihemenetiki katika vitabu vyote vya hekima, lakini inahitajika hasa katika kitabu cha Ayubu. Bila muktadha wa hadithi nzima, mtu anaweza kuchukua maneno ya marafiki watatu wa Ayubu kama ujumbe uliokusudiwa wa kitabu—kile ambacho Mungu anataka tuamini—wakati ukweli ni kwamba yanatoa karatasi ya ujumbe halisi, kwamba mateso ya mwanadamu hayawezi. ieleweke kwa urahisi sana kama matokeo ya kutotii kwa mwanadamu.

Kumbuka kwamba aina ya hekima ni pithy kwa makusudi. Maneno ya hekima yanakusudiwa kukumbukwa kwa urahisi, kwa hiyo yana rangi nyingi na mara nyingi yameandikwa kama mafumbo. Ikiwa methali hizi fupi hazingekuwa za huruma, hazingekumbukwa au kufanikiwa kama zana za kufundishia. Lakini kwa ufupi wao na ushindi wa kitamathali, haziwezi kuchukuliwa kuwa sahihi kinadharia. Mithali 15:19 ni kielelezo kizuri sana: "Njia ya mvivu humeta miiba, bali njia ya wanyofu ni njia panda." Mstari huo ni wa kupendeza, wa kupendeza, rahisi kukumbuka, lakini sio mstari wa kusoma kwa maandishi ya mbao. Hii haihusu maisha ya mmea ambayo yanawazunguka watu wavivu na haihusu watu waadilifu kuweza kuepuka vilima na mabonde yote. Ni kauli ya kisanii inayobeba ngumi za kifasihi na kuonyesha ukweli wa jumla lakini wa kina kuhusu jinsi uvivu unavyofanya maisha yako kuwa magumu zaidi

Ni lazima kila mara tuweke ukweli wa hekima ya kibiblia katika muktadha wa masimulizi yote ya Biblia. Kama vile methali moja fupi haiwezi kueleza ukweli kwa ukamilifu, vile vile hekima ya kibiblia haiwezi kueleza yote yanayoweza kusemwa juu ya Mungu. Theolojia ya "unavuna unachopanda" inakaa katika mvutano wa ubunifu kwa maneno ya Yesu ambapo anawaita wanaoteswa kuwa wenye heri (Mathayo 5:10).

Na hatupaswi kutumia yoyote ya maneno haya ya busara kama njia ya kuunga mkono hali ya udhalimu. Hatuwezi kuwatazama watu walio katika umaskini na kuwanukuu baadhi ya methali jinsi watu maskini ni wavivu. Sio kweli kwamba watu maskini ni wavivu, na uvivu wenyewe sio shida halisi katika jamii inayohusika na umaskini. Zaidi ya hayo, sehemu nyingine nyingi za Biblia, kutia ndani hadithi za injili za Yesu, zinatuhimiza kubadili mfumo wa sasa mbovu unaokandamiza watu badala ya kuwalaumu watu binafsi. Lakini tusipokuwa waangalifu, tunaweza kusherehekea utaratibu na theolojia sahili inayopatikana katika fasihi ya hekima kwa sababu tunanufaika na mfumo wa sasa wa ukandamizaji na tunaweza kuwaweka chini watu waliotengwa kwa urahisi kwa kulaumu kutengwa kwao kwa dhambi zao.

Hatimaye, ni lazima tuvuke Daraja la Utafiti wa tafsiri. Ingawa kanuni hii ya tafsiri ni kweli kwa aina zote, methali zinaweza kuonekana rahisi sana hivi kwamba tunafikiri hazina asili ya kipekee ya kitamaduni. Lakini picha nyingi za kila siku zinazoonyeshwa katika misemo hii zina maana tofauti katika jamii ya leo. Hatuna wafalme (Mithali 21:1) au kutumia mavazi kwa rehani (Mithali 20:16) au kupitisha urithi wa mababu (Mithali 22:28), lakini bado tunaweza kuokota ukweli wa milele kutoka kwa maneno haya ikiwa "tutavuka msalaba." daraja" na kutafiti usuli wa kihistoria-utamaduni wa aya hizi na zilimaanisha nini kwa hadhira asilia. Kumcha Bwana ni mwanzo wa hekima. Kuna mengi ya kupata katika kujifunza kwa bidii na kwa uaminifu hekima ya kibiblia. Tunapambana na ugumu wa maisha wakati watu wema wanateseka. Tunakubali changamoto ya kufanya kazi kwa bidii na kuishi kwa uadilifu, tukijua kutakuwa na thawabu, ikiwa si katika maisha haya, katika yajayo. Tunatafuta kwa unyenyekevu kujifunza zaidi kumhusu Mungu na kupokea kutoka kwa Mungu zawadi ya hekima.

21. Nyakati za Mateso

Vifungo vya Biblia: Isaya 43, 55; Yeremia 31:31-34; Danieli 1-11; 1 na 2 Makabayo

Pengo la Miaka 400

Inachukua ukurasa mmoja tu kupindua katika Biblia nyingi ili kuhama kutoka Agano la Kale hadi Agano Jipya. Lakini kuna pengo la mpangilio wa takriban miaka 400 kati ya Malaki, kitabu cha mwisho cha Agano la Kale, na Mathayo, kitabu cha kwanza cha Agano Jipya. Kipindi hiki cha Agano la Kale nyakati nyingine huitwa "miaka 400 ya ukimya" kwa sababu hakuna ujumbe mpya wa kinabii baada ya Malaki—angalau hakuna hata mmoja aliyesalia.[1] Mtiririko wa historia, bila shaka, haukuacha; inatubidi tu kutumia vyanzo vingine kufuatilia hadithi ya Watu wa Mungu.

Mbali na historia za kilimwengu, Flavius Josephus, mwanahistoria Myahudi aliyeandika kwa Waroma, ndiye chanzo chetu bora zaidi. Josephus ambaye alizaliwa Yerusalemu mwaka wa 37 CE, aliandika vitabu saba Historia ya Vita vya Kiyahudi ambamo alishiriki, na vitabu 20 vya Mambo ya Kale ya Kiyahudi, historia ya Wayahudi tangu uumbaji hadi enzi ya Warumi. Kama mwanahistoria, amekuwa na makosa kwa uchanganuzi wake wa kina, mpangilio wa nyakati usio sahihi, ukweli uliopitiliza na urembo wa umuhimu wake mwenyewe.[2] Hata hivyo, tunategemea historia yake ili kusaidia kujaza pengo kati ya agano.

1 John MacArthur, The MacArthur masomo ya Biblia ya MacArthur, Toleo Jipya la Kimataifa (Nashville: Thomas Nelson, 2013), xiv.

2 Gary William Poole, "Flavius Josephus," Encyclopedia Britannica, Ilifikiwa tarehe 1 Juni 2016, www.britannica.com.

Agano la Kale linaishia na hadithi ya kurudi kutoka uhamishoni mwaka 538 BCE na kujengwa upya kwa hekalu na kuta za Yerusalemu chini ya Koreshi Mkuu. Koreshi, mwanzilishi wa Uajemi (Iran ya sasa), anajulikana katika historia ya ulimwengu kwa kutoa Mkataba wa kwanza unaojulikana wa Haki za Kibinadamu. Kwa ajili ya fadhili zake kwa Wayahudi, manabii humwita "mtiwa-mafuta" au "masihi" wa Yehova—sifa kuu kwa mfalme wa Mataifa.[3]

Alexander Mkuu na Utamaduni wa Ugiriki (Hellenism)

Milki ya Uajemi ilianguka mwaka wa 333 BCE, wakati Alexander Mkuu aliposhinda jeshi la Uajemi kwenye Vita vya Isis kaskazini mwa Siria. Majeshi ya Alexander yalipoenea katika sehemu nyingi za ulimwengu unaojulikana, yalieneza maeneo yaliyoshinda kwa lugha ya Kigiriki, utamaduni na dini, inayojulikana kuwa Ugiriki. Elimu yake kama mwanafunzi wa mwanafalsafa wa Kigiriki Aristotle ilimfanya Alexander kuwa bingwa wa mambo yote ya Kigiriki.

Alexander alifia Babiloni akiwa na umri wa miaka 32, akiwa amesukuma milki yake "mpaka miisho ya dunia."[4] Majenerali wa Alexander waligawanya milki kati yao na kisha wakashindana kwa eneo zaidi. Kutoka Misri, Jenerali Ptolemy wa Kwanza na nasaba yake walitawala Kanaani, ambayo sasa inaitwa Palestina. Miaka mia moja baadaye katika 198 BCE, nasaba ya Seleucid ya Siria iliwashinda Watolemi na kutawala Yuda, ambayo sasa inaitwa Yudea. Nasaba zote ziliendeleza imani ya Kigiriki, lakini Wa Seleucids walikuwa wakatili katika kuwalazimisha Wayahudi kukumbatia mtazamo wa ulimwengu wa Kigiriki kwa gharama ya Uyahudi. Usawazishaji mara nyingine tena ilikuwa hatari kubwa.

Ughaibuni na Tafsiri ya Kigiriki ya Biblia ya Kiebrania (Septuagint)

Idadi kubwa ya Wayahudi (asilimia 75) walitolewa katika ardhi zaidi ya Palestina (inayoitwa Diaspora), wakati asilimia 25 iliyobaki waliishi Palestina.[5] Wale walioishi nje ya nchi walikubali imani ya Kigiriki, huku wale

---

3 Isaya 45:1. Koreshi ametajwa mara ishirini katika 2 Mambo ya Nyakati, Ezra, Isaya na Danieli.

4 "Kitabu cha Kwanza cha Wamakabayo," The Apocrypha and Pseudepigrapha ya agano la kale, Vol. I (Oxford: Waandishi wa Habari wa Clarendon, 1963), 67.

5 Makadirio ya idadi ya watu wa karne ya kwanza yanatofautiana, lakini kuna makubaliano kwamba Wayahudi katika Ughaibuni walikuwa wengi kuliko Wayahudi katika Palestina. "Kufikia karne ya kwanza CE labda asilimia 10 ya

wa nchi ya kwao walielekea kukataa utamaduni. Matokeo yake yalikuwa kushindana kwa itikadi, mitazamo ya ulimwengu na dira za kisiasa. Ilhali wale wa nchi ya asili walikuwa na mwelekeo zaidi wa kukataa utamaduni. matotokeo lilikuwa kushindana kwa itikadi, mitazamo ya dunia na maono ya kisiasa

Tokeo la kuenea kwa lugha ya Kigiriki lilikuwa uhitaji wa Wayahudi wa Kigiriki wa tafsiri ya Kigiriki ya Biblia ya Kiebrania. Hadithi ya hadithi ni kwamba kati ya 300 na 200 BCE, wasomi sabini wa Kiyahudi walikusanyika Alexandria, Misri, na kufanya kazi kwa kujitegemea kwa siku sabini. Walipolinganisha kazi yao iliyomalizika, waligundua muujiza kwamba kila nakala ilikuwa sawa.[6] Hata hivyo ilifanyika, Tafsiri ya Kigiriki ya Biblia ya kiebrania (Septuagint) (Kilatini kwa sabini na kufupishwa kama LXX), iliwapa watu wote wanaozungumza Kigiriki ufikiaji wa Maandiko ya Kiebrania.

Maandishi ya utabiri wa mwisho wa dunia katika tafsiri ya kigirikia ya Biblia ya Kiebrania (Septuagint) yaliwafariji na kuwatia moyo Wayahudi walioteswa kuteseka chini ya Ugiriki uliolazimishwa. Mwandikaji wa Danieli, ambaye bila shaka ni mmoja wa Wahasidi,[7] anaficha matukio ya zamani na ya sasa kana kwamba alikuwa anatabiri wakati ujao. Katika lugha iliyofichwa, Danieli anasimulia matendo ya wadhalimu kama vile Alexander Mkuu, Ptolemies, na Seleucids, akimwita Antioko wa Nne "mwenye uharibifu" (Danieli 9:27) na "mwenye kudharauliwa" (Danieli 11:21) kwa kuwakandamiza Wayahudi na kuwakandamiza Wayahudi. kulinajisi Hekalu.[8]

Milki ya Roma, au watu wapatao milioni 7, walikuwa Wayahudi, na milioni 2.5 hivi katika Palestina." Naomi Pasachoff na Robert Littman, Historia fupi ya watu wa Kiyahudi (Lanham, MD.: Rowman na Littlefield, 1995), 67. Kwa makadirio ya kihafidhina zaidi, "Katika karne ya kwanza CE, ya Wayahudi milioni 4.5 duniani kote, chini ya 15 asilimia waliishi Palestina." Eugene Boring, Utangulizi wa Agano Jipya: Historia, Fasihi, Theolojia (Louisville, KY: Westminster John Knox, 2012), 163.

6 Tazama Irenaeus, Dhidi ya Uzushi 3.21.2. Masimulizi ya awali ya tafsiri ya Septuagint labda ni ya kweli zaidi. Aristeas anasema kwamba wafasiri sabini na wawili walikusanyika katika nyumba iliyojitenga na kufanya kazi pamoja kuunda tafsiri yao. Barua ya Aristeas 301-306.

7 W. Sibley Towner, Daniel (Atlanta: John Knox, 1984), 7.

8 Bernhard W. Anderson, et al., Kuelewa Agano la Kale (Mto wa juu wa Saddle, NJ: Elimu ya Pearson), 577.

Mtazamo usiobadilika wa Wahasidi wakati wa Mapinduzi ya Wamakabayo waonekana wazi katika hadithi ya kishujaa ya Danieli na marafiki zake watatu, Shadraka, Meshaki, na Abednego, ambao wanatupwa katika tanuru ya tanuru kwa kukataa kuabudu mungu wa uwongo;

> *Ikiwa Mungu wetu tunayemtumikia aweza kutuokoa na tanuru ya moto mkali na kutoka mkononi mwako, Ee mfalme, na atuokoe. Lakini kama si hivyo, ujue, Ee mfalme, ya kuwa sisi hatutaitumikia miungu yako, wala hatutaisujudia hiyo sanamu ya dhahabu uliyoisimamisha (Danieli 3:17-18).*

Kitabu cha utabiri wa mwisho wa dunia cha Danieli kinatazamia kwa hamu wakati ambapo Mungu ataheshimu mauaji ya waaminifu, kuvunja nguvu za uovu na kuanzisha maonyesho kamili ya utawala wa milele wa Mungu duniani.

Ingawa tafsiri ya kigiriki ya Biblia ya Kiebrania ilikuwa na matokeo ya kuunganisha, mitazamo miwili ya ulimwengu, Kigiriki na Kiebrania, iligawanya Wayahudi huko Yerusalemu kutoka kwa Wayahudi wa Kigiriki huko Ughaibuni. Katika mtazamo wa ulimwengu wa Kigiriki, miungu mingi ilikuwepo kuanzia Apollo hadi Zeus, kinyume kabisa na imani ya Mungu mmoja ya Kiebrania ya Yehova. Dhana ya Kiebrania ya shalom, hisia inayojumuisha yote ya ukamilifu na ustawi, ilipunguzwa katika ulimwengu wa Kigiriki hadi eirene, utulivu wa ndani. Kwa Wagiriki, ukweli ungeweza kujulikana kupitia uchunguzi na sababu, ilhali Wayahudi katika Yerusalemu walielewa ukweli kuwa ufunuo wa kimungu. Wazo la Kiebrania la mwanadamu kama kitu kimoja, ambapo roho na mwili viliunganishwa na kuuhusiana, lilitofautiana na uwili wa Kigiriki wa mwili na maada dhidi ya roho. Wokovu katika mtazamo huu ulimaanisha kutoroka kutoka kwa mwili kwenda katika ulimwengu wa roho ya kimungu. Uwili-wili ulionyeshwa kwa njia mbili tofauti: Ikiwa mwili ni mbaya, Wahedon walidai, mtu anaweza kufanya chochote kinachofurahisha bila kuumiza roho; kujinyima moyo kwa upande mwingine, kuliadhibu mwili ili kuikomboa roho.

Antiochus IV na Kutekelezwa kwa Tamaduni ya Kigiriki (Hellenism)

Huko Yudea, kukandamizwa kwa Dini ya Kiyahudi na kutekelezwa kwa Dini ya Kigiriki kulifikia hatua ya msiba mwaka wa 176 BCE wakati Antioko wa Nne alipokuwa Mfalme. Akidai kuwa umbo la kibinadamu la mungu wa Kigiriki Zeus, alijiita "Epiphanies" (mungu aliyefunuliwa) na kuwalazimisha watu kumwabudu. Wengine walipendelea kumwita "Epimemes" (mwendawazimu).[9] Katika jitihada za kukomesha Dini ya Kiyahudi na kuimarisha mamlaka yake, Mfalme alipiga marufuku ibada ya Kiyahudi, akateketeza nakala za Torati na kuweka hukumu ya kifo kwa kushika Sabato, kutahiri watoto na hata kubeba Torati.

Katika sufuria ya ukandamizaji, Wayahudi waliasi. Antioko, kwa kujibu, alichinja maelfu; kuuza wanawake na watoto utumwani; walivamia hekalu; kukamata hazina takatifu za hekalu; na kulitia unajisi hekalu kwa kusimamisha sanamu ya Zeu, kutoa dhabihu ya nguruwe kwenye madhabahu na kunyunyiza damu katika hekalu lote. Wayahudi walilazimishwa kutoa dhabihu ya nguruwe kwa Zeu na kula nyama ya nguruwe.

Uasi wa Wamakabayo, 167-160 BCE

Hasira ya Kiyahudi dhidi ya utawala wa Wagiriki ilifikia kiwango cha kuchemka mwaka 167 BCE. Katika kijiji cha Modein, kaskazini-magharibi mwa Yerusalemu, kuhani mzee anayeitwa Mattathias alikataa amri ya kutowa dhabihu ya nguruwe kwenye madhabahu kwa Zeu wa Olympia. Alitumia kisu kumuua mwanajeshi wa Siria na mshiriki wa Kiyahudi, na kusababisha uasi wa Wamakabayo.

Baada ya kuharibu madhabahu, Mattathians aliwahimiza wanaume wa Yudea kwa changamoto yake: "Kila mtu aliye na bidii kwa ajili ya sheria na... (1 Wamakabayo 2:27). Baada ya hapo, Mattathias na wanawe watano walitokomea vilimani. Kutoka kwenye vilima vya jangwa wale waliokimbia na wapigania uhuru waliojiunga nao walipigana vita vya msituni dhidi ya wakandamizaji wa Seleucid na Wayahudi walioshirikiana na Wagiriki.

Mwaka mmoja baadaye katika 166 BCE, Mattathias alikufa, akiwa amemchagua Yuda mwana wake mkubwa kuongoza upinzani. Mbinu zake za kijeshi zenye ukatili zilimletea Yuda jina Maccabeus, ile "nyundo." Kwa kushangaza, wanamapinduzi walishinda mfululizo wa ushindi juu ya jeshi la Antioko na kurudisha Yerusalemu. Mnamo 165 BCE, Yuda aliongoza utakaso na kuwekwa wakfu upya kwa hekalu katika sherehe iliyoitwa Sikukuu ya Mwanga—ambayo bado inaadhimishwa leo kuwa Hanukkah (maana yake "kuwekwa wakfu upya").

Yuda, na kisha ndugu zake Yonathani na Simoni, waliendelea na vita dhidi ya watesi wao. Uasi wa familia ya Mattathias mwaka wa 167 BCE

9 Rabi Paul Steinberg, Kuadhimisha Mwaka wa Kiyahudi: Likizo za Majira ya Baridi: Hanukkah, Tu B'shevat, Purim (Philadelphia, PA: 2007), 17.

uliongezeka hadi vita vya Wamakabayo vilivyopata karibu karne moja ya uhuru wa Wayahudi, kuanzia 142 BCE.[10]

Nasaba ya Hasmonean na Hasidim: Maono Mawili

Uhuru wa Kiyahudi ulikuwa na sifa ya mifarakano ya ndani, fitina za kisiasa, vurugu na itikadi zinazoshindana. Familia ya Wamakabayo—iliyoitwa kwa kufaa Wa hasmonean, baada ya babu ya Mattathias Hasmonius—ilishindania mali, mamlaka na cheo. Ofisi ya Kuhani Mkuu mara nyingi ilienda kwa mzabuni mkuu zaidi, na hatimaye, ofisi hii ya kidini ikawa ya kisiasa na kubadilika kuwa ufalme.

Mjadala mkubwa kati ya Wayahudi ulikuwa ni wao kama Watu wa Mungu njia gani na ulimwengu. Kwa maana ya jumla, haya hapa ni majibu ya pamoja ya vikundi viwili vya Kiyahudi yenye ushawishi mkubwa zaidi wakati huo, Hasidim na Hasmonean:

- Hasidim, watakasaji na wanamapokeo, walijiondoa, wakijitenga na kujikinga dhidi ya athari chafu za ulimwengu. Lengo lao lilikuwa uhuru wa kidini na urejesho wa watu waliotengwa, wa agano, watakatifu wa Mungu. Vichipukizi vingine viwili vya Dini ya Kiyahudi, Mafarisayo waliojitenga na Waesene wanaojitenga, ni mazao ya Wa Hasidim.
- Wa Hasmoneans waliamua kuafiki, maelewano na vurugu ili kupata uhuru wa kisiasa na kidini na kuunda upya utawala wa taifa. Wa hasmoneas walishawishi kufanyizwa kwa Masadukayo, ambao walichukua mahali pa kukaa, na Wazeloti wapigania uhuru.

Kazi ya Kirumi

Uhuru wa Wayahudi ulikuwa wa muda mfupi na dhaifu. Tofauti kubwa za kiitikadi na kisiasa kati ya Wayahudi zilisababisha mapigano ya umwagaji damu ya kijeshi mnamo 94 BCE. Katika kipindi kimoja wakati wa vita vya wenyewe kwa wenyewe vilivyodumu kwa miaka sita (94-88 BCE), Mafarisayo waliwakamata Masadukayo na Kuhani Mkuu/Mfalme Alexander Jannaeus katika hekalu ambako walikuwa wamejizuia. Mzozo huo uliisha kwa mauaji ya maelfu ya Mafarisayo na wafuasi wao mikononi mwa Masadukayo, mfalme na mamluki wake wa kigeni.[11]

---

10 Ibid., Anderson, 570-571.

11 Don Blosser, et al., Yesu: Maisha na Nyakati Zake (Lincolnwood, IL: Uchapishaji wa kimataifa, Ltd.), 163-172; Anderson,167.

Mnamo mwaka wa 63 BCE ndugu wawili wa Wa hasmoneas, Hyrcanus II na Aristobulus II, wana wa Alexander na Alexandra Salome, walikuwa katika vita vya wenyewe kwa wenyewe vilivyosababisha umwagaji damu kwa ajili ya kiti cha enzi cha Kiyahudi. Wakiwa na hongo kubwa mkononi, ndugu wote wawili walipanga mikutano huko Damaski na Jenerali Mroma Gnaeus Pompeius Magnus, anayejulikana zaidi kama Pompey. Baada ya kuiteka Siria ya Wa seleucid hivi majuzi, jenerali huyo, ambaye bila shaka alifurahishwa na ushindani wa ndugu, aliona fursa yake ya kuongeza Palestina kwenye milki hiyo. Pompey alishambulia kuta za Yerusalemu kwa injini za kuzingira na njia za kubomolea. Warumi walipovunja miezi mitatu baadaye, mauaji yakaanza. Wayahudi wapatao 12,000 wa Yerusalemu walikufa mikononi mwa askari wa Pompey. Ilikuwa ishara ya kutisha ya mambo yajayo. Pompey alimtuma Aristobulus wa Pili kwenda Roma akiwa amefungwa minyororo, akamfanya Hyrcanus wa Pili kuwa mtawala bandia wa Yudea, akatwaa Palestina katika jimbo la Siria, na kuanzisha utawala wa miaka 700 wa Waroma.

Ni chini ya hali hizi ambapo pazia hufunguliwa tena kwenye tamthilia (igizo) ndefu ya Biblia, na mwanzo wa Agano Jipya.

22. Yesu wa Kihistoria

Vifungo vya Biblia: Mathayo 1-4, Luka 1-4

Yesu! Jina linamaanisha vitu vingi tofauti kwa watu wengi. Kwa wengine, jina hili linawakilisha nabii maarufu wa Kiyahudi aliyezaliwa zaidi ya miaka 2000 iliyopita ambaye aliuawa na serikali ya Kirumi. Kwa wengine, yeye ni mwana wa kimungu wa Mungu aliyekuja duniani katika mwili wa kibinadamu. Kwa wengine, yeye ni mtu mmoja tu wa kihistoria kutoka zamani. Watu wengi wanadai kuwa Yesu ni mwanadamu na Mungu, wote ni rabi wa mafumbo na Mungu katika mwili. Yesu ni nani? Na Yesu anaunganaje na hadithi nyingine ya Biblia?

Kama matukio yote ya Biblia, ni muhimu kumjua Yesu katika muktadha wake wa kihistoria na kitamaduni. Picha za wakati wa Krismasi za mazizi yenye mwanga mkali na kadi za salamu za Pasaka zilizo na maua yanayometa karibu na msalaba hufanya iwe vigumu zaidi kwa mtu wa kawaida kuona muktadha wake.

Kizuizi kingine cha kuelewa muktadha wake kwa kweli ni tabia ya kusoma Yesu kutoka kwa mtazamo wa baada ya ufufuo. Tukijua mwisho wa hadithi—yuko hai!—tunaruka kutoka utotoni hadi msalabani na hatujali sana maisha na mafundisho ya Yesu.

Kizuizi cha tatu cha kumwelewa Yesu kikweli ni ukungu wa dini ya kiraia ya Marekani ambayo hufunika akili zetu. Tunajua Hadithi ya Historia (Geschichtes) fulani kuhusu Yesu, kama wameundwa ndani yetu na miungano yetu mbalimbali ya kanisa, na hivyo tunatumia lenzi hiyo ya kitheolojia kutazama matukio ya kihistoria. Tunasoma juu ya msalaba wa

Yesu, tukijua tayari kwamba amefufuka na, kwa wengi wetu, tayari tuna wazo hususa kuhusu kile kifo kinamaanisha nini kuwa na wazo maalum kuhusu maana ya kifo hicho.

Vizuizi hivi vyote vinaweza kutusukuma kuelekea kwenye mtazamo finyu, usio wa kihistoria wa Yesu. Mtazamo huu unamfanya Yesu kuwa wa kiroho kwa njia ambayo ni ngumu kukumbuka ubinadamu wake, aliishi mahali fulani na wakati. Tunakosa umuhimu wa maamuzi yake, mafundisho yake na maadili. Tunakosa mwelekeo wa kisiasa, kijamii na kihistoria wa Ufalme ambao Yesu alikuwa anaanzisha.

Yesu wa Kisiasa na Kijamii

Nyimbo za Krismasi kama vile "Usiku Kimya" na "Mji Mdogo wa Bethlehemu" pamoja na maoni ya kimapenzi ya wachungaji hutupatia mtazamo potofu wa ulimwengu wa Palestina ambao Yesu alizaliwa. Mazingira ya kijamii na kisiasa yalikuwa kama Amerika ya Kati katika miaka ya 1980 au kama Palestina/Israel ya sasa yenyewe kuliko jamii fulani yenye amani ya tabaka la kati, vijijini vya Marekani.[1]

Upotevu mkali wa uhuru kwa Warumi mnamo 63 BCE baada ya miaka themanini ya uhuru ulikuwa bado hai. Watu walimkumbuka Jenerali wa Kirumi Pompey akiwachinja Wayahudi 12,000 katika kuteka kwake Yudea na Yerusalemu. [2] Ushindi wa Warumi ulikuwa wa kikatili, na vijiji viliharibiwa na watu walisulubishwa na kufanywa watumwa. Hasira hii, kumbukumbu ya uhuru wa Wamakabayo, na maono ya Ufalme uliorudishwa wa Daudi yalififia chini kabisa. Maasi ya ndani yalipamba moto kabla na wakati wa maisha ya Yesu. Warumi waliwaponda kila

1 Scott Korb, Maisha katika Mwaka wa Kwanza: Jinsi Ulimwengu Ulivyokuwa katika Palestine ya Karne ya Kwanza (New York: Riverhead, 2010), 11. "Kutokana na kile tunachojua kuhusu Palestina ya karne ya kwanza, chaguo langu la neno 'changamfu'.. .inaweza kuwa kitu cha kudharau. Huu ulikuwa wakati wa uasi, ujambazi, utabiri na unabii ulioenea, chuki za kisiasa na maasi ya kidini, na matukio mengi ya uasi wa kidini na maasi ya kisiasa, ambayo yote, kwa njia zao wenyewe, yaliishia kwenye vita ambavyo... zaidi ya watu milioni moja walikufa, wengi wao wakiwa Wayahudi."

2 Ufafanuzi wa Josephus wa kuzingirwa: "Lakini injini ya kubomoa ilipoletwa karibu, ile minara mikubwa zaidi ilitikiswa nayo, na ikaanguka chini, na kubomoa sehemu ya ngome, hivyo adui akamiminika kwa kasi... Lakini sasa wote walikuwa wamejaa kuchinja; baadhi ya Wayahudi wakiuawa na Warumi, na wengine kwa wao; bali wapo waliojitupa chini ya maporomoko, au kuzitia moto nyumba zao, na kuziteketeza, kwa kuwa hawakuweza kustahimili taabu zilizokuwa chini yake. Katika Wayahudi wakaanguka kumi na mbili elfu, lakini katika Warumi wachache sana." Mambo ya Kale XIV, 4.4.

mmoja wao bila huruma pamoja na maasi makubwa ya baadaye ya 66-70 CE na 135 CE. Wayahudi walikuwa na orodha yao ya mashahidi kwa ajili ya imani.[3]

Waroma walipopata udhibiti mwaka wa 63 BCE, waliifanya Palestina kuwa sehemu ya mkoa wa Siria. Kaisari alimfanya Hyrcanus II, Myahudi kutoka nasaba ya Hasmonean, mtawala wa Yudea. Baada ya watawala kadhaa kuuawa au kutiwa sumu, Herode Mkuu (wa mchanganyiko wa damu ya Idumean na Wayahudi) alipata mamlaka juu ya kiongozi wa Wa hasmonean Aristobulus II. Herode aliamuru Aristobulus II asulubishwe na kisha kukatwa kichwa. Pia aliwaua makuhani Wasadukayo 45 waliokuwa wamemuunga mkono Aristobulus II.[4]

Herode Mkuu alitawala kuanzia 37-4 BCE. Alileta utulivu na kushiriki katika miradi mingi ya ujenzi, ikiwa ni pamoja na kujenga upya Hekalu, na kuongeza ukubwa wake maradufu. Hata hivyo, kodi nzito zilimfanya achukiwe. Herode ambaye hakuwa na huruma na mwenye mshangao, aliua wanawe watatu na wawili kati ya wake zake kumi na vilevile watu wengine wa ukoo. Kutokana na hali hiyo hiyo, Herode Mkuu aliamuru watoto wachanga wauawe baada ya Yesu kuzaliwa Bethlehemu, kulingana na injili ya Mathayo.[5] Alikufa mara baada ya na juu ya kifo chake, ufalme uligawanywa kati ya wanawe watatu waliobaki.

Yudea

Archelaus, mwana wa Herode Mkuu, alitawala Yudea. Wafanya ghasia kwenye Pasaka huko Yerusalemu walidai apunguze kodi, awaachilie wafungwa wa kisiasa na kumrejesha Kuhani Mkuu ambaye alikuwa amechukua mahali pake. Archelaus aliua mara moja waasi elfu tatu. Baada ya kumwondoa Archelaus katika mwaka wa 6 CE kwa sababu ya ukatili na kutoweza kwake kufanya kazi vizuri, Waroma walibadili sera na wakamteua moja kwa moja gavana wa kutawala Yudea. Pontio Pilato, liwali wa tano, alitawala kuanzia mwaka wa 26 hadi 36 CE na alihusika katika kifo cha Yesu. Jukumu kuu la mkuu wa mashtaka lilikuwa kulinda amani. Alikuwa

3 Tessa Rajak, Mazungumzo ya Kiyahudi na Ugiriki na Roma (Boston: Leiden: Brill, 2002), 100.

4 H. W. Hoehner, "Nasaba ya Herodia," katika Kamusi ya yesu na Injili, ed. Joel B. Green et al. (Downers Grove: InterVarsity Press, 1992), 319.

5 Kwa maoni juu ya uhalisia wa mauaji haya, tazama Peter Richardson, Herode: Mfalme wa Wayahudi na Rafiki wa Warumi (Minneapolis: waandishi habari wa Fortress, 1999), 297.

na kikosi cha askari 300500, kilichowekwa Fort Antonio karibu na Hekalu ili kukomesha ghasia zozote za Kiyahudi. Pilato aliishi katika jiji la pwani la Kaisaria. Alikuja Yerusalemu wakati wa matukio maalum, akileta askari zaidi ili kudhibiti wasafiri katika nyakati za karamu.[6]

Galilaya

Herode Antipa, mwana wa Herode Mkuu, alitawala Galilaya wakati Yesu alipokua Nazareti. Yeye, pia, aliongoza kwa mkono mzito, akiita kichwa cha binamu ya Yesu, Yohana Mbatizaji, kati ya matendo mengine (Marko 6:27).

Yuda fulani wa Galilaya aliongoza uasi mkubwa dhidi ya Waroma katika mji mkubwa wa Sepphoris, kaskazini-magharibi mwa Nazareti, Yesu alipokuwa na umri wa miaka kumi hivi. Jeshi la Warumi liliuzunguka mji, wakasulubisha Yuda na viongozi, wakauza idadi ya watu utumwani, na kuuteketeza mji. Jeshi liliendelea kuelekea kusini, na kuua waasi elfu mbili zaidi. Bila shaka matukio hayo yalikuwa mambo ya mazungumzo ya familia katika nyumba ya Yosefu na Maria huko Nazareti.

Yesu alizaliwa na kukulia katika muktadha wa nchi iliyokaliwa iliyojaa maasi, ushuru mkubwa na pengo kubwa kati ya wamiliki wa ardhi matajiri na wakulima maskini. Wayahudi walikuwa mbali sana na jamii iliyochaguliwa, ya agano, ya shalom ambayo ilifunua asili ya Mungu na mahusiano sahihi. Baadhi ya manabii saba wa Kiyahudi wa mapinduzi na viongozi wa kimasihi waliongoza maasi wakati wa utoto na ujana wa Yesu, pamoja na ghasia na maasi zaidi. Swali kuu lilikuwa, "Nini cha kufanya na Warumi?" Je, Yesu angeitikiaje hali hii?

Muktadha wa Kiuchumi

Hakukuwa na tabaka la kati katika muundo wa kiuchumi wa Palestina ya karne ya kwanza. Pengo kubwa lilitenganisha wakuu na makuhani matajiri katika miji, ambao wangeweza kutoa zaka, "kushika sheria," na kutumia kwa uhuru, na tabaka maskini la wafanyakazi ambalo lilijitahidi kuishi katika umaskini wa kutisha. Karibu asilimia 90 ya watu walianguka katika jamii hii ya mwisho, wakitafuta riziki katika mfumo ambao ulionekana kuwahakikishia kushindwa kwao.[7] Hawangeweza kumudu

6 Donald Kraybill, Ufalme wa Juu-Chini, Maadhimisho ya Miaka 25 ed. (Scottdale, PA: Waandishi Habari wa Herald, 2003), 45.

7 Ibid., 74.

kuwa "waadilifu."[8]

Ushuru mbaya wa Warumi ulikuwa sehemu tu ya shida ya kiuchumi. Kulikuwa pia na ushuru wa lazima wa hekalu la Wayahudi na zaka. Wasomi wanakadiria kuwa asilimia 30-60 ya mishahara ya mtu wa kawaida ilipotea baada ya mashirika tofauti kuchukua sehemu yao.[9] Wengi wa tabaka la wafanyakazi walilima ardhi kwa ajili ya makabaila watoro, wengi wao wakiwa watumwa au watumishi walioajiriwa. Maskini waliobahatika zaidi walikuwa mafundi na mafundi wa mkono. Kazi yao ya ustadi iliwapa mapato zaidi kidogo, ingawa bado walikuwa chini ya maisha ya kupindukia huko Yerusalemu.

Yesu, ambaye huenda alifanya kazi ya seremala, yaelekea alikuwa mtu wa juu wa jamii hiyo ya maskini. Angejihusisha na Wayahudi walio wengi waliodharauliwa na wasomi. Huduma yake ingelazimika kubomoa ubora wa kiburi wa tabaka la juu (Warumi na makuhani) na chuki inayozidi kuongezeka ya watu waliokandamizwa.

Muktadha wa Kidini

Yesu aliishi katika ulimwengu wa dini nyingi. Hata miongoni mwa Wayahudi, kulikuwa na "Dini za Kiyahudi," zenye vyama vinne vikubwa vyenye vikundi vidogo vingi. Vikundi vinne vikuu vya kidini vya Kiyahudi vilikuwa na maadili kadhaa ya kawaida, hata hivyo. Kila mmoja wao alikuwa na mkakati wa kuishi na kazi ya Warumi. Wazo la kuja kwa Masihi lilikuwa jambo la kuhangaikia angalau baadhi ya Wayahudi, kutia ndani uwezekano wa kwamba Masihi huyo ndiye angeweza kuwaweka huru kutoka kwa utawala wa Warumi. Kila chama cha Wayahudi kilithamini maandiko matakatifu na kilikuwa na uhusiano fulani na Hekalu la Yerusalemu. Na kila moja ya makundi haya manne, yaliposhirikiana na Yesu, yalihisi kuvunjika moyo sana, kwa kuwa hakutimiza matazamio yao ya Kimesiya.

Masihi

Neno mesiya linatokana na neno la Kiebrania linalomaanisha "mpakwa

8 "Kwa kuwa katika misingi ya usawa kodi ya hekalu ilifikia dinari mbili kwa wote waliotakiwa kuilipa, wawe matajiri au maskini, mtu anaweza kufikiria kwamba kwa kuzingatia kodi nyingine zote, hazikuwa mzigo mdogo kwa familia nyingi. ." Ekkehard Stegemann na Wolfgang Stegemann, Harakati za Yesu: Historia ya Kijamii ya Karne yake ya Kwanza (Minneapolis: Fortress Press, 1999), 121.

9 Zabuni., Kraybill, 77.

mafuta." Ufafanuzi wa mapema zaidi wa masihi, kwa hiyo, ulikuwa ni yule aliyetiwa mafuta au kupewa kazi maalum. Kazi hii kwa kawaida ilikuwa ni kuwakomboa watu. Masihi anaweza kuwa kiongozi yeyote na hata mfalme wa Uajemi Koreshi aliitwa masihi kwa kuwaruhusu Wayahudi kurudi Yuda baada ya uhamisho wao huko Babeli (Isaya 45:1). Bado uzoefu wa uhamisho wenyewe ulikuwa mzuri katika kutengeneza fasili mpya ya masihi. Manabii waliokuwa uhamishoni na baada ya uhamisho waliwafariji watu kwa habari kwamba Mungu atamtuma Masihi, si mkombozi yeyote tu, bali Yule wa pekee ambaye angerekebisha mambo yote. Neno hilo lilihama kutoka kwa kitu ambacho idadi yoyote ya watu inaweza kuitwa, hadi cheo cha mtu ambaye hatimaye angewaweka huru. Masihi aliyegeuzwa kuwa Masihi. Na ingawa haiwezekani kupata ufafanuzi wa aina moja wa Masihi, hata kutoka ndani ya chama hicho hicho cha Kiyahudi, kulikuwa na msisimko mwingi wakati wa kufikiria juu ya Mtiwa Mafuta huyu.[10]

Matarajio ya mtu huyu maalum yalikuwa makubwa wakati wa Yesu. Watu wengine walikuwa wamejiita Masihi na walikuwa wamechora wafuasi. Kwa mtu, waliuawa na Warumi, na baada ya kifo chao, vikundi vyao vilisambaratika. Je, Yesu alikuwa Masihi halisi? Au alikuwa tu kiongozi mwingine anayejiita kiongozi?

Masiya Wengi Wanaowezekana

Kundi kubwa la Wayahudi la Masadukayo, zaidi ya vikundi vingine vya Wayahudi, walipenda Hekalu na walitafuta kulilinda. Kikundi hiki kilihisi upendeleo wa Roma kuliko vikundi vingine na hivyo wakapata pendeleo la kutawala Sanhedrini, mahakama ya kutawala kwa Wayahudi. Waroma walimweka Kuhani Mkuu, cheo chenye faida kubwa na chenye nguvu, na cheo cha juu zaidi cha kidini katika nchi. Kwa wakati huu, cheo kilienda kwa mzabuni mkuu zaidi, kwa kawaida Masadukayo. Masadukayo walikuwa na maoni tofauti na Mafarisayo, kundi jingine, kuhusu jinsi ya kufuata sheria. Na wakati wasomi wakibishana kama Masadukayo hata waliamini katika Masihi ajaye, walichokuwa wakitaka ni kiongozi au mfumo ambao uliunga mkono Hekalu. Walitaka ulinzi kwa ajili ya mfumo wa Hekalu ambao uliwanufaisha sana.[11] Na suluhisho lao kwa tatizo la ukandamizaji

10 William Scott Green, "Utangulizi: Masihi katika Uyahudi: Kufikiri upya Swali," katika Dini za Kiyahudi na Masihi wao Katika Zamu ya Enzi ya Ukristo, ed. Jacob Neusner et al. (Chuo Kikuu cha Cambridge Press, 1987), 10.

11 Lawrence Schiffman, "Messianism and Apocalypticism in Rabbinic Texts," katika Historia ya Cambridge History Uyahudi, v. 4, ed. Steven Katz (wandishi Habari wa Chuo Kikuu cha Cambridge, 2006), 1060. Tazama pia Anthony

wa Warumi? Letha maadili yako ili kuwashughulikia Warumi.

Mafarisayo waliunda chama kingine kikuu cha Wayahudi. Takriban Mafarisayo na waandishi 6,000, watu wenye ujuzi wa kuandika na kutafsiri sheria, waliongoza masinagogi katika vijiji na miji ya Palestina na Ughaibuni. Kwa kuwa waandishi na Mafarisayo, Sheria ya Musa, wala si dhabihu za wanyama ambazo Masadukayo na makuhani walithamini sana, zilikuwa kiini cha dini yao. Mafarisayo waliamini wangeweza kujinasua kutoka kwa Warumi wabaya kwa kumshawishi kila Myahudi kutii sheria zote za Sabato kabisa kwa Sabato mbili zilizonyooka, ambazo zingemchochea Yehova kuchukua hatua, kumtuma Masihi ambaye angewaweka huru kutoka kwa Rumi. Wenye uhuru wa Kimaandiko, walikubali kuwa maandishi mengi matakatifu zaidi ya vile vitabu vitano vya Torati. Waliamini kwamba ni lazima kutii si sheria zilizoandikwa tu katika Torati, bali pia maelezo kama vile Mishnah iliyoandikwa ili kufafanua Sheria ya Musa kwa uwazi zaidi. Hivyo, walitamani sana kuwa na Masihi wa mfano wa Musa au mwenye kutii sheria, ambaye alitia moyo utii hata sheria ndogo zaidi.[12]

Waessene walianzisha chama kingine cha kidini cha Kiyahudi. Kuchanganyikiwa na mapatano waliyoyaona kwa Masadukayo, walikimbia wakiwa kikundi hadi eneo la Bahari ya Chumvi. Walitafuta usafi kwa kila namna na waliamini kwamba kujiondoa kutoka kwa uovu kungesaidia katika utafutaji huu. Kujiondoa huku pia lilikuwa jibu lao kwa tatizo la ukandamizaji wa Warumi: kuondoka tu na kuishi maisha ya kujifunga mbali na ushawishi mbaya. Walitamani sana Masiya wawili, kuhani na mfalme, Mesiya wa kuhani akiwa na mamlaka juu ya Masihi wa kifalme. Angalau kwa wengine, kuja kwa Masihi kungeashiria mwisho wa nyakati.[13]

Wazeloti walikuwa na suluhisho tofauti kwa tatizo la Warumi. Kwao, kumtii Yehova kulimaanisha kupigana na watesi, kwa kawaida kupitia vita vya msituni. Walitazama nyuma kwenye wakati wa Daudi kama miaka ya utukufu. Walijitahidi kurudisha Israeli kama taifa huru. Walitaka kuwa tayari kufa kwa ajili ya Mungu wakiwa wafia-imani; waliyatukana mazingira ya kipagani ya Ugiriki ambayo walijikuta ndani yao. Kwa hiyo waliwaza Masiya wa kijeshi, ambaye alikuwa na uwezo na ujuzi wa kuwaangamiza Waroma.[14]

Saldarini, Mafarisayo, Waandishi na Masadukayo katika Jumuiya ya Wapalestina (Grand Rapids: Eerdmans, 1988), 302-303.

12 Ibid., Saldarini, 290.

13 Paolo Sacchi, Historia ya Kipindi cha Hekalu la Pili (London; New York: T&T Clark, 2000), 397.

14 Martin Hengel, The Zealots (Edinburgh: T&T Clark, 1989), 377.

Ingawa inawezekana kutambua sifa tofauti za vyama vinne vya Wayahudi wakati wa siku ya Yesu, ni lazima pia tuwe waangalifu tusishikilie sifa hizo. Kulikuwa na nguvu nyingi zilizowavuta Wayahudi wa karne ya kwanza, kama ilivyo kwa Wayahudi na Wakristo leo. Mafarisayo na Wa Essenses walikuwa wazao wa kiroho wa Hasidim. Walihisi uwezekano wa Ugiriki kudhoofisha imani yao, lakini hilo halikuwafanya kuwa wabinafsi kabisa. Wazeloti na Masadukayo, mababu wa kiroho wa Wa hasmoneans, huenda walieleza mengi zaidi kuhusu ulimwengu wa Wagiriki, lakini pia waliheshimu maandiko ya Kiyahudi na kujitahidi sana kubaki washikamanifu kwa imani yao. Ulikuwa wakati mgumu kuwa "katika ulimwengu lakini si wa humo" kama Yesu mwenyewe alivyowashauri wafuasi wake.

Sikukuu tatu za hija za kila mwaka zilikuwa tukio la kawaida kwa Wayahudi wote katika karne ya kwanza ya Palestina.[15] Sikukuu hizi—Vibanda, Pasaka na Pentekoste—zilisherehekea utunzaji wa Mungu hapo zamani. Wayahudi walitarajiwa kuhudhuria moja kwa mwaka. Vibanda, au Sukothi, ilikuwa sikukuu ya ukumbusho wa utunzaji wa Mungu nyikani. Pasaka ilikuwa sikukuu ya shauku zaidi, kusherehekea Kutoka wakati Mungu aliokoa watumwa kutoka Misri kama Malaika wa Kifo alipita juu ya nyumba na damu kwenye miimo ya milango yao. Wasomi wanakadiria kwamba wasafiri 300,000 hadi 500,000 walihudhuria Pasaka huko Yerusalemu.[16] Pentekoste ilifanyika siku 50 baada ya Pasaka. Sherehe hiyo, inayoitwa pia Sherehe ya Majuma, ilikuwa wakati wa kumshukuru BWANA kwa baraka za mavuno.

Ingia Yesu

Tunajifunza kuhusu Yesu hasa kupitia simulizi nne za kibiblia au injili zinazoitwa Mathayo, Marko, Luka na Yohana. Injili si wasifu kamili wa Yesu. Tunaweza kuhesabu kwa siku kumi na tano pekee katika maisha yake na huduma ya miaka mitatu. Injili ni hadithi zilizochaguliwa sana kwa madhumuni ya wazi ya kuwashawishi wasomaji kwamba Yesu ndiye Masihi ili wamwamini na kumfuata (Yohana 20:31). Hata hivyo injili zinategemewa katika kutupa picha nzuri ya Yesu wa kihistoria.

15 Kimmo Ketola, "Njia ya Utambuzi kwa Mifumo ya Tambiko katika Dini ya Kiyahudi ya Karne ya Kwanza," katika Kufafanua Chimbuko la Kikristo na Uyahudi wa Awali, ed. Petri Luomanen et al. (Leiden: Brill, 2007), 97.

16 E. P. Sanders, Uyahudi: Mazoezi na Imani, 63 BCE - 66 CE (London: Waandishi Habari wa SCM, 1992), 128.

Yesu katika Injili ya Luka

Mwandishi wa Luka, zaidi ya injili zingine, alitamani kumtambulisha Yesu kwa mizizi yake ya Kiyahudi na kama Masihi kwa ulimwengu wote. Katika simulizi la kuzaliwa, Luka anaunganisha Yesu na watawala wa kihistoria wa Kirumi; Yesu ndiye Bwana mpinzani wa kisiasa, ambaye, kama mfalme wa Kirumi, pia huleta habari njema na anaitwa Mwokozi (Luka 2:10-11). Katika ukoo wa Luka, Yesu anaunganishwa na Ibrahimu na Daudi, lakini pia anaonyeshwa kuwa mwana wa Adamu na mwana wa Mungu (Luka 3:38). Yesu ni Myahudi na pia ni sehemu ya makundi ya watu wote.

Sio tu kuzaliwa kwa Yesu kuwa changamoto ya kisiasa kwa mfalme, lakini pia ni kauli dhidi ya matajiri. Wimbo wa Maria wa sifa, Ukuu, unamtambulisha mtoto wake kuwa ndiye atakayeleta mapinduzi ya kijamii, kisiasa na kiuchumi; "amewatawanya wenye kiburi... amewaangusha wenye nguvu na kuwainua wanyonge... Yesu, aliyezaliwa katika tabaka la maskini zaidi, amefungwa kwa mikanda ya nguo (matambara). Inamaanisha nini kwamba wachungaji ndio wa kwanza kusikia habari njema (Luka 2:8-16)? Wachungaji walikuwa chini kabisa kijamii. Walionekana kuwa wezi wa kondoo wasio waaminifu na hawakuweza kutoa ushahidi mahakamani.

Hatimaye, kupata mwili kwa Yesu ni kwa ajili ya watu wote. Mariamu na Yosefu wanamleta Yesu mwenye umri wa siku nane kwenye Hekalu ili kuwekwa wakfu. Simeoni, mtu mwadilifu ambaye alikuwa macho daima akimngojea Masihi, anamshika mtoto mchanga mikononi mwake na kusema Yesu angekuwa "wokovu, yeye aokoaye...utukufu kwa watu wako Israeli" (Luka 2:30-32). Baadaye, katika Luka 3, Yohana Mbatizaji anapinga imani ya Wayahudi katika kabila lao la wokovu, "Msianze kujiambia, tunaye Ibrahimu, baba yetu, kwa maana nawaambia, Mungu aweza katika mawe haya kuinua katika mawe haya. wana wa Ibrahimu." Tangazo hili, pamoja na Wamataifa wengi wanaoanza kumfuata Yesu katika Luka, linaangazia Yesu kama Mwokozi na mkombozi wa watu wote.

Yesu kweli alikuwa kwa aina zote za watu. Wanawake wanajiunga na wanafunzi (Luka 8:1-3) na Mariamu anachukuliwa kama mfuasi anapothibitishwa "kuketi miguuni pake" ili kujifunza kutoka kwake (Luka 10:38-42). Anasonga zaidi ya ukabila wa Kiyahudi anapofundisha na kuponya kati ya Mataifa upande wa mashariki wa Bahari ya Galilaya (Luka 8:26-39). Anamponya mtumishi wa askari wa Kirumi anayekaa (Luka 22:51). Kumponya mwana wa mjane lilikuwa tendo la huruma ya kiuchumi na haki kwa sababu alikuwa akimtegemea mwanawe kwa ajili ya kuishi katika uzee wake (Luka 7:11-17).

Upendo wa Yesu kwa Wasamaria na Mataifa unaenea hadi kwenye injili zingine pia. Katika Yohana 4, Yesu anawaambia wanafunzi wake kwamba lazima wapitie Samaria. Hili linaonekana kuwa lisilo la kawaida kwa wanafunzi, kwa kuwa mkoa wa Samaria ni mahali pa kuepukwa. Wasamaria, "binamu wa mbali" wa Wayahudi, wanachukiwa zaidi kuliko hata watu wa Mataifa. Kama wazao wa Waisraeli na wageni walioletwa na Waashuri mwaka wa 722, Wasamaria ni nusu-zao, kwa hiyo wanachafua damu ya thamani ya Kiyahudi, wakati Wamataifa si Wayahudi tu. Lakini Yesu anasisitiza. Na wanapoingia mjini kula chakula, Yesu azungumza na mwanamke Msamaria, jambo lisilokubalika kwa Rabi wa Kiyahudi kufanya. Si hivyo tu, bali anamwomba kinywaji na vinywaji kutoka kwenye kikombe chake, jambo lisilokubalika hata zaidi kufanya! Mazungumzo yao yanaongoza kwenye uongofu wake, naye anakimbilia katika mji wao na kuwaambia kwamba amempata Masihi! Yesu aliwafikia watu wa kila namna: matajiri na maskini, Myahudi, Myunani na Msamaria, wanaume kwa wanawake, watumwa na watu huru. Yesu alifunua upendo usio na ubaguzi wa Mungu. Ufalme ulikuwa na uko wazi kwa wote.

Kubatizwa na Kuwezeshwa kwa ajili ya Utume

Ubatizo wa Yesu mara nyingi hutafsiriwa tu kama mfano kwa wafuasi wa baadaye usio na maana maalum kwa Yesu. Lakini ubatizo wake ulikuwa na maana nyingi; ilikuwa kutawazwa kwa Yesu kwa huduma. Yesu alipitia Roho akimtia nguvu kwa ajili ya utume wake. "Yesu, akiwa amejaa nguvu za Roho, akarudi Galilaya" (Luka 4:14). Kisha Yesu na umati uliokusanyika pale wakasikia sauti kutoka mbinguni ikisema maneno mawili yaliyotoka katika maandiko ya Agano la Kale.

"Wewe ni mwanangu, Mpendwa; nimefurahishwa nawe." Neno la kwanza, "Wewe ni mwanangu," linatokana na Zaburi 2:7, Zaburi iliyotumiwa kuwatawaza wafalme wa kizazi cha Daudi. Yesu alikuwa anatawazwa kuwa mfalme. Katika Agano la Kale wakati mfalme alitawazwa, iliaminika kwamba Yehova alimchukua kama mwana kufanya kazi ya Mungu. Kinyume na hilo, "Nimependezwa nawe" kutoka katika Isaya 42:1 , kifungu kinachomtambulisha mtumishi mpole. Hapa Yesu anatambulishwa kuwa ni Mtumishi Aliyeteseka. Kuweka vishazi hivyo viwili pamoja, umati uliona kitendawili. Yesu alikuwa Mfalme-Mtumishi, aliyepewa mamlaka na kupewa utume kuwa mfalme halisi, wala si mwokozi fulani mwenye sifa ya kiroho. Kumbuka jinsi wafalme wa Israeli walivyotumia vibaya mamlaka kwa ubinafsi. Watu walikuwa hawajamwona mfalme mtumishi mnyenyekevu! Hawakuweza kufikiria!

Ni Mfalme Wa Aina Gani Hafai Kuwa: Majaribu

Je, Yesu angefanyaje utume wake kama mfalme mtumishi? Angetumiaje nguvu zake ili kusimamisha Ufalme wake? Yesu alikwenda nyikani ili kujua. Hapa Shetani alimjaribu. Majaribu hayakuwa ya kibinafsi sana kwani yote yalikuwa njia tofauti za kusimamisha ufalme, kuwa mfalme, na kuanzisha wafuasi. Neno "ikiwa" katika maneno "Ikiwa wewe ni Mwana wa Mungu" linaweza kutafsiriwa vyema zaidi kuwa "kwa kuwa" au "kwa sababu," ambalo linamaanisha kwamba Shetani alikuwa akimaanisha kwamba Yesu alikuwa Mwana wa Mungu. Na lengo halisi la Shetani lilikuwa kumshawishi Yesu alete Ufalme wake kwa njia ambazo zinakiuka kanuni zake mwenyewe.

Kishawishi cha kwanza kilikuwa kishawishi cha kusimamisha Ufalme kwa kuwapa watu chakula—ili kuvutia masilahi yao binafsi. Shetani alimjaribu Yesu kugeuza miamba kuwa mkate na wakati Yesu mwenyewe alikuwa na njaa, maana yake ilikuwa kubwa kuliko kulisha wenye njaa. Kama mfalme mkuu (Maliki), Yesu angeweza kupata kibali cha watu kwa kutoa bure. Shetani alikuwa akimjaribu Yesu kuwa Masihi wa kiuchumi, Masihi mkate. Yesu pia alikabili jaribu hili katika Yohana 6. Baada ya kulisha elfu tano, watu walikuja kumfanya mfalme!

Katika jaribu la pili, Shetani alimchukua Yesu juu ya mlima mrefu na kumpa mamlaka yote ya kisiasa na kijeshi ulimwenguni. Kishawishi hiki kilikuwa cha kuwa mtawala mkuu wa kijeshi na kuwalazimisha watu kuingia katika Ufalme wake. Yesu alikabili jaribu hili tena katika bustani. Akamjibu Petro, "Je, unafikiri kwamba siwezi kumwomba Baba yangu naye ataniletea mara moja zaidi ya majeshi kumi na mawili ya malaika?" Yesu alipambana na jaribu la kujitetea kwa nguvu na kusimamisha Ufalme kwa njia hiyo (Mathayo 26:53).

Jaribio la tatu, na njia ya ujanja zaidi ya kusimamisha ufalme, ilikuwa ni kuwa Masihi mwenye nguvu zaidi wa kiroho na kuwalemea watu kwa nguvu zake za kiroho, ili kufanya kazi kupita mipaka ya kibinadamu. Kuruka chini kutoka kwa paa la Hekalu na kuruka nyuma moja kwa moja bila madhara bila shaka kungepata wafuasi ili kusimamisha Ufalme. Yesu alikabili jaribu hili tena alipoingia Hekaluni na umati uliokuwa ukimshangilia mgongoni mwake baada ya kuingia kwake Yerusalemu. Na alikabiliana nayo hata mapema katika maisha yake alipofanya miujiza. Mara nyingi baada ya Yesu kumponya mtu, aliamuru mtu huyo anyamaze kuhusu muujiza huo. Yesu hakutaka watu wamfuate kwa sababu tu alikuwa na nguvu za kuangaza. Alitaka wamfuate kwa uhuru, kwa upendo (Mk 1:40-45).

Majaribu haya yote yalikuwa mbinu za "juu chini" za kusimamisha Ufalme wa Mungu. Zote zilikuwa njia za kuwalazimisha watu wawe wafuasi wa Yesu. Watu wangekuwa sehemu ya Watu wa Mungu ama kwa chakula cha bure na mahitaji mengine, au kwa sababu walistaajabishwa na miujiza hiyo, au kwa sababu walilazimishwa kujiunga na kisiasa au kijeshi. Kwa maneno mengine, Yesu alijaribiwa kuleta shalom kwa njia isiyo ya shalom na kutumaini tu kwamba miisho (Ufalme wa Mungu) ingehalalisha njia (kulazimisha).

Lakini mwishowe Yesu alisema hapana kwa majaribu haya. Alichagua kusimamisha Ufalme kutoka "chini kwenda juu," mtindo wa utumishi, kama ile Kutoka ambayo ilianza na watumwa wa hali ya chini. Hii ni tofauti muhimu kwa Wakristo kufanya, kwa kuwa mbinu ya kusimamisha Ufalme ingeamua ufalme ungekuwa wa aina gani. Na wale wanaojiita Wakristo leo wameitwa kuleta Ufalme kwa njia ileile ya "chini"—njia ambayo "jinsi" ya Ufalme ni muhimu sawa na matokeo ya mwisho.

Ni Mfalme wa Aina Gani Awe: Sinagogi la Nazareti

Njia ya Yesu ya kuleta Ufalme wa Mungu ilionyeshwa zaidi katika kifungu cha sinagogi cha Nazareti kutoka Luka 4:18. Yesu alirudi katika mji wake, na aliombwa awe msomaji wa Torati kwa siku hiyo. Alisoma kutoka Isaya 61:1-2 na kudai kifungu hiki cha Yubile ya haki ya kijamii kama jukwaa lake kama Masihi aliyeahidiwa:

> *Roho wa Bwana yu juu yangu kwa maana amenitia mafuta kuwahubiri maskini habari njema. Amenituma kuwatangazia wafungwa kufunguliwa kwao, na vipofu kupata kuona tena, kuwaacha huru waliosetwa, na kutangaza mwaka wa Bwana uliokubaliwa (Luka 4:18-19).*

Kwa Wakristo wa siku hizi, kifungu hiki kwa kawaida ni cha kiroho, na kinahusu Yesu kubadilisha mitazamo yetu badala ya kushughulika na wafungwa waliokandamizwa kimwili. "Maskini" inafasiriwa kama maskini wa roho. Wafungwa ni wale ambao wametekwa kiroho na dhambi. Vipofu hurejelea vipofu wa kiroho wanaoona ukweli. Wanaodhulumiwa ni wale waliokandamizwa na roho za kishetani. Na "mwaka wa Kibali cha Bwana" humaanisha kwamba mtu hupata kibali cha Mungu kupitia Yesu.

Ni kweli kwamba Yesu anaweza kutuweka huru kiroho na kutusaidia kutoka katika upofu wetu wa kiroho. Hata hivyo, Yesu alimaanisha mengi zaidi ya namna ya kufanya mambo ya kiroho ambayo hutenganisha utauwa wa ndani na kuhangaikia haki kwa watu wote. "Mwaka wa Neema ya Bwana" ni kanuni ya Yubile, mfumo wa haki ya kiuchumi ulioanzishwa wakati wa kutangatanga nyikani. Zaidi ya hayo, Yesu angeendelea na huduma yake ili kuponya vipofu na kusema waziwazi dhidi ya ukosefu wa haki wa kijamii. Habari njema kwa maskini ilimaanisha kurejesha haki ya shalom ya kiuchumi kwa maskini wengi wa Palestina. Hapa, kama kwingineko katika huduma ya Yesu, alijali kuhusu kuponywa kwa mahusiano yote manne yaliyovunjika ambayo dhambi ilikuwa imeharibu.

Tukio la sinagogi la Nazareti bado lina mwelekeo mwingine wa kustaajabisha. Mwishoni mwa usomaji wa maandiko, Yesu alidai kuwa yeye ndiye Masihi. Familia yake na marafiki walishangaa. Akijua mawazo yao, alikubali kutokusema kwao kwamba mvulana huyo wa kijijini angeweza kuwa Masihi. Yeye pia akampiga katika moyo wa tathmini ya tamaduni (ethnocentrism) yao wenyewe. Yesu alisema:

> *"Kweli nawaambieni, hakuna nabii anayekubaliwa katika mji wa nabii huyo. Lakini ukweli ni kwamba, kulikuwa na wajane wengi katika Israeli katika siku za Eliya, wakati mbingu zilipofungwa kwa muda wa miaka mitatu na miezi sita, na njaa kubwa ikawa juu ya nchi yote; lakini Eliya hakutumwa kwa yeyote kati yao ila kwa mjane wa Sarepta katika Sidoni. Tena palikuwa na wenye ukoma wengi katika Israeli wakati wa nabii Elisha, wala hapana hata mmoja wao aliyetakaswa ila Naamani, Mshami" (Luka 4:24-27).*

Umati wa watu wa mji wa nyumbani ulijawa na hasira. Je! Yesu anathubutu jinsi gani kusimulia hadithi za Mungu kuonyesha kibali kwa maadui Wasio Wayahudi, mjane wa Foinike na jemadari wa jeshi la Shamu, katika muktadha ule ule wa Mungu kuonyesha kibali chake kwao, Wayahudi! Je, yawezekana kwamba Mungu alitaka baraka ile ile ya Yubile ya shalom iwashukie Mataifa na wao pia? Ingawa hadithi mbili za Agano la Kale zilijulikana kuwa hadithi takatifu kwa umati wa Nazareti, hazikuweza kustahimili kukumbushwa juu ya neema hii inayojumuisha. Wakihisi tisho kwa ukabila wao, walimsukuma Yesu kuelekea kwenye mwamba ili kumtupa chini ili afe. Yesu alipita kimuujiza katikati ya umati wenye hasira, lakini ujumbe ulikuwa wazi. Yesu alikuwa amekuja kuponya uharibifu wa kiroho na kimwili na uponyaji huo ulikusudiwa kwa wote ambao wangeupokea.[17]

Yesu aliunganisha zaidi kijamii, kiuchumi na kiroho katika maombi ya Bwana. Yesu aliwafundisha wafuasi wake kumwomba Mungu awasamehe kama wamesamehe madeni yao ya kifedha. Ilimaanisha tu kwamba walipaswa kumwomba Mungu awatendee kiroho kama walivyowatendea wengine kiuchumi! Katika Ufalme ambao Yesu alikuwa anausimamisha, ulimwengu wa kiroho, kijamii, kisiasa na kiuchumi wote walikuwa wamefungamana. Ilikuwa tu baada ya Zakayo kutoa pesa zake nyingi ndipo Yesu alisema, "Leo wokovu [ukombozi] umefika katika nyumba hii" (Luka 19:9).

Hitimisho

Yesu alizaliwa na kukulia katika jamii yenye hali tete iliyolemazwa na umaskini na uonevu. Aliishi katika mazingira ya kidini ambapo makundi mbalimbali yalikuwa na maono tofauti ya mapenzi kuu ya Mungu. Katikati ya haya, alitawazwa kuwa mtumishi-mfalme. Alijaribiwa na Shetani kutumia nguvu zake za kimungu kuleta Ufalme wake kwa njia ambayo yeye hatasulubishwa kamwe. Mji wa kwao wa Nazareti ulimkataa alipojiita Masihi. Je, ni kwamba alikuwa mtu wa mji wa nyumbani sana kwao kuamini hivyo? Au ni kwamba alipinga imani zao za kikabila?

Makundi tofauti ya Wayahudi yalitaka Masihi tofauti; kila mtu alitaka ukombozi kutoka kwa Warumi waliochukiwa. Je, Yesu angekuwa mkombozi huyo? Je, yeye ndiye angewaokoa? Na wokovu huo ungekuwaje? Na ingewajiaje? Haya ndiyo maswali ambayo yalizunguka vijijini Yesu alipokuwa akienda kutoka mji hadi mji.

17 "Hakuna msomaji wa Luka anayeweza kuwa na shaka. Yesu alikuwa amekuja kuelekeza Israeli kwenye kusudi la historia yake, ambalo lingekuwa chombo cha Mungu cha kuleta nuru kwa mataifa...Ni mambo gani ambayo huenda yalikuwa matukio ya pekee zamani, wakati manabii kama Eliya walipotekeleza agizo la Mungu huko Sarepta katika Sidoni. kulisha mjane...au Elisha alipopewa uwezo wa kuponya Mshami mwenye ukoma, sasa ungekuwa mtindo wa kawaida." C. Marvin Pate et al., Hadithi ya Israeli: Theolojia ya Kibiblia (Downers Grove: Waandishi Habari wa InterVarsity, 2004), 127.

23. Historia ya Hadithi (Geschichte) ya Yesu

Vifungo vya Biblia: Mathayo 5-7, Luka 19:28-24:53

Yesu si jambo jipya ambalo linaghairi tu masimulizi ya awali ya Biblia na kuanzisha jipya. Na bado Yesu anawakilisha kitu ambacho hakijaonekana hapo awali. Biblia inazungumza kuhusu agano jipya, na kwa Wakristo, agano hilo jipya huanza na Yesu.

Siku zinakuja, asema Bwana, nitakapofanya agano jipya na nyumba ya Israeli na nyumba ya Yuda. Halitakuwa kama agano nililofanya na baba zao nilipowashika mkono ili kuwatoa katika nchi ya Misri, agano ambalo walilivunja, ingawa nilikuwa mume wao, asema BWANA. Lakini hili ndilo agano nitakaloagana na nyumba ya Israeli baada ya siku zile, asema Bwana: Nitatia sheria yangu ndani yao, na katika mioyo yao nitaiandika; nami nitakuwa Mungu wao, nao watakuwa watu wangu. Hawatafundishana tena, wala kuambiana, Mjue Bwana; kwa maana wote watanijua, tangu aliye mdogo hata aliye mkuu, asema Bwana; maana nitausamehe uovu wao, wala sitazikumbuka dhambi zao tena (Yeremia 31:31-34).

Kisha akatwaa mkate, na baada ya kushukuru, akaumega, akawapa, akisema, 'Huu ni mwili wangu unaotolewa kwa ajili yenu. Fanyeni hivi kwa ukumbusho wangu.' Akafanya vivyo hivyo na kikombe baada ya kula, akisema, 'Kikombe hiki kinachomwagika kwa ajili yenu ni agano jipya katika damu yangu (Luka 22:19-20).

Lakini Yesu anaunganaje na Historia ya Wokovu? (Heilsgeschichte) Katika hadithi yote ya Biblia, Yehova amekuwa akiunda Watu wa Mungu kama njia ya kurejesha uhusiano uliovunjika na kuleta shalom kwa wote. Yesu anafuata mtindo huu kikamilifu. Yeye haji tu kufanya malipo ya dhambi zetu au kuponya tu uhusiano uliovunjika kati ya wanadamu na Mungu. Na kama Agano la Kale, Yesu anafanya kazi katika kuunda Watu wa Mungu, jumuiya tofauti kabisa, iliyofanywa kutoka kwa makabila mbalimbali na hali ya kijamii na kiuchumi, jumuiya ya neema, msamaha na upendo.

Yesu katika Muktadha wa Historia ya Wokovu (Heilsgeschichte)

Uumbaji ulikuwa mzuri. Lakini wanadamu walitaka kuwa sawa na Mungu na wakawa wenye jeuri, wakiharibu shalom na kuvunja uhusiano pamoja na Mungu, wengine, ubinafsi, na viumbe vyote. Mungu alimchagua Ibrahimu kwa ajili ya utume (Mwanzo 12:3) kuwa mteule, agano, watu wa shalom kumfunua Mungu kwa ulimwengu wote ili mahusiano haya yaliyovunjika yaweze kurejeshwa.

Yehova aliumba Watu wa Kale wa Mungu kutoka katika kundi lililochanganyika la watumwa kupitia uzoefu wa pamoja wa Kutoka na agano na Yehova pale Sinai. Walipaswa kuwa makuhani, watu wa kimishonari kwa ulimwengu wote. Wakitenda kazi kama watu wanao ongozwa na Mungu (theocracy), walifanyizwa zaidi nyikani. Huko Kanaani hawakuwa waaminifu kwa uteule wao waliposhirikiana na Wakanaani badala ya kuwasaidia kuwa sehemu ya Watu wa Mungu.

Watu wanakuwa wasio waaminifu hata zaidi kwa uteule wao walipoiacha Uwongozi wa Mungu (theocracy) na kuwa taifa-inchi lenye mfalme wa kidunia. Walijiwekea mipaka miwili ya kupinga misheni: 1) sanduku la kisiasa, ambamo Yehova alifanyika mungu wa kitaifa badala ya Mungu wa dunia yote; na 2) sanduku la kijiografia, ambamo Yehiva alikuwepo ndani ya eneo la kijiografia, si katika dunia nzima. Kwa upendo thabiti, Yehova aliendelea kufanya kazi na watu kupitia mapenzi yake ya kurekebisha.

Katika anguko na uhamisho wa Yuda, Yehova alivunja-vunja masanduku haya mawili ambayo watu walikuwa wameweka pamoja. Wakipelekwa uhamishoni Babeli, watu walipoteza wafalme wao, taifa-nchi na ardhi. Hii ilikuwa hukumu lakini pia fursa mpya ya neema ya kuwa mwaminifu kwa wito wao wa kuwa jumuiya ya shalom inayofikia. Manabii waliona watu waaminifu kwa uteule wao, "nuru kwa mataifa."

Kurudi kutoka uhamishoni bila mpaka wa kijiografia na taifa na bila mfalme kulikuwa kama Kutoka kwa pili, nafasi ya pili kwa watu kuwa waaminifu kwa wateule wao. Ezra aliongoza upya huo ilisaidia kuokoa utambulisho wao, lakini, kwa bahati mbaya, hakuipata sawa pia. Aliweka pamoja Yehova na kabila. Yehova akawa Mungu wa kabila la Wayahudi. Tathmini ya tamaduni (Ethnocentrism) hii sasa ni mpaka wa tatu dhidi ya utume. Wayahudi wapya waliojitenga wakajihami na kujikita zaidi ya kimisionari na kuwafikia watu wengine, wakitengeneza mpaka mpya wa uongo kumzunguka Mungu na Watu wa Mungu.

Wakati wa kipindi cha Agano la Kale, suala linaloendelea la jinsi Watu wa Mungu wanapaswa kuhusiana na utamaduni mkubwa tena liliwagawanya Wayahudi. Wengine walibadilika na kujizoeza na imani ya Kigiriki huku Wahasidi wahafidhina wakiwa waaminifu sana kwa imani yao, lakini, ole wao, bado wamezama.

Ni katika muktadha huu wa kidini ambapo Yesu alizaliwa na kutumia miaka yake ya malezi. Kama muktadha wa kisiasa na kijamii, maswali yanabaki: Je, Yesu atafasiri vipi tabia ya makundi mbalimbali ya Wayahudi? Yesu atajaribuje kuleta Ufalme wa Mungu katika muktadha ambao alizaliwa?

Mafundisho ya Yesu

Injili nne zina mafundisho mengi ya Yesu. Mafundisho haya ni makubwa kwa kuwa yanaenda zaidi ya ufahamu wa kawaida wa adabu na maadili ya kawaida. Na katika tamaduni ya leo ya Amerika Kaskazini, ambapo Yesu amefugwa, amelainishwa na kuwa wa kiroho, wanaonekana kuwa wa kutetemeka—na kuburudisha. Mafundisho haya si kwa ajili ya walio na mioyo dhaifu, na bado, kwa msaada wa Roho Mtakatifu, ni sehemu ya wito wetu kama wafuasi wa Yesu. Chati ifuatayo inaorodhesha baadhi ya mafundisho hayo na kuyatofautisha na maadili ya ulimwengu ulio nje ya Ufalme wa Mungu.

Maadili katika Ufalme wa Mungu	Maadili katika Ulimwengu wa Binadamu
• Yesu ni Bwana na anatawala • Habari Njema na upendeleo kwa wasio na uwezo. • Yubili bora kwa uchumi, shalom iko hai	• Wanadamu wanatawala • Kuna upendeleo kwa wenye nguvu na wenye nguvu. • Madeni, utumwa

• Shalom haki na amani • Mungu huvunja vizuizi na kufanya kazi ya kuponya mahusiano yote yaliyovunjika • Ufalme uko wazi kwa wote. • Marejesho ya mahali na madhumuni sahihi ya sheria na taasisi • Ukombozi, msamaha na shukrani • Kutumikia na uponyaji na huruma • Uongozi wa mtumishi • Upendo wa adui na mapambano yasiyo ya ukatili ya uovu • Haki zaidi ya asili • Uaminifu, Usahihi, uadilifu • Ufalme hauwezi kusimamishwa.	• Vita, ugomvi na ukosefu wa haki • Husaidia kizuizi na migawanyiko • Kuna makundi ya kipekee. • Sheria na taasisi za kidini zinatawala badala ya Yesu. • Utumwa, hukumu na uchungu • Kudhibiti na kuumiza na hasira • Uongozi wa kutawala • Chuki, kulipiza kisasi, vurugu, kisasi • Uadilifu unaozingatia mambo ya nje • Ukosefu wa uaminifu, udanganyifu, rushwa • Mfumo ni duni na unashindwa

Mahubiri ya Mlimani (Mathayo 5-7)

Mahubiri ya Mlimani ni mkusanyiko wa mafundisho ya Yesu kuhusu maadili na sifa za Ufalme. Sura hizi zingeweza kuwa nyenzo za katekesi kwa kanisa la kwanza—yaani, nyenzo ambazo zinasaidia kuwatayarisha watu kwa ajili ya ubatizo. Mahubiri yamejawa na viwango vya juu na neema tele. Wakristo wameitwa kuwapenda adui zao (Mathayo 5:43-48), kumwamini Mungu kabisa kwa kila hitaji (Mathayo 6:25-34), na kutafuta uhusiano na Mungu ambao unapita zaidi ya maneno na matendo (Mathayo 7:21-21) 23). Hatupaswi kuridhika na kudhibiti tu tabia zetu za nje, ambazo Yesu anaziita haki ya Waandishi na Mafarisayo (Mathayo 5:17-20). Badala yake kwa msaada wa Roho, tunabadilishwa ndani. Hapa kuna baadhi ya mifano ya mabadiliko hayo ya ndani kutoka Mathayo 5:21-48.

- Badala ya kujiepusha na mauaji, ondoa hasira yako.
- Nenda zaidi ya kuepuka uzinzi; hata usimtazame mtu mwingine kama kitu cha ngono.
- Usikubali kulipiza kisasi sawa, kama katika "jicho kwa jicho," bali mtendee mema yule anayekuumiza.
- Mabadiliko haya yanaonekana kutowezekana. Bila shaka, asema

Yesu, lakini unapojiona huna nguvu, au maskini wa roho, hii inafungua mlango wa mabadiliko. Mabadiliko haya kutoka kwa Yesu yanaweza kufikia hata kutusaidia kuwapenda adui zetu:

> *Mmesikia kwamba imenenwa, "Umpende jirani yako na umchukie adui yako." Lakini mimi nawaambia, Wapendeni adui zenu na waombeeni wale ambao kuwatesa ninyi, ili mpate kuwa watoto wa Baba yenu aliye mbinguni; kwa yeye huwaangazia jua lake waovu na wema, huwanyeshea mvua wenye haki na wasio haki. Kwa maana ikiwa unawapenda wale wanaokupenda, una malipo gani? Je! hata watoza ushuru hawafanyi vivyo hivyo? Na mkiwasalimu ndugu zenu tu, mnafanya nini zaidi? Kuliko wengine? Je! hata watu wa mataifa mengine hawafanyi vivyo hivyo? Kwa hivyo, kuwa mkamilifu, kama Baba yenu wa mbinguni alivyo mkamilifu (Mathayo 5:43-48).*

Katika mistari hiyo, Yesu alitoa sababu mbili zilizo wazi kwa nini tunapaswa kuwapenda adui zetu. Kwanza, sisi ni watoto wa Baba wa Mbinguni, na, kama watoto wa duniani, tunapaswa kuiga tabia bora ya wazazi wetu. Kwa hiyo, tunapaswa kuwapenda adui zetu kwa sababu tunapaswa kuwa kama Mungu, ambaye hutuma mvua na jua kwa watu waovu.

Sababu ya pili kwa nini tunapaswa kuwapenda adui zetu inaelezwa na mantiki rahisi ya "zaidi ya." Ikiwa hatuwapendi adui zetu na kuwatendea mema wao, tunafanya nini zaidi ya watu wasio na dini? Jibu ni dhahiri: hakuna. Yesu alitoa wito kwa ajili ya upendo hai wa adui, si tu nia ya kutomdhuru adui. Tunapaswa kuwasalimia, kuwapenda, na kwa njia yetu wenyewe, wapelekee "mvua" na "jua." Lakini Yesu pia yuko wazi kwamba ni lazima tuitikie ukosefu wa haki, si kama viegemeo, bali kama washiriki hai na wasio na vurugu.

Alifundisha zaidi katika Mathayo 5:39-41: "Lakini mimi nawaambia, Msishindane na mtenda mabaya. Lakini mtu akikupiga kwenye shavu la kuume, mgeuzie la pili pia; na mtu akitaka kukushtaki na kuchukua koti lako, mpe na joho lako; na mtu akikulazimisha kwenda maili moja, nenda pia maili ya pili." Kugeuza shavu lingine sio jibu la kawaida. Katika utamaduni wa Yesu, kupiga shavu kwa nyuma ya mkono kulifanyika ili kumtukana na kumdhalilisha mtu wa chini zaidi kuliko kuwadhuru. Mtu wa mkono wa kulia angempiga mtu anayetaka kumdhalilisha kwenye shavu la kulia. Ikiwa yule aliyepigwa atageuza shavu lingine, basi mshambuliaji atalazimika kutumia mkono wa kushoto ili kupiga nyuma ya mkono. Mkono wa kushoto ulitumiwa kwa kazi zisizo safi. Kugonga nayo itakuwa ni udhalilishaji. Kumpiga ngumi ni kumchukulia mtu huyo kuwa sawa. Mbali na kunyamaza, Yesu aliwataka wafuasi wake wasimamie hali kwa uthubutu na kurudisha mpira kwenye uwanja wa mkosaji.[1]

Yesu aliwaita wafuasi wake kwa ubunifu kuchukua jukumu la kukabiliana na vurugu, utawala na udhalilishaji. Kujibu kwa aina ni kuwa kile unachopinga. Yesu alitoa wito wa upendo wa ubunifu ambao husaidia wakosaji kugundua kile wanachofanya. Ukubalifu unaweza kweli kuchangia tabia ya mtu jeuri. Inaelekea kuimarisha mtazamo wa mtu wa kujiona duni na ubora wa mkosaji. Ni mwitikio wa kibunifu tu, wa upendo huvunja mzunguko wa kutawala vurugu na kufungua uwezekano wa adui kubadilika.

Mafundisho Yanayojaribiwa

Baada ya miaka mitatu tu ya huduma, Yesu alikamatwa, akapelekwa mbele ya Pontio Pilato na kuhukumiwa kifo kwa kusulubiwa. Ilikuwa ni njia yenye uchungu na fedheha isivyo kawaida. Wakristo wanaamini kwamba kifo hiki, ambacho nyakati nyingine huitwa tu "msalaba," ni sehemu muhimu ya wokovu. Lakini sio tu ufunguo wa upatanisho wetu, msalaba pia unatufundisha jinsi ya kuishi.

Baada ya Yesu kuwauliza wanafunzi wake yeye ni nani, aliwaambia, "Ikiwa yeyote anataka kuwa mfuasi wangu, na ajikane mwenyewe, ajitwike msalaba wake kila siku, anifuate" (Luka 9:23). Yesu aliwaambia wamfuate yeye, maamuzi yake, mafundisho yake na huduma ya upendo kwa wengine. Utiifu huu na kufuata katika njia ya Yesu unaitwa ufuasi, na karibu kila mara, hatimaye husababisha mateso. "Msalaba" katika kifungu hiki na kubeba msalaba kwa ujumla mara nyingi hutafsiriwa kiroho kumaanisha kukubali kufanya mapenzi ya Mungu inapopingana na mapenzi yetu wenyewe, au maneno haya hayaeleweki vizuri kumaanisha kustahimili ugonjwa fulani au usumbufu ambao Paulo anautaja kama mwiba. katika mwili (2 Wakorintho 12:7).

Lakini dhana hizi hukosa alama. Kuchukua msalaba wetu si kuhusu mizio au kero bali kuwa tayari kuteseka katika ufuasi wetu. Wakristo wanaotenda kama Yesu—kuwa na urafiki na waliotengwa, kusema wazi dhidi ya uonevu, kukataa kuwa na jeuri—watawakasirisha wale walio

1 Walter Wink, Kushirikisha Mamlaka (Minneapolis: Waabdishi habari wa Fortress, 1992), 175-77.

na mamlaka na kupinga hali hiyo isiyo ya haki. Kwa hiyo, kama Yesu, watateswa. Kubeba msalaba ni kuchukua mateso kwa kumfuata Yesu. Mateso ya ufuasi ni sehemu moja ya kile ambacho msalaba unaashiria.

Ikiwa msalaba uliwakilisha tu Yesu kulipia dhambi zetu, basi haingekuwa na maana kwamba anapaswa kutuuliza kubeba msalaba. Hakuna hata mmoja wetu anayeweza kutoa dhabihu hiyo kwa ajili ya ulimwengu. Lakini Yesu aliwaambia wafuasi wake wabebe misalaba yao kabla yeye mwenyewe hajaupanda! Kwa hiyo msalaba lazima uwe na maana zaidi ya dhabihu kwa ajili ya dhambi. Kama Yesu, Wakristo wanaweza kuteseka kwa ajili ya Ufalme wa Mungu.

Warumi waliwasulubisha wanamapinduzi wa kisiasa hadharani ili kutoa mifano yao. Yesu aliuawa msalabani na Warumi kwa sababu alianzisha ufalme wa kimapinduzi ambao ulidai utii kwanza kwake mwenyewe kama mfalme. Hiyo ilikuwa changamoto kwa mamlaka ya Kaisari Mroma na kwa serikali yoyote leo! Tishio hilo lilipaswa kushughulikiwa.

Ni muhimu kumwelewa Yesu katika muktadha huu wa kihistoria na kitamaduni. Ni muhimu kuchukua mafundisho yake kwa uzito na kuepuka tu kuyafanya yawe ya kiroho katika imani zinazofaa zinazotupatia udhuru wa "kubeba misalaba yetu." Ni muhimu kukubali aina ya ufalme ambao Yesu alitaka kuusimamisha—Ufalme wa upendo usio wakulazimishwa, ulio wazi kwa watu wote. Na sisi sote tunaalikwa kuwa sehemu ya Watu hawa Wapya wa Mungu, kumfuata Yesu, na atubadilishe ili tuweze kuwa jambo hili linaloonekana kuwa lisilowezekana, jumuiya iliyochaguliwa, ya agano, ya shalom. Mwaliko huu, njia hii mpya ya maisha, ina furaha kubwa.

Binadamu na Kimungu

Yesu alipofundisha kwa mamlaka na kufanya matendo makuu, watu waliuliza, "Mtu huyu ni nani?" na "Hii ni nini?" Na wakati kila mwandishi wa injili alijibu maswali haya kwa njia tofauti kidogo, kila mmoja alitoa dai lile lile la kitendawili: kwamba Yesu ni mwanadamu kwa asilimia 100 na asilimia 100 ni Mungu.

Wakati fulani waandishi wa Agano Jipya wanampa Yesu majina matatu: Yesu Kristo Bwana. Jina Yesu linarejelea mwanadamu kutoka Nazareti. Kristo anatokana na neno la Kiyunani Christus ambalo hutafsiriwa katika neno la Kiebrania Masihi. Bwana anaweza kumaanisha mtawala wa kisiasa na kwa kutumia jina hili kwa Yesu, Wakristo wa mapema walikuwa wakitangaza utii wao kwake juu ya Kaisari Mroma. Bwana pia anaweza kuwa njia ifaayo ya kusema au kudokeza jina takatifu la Yahweh. Kwa maana hii, Yesu alikuwa akiunganishwa na Mungu kwa njia ya moja kwa moja zaidi. Wayahudi wa karne ya kwanza walikuwa waangalifu kuhusu kutumia lugha yoyote ambayo hata ilimkaribia Yehova, kwa kadiri ambayo hawakusema neno "mimi ndiye." Yohana alirekodi Yesu akisema "Mimi ndiye" mara nane katika injili yake, ishara ya wazi kwamba kwa Yohana na wasikilizaji wake, Yesu alikuwa ameunganishwa sana na Yehova.

Mojawapo ya uzushi wa awali ambao Kanisa la Kikristo lilipaswa kukabiliana nao haukuwa kukana kwamba Yesu alikuwa mtakatifu, lakini kwamba hakuwa mwanadamu na wa kihistoria. Tatizo hilo linaendelea leo wakati watu wanaposoma Yesu kutoka mwisho hadi mwanzo, au hawajui Heilsgeschichte ya Agano la Kale na mazingira ya kihistoria ambayo Yesu aliishi. Bila muktadha wa kihistoria, maisha, maamuzi, huduma na mafundisho ya Yesu huwa onyesho lisilo la kihistoria, la vikaragosi huku Mungu akivuta kamba. Tamthilia inaonekana kwenye jukwaa la historia lakini sio maisha halisi au historia kama leo. Wakati watu wanawazia namna hiyo ya Yesu mwenye hali ya kiroho, anakuwa asiyefaa kwa namna tunavyoishi leo. Kisha watu lazima waje na njia zingine za kufafanua Mkristo ni nini, zaidi ya "kumfuata Yesu." Yesu anakuwa wazo la kiroho—hali isiyowezekana—badala ya kuwa mtu, Bwana wa kihistoria na wa milele.

Kwa upande mwingine, kuna jambo tofauti kuhusu Yesu. Alidai uhusiano maalum na Mungu. Alichukuliwa mimba na Roho Mtakatifu na, akiwa mtu mzima, alikuwa na uwezo wa kuponya magonjwa, kusamehe dhambi na kutuliza maji yenye dhoruba. Mungu alimfufua kutoka kwa wafu.

Yesu wa historia na Kristo wa imani wakati mwingine hujulikana kama upande wa "mbele" na "nyuma" wa Yesu. Upande wa mbele wa Yesu wa historia iliyoandikwa mtu yeyote anaweza kuona, kama vile kuzaliwa kwake, ubatizo, mafundisho, uponyaji, kesi, kusulubishwa na kuzikwa. Upande wa nyuma, au Kristo wa imani, angejumuisha kuzaliwa na bikira, miujiza, ufufuo na kupaa. Inahitaji imani kuuona upande huo wa Yesu.

Kutomwelewa Yesu na Ufalme

Watu wa wakati wa Yesu, hata wanafunzi wake wa karibu zaidi, hawakuelewa alikuwa Masihi wa aina gani au asili ya ufalme aliokuwa akianzisha. Kutokuelewana kwao kunaonyesha jinsi walivyokuwa bado wanafikiri kwa kina katika suala la taifa lenye jeuri la Daudi. Yesu alipozungumza kuhusu kwenda Yerusalemu na kuteseka, Petro alimkabili kwa kusema, "Bwana! Hili halipaswi kutokea kwako kamwe." Yesu akajibu,

"Nenda nyuma yangu, Shetani! Wewe ni kikwazo kwangu" (Mathayo 16:22-23).

Mmoja wa wanafunzi wa Yesu, Yuda, alikuwa kielelezo wazi cha kutoelewa huko. Hata baada ya miaka mitatu ya kujifunza kutoka kwa Yesu, bado alifikiri kwamba Ufalme wa Mungu ulianzishwa kupitia taifa. Yesu na wanafunzi wake walipokuwa katika bustani ya Gethsemane, Yuda alikuja na kumbusu shavu lake. Hii ilikuwa ishara kwa askari wa Kirumi waliokuja kumkamata Yesu kwamba huyu ndiye mtu wao. Lakini kwa nini Yuda afanye hivi? Wasomi wanadokeza kwamba Yuda, kwa kukosa kuelewa asili ya Ufalme, alikuwa akijaribu kulazimisha mkono wa Yesu kusimamisha Ufalme huo kwa nguvu za kiroho au jeuri. Alipoona kwamba Yesu hatoki nje kupigana, alijiua kwa majuto.

Petro pia hakumwelewa Yesu. Yesu alimkemea Petro na kuliponya sikio la mtumishi wa Kuhani Mkuu Petro alipotumia upanga kumtetea Yesu. Akamwambia Petro, "Je, unadhani kwamba siwezi kumwomba Baba yangu naye ataniletea mara moja zaidi ya majeshi kumi na mawili ya malaika?" (Mathayo 26:53). Yesu alisema katika Yohana 18:36, "Ufalme wangu si wa ulimwengu huu. Kama Ufalme wangu ungekuwa wa ulimwengu huu, wafuasi wangu wangepigana kunizuia nisitiwe mikononi mwa Wayahudi." Hakusema kwamba Ufalme wake hauko ulimwenguni, lakini kwamba Ufalme una asili ya upendo, isiyo na jeuri tofauti na ufalme wenye jeuri, wenye kulazimisha.

Wanafunzi wawili wanaokwenda Emau baada ya kusulubishwa wanaonyesha jambo hilo. Yesu alijiunga nao na kuwauliza walikuwa wakijadiliana nini na wanahuzunika nini. Luka anamalizia maelezo yake ya matukio ya Yerusalemu kwa kusema "Lakini sisi tulitumaini kwamba yeye ndiye atakayewakomboa Israeli" (Luka 24:21).

Kisha akianza na Musa na manabii wote, akawafasiria mambo yaliyomhusu yeye katika maandiko yote" (Luka 24:25-27). Baadaye Yesu alipowatokea wanafunzi, "alifungua akili zao kuelewa maandiko [Agano la Kale]" (Luka 24:45). Walitarajia Masihi wa kisiasa ambaye angerudisha taifa huru, hata kutumia jeuri ikiwa lazima.

Kutokuelewana kwa mwisho kulikuja kabla ya Yesu kupaa. Wanafunzi wakamwuliza, "Bwana, ni wakati huu utakapowarudishia Israeli ufalme?" (Matendo 1:6). Bado walitarajia kurejeshwa kwa taifa-inchi la Israeli. Hawakuelewa taifa-inch kama uamuzi wa kutokuwa mwaminifu kwa wito wao au uteule wao. Hata baada ya kifo, ufufuo na kuonekana, wanafunzi bado hawakuelewa ni aina gani ya ufalme ambao Yesu alikuwa anaanzisha!

Wokovu ni Nini na Yesu Anauletaje?

Yesu aliuawa na mamlaka ya Kirumi wakati wa Pasaka mwaka 30 BCE.[2] Akiwa amezungukwa na wengine wawili, alipatwa na kifo cha uchungu na cha kufedhehesha msalabani. Lakini kwa nini? Wakristo wengi wangejibu swali hili kwa kusema kwamba Yesu alikufa kwa ajili ya dhambi zetu (1 Wakorintho 15:3). Lakini hiyo inamaanisha nini na kifo cha mtu mmoja kinashughulikiaje dhambi zetu? Na nini maana ya kuokolewa?

Yesu ni mwendelezo wa suluhisho la Mungu kwa tatizo la dhambi. Yeye hawakilishi mkakati mpya. Mungu alianza kufanya kazi ya kutatua tatizo la dhambi katika Agano la Kale kwa kuunda na kutengeneza Watu wa Mungu waliofanywa kutoka kwa mataifa yote. Jumuiya hii ilijielewa kuwa imechaguliwa kwa misheni.

Misheni hiyo?

Kuishi kama jumuiya inayopingana na tamaduni zinazolea shalom na kuwavuta wengine ndani. Yesu ndiye kielelezo cha suluhisho hili.

Yesu ni nyongeza ya tukio la Kutoka-Sinai, bora zaidi. Mungu alijali unyanyasaji wa kimwili ambao watumwa walivumilia huko Misri na hivyo Mungu, kupitia Musa na muujiza wa mapigo, aliwaokoa watumwa. Mungu aliponya uhusiano wao uliovunjika kati yao na ulimwengu wa kimwili, yaani, hitaji lao la kuokoka na maisha yasiyo na utumwa. Yesu pia alifanya jambo fulani kuhusu ukandamizaji na magonjwa ya kimwili aliyokabili. Aliwaponya viwete na vipofu; alilisha maelfu. Alipinga mifumo isiyo ya haki ya ukandamizaji. Alileta "aina ya kutoka" ya ukombozi au wokovu.

Lakini dhambi pia huvunja uhusiano kati ya wanadamu na Mungu na kati yetu na utu wetu wa ndani na watu wengine. Mungu anajali utumwa huu wa kiroho pia. Juu ya Mlima Sinai, wokovu kutoka katika utumwa ule ulianza Mungu alipowapa watumwa wale Maneno Kumi na Moja. Vivyo hivyo, Yesu alikuja kutusaidia tuwe huru kutokana na hatia na aibu yetu. Alisamehe dhambi na kuwasaidia watu kuanza kujipenda wenyewe. Yesu aliwageuza wote ambao wangemruhusu, na wale waliomtumaini kufanya hivyo walipata uwezo wa kusamehe wengine na wao wenyewe, na kumfuata Mungu kwa upendo na shukrani kutoka moyoni. Yesu alileta, na bado analeta, wokovu huu wa kiroho.

Leo, baadhi ya wafuasi wa Yesu wanajaribiwa kuona tu sehemu ya

2 Wanachuoni hawakubaliani kuhusu mwaka wa kusulubiwa; wengi wanafikiri ilifanyika ama 30 au 33. Tazama Stephen L. Harris, Agano Jipya: utangulizi wa Mwanafunzi, 4th ed. (Sacramento, CA:McGraw-Hill, 2002), 105.

kimwili ya wokovu. Wanakazia jinsi Yesu alivyopinga ukosefu wa haki na kufanya kazi ili kuwasaidia maskini. Wanasema kweli kwa kuwa Yesu alifanya mambo haya na kwamba wokovu unatia ndani maisha yote na kwamba unaanza sasa hivi. Wakristo wanapaswa kufanya mambo haya. Lakini ikiwa upande huu wa wokovu unasisitizwa sana, basi Wakristo hawa wanaweza kuwa wenye kufuata sheria kuhusu kutenda matendo mema au kuamini kwamba Yesu atawapenda tu ikiwa 'watatenda. Wanahisi wamechomwa kujaribu kupigana na ukosefu wa haki na kusaidia watu huku wakitegemea tu uwezo wao wenyewe.

Wafuasi wengine wa Yesu hufanya makosa kinyume. Kwa kweli, kosa hili la pili ni la kawaida sana kwamba lina jina: upatanisho wa mahakama. Kwa mtazamo huu, upande wa kiroho tu wa wokovu ndio unaohusika. Kifo cha Yesu ndilo tukio pekee muhimu katika maisha yake, na jambo la maana sana ni kuwafanya watu wakubali kwamba wao ni watenda dhambi na kumwomba Yesu awasamehe dhambi zao. Kwa mtazamo huu, wokovu ni tukio la baadaye kwa sehemu kubwa; inahusu kufika mbinguni baada ya kufa. Mafundisho ya Yesu na maisha yake hayana uvutano mdogo juu ya jinsi mtu anapaswa kuishi. Uhusiano pekee uliovunjika ambao unahitaji uangalifu ni uhusiano wetu na Mungu. Jinsi mtu anavyojihisi yeye mwenyewe au kwa wengine au hata ulimwengu wa kimwili hauathiri sana.

Lakini mtazamo huu pia unapungukiwa na maono ya kibiblia ya shalom na wokovu. Mungu hataki tu kupatanishwa nasi kwa njia ya msamaha wa dhambi, muhimu kama hivyo, lakini pia kutuweka huru kutokana na jeraha tunalobeba ndani yetu. Mungu anataka kutubadilisha sana ili tuweze kupenda wasiopenda na kuwa na miili yenye afya na dunia yenye afya nzuri. Katika wokovu wa kibiblia, mahusiano yote ambayo dhambi huvunja hupata uponyaji.

Wakristo hutumia neno "upatanisho" kama njia ya kukamata fumbo la kifo cha Yesu na kwa nini alikufa. Neno linatokana na usanidi huu: wakati mmoja, au ukweli wa kuwa katika umoja na Mungu. Biblia huheshimu fumbo hili tata kwa kutumia mafumbo mengi kwa ajili ya upatanisho. Katika sitiari moja, kifo cha Yesu kilikuwa kama mtu anayelipa pesa za fidia ili kumweka huru mtumwa (1 Petro 1:17-19, Mathayo 20:26-28), katika kisa hiki Yesu akituweka huru kutoka katika utumwa wetu wa dhambi. Mfano mwingine ni mtu kwenda mbele ya hakimu kwa niaba yetu na kulipa "mshahara" wa dhambi zetu (Warumi 3:1925). Katika upatanisho wa badala, Yesu anakuwa mbadala (Wagalatia 3:13). Katika ishara hii, Yesu ndiye anayehitaji "malipo" na pia ndiye anayefanya "malipo." Sitiari hizi zote huitwa mafumbo au nadharia za upatanisho wa mahakama. Neno "forensic" (uchunguzi wa kimahakama) huleta taswira ya chumba cha mahakama na hakimu. Katika mafumbo haya yote, jambo la maana sana ni kwamba kitu fulani kinaondoa hatia ya mtu na "kulipa" dhambi. Yesu anafanya hivyo kwa njia ya msalaba na ndipo Mungu anaweza kuwasamehe watu.

Katika sitiari ya "Kristo kama Mshindi," Yesu anapigana na nguvu za uovu na kushinda (Wakolosai 2:13-15). Vita ya maamuzi ni msalaba. Anashinda vita kwa kupigana kwa upendo. Katika kukataa huku kuangamiza uovu kwa kuwa uovu na kwa kupinga chuki kwa upendo, anafichua uovu kwa jinsi ulivyo kweli... wa kutisha na usiofaa. Ni sitiari hii ya mwisho ambayo pengine inadhihirisha vyema mtazamo wa kibiblia wa wokovu. Katika mafumbo mengine yote, dhambi "inalipwa" lakini haishindwi. Kwa maneno mengine, Mungu sasa anaweza kusamehe wanadamu kwa sababu ya kile Yesu alifanya msalabani lakini tatizo halisi—uovu—bado lipo.

Labda kielelezo hiki kitasaidia. Mtazamo finyu wa wokovu, kama maoni ya upatanisho wa mahakama, ungekuwa kama mlevi anayesamehewa tabia yake ya ulevi. Watu anaowaumiza humsamehe kila wakati "anapoanguka kutoka kwenye gari." Msamaha huu ni zawadi ya ajabu, ambayo haipaswi kupunguzwa. Lakini bado analewa kila wikendi. Katika mtazamo wa "Kristo kama Mshindi", au njia ya kibiblia zaidi ya wokovu, sio tu kwamba mtu huyu anasamehewa, lakini pia anapokea uwezo wa kuwa na kiasi. Yeye sio tu kusamehewa, lakini pia kurejeshwa na kuwekwa huru. Mahusiano yote manne yaliyovunjika maishani mwake yanapata uponyaji.

Wokovu wa Kibiblia Unafanya Kazi Kuponya Mahusiano Yote Yaliyovunjika

Upatanisho wa Kimahakama/ Wokovu	Upatanisho wa Kibiblia/Wokovu
• Msalaba unafanya kazi kwa ajili yetu. • Msamaha wa dhambi ndilo jambo la muhimu zaidi. • Mungu ndiye anayehitaji kubadilika. • Mungu ana hasira juu ya dhambi zetu na sasa kupitia Yesu anaweza kutusamehe. • Uhusiano muhimu pekee ni uhusiano na Mungu. Maadili ni hiari. • Neno mojawapo ni "kuokolewa."	• Msalaba unafanya kazi ndani yetu, ukitubadilisha. • Msamaha na urejesho vyote ni muhimu. • Wanadamu ndio wanaohitaji kubadilika. • Mungu alimtuma Yesu ulimwenguni kwa upendo, si kwa hasira. (Yohana 3:16) • Wokovu unamaanisha uponyaji wa mahusiano yote 4. Tunaishi tofauti (maadili) kwa sababu tunataka na tumebadilishwa kwa namna ambayo tunaweza kuishi tofauti. • Neno linalofaa zaidi ni "kuponywa."

Tunapofikiria juu ya upatanisho, lazima tukumbuke daima kwamba Mungu alimtuma Yesu ulimwenguni kwa sababu ya upendo mkuu wa Mungu kwetu. "Kwa maana jinsi hii Mungu aliupenda ulimwengu, hata akamtoa Mwanawe pekee, ili kila mtu amwaminiye asipotee, bali awe na uzima wa milele" (Yohana 3:16). Ni lazima pia kukumbatia mwendelezo wa masimulizi ya Biblia. Mwanzo 1-11 inatuonyesha jinsi dhambi inavyovunja mahusiano makuu manne, na jinsi tunavyofafanua dhambi huamua jinsi tunavyofafanua wokovu. Yesu alikuja kuponya yale mahusiano yote yaliyovunjika. Chati hapa chini inaonyesha hii vizuri.

Yesu anatuokoaje?
Yesu anatuokoa kupitia kuzaliwa, maisha, mafundisho, kifo, ufufuo na Roho wake.

3 Rob Bell. Hotuba, Kongamano la Vijana Maalumu, San Diego, Februari 15-16 2002.

Kuzaliwa
Kwa kuja ulimwenguni kufunua upendo na msamaha wa Mungu kwa wanadamu, Yesu hutusaidia kukubali upendo wa Mungu kwetu. Kwamba alizaliwa na watu maskini husaidia kuvunja maoni yasiyofaa na, hivyo, husaidia kuponya uhusiano wetu na wengine.

Maisha
Kwa kufunua tena njia za Mungu kupitia maamuzi na matendo yake, Yesu husaidia kuponya uhusiano wetu na wengine. Jambo la msingi katika hilo ni jamii anayoilea, jamii inayopenda bila kubagua.

Mafundisho
Yesu anafunua tena mapenzi kuu ya Mungu ili wanadamu wapate kujua jinsi ya kuishi maisha ya uaminifu ambayo husaidia Ufalme wa Mungu kuja duniani na kwa kurudisha nia ya sheria na kuweka sheria mahali pake. Hili huponya uhusiano wetu na nafsi zetu za ndani, na wengine na pamoja na Mungu.

Matendo ya Uponyaji
Watu wengi wakati wa Yesu waliamini kwamba ugonjwa ulimaanisha kuwa wewe ni mwenye dhambi mbaya zaidi kuliko wengine. Kwa hiyo, Yesu alipoponya watu, waliweza kuacha kujilaumu, jambo ambalo liliponya uhusiano wao uliovunjika na utu wao wa ndani. Kwa sababu uponyaji ulihusika na miili ya kimwili, Yesu pia alikuwa akiponya uhusiano kati yetu na ulimwengu wa kimwili. Miujiza yake mara nyingi iliunganishwa na huruma kwa waliotengwa, maskini na wanaoteseka, hivyo kuponya uhusiano wetu na wengine.

Kifo
Yesu alikufa kwa ajili ya dhambi zetu, akiponya uhusiano wetu na Mungu. Lakini ni zaidi ya hayo. Kwa kutopigana nasi na kutupenda hadi mwisho, Yesu anafichua upendo thabiti uliokithiri wa Mungu kwa wanadamu kwa njia ambayo wanaweza kuamini, kumwamini Mungu na kusalimisha maisha yao yote kwa Mungu. Ikiwa Yesu alipigana mwisho na kujiokoa, wanadamu hawangemwamini. Njia ambayo Yesu alipigana na uovu msalabani inatufundisha pia jinsi ya kupigana na uovu.

Ufufuo
Yesu anaponya mahusiano yetu na ulimwengu wa mwili kwa kumshinda adui mkubwa wa ulimwengu wa mwili: kifo. Wakolosai 2:17 inasema Yesu pia alimshinda Shetani na nguvu za uovu zilizokuwa na wanadamu chini ya udhibiti wao. Kifo, nguvu kuu, ilifichuliwa na kushindwa. Sio nguvu zote.

Roho
Roho hubadili akili, mioyo na mapenzi yetu, na kutupa uwezo wa kuishi kwa ajili ya kusudi na utume wa Mungu ulimwenguni na kusaidia Ufalme wa Mungu uje na utafanywa duniani kama huko mbinguni.

Utangulizi wa Mamlaka

Ni nani aliyemuua Yesu? Kimwili, askari wa Kirumi walimuua, lakini hiyo ni rahisi sana. Nguvu nyingi tofauti za kidini, kisiasa na kijamii zilishirikiana kumuua Yesu: Masadukayo kwa jina la Hekalu; Mafarisayo na Waandishi kwa jina la uchamungu na sheria; Wazeloti kwa jina la taifa-nchi; Yuda kwa jina la ufanisi; na Pilato kuilinda ofisi yake. Yesu alidhoofisha udhibiti na mamlaka yao.

Waandishi wa Agano Jipya wanazungumza juu ya uovu kama "nguvu zilizoanguka." Madaraka hurejelea uwezo wa kufanya mambo kutokea. Mashirika na taasisi zina mamlaka au mifumo isiyoonekana ndani yao. Mungu aliumba nguvu kama nzuri. Wanadamu wanawahitaji ili wawe binadamu. Lakini mamlaka zilijifanya miungu kutaka kuwa Mungu. Badala ya kutumikia, wanataka kutawala. Silaha yao ni uwezo wao wa kuwadanganya watu kwamba wote ni wazuri na pia wana nguvu zote. Wanadamu hawawezi kuwa binadamu bila mamlaka, lakini wamepotea katika utando wao mgumu usioonekana. Kwa kweli watu mara nyingi hawatambui jinsi wanavyodhibitiwa. Yesu anarejelea hili wakati wa kuuawa kwake mwenyewe anaposema, "Baba wasamehe, hawajui wanalofanya" (Luka 23:34).

Yesu alipopinga "nguvu zilizoanguka" za mashirika mbalimbali—sheria, Hekalu, Sanhedrini, cheo—waliitikia na hatimaye wakamuua Yesu. Mrija wa mwisho ilikuwa wakati Yesu alipopinga udhibiti wa Masadukayo wa ushuru wa Hekalu na dhabihu ambazo ziliwanyang'anya maskini. Utaifa, ushika sheria, uhekalu na mila ni miongoni mwa nguvu (isms) nyingine zilizoanguka ambazo zilimuua Yesu. Kama Yesu angehubiri injili ya wokovu ya mtu binafsi, ya ucha Mungu, ya siku zijazo, au kuhusu maisha baada ya kifo tu, hangekuwa tishio kwa "kundi lolote la nguvu." Hakungekuwa na sababu ya kumuua. Lakini alipoanzisha kikundi cha wafuasi yeye mwenyewe akiwa kiongozi, na alipozungumza dhidi ya njia zisizo za haki ambazo mamlaka fulani zilikuwa zikitumiwa, Yesu alitilia shaka uongozi na udhibiti wao. Mamlaka zilipaswa kunyenyekea kwa uongozi wake au kumwondoa Yesu, kwa hiyo zikamwondoa. Lakini hawakutarajia ufufuo!

Yesu kumponya kiwete katika Marko 2:1-12 ni mfano mmoja. Mtu mmoja kiwete aliletwa kwa Yesu, akashushwa kwake kupitia dari, ili Yesu amponye. Lakini jambo la kwanza Yesu alifanya ni kusema, "Mwanangu, umesamehewa dhambi zako." Kisha waandishi 'wakajiuliza mioyoni mwao. Akijua mawazo yao, Yesu aliwapa changamoto kwa kuwauliza ikiwa ilikuwa rahisi kusamehe dhambi za mtu au kumponya kutokana na kupooza kwake. Kisha akamwomba mtu huyo atembee na akafanya! Lazima tuulize kwa nini waandishi hawakufurahishwa na muujiza huu. Walinaswa katika mshiko wa "mamlaka" hizo. Walitishwa na Yesu kwa sababu msamaha wa dhambi ulipaswa kutokea tu Hekaluni. Lakini yule kiwete hangeweza kwenda Hekaluni kwa sababu alikuwa kilema na kwa hivyo alikuwa mchafu, na kwa sababu labda hakuwa na pesa za kutosha kulipa ushuru wa Hekalu. Hekalu, ambalo hapo awali lilimaanisha kuwa ni kitu kizuri, lilikuwa limekuwa mfumo unaojali zaidi fedha na udhibiti kuliko watu kuponywa.[4]

Yesu kuponya kimakusudi siku ya Sabato ni mfano mwingine. Kulingana na sheria ya Sabato, kuponya mtu siku ya Sabato ilionwa kuwa kazi na kwa hiyo ilikuwa dhambi. Inaweza kuonekana kuwa sheria hii ingekuwa rahisi kutii, kwa maana mtu anahitaji tu kungoja hadi siku inayofuata kuleta uponyaji kwa wagonjwa na vilema. Lakini Yesu anaponya wagonjwa hadharani na kimakusudi mbele ya viongozi wa kidini! Kwa nini afanye hivyo huku akijua uvunjaji wa sheria ungemuingiza matatani? Yesu aliona kwamba taasisi iliyoanzishwa hapo awali ili kutenda mema—sheria—imekuwa muhimu zaidi machoni pake yenyewe kuliko wema ilioumbwa kufanya. Sheria ilikuwa imetoka nje ya utaratibu. Sabato iliundwa ili watu wapate pumziko. Mtu anayeugua mkono uliopooza (Marko 3:1-6) hakika anahitaji "kupumzika" kutokana na ulemavu huu mbaya. Lakini Yesu alipomponya, alihisi hasira kutoka kwa Mafarisayo. Akasema, Je! ni halali siku ya sabato kutenda mema au kutenda mabaya, kuokoa maisha au kuua? Jibu lake likawaacha hoi, lakini wakaanza kupanga njama za

4 William R. Herzog II, Yesu, Haki na Utawala wa Mungu: Husuma ya Ukombozi (Louisville, KY: Waandishi Habari wa Westminster John Knox, 2000), 126-131.

kumuua. Walikuwa ni watu walionaswa katika mamlaka, wakiacha jambo jema kama Sabato kuwa sheria ya utumwa na maumivu.

Mungu alimfufua Yesu baada ya siku tatu kaburini. Na ingawa Yesu aliwaambia wanafunzi wake jambo hilo lingetukia, bado walikuwa na huzuni sana alipokufa na walijitahidi kuamini habari njema walipoisikia. Katika ufufuo Mungu alimthibitisha Yesu; Mungu alionyesha waziwazi kwamba Yesu alifanya jambo lililo sawa kwa kuwapenda wanadamu hadi mwisho na kutopigana.

Ufufuo pia ulionyesha kushindwa kabisa kwa mamlaka. Kwa kuwa kifo ndicho "nguvu" kuu ambayo watu wanaogopa zaidi, ufufuo wa Yesu ni kushindwa kabisa kwa mamlaka. Mamlaka, kutia ndani kifo, sasa yana mipaka katika utawala wao juu ya wanadamu.

Nguvu haziharibiwi bali zinanyang'anywa silaha ili zisiweze kuwadanganya wanadamu kufikiria kuwa wana neno la mwisho. Paulo anasema, "Ku wapi, Ewe mauti, kushinda kwako? U wapi, Ewe mauti, uchungu wako? (1 Wakorintho 15:55). Wokovu hauhusu watu tu, bali pia kuweka mamlaka mahali pao.

Uovu Hutoka Wapi?

Watu wengine wangesema kwamba Shetani au Ibilisi ndiye chanzo cha uovu. Wengine wanazungumza juu ya nguvu zilizoanguka. Biblia inaunga mkono maoni yote mawili. Kumbuka hadithi katika Mwanzo 3, ambapo uovu ulikuja kwa Adamu na Hawa wote kutoka kwa chanzo cha nje, nyoka, na pia kutoka kwa tamaa zao za ndani? Vivyo hivyo pia, kuna nguvu za kibinafsi za mapepo ambazo Yesu na wengine walipigana katika simulizi la Biblia, na pia kuna ushahidi wa athari mbaya ya nguvu zilizoanguka.

Yote Yanamaanisha Nini?

Kleopa na rafiki yake walitembea polepole barabarani kuelekea Emau. Mioyo yao ilikuwa mizito. Rafiki yao mpendwa—yule ambaye waliamini kuwa Masihi—alikuwa amesulubiwa. Mtu asiyemfahamu alijiunga nao, akitaka kujua wanazungumza nini. "Je, wewe peke yako ndiye mgeni katika Yerusalemu ambaye hujui mambo ambayo yametukia huko katika siku hizi za mwisho?" Kisha wakamwambia kuhusu Yesu na jinsi walivyokuwa "walitumainia kuwa yeye ndiye angewakomboa Israeli." Hata zaidi, wanafunzi hao wanawake walikuwa wakisema kwamba Yesu alikuwa hai, na kwamba malaika walikuwa wamewaambia habari hizo. Mgeni huyo alianza kushiriki nao maandiko ya Agano la Kale, akiwaonyesha jinsi

"Masihi lazima ateseke na kuingia katika utukufu wake." Walipokuwa wakikaribia kijiji chao, walimkaribisha kula chakula pamoja nao. Yule mgeni alichukua mkate, akabariki na kuumega na kuwapa. Wakati huo, macho yao yalifunguliwa. Mgeni hakuwa mwingine ila...Yesu (Luka 24:13-35).

Yote yanamaanisha nini? Labda sisi ni kama Kleopa na rafiki yake. Hatujui tufanye nini kuhusu kifo au ufufuo wa Yesu. Tunajitahidi kufanya miunganisho kati ya Agano la Kale na Agano Jipya. Tunatafakari miujiza na mwingiliano wake na watu wengi tofauti. Je, inawezekana kuishi kwa kweli mafundisho ya Mahubiri ya Mlimani? Je, tunaweza kubadilishwa ili tuweze kuwapenda adui zetu?

Na je, tunafanana na Kleopa na rafiki yake kwa kuwa hatumtambui jinsi anavyosimama karibu nasi? Je, kuna kutoelewana kuhusu Yesu ambako bado tunaweza kuwa nayo? Imani ina sehemu gani na inaingiliana vipi na umuhimu wa kusoma vizuri na maswali ya kina? Naomba tuendelee kumtafuta huyu aliyefufuka. Mioyo yetu na iendelee "kuwaka ndani yetu."

24. Pentekoste na Baraza la Yerusalemu

Vifungo vya Biblia: Matendo 1-4, 9-10, 15; 2 Wakorintho 5:16-21; Waefeso 2:11-22.

Yesu aliuawa siku ya Ijumaa, akafufuliwa siku ya Jumapili, akakaa siku arobaini pamoja na wafuasi wake kisha akapaa mbinguni. Kwa hiyo, ilikuwa hivyo? Nini kitatokea baadaye? Wanafunzi walihisi kutokuwa tayari, hofu kidogo na kupoteza jinsi ya kuendelea. Hatua inayofuata inapaswa kuwa nini? Yesu alikuwa amewaambia wasubiri. Ilionekana kana kwamba kulikuwa na jambo zaidi la kufanywa, jambo la ziada lililohitajiwa.

Kwa hakika, kulikuwa na jambo lingine zaidi: Suluhu la Mungu kwa tatizo la dhambi lilikuwa limetimizwa, lakini sasa lilihitaji kutimizwa kikamilifu. Na utambuzi huo ungekuja kupitia Pentekoste na Baraza la Yerusalemu—matukio makubwa yanayofuata katika masimulizi ya Biblia. Kwa kweli yalikuwa ni mwendelezo wa hadithi ya Yesu, kwani kanisa la kwanza lilipoanza kutambua maana ya Yesu alikuwa nani na kile alichofundisha.

Uunganisho huu ni muhimu kwa sababu kadhaa. Kwanza, Yesu aliahidi kutuma Roho Mtakatifu baada ya kupaa (Matendo 1:8), na ahadi hiyo ilitimizwa siku ya Pentekoste. Hii inaashiria kuzaliwa kwa Watu wapya wa Mungu. Pili, Pentekoste na Baraza la Yerusalemu hukamilisha suluhisho la Mungu kwa tatizo la dhambi. Haikuwa mpaka matukio hayo mawili ambapo wafuasi wa Yesu walielewa kikamili kwamba Mungu alikuwa akiwaita watu wote katika jumuiya hiyo mpya, Wayahudi na Wasio Wayahudi, na kwamba Wasio Wayahudi walikuwa washirika sawa katika "kiumbe kipya" hiki. Hatimaye, kitabu cha Matendo ya Mitume kinaendelea na hadithi, kikionyesha jinsi kanisa la kwanza lilivyoishi wito au utume wake.

Pentekoste na Baraza la Yerusalemu pia zilihitajika kwa sababu wanafunzi (upesi wangeitwa mitume) bado hawakuelewa asili ya Ufalme wa Mungu. Kabla ya Yesu kupaa, waliendelea kuuliza swali lisilo sahihi, "Bwana, je! (Matendo 1:6). Bado walikuwa wakifikiria juu ya hali ya taifa ambayo Yehova alikuwa ameivunja wakati wa anguko na uhamisho wa Yuda. Yesu hakujibu swali lao bali alisema, "Mtapokea nguvu [dunamis au dynamite katika Kigiriki], akiisha kuwajilia juu yenu Roho Mtakatifu, nanyi mtakuwa mashahidi wangu... hata miisho ya dunia" (Matendo1:8).

Roho Mtakatifu

Matendo 16:7 inaeleza kwa uwazi kile ambacho sehemu nyingine ya Kitabu cha Matendo inadokeza, kwamba Roho Mtakatifu ni Roho wa Yesu anayefanya kazi ndani ya wafuasi wa Yesu. Roho ilifanya kazi pamoja na watu wachache katika Agano la Kale, lakini kuzaliwa kwa Watu Wapya wa Mungu siku ya Pentekoste kulileta wakati mpya, ambapo waamini wote wangejazwa na Roho. Kuja kwa Roho ni sehemu ya Fundisho la Utatu, ambalo linasema kwamba Mungu Baba, Mungu Mwana na Mungu Roho wanaweza kufanya kazi kama vyombo tofauti lakini bado katika fumbo, ni moja kweli.

Uzoefu wa Pentekoste

Tukio lililorekodiwa katika Matendo 2 ni la muujiza kweli kweli. Ilikuwa ni Pentekoste, sikukuu iliyotokea siku hamsini baada ya Pasaka na kuadhimisha mavuno yaliyotolewa na Mungu. Wanafunzi mia moja na ishirini walikuwa pamoja na kusikia sauti ya upepo mkali ndani ya nyumba. "Ndimi za moto" zilionekana na kutulia juu ya kila mmoja wao. "Wote wakajazwa Roho Mtakatifu, wakaanza kusema kwa lugha nyingine kama Roho alivyowajalia." (Matendo 2:4). Mahujaji kutoka Ughaibuni ya Kiyahudi waliokuwa wamekuja Yerusalemu kwa ajili ya sikukuu waliwasikia wanafunzi wakizungumza katika lugha walizozifahamu.[1] Kupitia madirisha yaliyofunguliwa, walisikia wanafunzi 120 wakizungumza juu ya Yesu, na waliweza kuelewa hadithi hiyo katika lugha yao wenyewe. Ilikuwa ni muujiza wa kweli.

---

1 Koreshi alipowaruhusu Wayahudi kurudi katika nchi yao, ni 25% tu walioru-di. Wayahudi ambao hawakuishi Yudea wakati huo waliitwa watu waughaibuni. Stephen L. Harris, Kuielewa Biblia (Mountain View, CA:Uchapishaji wa Mayfield 1997), 15.

Pentekoste inarudia ishara nyingi muhimu zilizotokea hapo awali huko kwenye Historia Ya Wokovu (Heilsgeschichte). Lugha tofauti zinarudia hadithi ya Mnara wa Babeli, lakini sasa hukumu kutoka kwa hadithi hii imebatilishwa! Ambapo hapo awali katika Mnara wa Babeli, kunena kwa lugha kulivunja jumuiya, sasa ishara hiyo hiyo inaleta makundi ya watu mbalimbali pamoja. Mahusiano yaliyopotea yanarejeshwa.

Upepo na moto wa Matendo 2 ni ishara nyingine mbili. Wanarejea kwenye tendo la Yehova katika Kutoka kuunda Watu Wazee wa Mungu. Upepo mkali ulikausha bahari ili watu wapite. Nguzo ya moto iliwaongoza jangwani. Ishara hizi zinaonyesha ukweli kwamba Kristo-Pentekoste ni Kutoka mpya, uumbaji wa Watu Wapya wa Mungu wa kamilifu. Na kama vile Kutoka, wameunganishwa pamoja na uzoefu huu wa kawaida. Mungu amewachagua kupitia Yesu na sasa anawawezesha kuwa waaminifu kwa wito wao wa kuwa jumuiya ya kimisionari, shalom inayomfunua Mungu hadi miisho ya dunia. Wanaendeleza utume wa Yesu kwa aina ya jumuiya waliyopo na kile wanachosema. Watu hawa wapya wa Mungu wanaitwa kanisa. Pia unaitwa Mwili wa Kristo na Roho Mtakatifu kama maisha yake.

Siku ya Pentekoste Petro alihubiri mahubiri ambayo aliunganisha Yesu na Historia Ya Wokovu (Heilsgeschichte). Wayahudi elfu tatu, wengi wao wakiwa mahujaji wa Ughaibuni, walimwamini Yesu kama Masihi na kubatizwa. Miujiza ilifuatana na ibada nyingi na ushirika, wakiadhimisha Yesu na kile ambacho Mungu alikuwa amefanya kati yao. Wanafunzi wale wale wenye woga waliokimbia Bustani ya Gethsemane Yesu alipokamatwa sasa walisema kwa ujasiri kuhusu Yesu kuwa ndiye Masihi; walikuwa tayari kuteswa. Petro na Yohana waliitwa mbele ya Sanhedrini na kuambiwa wanyamaze juu ya Yesu. Walijibu kwa kusema, "Hatuwezi kuacha kusema juu ya yale tuliyoyaona na kuyasikia" (Matendo 4:20). Katika mwonekano wa pili Petro alisema, "Imetupasa kumtii Mungu kuliko mamlaka yoyote ya wanadamu" (Matendo 5:29). Mamlaka yaliwekwa kwa unyenyekevu katika nafasi yao halali.

Mmoja wa Wakristo wa mapema, Stefano, alikamatwa na kupigwa mawe hadi kufa. Kabla ya kupigwa mawe hadi kufa, Stefano alikariri Historia Ya Wokovu (Heilsgeschichte) na kumuunganisha Yesu na hadithi, agano ndefu zaidi ambalo bado limesalia (Matendo 7).

Uumbaji Mpya Kabisa: Suluhisho Limepatikana

Uumbaji huu mpya wenye nguvu ni nini na unafungamana vipi

na suluhisho la Mungu kwa tatizo la dhambi? Tangu mwanzo, Mungu amepanga kuponya tatizo la dhambi kupitia uumbaji wa Watu wa Mungu. Hii ni jumuiya ya kipekee; tumetumia maneno kama misheni, shalom na agano kuielezea. Jumuiya hii inaishi kwa njia tofauti ambayo watu wengine wanavutiwa nayo. Wanaona kundi la watu wanaopenda kila mtu, hata maadui, wanaogawana mali zao ili kila mtu apate vya kutosha, jamii inayompenda na kumtii Mungu katika yote anayofanya, wanaoishi bila kulemewa na aibu, kundi la watu kutunza dunia halisi na miili yao wenyewe. Na jumuiya hii iko wazi kwa watu wote kila mahali, yeyote ambaye yuko tayari kumfuata Mungu. Hii ni jumuiya ya shalom, ambapo mahusiano yote manne yako katika mchakato wa kuponywa.

Kwa bahati mbaya, Watu kale wa Mungu walianguka haraka kutoka kwa maadili haya ya juu, ingawa manabii walifanya kazi kwa bidii kuwarudisha kwenye mapenzi kuu ya Mungu. Baada ya mamia ya miaka ya maandalizi na mapambano, Yesu alikuja kufunua tena mapenzi ya mwisho ya Mungu na kuleta msamaha wa dhambi na mabadiliko yanayohitajika kwa watu kuishi bila dhambi, kuishi katika shalom na kila mmoja na Mungu. Siku ya Pentekoste, ukombozi wa kimiujiza wa Kutoka-Sinai ulitokea tena. Roho alishuka na Watu Wapya wa Mungu walizaliwa.

Je, Mtu Yeyote Pekee Anaweza Kuwa Sehemu ya Uumbaji Huu Mpya Kabisa?

Sanduku la kikabila lililoanzishwa na Ezra bado lilikuwa na nguvu juu ya wafuasi wa mapema wa Yesu. Hata wanafunzi waliokuwa na Yesu kwa miaka mitatu waliamini ni Wayahudi pekee wangeweza kuwa sehemu ya jumuiya hii mpya. Lakini Mungu aliwaita Ibrahimu na Sara kwa ajili ya misheni, si kama vipendwa vya Mungu. Misheni hiyo ilikuwa kuwa chombo ambacho kupitia kwake familia zote zingeweza kubarikiwa (Mwanzo 12:3). Kusudi la Mungu lilikuwa karibu kuchukua hatua mpya na ya kuthubutu mbele: Yeyote aliye tayari kumfuata Yesu kama Bwana angeweza kuwa sehemu ya Watu hawa Wapya wa Mungu.

Matukio kadhaa muhimu yaliwasaidia waamini wa mapema "kuipata." Kwanza, Wayahudi 3,000 walibatizwa siku ya Pentekoste, wengi wao wakiwa Wayahudi wa Ughaibuni waliotoka nchi mbalimbali. Pili, Filipo alimbatiza ofisa Mwethiopia aliyekuja kwenye Sikukuu ya Pentekoste (Matendo 8:26). Tatu, Filipo alimtangaza Yesu kama Masihi kwa Wasamaria, kundi la watu lililoshukiwa na Wayahudi (Matendo 8:4-25). Wale waliokubali ujumbe pia walipokea Roho Mtakatifu. Uadui wa muda mrefu wa Wayahudi na Wasamaria ulianza kupoa; uhusiano huo uliovunjika ulikuwa ukirejeshwa!

Sasa Myahudi na Msamaria walikula pamoja. Hapo awali, hawakuweza hata kusalimiana!

Mfano wa mwisho labda ulikuwa wa kusisimua zaidi. Mwanafunzi Petro alipata maono wakati wa sala zake za kila siku juu ya dari. Katika maono haya, karatasi ilishuka kutoka mbinguni iliyojaa kila aina ya wanyama, safi na najisi. Sauti kutoka mbinguni ilimwambia Petro ainuke, achinje na ale. Petro akapinga akisema, "La! kwa maana sijakula kamwe kitu kilicho najisi au kichafu" (Matendo 10:14). Wakati huo huo wajumbe kutoka kwa akida wa Kirumi Kornelio walifika mlangoni kwake. Kornelio, Mtu wa Mataifa aliyemwogopa Mungu, pia alipata maono ambayo malaika alimchochea kutuma watu kumwita Petro. Vipande vilianza kuanguka mahali pa Peter. Wanaume wawili wasio Wayahudi walimwomba Petro amtembelee ofisa wa kijeshi asiye Myahudi—matendo hayo hayakuwa ya kusikika kwa Myahudi mwaminifu. Petro alikumbuka maneno kutoka mbinguni, "Kile ambacho Mungu amekitakasa, usiviite najisi" (Matendo 10:15). Petro akaenda pamoja na watu hao hadi nyumbani kwa Kornelio na kuwaambia wote waliokuwa wamekusanyika pale kuhusu Yesu. Alisema, "Najua kweli ya kuwa Mungu hana upendeleo, bali katika kila taifa mtu amchaye na kutenda haki anakubalika kwake." (Matendo 10:34) Kisha Petro akambatiza Kornelio na Wamataifa wengine.

Petro aliendelea kuhubiri, "Mnajua lile neno alilotuma kwa watu wa Israeli, akihubiri amani [shalom] kwa Yesu Kristo; yeye ni Bwana wa wote" (Matendo 10:35-36). Petro alipokuwa akihubiri, Roho Mtakatifu aliwashukia wote waliosikia. Waumini wa Kiyahudi waliokuwa pamoja na Petro walishangaa kwamba kipawa cha Roho Mtakatifu kilikuwa kimemiminwa hata juu ya Mataifa (Msisitizo wa Mwandishi). Uchaguzi wao wa maneno ulidhihirisha ukabila wao.

Tukio hili lilikuwa badiliko la ufahamu mpya wa muundo wa Watu wa Mungu. Kama vile katika tukio la Kutoka, ambapo Mungu aliumba watu kutoka kwa watumwa wote ambao walikuwa tayari kuweka damu kwenye milango yao, sasa pamoja na mchanganyiko wa Pentekoste na Wasamaria na Mataifa kuwa Wakristo, jambo hilo hilo lilikuwa likitokea. Watu hawa wapya wa Mungu pia waliundwa na "kundi mchanganyiko." Waumini wapya hatimaye walikuwa wakitambua kile ambacho Mungu alitaka muda wote—Watu wa Mungu kutoka katika makundi ya watu wote.

Miujiza Zaidi: Hadithi ya Sauli-kwa-Paul

Mfarisayo aitwaye Sauli aliwapinga vikali hawa wafuasi wapya wa

Yesu (Matendo 9). Kwa sababu Yesu alikuwa ametundikwa juu ya mti (kusulubiwa), hangeweza kuwa Masihi kwani, kama maandiko yalivyosema, "Kila mtu anayeangikwa juu ya mti amelaaniwa" (Kumbukumbu la Torati 21:23). Sauli alipata kibali kutoka kwa wenye mamlaka kuua kila mfuasi wa Yesu ambaye angeweza kumpata. Lakini kwa mshangao wake, yeye ndiye aliyepatikana na Yesu, ambaye alimtokea katika maono njiani kuelekea Damaski. Sauli alikuwa na mabadiliko ya digrii 180 na, kwa msaada wa mwamini Anania, akawa mfuasi wa Yesu mwenyewe. Jina lake lilibadilishwa na kuwa Paulo na mapenzi yake yakabadilika pia. Akawa mmishonari wa kwanza, akiwa na hamu ya pekee ya kuwasaidia watu wa mataifa mengine kusikia habari za Yesu. Katika kila ziara ya kutembelea majiji mapya, angeanza kuzungumza juu ya Yesu kwenye sinagogi la Kiyahudi. Ikiwa Wayahudi wa huko wangemfukuza, na mara nyingi wangemtoa, angeenda kwa Mataifa na hadithi hiyo hiyo. Moyo wa Paulo ulitamani kila mtu amjue Yesu aliyekutana naye kwenye Barabara ya Damaski.

Lakini tathmini ya tamaduni (ethnocentrism) ilizidi sana. Wakristo wengi wa Kiyahudi walitilia shaka wazo la waamini wasio Wayahudi, hata kufikia kiwango cha kupinga ushiriki wao kamili katika kanisa. Kanisa la kwanza lilikabili mtihani wake wa kwanza halisi. Je, wafanye nini na waamini wasio Wayahudi? Je, wanapaswa kuwatenga kabisa, kuwafanya wawe Wayahudi kwa kuwataka wanaume kutahiriwa na kutii sheria za vyakula, au kuwakubali waamini wasio Wayahudi kuwa kaka na dada sawa katika kanisa?

Wakristo Wayahudi walikutana Yerusalemu mwaka wa 49 CE ili kuzungumzia suala hilo. Je, kungekuwa na "uumbaji wa kale" au "kiumbe kipya?" Petro, Paulo na rafiki yao Barnaba walibeba siku, wakisimulia hadithi ya Kornelio. Baraza liliamua kusiwe na tofauti kati ya waamini Wayahudi na wasio Wayahudi. Yesu, na si ukabila, ungetawala!

Huu ulikuwa mwisho wa kila kitu! Tangu mwanzo, Mungu alikuwa ameota kuhusu Watu kutoka katika vikundi vyote vya watu. Uamuzi wa Baraza la Yerusalemu la kutoweka masharti magumu kwa watu wa mataifa mengine, kimsingi kuwataka wawe Wayahudi, ulikuwa hatua kubwa mbele katika kutimiza ndoto hiyo. Yesu—maisha yake, mafundisho, kifo na ufufuko—pamoja na Pentekoste na Baraza la Yerusalemu lilikuwa tukio la wokovu! Suluhisho la tatizo la dhambi lilikuwa limekamilika na lilikuwa linatimizwa! Kulikuwa na (na kuna) uumbaji mpya wa Wayahudi na Mataifa, washirika sawa katika jumuiya hii mpya ya shalom. Mahusiano kati ya Mungu, wengine, nafsi na viumbe vyote yalikuwa yamerudishwa na bado yanarejeshwa. Hiki ndicho ambacho Yehova amekuwa akifanya ili kufikia katika Historia Ya Wokovu (Heilsgeschichte)!

Uumbaji Mpya Kabisa katika Maandiko ya Paulo

Paulo anaandika katika 2 Wakorintho 5:16-17, "Basi, tangu sasa hatumhesabu mtu ye yote kwa jinsi ya kibinadamu...Basi mtu akiwa ndani ya Kristo amekuwa kiumbe kipya; ya kale yamepita; tazama, kila kitu kimekuwa kipya! Haya yote yametoka kwa Mungu aliyetupatanisha sisi naye kwa Kristo, naye ametupa huduma ya upatanisho..." Katika maandiko ya Kiyunani kiwakilishi baada ya neno Kristo kinakosekana. Inasomeka hivi: "Ikiwa mtu yuko ndani ya Kristo, kiumbe kipya ni kipya." Wafasiri wanapaswa kupeana kiwakilishi. Watafsiri wa NIV walichagua kiwakilishi "yeye" na kumfanya mtu kuwa kiumbe kipya. Wafasiri wa RSV na NRSV walichagua neno "hapo" ambalo hufanya uumbaji mpya kuwa kanisa. Hii inaendana na "mawazo ya ushirika" ya ulimwengu wa Biblia; mtu anapokuwa "ndani ya Kristo," yuko katika "kiumbe kipya." Katika muktadha huu, uumbaji huo mpya ni mchanganyiko wa Wayahudi na Wamataifa, mpangilio mpya wa kijamii ambao Yesu anatawala.

Wazo la Mkristo aliyejitenga na pekee ni dhana ya ubinafsi wa kisasa wa kimagharibi ambayo haipatikani katika ulimwengu wa Biblia. Katika "kiumbe kipya" kibiblia hakuna Myahudi wala Myunani, mwanamume wala mwanamke, mtumwa wala huru (Wagalatia 3:27-29). Hii haimaanishi kwamba mtu ataacha kuwa kabila fulani au jinsia fulani lakini kwamba Mungu hapendelei mmoja juu ya mwingine. Wala hii haimaanishi kuwa mabadiliko ya kibinafsi si ya kibiblia au sio muhimu. Vifungu vingine katika Agano Jipya vinarejelea mtu aliyezaliwa mara ya pili na kubadilishwa. Kwa hiyo kuchagua "huko" katika 2 Wakorintho 5:16-17 badala ya "yeye" hakukatazi wokovu wa kibinafsi. Inasisitiza kwa haki muujiza wa Wayahudi na Wamataifa, wakiwa sawa, kumwabudu Yesu pamoja.[2]

Paulo anaeleza mara kwa mara utaratibu huu mpya wa kimiujiza wa kijamii na kisiasa kama kanisa, mwili wa Kristo.

> *Lakini sasa katika Kristo Yesu ninyi mliokuwa mbali mmekuwa karibu kwa damu ya Kristo. Kwa maana yeye ndiye amani yetu; katika mwili wake amewafanya makundi yote mawili kuwa kitu kimoja na kuubomoa ukuta uliokuwa utengano, yaani uadui kati yetu...ili*

2 William Barclay, Barua kwa Wagalatia na Waefeso (Louisville: John Knox Vyombo vya habari, 1958), 129

aumbe ndani yake ubinadamu mmoja mpya badala ya hao wawili, hivyo kufanya amani, na kupatanisha. makundi yote mawili. Basi alikuja akawatangazia amani ninyi mliokuwa mbali [Wamataifa, Wasamaria] na amani kwenu ninyi mliokuwa karibu [Wayahudi] (Waefeso 2:13-17).

Ukuta unaogawanyika katika kifungu hapo juu unarejelea ukuta katika ua wa nje wa Hekalu ambao ulitishia kifo kwa mtu yeyote kutoka kwa "taifa" au kabila lingine lolote lililokuja nje ya ukuta huo! Ukuta ulisomeka, "Mtu wa taifa lingine lolote asiingie ndani ya boma na kizuizi kuzunguka Patakatifu. Yeyote atakayechukuliwa akifanya hivyo atawajibika yeye mwenyewe kwa ukweli kwamba kifo chake kitatokea."

Kwa maana moja, si tu kwamba Kristo alipasua pazia la Hekalu (Mathayo 27:51) bali pia alivunja ukuta wa nje. Paulo anaandika katika Wagalatia 3:27-29 ujumbe huo huo wenye nguvu:

Ninyi nyote mliobatizwa katika Kristo mmemvaa Kristo, hakuna Myahudi wala Myunani tena, mtumwa wala mtu huru, hakuna mwanamume wala mwanamke; kwa maana ninyi nyote mmekuwa wamoja katika Kristo Yesu, na ikiwa ninyi ni wa Kristo, mmekuwa uzao wa Ibrahimu, warithi sawasawa na ahadi.

Wazo hilohilo linasisitizwa katika Wakolosai 3:11-12. "Katika kufanywa upya huko hakuna tena Mgiriki na Myahudi, aliyetahiriwa na asiyetahiriwa, mgeni, Msikithi, mtumwa na mtu huru. Lakini Kristo ni yote na ndani ya yote."

Tena katika Wagalatia 6:15 Paulo anaandika, "Kutahiriwa wala kutotahiriwa si kitu; cha muhimu ni kiumbe kipya."

Siri Sasa Imefichuliwa

Paulo anaandika kuhusu siri ambayo sasa inajulikana kwa wafuasi katika Waefeso 3:4-11. Na siri hii ni nini? Kwamba Mungu alitaka Mataifa wawe sehemu ya Watu wa Mungu wakati wote.

...somo ambalo litawawezesha kujua ufahamu wangu wa siri ya Kristo. Katika vizazi vya kale siri hii haikujulishwa kwa wanadamu, kama ilivyofunuliwa kwa mitume na manabii wake watakatifu katika Roho; yaani, Mataifa wamekuwa warithi pamoja na wengine, na viungo vya mwili

mmoja, na washiriki wa ahadi iliyo katika Kristo. Yesu kwa njia ya Injili...na kuwafanya watu wote waone ni mpango gani wa siri iliyositirika tangu milele katika Mungu aliyeviumba vitu vyote ili kwa njia ya kanisa hekima ya Mungu katika wingi wake sasa ijulikane kwa watawala na. mamlaka kulingana na kusudi la milele alilolitekeleza katika Kristo Yesu Bwana wetu.

Paulo anaandika katika baraka katika Warumi 16:25-26 kuhusu "siri" ya uumbaji mpya kabisa, jumuiya hii iliyochaguliwa, agano, shalom:

> *Sasa kwa Mungu awezaye kuwatia nguvu ninyi sawasawa na injili yangu na tangazo la Yesu Kristo, sawasawa na ufunuo wa ile siri iliyofichwa tangu zamani za kale, lakini sasa imefunuliwa, na kwa njia ya maandiko ya unabii inadhihirishwa kwa Watu wa mataifa mengine, kwa amri ya Mungu wa milele, kumtii Mungu mwenye hekima kwa njia ya Yesu Kristo ambaye utukufu una yeye milele! Amina.*

Siri hiyo ilifichwa si kwa sababu Mungu alitaka ifichwe! Ulimwengu wa Ufalme wa Mungu ulifichwa kwa sababu Watu wa Kale wa Mungu hawakuwa waaminifu kwa kuchaguliwa kwao kuwa jumuiya ya agano, shalom ya kumfunua Yehova kwa watu wote kwa maneno na matendo. Ukosefu wao wa uaminifu ulionekana kama hii:

- Walitafsiri vibaya "kuchaguliwa" kumaanisha "kipendacho."
- Walioanisha dini yao na ibada ya Baali badala ya kuinjilisha Kanaani.
- Walibadilisha taifa kuwa taifa-nchi.
- Waliweka mipaka miwili kumzunguka Yehova walipoacha utawala wa Mungu (theocracy) kwa ajili ya utawala wa kifalme, hivyo kumwekea Mungu mipaka badala ya kumfunua Yehova kwa watu wote.
- Kwa kuchanganya Yehova na taifa-inchi walimfanya Yehova kuwa mungu wa taifa, wa nchi moja.
- Kwa kuchanganya Yehova na jiografia, waliweka Yehova kwenye eneo fulani la kijiografia.
- Ezra na Wayahudi waliorudi waliweka mpaka mpya wa kikabila kumzunguka Yehova.

Siri hii, uumbaji wa Watu wa Mungu kutoka kwa watu wote, ndiyo Mungu alikuwa akijaribu kukamilisha katika Historia ya Wokovu (Heilsgeschichte) wakati wote. Hili lilikuwa na ndilo suluhu la tatizo la dhambi. Na sasa kupitia Yesu Kristo, Pentekoste na Baraza la Yerusalemu, hatimaye ilifanyika. Kanisa lilizaliwa.

Suluhu hilo, kanisa, bado linaendelea hadi leo. Bado tunatangaza kwamba Yesu ni Bwana, kama vile kanisa la kwanza lilivyotangaza katika ibada yake. Paulo aliandika kwamba Ufalme umekuja, Ufalme unakuja na Ufalme utakuja (Warumi 5:1-11). Maandiko ya Biblia yanatoka katika uhusiano wenye nguvu kati ya Mungu aliyejishughulisha kwa bidii, mwaminifu na wakati mwingine watu waaminifu na wasio waaminifu. Sisi ambao ni Wakristo, hata hivyo, lazima tuchague kuwa waaminifu kwa wito wetu. Je, tunaweka masanduku ambayo huwazuia wengine wasiingie? Je, tunao "Wamataifa" wetu ambao tunataka kuwatenga? Je, tumetengeneza kitu kingine zaidi ya Yesu Bwana, kitu kama ulaji au utaifa? Haya ni maswali muhimu ya kutafakari.

25. Historia ya Kanisa

Watu wapya wa Mungu wanazaliwa siku ya Pentekoste (Matendo 2). Asili ya Watu Wapya wa Mungu, inayoitwa kanisa, inajaribiwa kwenye Mkutano wa Yerusalemu mwaka wa 49 CE (Matendo 15). Je, kingeendelea kuwa kiumbe kipya kabisa (2 Wakorintho 5:17), ambapo Yesu ni Bwana na Wayahudi na Mataifa wameunganishwa? Au Je, Watu Wapya wa Mungu wangewekea mipaka ufikiaji wa watu kwa Mungu kwa kuchora mipaka au masanduku—ya kikabila, au ya taifa, au masanduku ya kijiografia?

Watu Wapya wa Mungu kwanza wanaitwa "Watu wa Njia," na baadaye, "wafuasi-Kristo" au "Wakristo." Kwa miaka 50 ya kwanza, Wakristo wanafikiriwa kuwa kikundi kidogo cha Uyahudi. Siku ya Sabato (Jumamosi), wanakutana katika masinagogi na Wayahudi. Siku ya Jumapili, wanakutana na Wakristo wenzao kwa ajili ya ushirika na ibada. Wakati Paulo, mmisionari mwenye nguvu zaidi wa kanisa la kwanza, anapoingia katika mji mpya, anakutana kwanza na Wayahudi na kisha na Mataifa. Anabatiza wote wanaovutwa kwa Yesu na uumbaji mpya kabisa—Wayahudi na Wasio Wayahudi pia.

Maadamu wanachukuliwa kuwa Wayahudi, Wakristo wako salama kwa kadiri. Lakini hivi karibuni wanatengana. Wayahudi wanapoasi Roma, mwaka wa 66 CE na Waroma kuharibu Yerusalemu mwaka wa 70 CE, Wakristo wanatengwa. Katika miaka ya 90 pengo kati ya Wakristo na Wayahudi linaongezeka. Maandishi yao matakatifu pia yanawagawanya. Wasomi wa Kiyahudi wanakutana Jamnia karibu na pwani ya Mediterania mwaka wa 90 BK ili kufafanua kanuni zao za maandiko, Agano la Kale. Wakati Paulo na wanafunzi, ambao sasa wanaitwa mitume, wanaandika hadithi ya Yesu na kanisa, wanaunda kanuni za Kikristo, Agano Jipya. Kufikia mwaka 100 CE kanisa la Kikristo kwa sehemu kubwa ni la Mataifa.

Lakini kadiri Wakristo wanavyozidi kuwa tofauti zaidi na Dini ya Kiyahudi, wanakuwa rahisi zaidi kuteswa na Waroma wakiwa dini haramu. Wakristo pia wana hatari ya kutengwa na familia na jumuiya zao. Kudai Yesu kama Bwana kulikuwa na athari za kidini, kijamii na kiuchumi. Hata hivyo, kanisa linakua haraka na kuenea kutoka Yerusalemu hadi Yudea, Samaria, Galilaya, Antiokia, Misri na katika Milki yote ya Kirumi.

Mateso: Damu ya Mashahidi ni Mbegu ya Kanisa

Kanisa linapoenea, changamoto hukabiliana nalo kutoka ndani na nje. Kutoka ndani, mafundisho ya uwongo (uzushi) yanakabiliana na mafundisho ywa ukweli. (imani sahihi) na mwenendo sahihi (orthopraxy) (kuishi kwa haki), na kutishia umoja wa kanisa. Kama vile Watu wa Kale wa Mungu walivyokabiliana na ulinganifu wa ibada ya Baali na Ugiriki, vivyo hivyo Watu Wapya wa Mungu wanapaswa kujilinda dhidi ya ushawishi wa dini za uwongo na tamaduni ngeni.

Kutoka nje ya kanisa, Warumi, na hatimaye Wayahudi, wanatishiwa na kukua kwa kanisa na kuwalenga Wakristo kama hatari. Lakini mateso, ya hapa na pale mwanzoni, huimarisha kanisa na kulisababisha kukua. Katika kitabu chake cha Msamaha Kwa wakristo, Tertullian wa Carthage, mtetezi mahiri wa Ukristo, anawadhihaki viongozi wa Kirumi:

> *Tusulubishe, tutese, tuhukumu, tusage sote kama unaweza; udhalimu wako ni uthibitisho dhahiri wa kutokuwa na hatia ... Lakini fanya ubaya wako zaidi, na usambaze uvumbuzi wako kwa mateso kwa Wakristo - yote ni bure; unaivutia dunia, na kuifanya iwe na upendo zaidi na dini yetu; kadiri unavyotuangusha, ndivyo tunavyoongezeka; damu ya Kikristo unayoimwaga ni kama mbegu unayopanda, inachipuka tena kutoka ardhini, na kuzaa matunda zaidi.*[1]

Warumi, kwa upendeleo wa miungu yao, wanajiamini kuwa walinzi na waokoaji wa ulimwengu. Wakristo wanaoahidi uaminifu kwa Yesu pekee bila shaka wataighadhibisha miungu na kutishia amani na usitawi wa milki

1 Tertullian, Msamaha kwa Wakristo. WM Reeve, AM. Trans., na maelezo. Maktaba ya kale na ya Kisasa ya Fasihi ya Kitheolojia, juz. 31, 50, 143.

hiyo. Kwa hiyo Wakristo hawa, wanaofikiriwa kuwa "wachukia wanadamu" wasaliti wanalengwa kwa mateso.

Mtawala Nero azindua vita vya kwanza vya msalaba dhidi ya Wakristo huko Roma 64 CE. Ili kuchochea hofu na chuki, Nero anawashutumu kwa kuwasha moto Roma. Kwa dhihaka, Tertullian asema, "Hata mbingu isiposonga au dunia [inasonga], Wakristo wanalaumiwa!" Mfalme Domitian katili alianzisha mateso ya pili katika 81 CE.[2] Anajiita "bwana na mungu" na anadai kiapo cha uaminifu kutoka kwa raia wote. Wanapaswa kutoa uvumba kwenye madhabahu ya kipagani na kutangaza "Kaisari ni Bwana." Kwa Wakristo, Yesu pekee ndiye Bwana, hivyo wengi hukataa na wengi hufungwa au kunyongwa. Mnamo mwaka wa 250 CE, Mfalme Decius aliamuru wafuasi wa Yesu wafanye kampeni kali. Mnamo 303 na 304, Diocletian anaharibu majengo ya kanisa, anachukua vitabu vya Kikristo na kuamuru Wakristo wote kuabudu miungu ya kipagani.

Yesu alikufa mikononi mwa Waroma, ndivyo wafuasi wake wengi walivyokufa. Polycarp, askofu mzee wa Antiokia, anachomwa kwenye mti. Perpetua na Felicity walinyongwa mnamo 203 CE. Origen, mwandishi mahiri, alikufa karibu 254 CE baada ya kukata kukiri UUngu wa Mfalme Decius. Furaha na ujasiri wa mashahidi wengi wa Kikristo (wafia imani) karibu na kifo huwafanya wengine wengi kuwa Wakristo pia.

Kwa karne tatu za kwanza, Wakristo ni wainjilisti wenye shauku na wapenda amani wenye shauku. Mbali na Tertullian, Mababa wengine wa Kanisa kama vile Origen, Polycarp na Justin wanatetea imani ya Kikristo dhidi ya uzushi kama vile Gnostism ujuzi kama ukweli), Marcionism (kukataliwa kwa Agano la Kale) na Montanism (maneno ya kihisia-moyo wa furaha). Mabaraza ya viongozi yanaitishwa ili kufafanua ukweli kutoka kwa makosa na kukuza ukweli. Wanasawiri dhana za kimsingi za kitheolojia katika muhtasari mfupi au kanuni za imani, rahisi kwa watu kuelewa na kunukuu. Kauli inayojulikana sana ni Imani ya Mitume:

> *Ninamwamini Mungu, Baba Mwenyezi, Muumba wa mbingu na nchi.*
> *Ninamwamini Yesu Kristo, Mwanawe pekee, Bwana wetu: ambaye alichukuliwa mimba kwa Roho Mtakatifu, akazaliwa na Bikira Maria; aliteswa chini ya Pontio Pilato, alisulubishwa, akafa na akazikwa; alishuka kwa wafu. Siku ya tatu alifufuka; alipaa mbinguni, ameketi mkono wa kuume wa Mungu Baba, naye atakuja*

2 Ibid., 40, 2.

kuwahukumu walio hai na wafu. Ninasadiki katika Roho Mtakatifu, kanisa takatifu katoliki, ushirika wa Watakatifu, ondoleo la dhambi, ufufuo wa mwili, na uzima wa milele. Amina.[3]

Kanisa linapokua, linakuwa tata zaidi; miundo ya shirika na uongozi huendelea. Uongozi unakuwa na matabaka na hatimaye, papa, anayefikiriwa kuwa mrithi wa Mtume Petro, anaibuka kuwa wadhifa wa juu zaidi.

Kanisa na Jimbo, Msalaba na Upanga

Mnamo mwaka wa 312 CE, Mfalme Mroma Konstantino anafanya mabadiliko makubwa. Anakaribia kupigana na Maxentius, mpinzani wake wa kiti cha enzi cha Kirumi, wakati anaripoti kuwa na maono. Anaona angani ishara ya Yesu Kristo na anasikia sauti, ikimuamuru atumie ishara hiyo ili kumshinda adui yake. Anashinda vita chini ya bendera ya Mungu wa Kikristo. Anamshinda mpinzani mwingine, Licinius, na mwaka wa 313 CE atoa Amri ya Milan, inayoamuru Wakristo wavumiliwe, hivyo kukomesha mnyanyaso. Kanisa na serikali huanza kuungana na msalaba na upanga vinaanza kuungana pamoja.

Lakini, mtu anawezaje kutawala milki kwa Mahubiri ya Mlimani? Je, ufalme unasamehe adui zake? Je, mfalme hugeuza shavu lingine au kwenda maili ya pili?

Muunganiko huu wa kejeli na uharibifu unakamilika wakati mnamo 380 Mfalme Theodosius anatangaza Ukristo kuwa dini halali pekee ya ufalme huo. Dini zingine zote, pamoja na dini za kipagani za Kirumi, zimepigwa marufuku. Wakristo walioteswa hapo awali wanakuwa watesi! Sasa upanga wa serikali unakuwa chombo cha kanisa katika ibada yake ya umwagaji damu ya nidhamu.

Katika muunganiko wa msalaba na upanga na ndoa ya kanisa na serikali, imani si ya hiari tena, mafundisho ya Yesu si ya kawaida tena, na uongozi wa watumishi na kutokuwa na vurugu vinapotea. Majeshi yanatembezwa katika mito kwa ajili ya ubatizo na upanga unakuwa mkono wa kimisionari wa kanisa.

Ni mpangilio unaofaa: serikali inalinda kanisa kwa upanga wake, na kanisa hubariki ushindi wa kijeshi wa serikali. Kaizari anachukua nafasi ya Yesu kama Bwana. Kwa kuwa ufalme huo hauwezi kuendeshwa na maadili ya Yesu, wafalme wanageukia utawala wa kifalme wa Agano la Kale na

3 Hymnal: Kitabu cha Kuabudu. Elgin, IL: Waandashi habari wa Brethren, 1992.

mifano ya kifalme ya kukandamiza ya Misri, Ashuru, Babeli na Seleucids wa Siria. Sanduku za taifa-inch na jiografia zimeundwa upya. Wakati wanahistoria wengine wanaita mabadiliko haya "ushindi wa kanisa," wengine, Anabaptist-Mennonites miongoni mwao, wanaamini kuwa ni anguko la kanisa. Uumbaji mpya mkali sio mahali pa kukaribisha tena kwa makabila yote. Kanisa lisilo na jeuri la miaka 300 ya kwanza linakuwa taifa linalotawala kwa upanga.

Ngazi Mbili za Ukristo

Kuchanganya kanisa na serikali kulimaanisha kwamba kila mtu aliyeishi ndani ya eneo la Kikristo alikuwa raia na Mkristo. Kwa sababu watu wa kawaida hawangeweza kutarajiwa kuishi maisha ya Yesu yenye msimamo mkali, mfumo wenye tabaka mbili husitawi, moja kwa ajili ya watu wa kawaida na nyingine kwa ajili ya "watu watakatifu." Watawa hujitenga na ulimwengu mbovu wa watu wa kawaida, hukaa ukingoni mwa jangwa na kushiriki katika sala, kusoma Biblia na kutafakari. Mfano bora ni Benedict, ambaye yapata 540 CE, aliunda seti ya kanuni za maombi na kazi ambazo bado zikifuatwa leo na Maagizo ya benedictine wa Kikatoliki. Utawa ulienea kote Ulaya na nyumba za watawa zikawa vituo vya elimu, sanaa na ibada.

Mababa wa Kanisa

Miongoni mwa viongozi wakuu wa kanisa baada ya Konstantino ni Jerome (345-420 CE), na Augustine (354-430). Jerome alizaliwa kaskazini-mashariki mwa Italia, na anakuwa msomi mkuu wa Biblia wa wakati wake. Anatokeza Biblia ya Vulgate, iliyotafsiriwa kutoka katika Kiebrania na Kigiriki cha awali hadi Kilatini.

Augustine, aliyezaliwa Afrika Kaskazini (sasa Algeria) mwaka wa 354 CE, anabatizwa mwaka wa 387 CE. Anakuwa askofu wa Hippo mwaka 395 CE. Maandishi yake mengi yanamfanya kuwa baba wa mafundisho ya Kanisa la Magharibi. Kwa sababu kanisa limekuwa mtumishi wa serikali, ghafla ni muhimu kuhalalisha vurugu. Augustine anatoa sababu za ghasia zinazofadhiliwa na serikali na kuandaa vigezo vya nadharia ya "vita vya haki". Anakufa mwaka wa 430 CE, karibu wakati ambapo Vandals, kabila la "washenzi" wa Ulaya wanavamia na kuharibu jiji lake la Hippo.

Kuanguka kwa Roma na Kuanzishwa kwa Uislamu

Wakati huohuo, mwaka wa 410 CE, makabila ya Wajerumani ya

kaskazini mwa Ulaya yanashambulia na kuharibu jiji la Roma, kitovu cha Magharibi cha Kanisa Katoliki. Kufikia 476 CE, Milki ya Roma inaanguka, ikiashiria mwanzo wa Enzi za Kati au enzi ya enzi ya kati katika Ulaya Magharibi inayoendelea hadi karne ya 15.

Tamaduni mbadala ya kidini inaendelezwa katika Mashariki ya Kati. Muhammad (570-632 CE) alianzisha Uislamu, mapokeo ya imani ya tatu, pamoja na Uyahudi na Ukristo unaodai Ibrahimu kama baba. Katika vizazi vya baadaye, Uislamu unatishia Wakristo wa Ulaya. Mnamo 722 CE, katika vita vya Tours, Ufaransa, Wakristo wanashinda Waislamu, na hivyo kuamua dini ya Ulaya.

Kanisa Linagawanyika na Kutumia Vibaya Madaraka

Uislamu sio hatari pekee kwa Ukristo. Mnamo mwaka wa 1054 CE, kutoelewana juu ya theolojia na mazoezi kuligawanya kanisa wakati maaskofu wa Roma na Constantinople walipotengana. Yale ambayo yalikuwa ni vituo viwili vya kanisa kuwa makanisa mawili: Kanisa Katoliki la Roma na Kanisa la Orthodox la Mashariki. Milki ya Roma ya Magharibi inapoanguka mwaka wa 476 CE, Milki ya Byzantium ya Mashariki na Kanisa Orthodox la Mashariki, lililokuwa Constantinople, husitawi kwa miaka mingine 1,000. Baada ya majaribio mengi, Waturuki wa Ottoman waliteka Konstantinople mnamo 1453 CE, na kuifanya kuwa kitovu cha Uislamu.

Wakati wa enzi ya zama za kati za Uropa, kanisa, ambalo lilikuwa ni watu wachache walioteswa, linakuwa tajiri na lenye nguvu. Mapapa na wafalme wanashindana kuwatawala wengine. Katika kujaribu kuunda upya Milki ya Magharibi, Papa Leo wa Tatu anaonyesha ukuu wake kwa kumtawaza Mfalme wa Frankish Charlemagne kuwa Mfalme wa Milki Takatifu ya Roma mwaka 800 CE.

Charlemagne anakasirika chini ya utawala wa papa hadi mfalme apate ushindi. Bado wanashindana. Wakati wa miaka 700 ijayo, mara nyingi kanisa hutumia mamlaka kubwa zaidi, likitishia kutengwa kama silaha ya kuwaweka watawala katika mstari. Hii ni nzuri katika enzi ambayo inaaminika kuwa hakuna wokovu nje ya kanisa. Papa Innocent III anaunda mlinganisho ufuatao:

> *Muumba wa ulimwengu anaweka mianga miwili mikuu katika anga la mbingu; mwanga mkubwa (jua) utawale mchana, mwanga mdogo (mwezi) utawale usiku. Vivyo hivyo...aliweka vyeo vikubwa viwili:*

mkubwa (kanisa) atawale roho, mdogo (mfalme) atawale miili...Zaidi ya hayo, mwezi unapata nuru yake kutoka kwa jua; na kwa kweli ni duni kuliko jua kwa ukubwa na ubora...Vivyo hivyo mamlaka ya kifalme yanapata hadhi yake kutoka kwa mamlaka ya kipapa...[4]

Ili kuondoa mashaka yote, papa anajitangaza rasmi kuwa yeye ndiye mwenye mamlaka zaidi katika Baraza la Nne la Lateran la 1215.[5]

Haishangazi, mali na mamlaka huchafua kanisa. Maagizo mapya ya Kifalme yanaibuka katika jaribio la kurekebisha na kufanya upya kanisa. Maagizo ya Cistercian, Dominika na Franciscan ni muhimu kama warekebishaji wa kijamii, wachungaji, waelimishaji na wamisionari. Kufikia 1200 CE, utawa hupitisha kilele chake cha rufaa na ushawishi, lakini watawa wasafiri wanaendelea kimya kimya kuwa mawakala wa haki na rehema katika kanisa linalopigana na kupotoshwa.

Vita vya Msalaba

Katika matumizi mabaya zaidi ya madaraka, Papa Urban II anatoa wito kwa Wakristo mwaka 1095 kukomboa Yerusalemu na Ardhi Takatifu kutoka kwa Waislamu. Papa hutoa motisha: msamaha kutoka kwa dhambi, kupunguzwa kwa muda katika toharani, malipo ya madeni na msamaha kutoka kwa kodi. Hata watoto wanatumwa kwenye misheni hii ya kivita dhidi ya Uislamu. Wakati Vita vya Msalaba wakati mwingine vinahesabiwa, saba au nane, vinafafanuliwa vyema zaidi kuwa miaka 200 ya hatua ya kuendelea kutoka 1095 hadi 1291. Wakati Vita vya Msalaba vikianzishwa dhidi ya Uislamu, Wakristo wengine pia wanalengwa. Mnamo 1204, Wapiganaji wa vita vya msalaba walishambulia na kumfukuza Constantinople, kitovu cha Kanisa la Orthodox la Mashariki na Milki ya Byzantine. Kwa kudhoofisha jiji hilo, Wapiganaji wa Vita vya Msalaba wanalifanya liwe hatari zaidi kwa ushindi wa Milki ya Ottoman katika 1453. Milki ya "Kikristo" ya Byzantium ambayo inashinda Milki ya Roma kwa miaka 1,000 hatimaye yafikia mwisho.

Ingawa Vita vya Msalaba vinaweza kuwa kumbukumbu ya mbali kwa Wakristo wengi, ni jeraha ambalo bado halijapona kwa idadi kubwa ya Waislamu. Kampeni hizi za wapiganaji ni miongoni mwa matendo ya

4 Innocent III juu ya mfalme na upapa, Oktoba 1198. Imenukuliwa katika Tim Dowley, ed., Utangulizi wa Historia ya Ukristo (Minneapolis: Waandishi Fortress, 2002), 264.

5 John Clare, "Vita vya Msalaba." Ibid., Utangulizi, 278.

kudharauliwa sana ya Wakristo. Wao ni mfano mkuu wa muungano wa kanisa na serikali kwenda kwa mbegu.

Wanamageuzi wa mapema

Mbali na warekebishaji wa Kifalme, vikundi vingine vya wapinzani vinaibuka katika enzi za mwisho za medieval. Wanamageuzi wa mapema, kama vile Peter Waldo na John

Hus kujaribu kufanya upya kanisa. Waldo, mfanyabiashara tajiri kaskazini mwa Italia, aliongoka mwaka wa 1175 na kutoa bidhaa zake zote. Katika safari zake, anapata wafuasi wa Wakristo walio hai wanaofuata Mahubiri ya Mlimani. Ingawa waliteswa, walienea na kukua, wakiishi hadi leo kaskazini mwa Italia. Wanashiriki imani nyingi na Anabaptists wa baadaye ikiwa ni pamoja na kutokuwa na vurugu za kibiblia.

John Hus, Mtu wa Czech, anatawazwa kuwa kasisi mwaka wa 1401 na hutumia muda mwingi wa maisha yake akifundisha katika Chuo Kikuu cha Prague. Hus anasisitiza mamlaka ya Maandiko juu ya mamlaka ya Papa, uchaji wa kibinafsi na usafi wa maisha. Anashambulia makasisi wafisadi, anapinga mazoea ya misa na kufundisha kwamba mapadri si lazima. Anapokataa kukana imani yake, kanisa, mwaka wa 1415, linamchoma kwenye mti.

Waldo, Hus na wengine kama wao, wanaita kanisa kufanya upya na mageuzi, lakini itachukua wengine kuanzisha mageuzi makubwa.

Mwamuko: Kiislamu na Ulaya

Wakati wa Enzi ya Dhahabu ya Kiislamu (kati ya karne ya nane na kumi na tatu), wasomi wa Kiarabu hukusanya hati za sayansi, hesabu, dawa, muziki, falsafa, na fasihi kutoka kote ulimwenguni. Wanajaribu na kuboresha kile wanachopata. Miongoni mwa maendeleo mengine, wanagundua sababu za magonjwa, huvumbua hospitali na kufanya upasuaji wa macho. Wakati huo huo, Wazungu wanasali kwa mifupa ya watakatifu kwa ajili ya uponyaji.

Katika karne ya kumi na nne, usomi wa Kiislamu unaibua mwamko, kuzaliwa upya kwa sanaa, sayansi na ubinadamu—katika nchi za Magharibi. Classics za Kigiriki na Kirumi, zinazofikiriwa kupotea milele zimehifadhiwa na kushirikiwa na wasomi hawa. Katika enzi hii mpya ya usomi, wasomi wa kibinadamu wa Magharibi hutafsiri na kuchapisha fasihi ya kitambo na Biblia. Wasomi hawa hupanda mbegu za Mageuzi ya Kiprotestanti.

Mageuzi ya Kiprotestanti

Kufikia karne ya kumi na sita, Ulaya inakuja tofauti kwa mishono. Mtazamo wa kijamii, kiuchumi, kisiasa na kidini unasambaratika. Mabadiliko mapya na uhuru mpya unakuja. Kuzaliwa upya kwa elimu, Tauni Nyeusi, ufisadi katika kanisa, utaifa na kodi nyingi huchochea roho ya uasi. Uvumbuzi wa Johannes Gutenberg wa mashine ya kuchapisha ya aina inayoweza kusongeshwa katika mwaka wa 1440 labda ndiyo uvumbuzi muhimu zaidi wa milenia ya pili. Sasa vitabu na Biblia zinaweza kuchapishwa kwa bei nafuu na haraka ili mawazo mapya yachapishwe na kuenea kote Ulaya.

Martin Luther

Martin Luther (1483-1546) anatumia vyema matbaa ya Gutenberg kueneza mawazo ya marekebisho. Luther, kasisi Mjerumani na profesa wa chuo kikuu, anachochea Marekebisho ya Kiprotestanti, wakati mwaka wa 1517 anapochapisha Tasnifu au malalamiko yake 95 dhidi ya mamlaka ya papa na Kanisa Katoliki. Analenga uuzaji wa msamaha—zoea la kuuza msamaha wa dhambi kwa ajili ya nafsi yako au za wengine. Papa Leo wa Kumi anamfukuza Luther, ambaye yeye anamtaja kuwa "ng'ombe-dume katika shamba la mizabibu" akiharibu kila kitu kilicho kitakatifu. Luther hawezi kuzuiwa. Wakati anasoma Kitabu cha Warumi, ana utambuzi wa kusikitisha wa neema ya Mungu ambayo inabadilisha maoni yake ya Mungu kama hasira na ya kudai. Neema inakuwa mada kuu ya mafundisho na mahubiri yake.

Matengenezo ya Luther yanafaulu katika majimbo ya Ujerumani na hatimaye kupelekea kuanzishwa kwa Kanisa la Kilutheri huko Ujerumani na Skandinavia. Kwa mafundisho yake yote yenye msimamo mkali, muungano wa kanisa na serikali haubadiliki. Kanisa bado ni eneo, la Katoliki au la Kilutheri. Kwa hivyo dini ya mkuu wa eneo hilo huamua imani ya raia wake.

Ulrich Zwingli na Mageuzi ya Uswisi

Mageuzi ya Luther ya kanisa katika Ujerumani yanaongoza kwenye mageuzi mengine katika Uswisi na Uingereza. Kanisa la Mageuzi linatokea Uswizi, na Kanisa la Anglikana linazaliwa Uingereza.

Huko Zurich, Uswisi, Ulrich Zwingli (1484-1531) ndiye mwanamageuzi anayehubiri dhidi ya unyanyasaji wa Kanisa Katoliki na mamlaka ya papa huko Roma. Mahubiri yake ya kibiblia na maono ya kanisa lisilo na utawala wa Rumi husababisha msisimko na shauku. Mijadala ya hadhara huibua mazungumzo mitaani na kwenye mikahawa na kusababisha uharibifu wa picha na alama nyingine za Ukatoliki.

Wanabaptisti (Anabaptist)

Miongoni mwa wanafunzi wa Zwingli ni Conrad Grebel, Felix Mantz na George Blaurock. Maisha yao yanabadilishwa wanapopata maono ya kanisa linalotegemea mafundisho ya Yesu. Wanakuwa na papara, hata hivyo, kwa kasi ndogo ya mageuzi na utegemezi wa Zwingli kwa baraza la jiji kwa ruhusa ya kufanya mabadiliko. Wanaamini pia anajitenga na mafundisho yake ya awali, yenye msimamo mkali zaidi ya kanisa la hiari lisilo na udhibiti wa serikali.

Vijana wenye siasa kali wanatishia maendeleo ya mageuzi ya Zwingli, kwa hiyo baraza la jiji linawaamuru watulie au wafurushwe kutoka mjini au mbaya zaidi.

Nini cha kufanya? Wana siasa kali hukusanyika katika nyumba ya mama ya Felix Mantz ili kuzingatia majibu yao. Katika mkutano huo wa jioni ya Januari 21, 1525, wanakaidi baraza la jiji kwa kubatiza wao kwa wao.

Tendo hili rahisi la ubatizo linavunja mapokeo ya miaka elfu ya muungano wa kanisa na serikali. Kwa mara ya kwanza tangu Konstantino, watakuwa kanisa huru, huru kutoka kwa serikali. Watabatiza watu wazima tu wanaochagua kumfuata Yesu, na watafuata fundisho la Yesu asiye na jeuri. Wanaitwa Anabaptists, wabatizaji tena. Katika kukataa udhibiti wa serikali na ulinzi wake, wanajua watapata mateso. Lakini hiyo ndiyo njia ya Yesu.

Mateso, kwa hakika, yanatoka kwa Wakatoliki na Waprotestanti. Hata hivyo, harakati ya Anabaptisti imeenea sana katika Ulaya. Mwaka 1530 kundi la Wanabaptisti linafika Ujerumani Kaskazini na Uholanzi, ambapo mwaka 1536 Padri wa Kikatoliki, aitwaye Menno Simons, anabatizwa tena na kujiunga na vuguvugu hilo. Anakuwa kiongozi wa Wanabaptisti katika Kaskazini na upesi wafuasi wake wanajulikana kama "Menists," "Wamenonite," na hatimaye, "Wamennonite." Hatimaye, Wanabaptisti wa Uswisi na Wajerumani Kusini, wanaojiita Ndugu wa Uswisi, pia walichukua jina la Mennonite. Na hatimaye, wengi huhamia sehemu nyinginezo za ulimwengu kutia ndani makoloni ya Marekani, kuanzia 1683. Leo makanisa ya Anabaptisti-Mennonite yanayokua kwa kasi zaidi yako Afrika, Asia, na Amerika ya Kati na Kusini. Makanisa haya sasa yanazidi idadi ya Wamennonite weupe wa Ulaya na Amerika Kaskazini. Wazao wengine wa Anabaptisti ni Wa hutterites (walioanzishwa mwaka wa 1528), Waamishi (walioanzishwa mwaka wa 1693), Kanisa la Ndugu (lililoanzishwa mwaka wa 1708) na Ndugu katika Kristo (lililoanzishwa karibu 1780).

Ingawa kuna Wakristo wengi wanaoelewa hatari ya muungano wa kanisa na serikali na umuhimu wa kumwona Yesu kama kielelezo cha wazi zaidi cha mapenzi kuu ya Mungu kwa maadili, Wanabaptisti kwa ujumla wamejumuisha zaidi imani hizi katika utendaji wao wa kila siku kimakusudi. Wengi wao hawana jeuri na wanakataa utumishi wa kijeshi. Wanabatiza tu wale walio na umri wa kutosha kuelewa hadithi ya kibiblia ya Yesu na kuahidi kumfuata. Ubatizo ni wa hiari na hauna uhusiano wa kuwa raia wa taifa lolote. Wanaamini kwamba serikali na kanisa wanapotaka vitendo tofauti, lazima wamtii Yesu juu ya kila kitu kingine.

Mapokeo mengine ya Imani

Kufikia 2010, kulikuwa na Wakristo bilioni 2.2 ulimwenguni.Uislamu ilikuwa ya pili ukiwa na wafuasi bilioni 1.6. Lakini Uislamu unakua kwa kasi na idadi ya Waislamu wanatarajiwa kuongezeka kwa asilimia 73 ili ifikapo mwaka 2050 Wakristo na Waislamu wawe takriban sawa. Wahindu watakuwa karibu bilioni 1.4.[6] Kanisa Katoliki ndilo kanisa kubwa zaidi nchini Marekani lenye waumini Milioni 67. Madhehebu ya kiprotestanti yana zaidi ya 200. Mkutano wa wabaptisti wa kusini wenye milioni 16 ndilo Kanisa kubwa la Kiprotestanti. Ingawa si dhehebu, jumla ya idadi ya makanisa yasiyo ya kimadhehebu au yanayojitegemea ingejumlisha zaidi ya washiriki milioni 12.

Changamoto za Sasa

Kanisa la Kikristo katika Amerika Kaskazini linabadilika kutoka enzi ya kisasa hadi ya baada ya kisasa na kutoka Jumuiya ya Wakristo hadi baada ya Jumuiya ya Wakristo. Inapingwa na ushawishi wa jamii inayozidi kuwa na jeuri na ya kilimwengu, na utaifa, kijeshi, ubinafsi, uyakinifu, udhanaishi (mambo ya sasa tu) na dini ya kiraia.

Tunauliza, nini maana ya kumfuata Yesu? Ufalme wa Mungu utakujaje duniani kama huko mbinguni? Je, kanisa litakuwa kiumbe kipya kabisa, ambapo Yesu ni Bwana na wote wanakaribishwa? Je, kanisa litapinga ukosefu

---

6 Pew Research Center, Dini na Maisha ya Umma, Ilifikiwa tarehe 22 Juni, 2016. http://www.pewforum.org/2015/04/02/religious-projections-2010-2050/.

wa haki? Je, kanisa litawakaribisha wahamiaji, kuwajali waliotengwa, maskini na walionyimwa haki? Je, kanisa litafanya tofauti yoyote?

Na swali la mwisho: Je, utaendeleza hadithi?

26. Aina ya Injili

Vifungo vya Biblia: Marko 1-6, Luka 6-14 na Yohana 1-8

Hadithi ya Yesu

Kwa Wakristo wengi, Injili ndiyo sehemu wanayopenda zaidi ya Biblia. Wanakula hadithi za miujiza, ambapo Yesu anafuga Bahari ya Galilaya au anawalisha watu 5,000 kwa chakula cha mchana cha mtoto mmoja. Wanatafakari mafundisho ya Yesu; maneno yake yanasikika kuwa kweli, yenye mchanganyiko mzuri wa viwango na neema inayoonekana kuwa haiwezekani. Ni nini siyo cha kupenda kuhusu Yesu?

Lakini katika shauku yetu kwa utanzu huu, tunaelekea kusahau kwamba hii ni aina mahususi ya fasihi, yenye kanuni zake za ukalimani, na yenye hadhira na madhumuni maalum akilini.

Aina ya Injili katika Biblia inaweza kuwa ngumu kwa kuwa Yesu hakuandika injili. Badala yake tuna waandishi wengine, wanne kati yao, wanaotafakari juu ya Yesu na mafundisho yake. Na hata wanaposhiriki hadithi moja au kutoa mafundisho sawa, kila mwandishi hubadilisha maelezo machache. Tofauti hii inayoonekana inaweza kuhisi mkazo kwa msomi mchanga wa kibiblia, lakini pia inaweza kuwa msingi mzuri wa kugundua jinsi kanisa la kwanza lilivyoshindana na mtu waliyemwona kuwa Mungu na mwanadamu, Masihi Yesu.[1]

---

1 Gordon D. Fee na Douglas Stuart. Jinsi ya Kusoma Biblia kwa Thamani Yake Yote. (Mkuu Rapids, MI: Zondervan, 2003) 128.

Injili Zisizo za Kanuni

Biblia ya Kikristo imekuwa imefungwa kama kipande cha fasihi kwa zaidi ya miaka 1,500. Kila kitabu, kila hadithi katika Biblia, ikiwa ni Pamoja na Injili nne, huonwa na wanatheolojia kuwa "kanuni," au mkusanyo wa maandishi matakatifu uliothibitishwa na kukubaliana. Lakini vitabu vinavyoonekana katika Agano la Kale na Agano Jipya vinawakilisha sehemu ndogo tu ya maandishi yaliyopo kutoka nyakati hizo za historia ya mwanadamu. Uchaguzi wa mwisho wa vitabu ambavyo vinajumuisha Agano la Kale na Jipya ni kanuni. Wao ni sehemu ya hadithi ya imani. Vitabu vingine vilivyoandikwa katika nyakati hizi za historia, hata kama vinamtaja Yehova au Yesu, vinachukuliwa kuwa visivyo vya kisheria—nje ya kanuni. Ni za thamani kihistoria, lakini zipo nje ya hadithi ya imani.

Kwa muda mrefu hapakuwa na Agano la Kale au Jipya kama tunavyowajua leo. Watu walihitilafiana wao kwa wao kuhusu ni vitabu vipi vilivyoongozwa kwa kweli na Mungu na vyenye mamlaka katika maisha yao. Makubaliano kuhusu vitabu vya Agano la Kale yalianzishwa katika Baraza la Jamnia mwaka wa 90 CE.[2] Karne tatu baadaye, mwaka wa 397 CE, viongozi wa kanisa kwenye Baraza la Carthage waliamua ni vitabu vipi vilivyoingia katika Agano Jipya. Lakini hata sasa, Wakristo wanaweza kutumia kanuni zenye vitabu tofauti kidogo, au pamoja na vitabu vilivyoorodheshwa kwa mpangilio tofauti kidogo.

Historia hutupatia masimulizi mengi yasiyo ya kisheria ya maisha ya Yesu ambayo, kwa sababu mbalimbali, hayajajumuishwa katika Biblia. Injili nne katika Biblia—Mathayo, Marko, Luka na Yohana—ndizo Injili zetu za kisheria. Lakini kulikuwa na injili nyingine zilizoandikwa; tunaviita vitabu hivi injili zisizo za kisheria. Kwa hivyo kwa nini injili hizi ziliachwa? Kwa ujumla, viongozi wa kale wa kanisa walithamini hati-mkono za za-

2 Baadhi ya wasomi wanahoji kwamba uundaji wa Agano la Kale ulikuwa mchakato mrefu zaidi na hauwezi kuonyeshwa kwa Jamnia mnamo 90 CE. Kwa mfano: "Tulizoea kudhani kwamba kutawazwa kuwa mtakatifu kulitokea katika hatua tatu mfululizo zinazolingana na sehemu tatu za kanuni za Kiebrania [Sheria, Manabii, Maandiko]. Katika nadharia hii, Torati ilirasimishwa karibu 400 BCE, Neviim-Manabii karibu 200 BCE, na Maandishi ya Ketuvim yaliongezwa kwenye mkusanyiko katika kusanyiko la marabi au baraza lililofanyika katika jiji la Jamnia (Jabneh) karibu na mwisho wa mkutano wa kwanza. karne CE. Hata hivyo, inaonekana haiwezekani mchakato wa kutangazwa kuwa mtakatifu uliegemezwa na mamlaka ya mkutano. Muhimu zaidi, tuna sababu ya kuamini kwamba vitabu vya kanuni za Agano la Kale vilizingatiwa kuwa maandiko yenye mamlaka mapema zaidi ya tarehe za hatua hizo tatu, na hatuna uhakika hata kidogo kwamba lile linaloitwa Baraza la Jamnia kweli lilifanyika." Bill T. Arnold, Utangulizi wa Agano la Kale (New York: Cambridge University Press, 2014), 21-22.

mani, ambazo huenda hata ziliandikwa na mashahidi waliomwona Yesu, juu ya wachanga zaidi kwa sababu vitabu vya zamani vilikuwa karibu zaidi na maisha halisi ya Yesu. Walitaka vitabu ambavyo theolojia yake iliungana na Agano la Kale; walifanya kazi ili kuepuka injili zilizoonekana kuwa za uzushi (zilizokuwa na mafundisho yasiyo ya kweli) kama vile injili za maarifa (Gnostic) ambazo zilikazia ubinadamu wa Yesu. Pia walijitahidi kutia ndani vitabu ambavyo makutaniko mengi tofauti-tofauti yaliona kuwa yenye maana na yenye manufaa.

Ni lazima pia kuuliza swali: kwa nini Injili nne badala ya moja tu? Viongozi wa Kanisa la kwanza walielewa kwamba Yesu alikuwa mgumu zaidi kuliko Injili yoyote ingeweza kueleza. Walithamini "pembe za kamera" tofauti-tofauti za Injili nne za kisheria zinazotolewa. Wakati huohuo, viongozi hawa waliamini kwamba injili nne zilishiriki vya kutosha kuhusu mtazamo uleule wa Yesu kwamba walikuwa na uadilifu. Yesu yuleyule alitambulika katika kila mmoja.[3]

Baadhi ya injili maarufu zaidi zisizo za kawaida ni pamoja na Injili ya Tomaso, Tafsiri ya kimasiya ya maandishi ya Yakobo (Protevangelium), Injili ya Uchanga ya Tomaso, Injili ya Petro, Injili Kulingana na Waebrania na Injili ya Nikodemo. Maandishi haya pia yanaitwa Injili za kauli au taarifa ya uhalisi wa shaka, yanatoa maelezo kuhusu maisha ya Yesu ambayo hayajajumuishwa katika Injili nne zinazokubalika. Tafsiri ya kimasiya ya maandishi ya Yakobo (Protevangelium), kwa mfano, inasimulia hadithi ya mimba ya Mariamu, kuzaliwa na malezi yake na kisha inasimulia juu ya kuzaliwa kwa Yesu. Injili ya Tomaso inatuambia zaidi juu ya ujana wa Yesu na kumwonyesha akifanya miujiza mingi hata akiwa mvulana mdogo.[4]

Sifa za Aina ya Injili

Upendeleo—Neno "injili" linamaanisha habari njema. Imechukuliwa kutoka kwa neno la Kigiriki **euangelion** ambalo pia ni asili ya maneno yetu "mwinjilisti" na "uinjilisti." Vitabu vinne vya kwanza vya Agano Jipya-Mathayo, Marko, Luka na Yohana-vinajiita Injili. Kitabu cha Marko kinaanza kwa njia hii: "Mwanzo wa Euanglion [habari njema] ya Yesu Kristo,

3 Luka Timothy Johnson. Yesu Aliye Hai: Kujifunza Moyo wa Injili. (San Francisco: Uchapishaji wa Harpercollins, 1999), 119.

4 Kwa habari zaidi, ona "Kanuni," na F. F. Bruce, na "Injili(Apocryphal)" R.J. Bauckham katika Kamusi ya Yesu na Injili, iliyohaririwa na Joel B. Green, Scot McKnigh na I Howard Marshall, (Downers Grove: Wanahabari wa InterVarsity), 1992.

Mwana wa Mungu." Kwa kushangaza watawala wengi wa Kirumi walitangaza kwamba utawala wao ulikuwa habari njema au injili pia.

Ni dhahiri kwamba Yesu hakuandika Injili. Yaliandikwa juu yake na waandishi wanne tofauti kutoka kundi la wafuasi wake wa awali au watu wa karibu nao. Hata hivyo "ripoti za habari" hazijaandikwa kwa kutazamwa kwa video. Mitume wa awali walipoanza kufa, kanisa la kwanza lilitambua kwamba lilihitaji kuhifadhi hadithi kuhusu Yesu na mafundisho yake. Hadithi hizi zilikuwa zimepitishwa kupitia mapokeo ya mdomo na wale "mashahidi wa macho" wa maisha na huduma ya Yesu, na sasa walihitaji kuhifadhiwa kwa kudumu zaidi kwa ajili ya vizazi vilivyofuata vya wafuasi wa Yesu.

Kwa mtazamo wa kwanza, inaonekana kama Injili ni masimulizi. Aina ya Injili inatafuta kusimulia hadithi "inayosoma" kana kwamba ilitokea, kama vile vitabu au sinema zetu tuzipendazo. Lakini aina ya injili pia ni tofauti na aina ya simulizi kwa kuwa ina Historia ya Hadithi zaidi (Geschichte). Kwa maneno mengine, Injili zina upendeleo mzuri au mtazamo wa mtu ambaye hadithi yake inasimulia. Injili zinawataka wasomaji wao kumwamini na kumfuata Yesu. Na wako mbele katika upendeleo huu. Yohana 20:30-31 inasema, "Basi Yesu alifanya ishara nyingine nyingi mbele ya wanafunzi wake zisizoandikwa katika kitabu hiki. Lakini [hadithi hizi] zimeandikwa ili mpate kuamini kwamba Yesu ndiye Masihi, Mwana wa Mungu, na kwamba kwa kuamini mpate kuwa na uzima kwa jina lake."

Injili zote ni masimulizi kumhusu Yesu, na ni zaidi ya kusimulia tu mambo yaliyotokea katika maisha ya Yesu. Wana dhana ya kipekee ya historia kwa kuwa wanajali zaidi maana kuliko nyakati, tarehe na mpangilio wa matukio. Injili zinataka umfuate mtu huyu anayeitwa Yesu.

Kujumuishwa kwa Aina Nyingine—Injili sio hadithi tu kuhusu Yesu. Pia yana mafundisho na maneno ya Yesu. Kwa hiyo Injili zimejaa mahubiri, mafumbo, nyenzo za muhtasari wa kanuni za dini ya Kikristo (catechism), nyimbo na madokezo au mwangwi wa maandishi ya Agano la Kale. Baadhi ya nyenzo hii ilianzia—iliandikwa—kabla ya Injili yenyewe. Hati hizi zenye maisha ya awali ziliundwa ili kusaidia kanisa kuabudu au kuwafundisha waumini wapya kuhusu Yesu. Wasomi wengine wamebobea katika uhakiki wa fomu, ambao ni uchunguzi wa fasihi ambayo ina "maisha ya mapema" na kisha kutumika katika hati nyingine. Kujifunza Biblia kwa kina kunahitaji kwamba mtu achunguze miktadha yote ya kipande cha fasihi na aina ya injili sio ubaguzi.

Alichagua Sana—Yesu alifanya mambo mengi zaidi ya yale ambayo yangeweza kuwa katika vitabu elfu moja (ona Yohana 20:30-31). Kwa hiyo wasomaji wa Injili lazima waulize, "Basi kwa nini hadithi hii iliingia, huku wengine hawakuipata?" Kwa mfano, tuna hadithi nyingi za uponyaji wa Yesu siku ya Sabato na bado tunaweza kudhani kwamba Yesu aliwaponya watu siku zingine pia. Kwa kutambua hili, tunaanza kuuliza kuhusu umuhimu maalum wa uponyaji wa Sabato. Waandishi wa injili walifanya chaguzi hizi kwa makusudi na tunaposhindana na kwa nini hadithi fulani zilijumuishwa, tunakaribia kuelewa hadithi yenyewe, na kwa hivyo, Yesu pia.

Injili zina habari za wasifu, lakini hazikusudiwa kuwa wasifu katika maana ya kisasa. Isipokuwa kuzaliwa kwa Yesu na tukio moja la utotoni mwake, hatujui lolote kumhusu kabla ya kuanza huduma yake ya hadharani akiwa na umri wa miaka 30 hivi. Injili nyinginezo, kama vile Injili ya Tomaso, zina hadithi nyingi za utotoni za Yesu, lakini hazikufanya hivyo. ndani ya kanuni.

Hati ya Kanisa—Kama L.W. Hurtado asema, "Uhusiano wa karibu wa Injili na ibada na utangazaji wa Kikristo wa mapema unaonyesha kwamba tunapaswa kuziona kama hati za kanisa zenye wahusika fulani wa maisha badala ya kuwa wasifu wenye sauti ya kidini." [5] Waandishi wa injili waliandika katika muktadha wa makutano au mikusanyiko ya wafuasi wa Yesu. Walitamani kuhifadhi hadithi na mafundisho ya Yesu kwa njia iliyo wazi na ya kweli, na kwa kufanya hivyo, wangeimarisha makutaniko yao. Wao pia, angalau kwa kiwango fulani, walikuwa na hamu ya kufikia ulimwengu na hadithi zao za Yesu. Yesu aliwaamuru wanafunzi wake waende na "kufanya wanafunzi kutoka kwa mataifa yote" (Mathayo 28:19). Kwa hiyo jumuiya hizi za kanisa la kwanza ziliona maandishi yao kama sehemu ya maono haya makubwa pia. Waandishi walitumaini kwamba kazi zao za fasihi zingesomwa na wengi na zingewashawishi wengi kuwa wafuasi. Injili ni "kumbukumbu za mitume" waliotaka kuliimarisha kanisa kupitia maandishi yao.

Kwa hiyo, Injili zimeandikwa katika viwango viwili. Kiwango kimoja ni kile ambacho Yesu alisema na kufanya—kusimulia tena juu ya Yesu wa kihistoria. Ngazi ya pili ni kusimuliwa kwa hadithi iliyofasiriwa (Geschichte) kwa kuzingatia mahitaji na wasiwasi wa kanisa ambalo Injili zilishughulikiwa. Tunauita huu muktadha wa mwandishi au Sitz im Leben, neno la mwisho likiwa ni neno la Kijerumani linalotumiwa kuashiria muktadha asilia wa kijamii na kitamaduni wa kifungu fulani cha Biblia. Kihalisi, humaanisha "kuweka maishani." Tunapotafsiri Injili, lazima tuzingatie

5 L.W. Hurtado. "Aina ya Injili," Ibid., 276.

tatu kati ya mazingira haya maishani: mahali pa asili na wakati wa maisha ya Yesu, muktadha wa kihistoria wa mwandishi wa injili na mkutano wake, na muktadha wa kifasihi wa hadithi ya injili.

Kuangalia Nyuma—Injili ziliandikwa kutokana na mtazamo wa ufufuo, kinyume na ripoti ya papo hapo au shajara. Mambo mengi ambayo waandishi walirekodi yasingeeleweka wakati yalipofanyika. Hata hivyo, wakati wa kuandikwa, matukio hayo yalieleweka kwa njia tofauti kadiri waandikaji walivyotazama nyuma kupitia tukio la kustaajabisha la ufufuo. Matukio mengine ya baada ya kusulubiwa pia yalileta maana mpya kwa masimulizi ya Yesu, kama vile Pentekoste na Baraza la Yerusalemu, lakini mshangao wa ufufuo ulikuwa ni badiliko kubwa zaidi. Kwa mfano, muhtasari wa Injili hujitahidi sana kuonyesha kwamba wanafunzi hawakuelewa maneno ya Yesu kwamba angeteseka, kufa na kufufuliwa tena (Marko 8:31, 9:30-31, na 10:32-32). 34). Mashahidi wa awali waliojionea walikuwa na shauku ya kuona jinsi ambavyo hawakupata "kuipata" kwa sababu kutoelewana huko kulikuwa tofauti sana na baada ya ufufuo, wakati hatimaye wanaelewa.

Sifa mojawapo ya aina ya injili ni kwamba inazungumza kuhusu Ufalme wa Mungu. Kwa ujumla, neno "ufalme" linatumiwa kurejelea eneo la kijiografia ambalo liko chini ya mamlaka ya mtawala au mfalme fulani katika nchi inayotawaliwa na utawala wa kifalme. Kinyume chake, "Ufalme wa Mungu" katika Agano Jipya unarejelea utawala wa kifalme au enzi kuu ya Mungu. Ufalme hauko wapi bali wakati Mungu anatawala.

Kanuni za Ufafanuzi

Kwa kuzingatia sifa zilizo hapo juu na kukumbuka baadhi ya kanuni za tafsiri ya jumla za aina ya simulizi, hii hapa ni orodha nzuri ya kanuni za tafsiri za aina ya injili.

Kumbuka upendeleo wa imani na madhumuni ya waandishi wa injili. Injili zimekusudiwa waziwazi kuleta imani kwa msomaji. Inasaidia kukumbuka kwamba Injili zingeweza kuwa na msisitizo tofauti. Kwa upande mmoja, wangeweza kuwa na Historia ya Hadithi (Geschichte) zaidi na kuandikwa kama waombaji msamaha mkali au kutetea mtu au imani. Waandishi wa injili wangeweza pia kulenga kutoegemea upande wowote, kusema ukweli tu kwa usahihi iwezekanavyo, lakini hawakufanya hivyo pia. Injili hupata njia ya kati, ambapo zinamwakilisha Yesu kwa upendo kwa njia ya unyoofu ambayo ina maana katika muktadha wao.

Soma Injili kwa ujumla. Kama vile karibu kila aina nyingine ya fasihi, mtu anaweza "kukata na kubandika" sentensi fulani kutoka kwa Injili na, bila muktadha wake wa kifasihi, kuifanya iseme karibu kila kitu. Tunatafsiri vibaya Biblia wakati hatuioni katika muktadha wake kamili wa kifasihi. Yesu anapomwambia mwanamke wa Siro-Foinike katika Mathayo 15:24 kwamba alikuja tu kwa ajili ya kondoo waliopotea wa Israeli, tunameza kauli inayoonekana kuwa ya kifidhuli, ya kikabila. Bado katika muktadha wa hadithi nzima-hasa katika muktadha wa Mathayo unaojumuisha upendo wa Mungu kwa wageni mwanzoni na mwisho wa injili-tamko hili moja la Yesu linapata maana yake sahihi.

Tafuta kuelewa miktadha ya ziada ya Injili. Kila kifungu cha Biblia kina miktadha miwili: muktadha wa kihistoria-kitamaduni na muktadha wa kifasihi. Kwa aina ya injili, ni lazima tujitahidi kuelewa sio tu wakati na mahali pa Yesu bali pia mazingira ya maisha ya kanisa ambamo Injili iliandikwa, pamoja na Sitz im Leben ya mwandishi mwenyewe. Lazima pia tuzingatie injili zinazochagua kusimulia hadithi sawa, wakati mwingine hata kushiriki maneno yanayokaribia kufanana (tunaita hili tatizo la muhtasari—tazama hapa chini). Tunaweza kuelewa vizuri kifungu cha Injili ikiwa tutachunguza ili kuona kama Injili nyingine pia zinajumuisha hadithi au mafundisho sawa, na kama ni hivyo, ni mabadiliko gani makubwa au madogo yanayotokea katika usimulizi wa hadithi. Ikiwa Injili nyingine zitafupisha hadithi au kuongeza maelezo, ikiwa zitabadilisha maelezo fulani au kutoa mkazo tofauti kidogo, msomaji/mtafsiri "amechonga dhahabu." Tunauliza kwa nini hii au maelezo hayo yameachwa. Kwa nini Mathayo aliingiza kifungu hiki kipya? Kwa nini Luka aliweka hadithi hii kati ya matukio haya mawili, badala ya kutumia mpangilio wa matukio sawa na wa Marko? Kusoma kwa jicho la makini na kuuliza maswali daima kutazaa mafunzo yenye manufaa.

Tatizo la muhtasari

Injili tatu za kwanza ni za kipekee kwa kuwa baadhi ya vifungu vyake vinakaribia kufanana. Ikiwa Injili hizi zingeandikwa leo katika mazingira ya chuo kikuu, huenda profesa huyo angemshtaki mwandikaji huyo kwa kuiba. Lakini kutumia maandishi ya mtu mwingine bila kuwapa sifa hakukuonekana kwa mtazamo hasi namna hii katika Palestina ya karne ya kwanza. Kwa hiyo kuna uwezekano kwamba Injili moja iliandikwa kwanza na kisha waandishi wengine wawili wa injili wakatumia maandishi yake kuandika Injili yao wenyewe. Kujua kwa nini Injili tatu za kwanza zinafanana sana, ni nani aliyeandika Injili ya kwanza, na jinsi hii inabadilisha mtazamo wetu wa Injili inaitwa Shida ya Muhtasari (Synoptic). Muhtasari inamaanisha "macho sawa" au "kutazama pamoja." Ni kana kwamba Mathayo, Marko na Luka waliona kwa macho yale yale wakati wa kuandika Injili zao.

Wasomi wengi wanaamini kwamba Marko aliandika injili ya kwanza. Kwa nini? Kwanza, karibu Marko zote zinapatikana katika Mathayo na Luka, na Mathayo na Luka wanapokubaliana wao kwa wao, wao pia wanakubaliana na Marko. Wote Mathayo na Luka wana nyenzo za ziada ambazo hazipatikani katika Marko. Kwa hivyo mantiki huenda kama hii: Marko lazima awe aliandika kwanza kwa sababu ikiwa moja ya injili ndefu iliandikwa kwanza na Marko akatumia hiyo, kwa nini hakujumuisha nyenzo nyingine? Na sababu inayopatana na akili zaidi ya kueleza kwa nini Mathayo na Luka wanakubaliana kikamili hivyo kati yao na Marko, ni kukata kauli kwamba wote wawili walitumia Marko kuwa chanzo chao kikuu.

Mathayo na Luka labda walishiriki chanzo kingine, ambacho wasomi wanakiita Quelle (chanzo kwa Kijerumani). Quelle ina mafundisho mengi ya Yesu, kutia ndani yale tunayoita Mahubiri ya Mlimani yanayopatikana katika Mathayo sura ya 5-7. Wote Mathayo na Luka wanatumia Quelle; Mathayo anaweka mafundisho mengi ya Quelle ya Yesu katika sura ya 5-7, na Luka anatawanya mafundisho hayo katika kitabu chake chote. Wote Mathayo na Luka pia wana hadithi na mafundisho ya Yesu ambayo ni ya kipekee kwa Injili zao. Tunaziita hadithi za kipekee za Mathayo "M" na hadithi za kipekee za Luka "L."

Vipi kuhusu Yohana?

Yohana ni Injili muhimu sawa na inashikilia nafasi ya heshima katika kanuni. Lakini Yohana si muhtasari. Ingawa mwandishi wa Yohana anasimulia hadithi nyingi sawa, yeye hatumii maneno yale yale ambayo Injili ya muhtasari hufanya. Ikiwa alikuwa na chanzo kile kile cha asili, alichagua kutoinakili kwa njia sawa na waandishi wa injili wa muhtasari (synoptic).

Kuna tofauti nyingi za kushangaza kati ya Yohana na Injili za muhtasari.

- Siku tofauti ya juma kwa Karamu ya Mwisho.
- Siku tofauti ya juma kwa ajili ya kusulubiwa kwa Yesu.
- Sababu tofauti Yesu anauawa. Katika muhtasari, ncha inatokea wakati Yesu anasafisha Hekalu. Katika Yohana, viongozi waliamua kumwua baada ya kumfufua Lazaro kutoka kwa wafu.
- Uhusiano kati ya imani na uponyaji wa kimwili. Katika muhtasari,

kishazi cha kawaida ni "Nenda, imani yako imekuponya" (Luka 17:19). Katika Yohana, uponyaji huja kwanza kama ishara ya ujio wa Ufalme, ambayo hatimaye husababisha imani (Yohana 9).

Inaweza kuwa ya kutatanisha kufikiri kwamba Yohana ana maelezo tofauti kuliko Injili za muhtasari. Lakini lazima tukumbuke kwamba waandishi hawa wa karne ya kwanza hawakushiriki mzigo uleule tulio nao wa kuwa sahihi kihistoria katika kila kipengele. Wasomi wengi wanaamini kwamba Yesu alisafisha Hekalu mwishoni mwa huduma yake, wakati wa juma lake la mwisho duniani. Huenda mwandishi wa Yohana alijua jambo hili pia, lakini kwa sababu alitaka kumwonyesha Yesu kuwa Hekalu Jipya, alichukua tukio hilo la kihistoria na kuliweka kuelekea mwanzo wa Injili yake. Yohana alistarehesha kuchukua uhuru huo kwa sababu sitiari hii ya Yesu ilikuwa muhimu kwa ujumbe wa jumla wa Injili yake.

Katika Yohana, kuna maana ambayo utawala wa enzi kuu wa Mungu, ukiwa haudumu tangu mwanzo wa uumbaji, hautatimizwa kwa utimilifu wake hadi wakati ujao. Lakini pia kuna hali ambayo ufalme au utawala wa Mungu unaingia katika enzi ya sasa kwa njia mpya katika maisha na mafundisho ya Yesu. Analeta "hapa na sasa" ya yale "ambayo bado yanakuja." Yesu anaanza "sasa ya wale ambao bado." Huu "tayari" wa ukweli "bado" wa ufalme ulithibitishwa na miujiza ya Yesu, mifano, ufufuo na kuanzishwa kwa kanisa.

Picha za Muhtasari wa Injili

Marko

- Pengine hii ndiyo Injili ya kwanza kuandikwa na inaweza kuwa iliandikwa mapema kama 65 CE.
- Yohana Marko ndiye mwandishi anayewezekana, akiandikia hadhira ambayo wengi wao ni Wayahudi.
- Injili hii inawezekana inategemea mahubiri ya Petro; kuna mtindo wa mdomo wa uandishi.
- Marko anaandika juu ya siri ya Kimasihi. "Huyu mtu ni nani?" Watu wanamwona Yesu, lakini hawamwelewi.
- Wanafunzi wanaonyeshwa kama wasiojua.
- Kuna hisia ya uharaka. "Mara moja" ni neno linalopendwa zaidi.
- Yesu analeta Ufalme wa Mungu. Ana uwezo juu ya maumbile na pepo.
- Hakuna nyenzo za utotoni.

- Marko anatoa nafasi zaidi kwa huduma ya Galilaya na kidogo kwa Yerusalemu.

Luka

- Huenda Injili hii iliandikwa muda mfupi baada ya 70 CE, na Luka, tabibu na mwandamani wa Paulo anayesafiri.
- Anaandika kwa hadhira iliyochanganyika za kikabila ya Wayahudi na Wamataifa.
- Anaepuka kwa uwazi kuonyesha unabii wa Agano la Kale, kwa ajili ya wasomaji wake wa Mataifa, na bado anatoa dokezo nyingi zaidi za Agano la Kale kuliko mwandishi mwingine yeyote wa injili.
- Anaelekeza kitabu hicho kwa Theofilo, jina la Kigiriki linalomaanisha "Rafiki ya Mungu." Huyu anaweza kuwa mtu halisi au inaweza kurejelea aina ya mtu anayepaswa kusoma kitabu.
- Injili hii inamuunganisha Yesu na historia kubwa ya ulimwengu. Hadithi ya kuzaliwa inarejelewa kwa watawala wa kidunia; nasaba inarudi kwa Adamu.
- Injili hii inasisitiza maombi, Roho Mtakatifu, wanawake na kuinua makundi yote yaliyotengwa.
- Injili hii inazungumza moja kwa moja kuhusu hatari za mali.
- Luka inaitwa Injili ya kijamii. Yesu anakidhi mahitaji ya kibinadamu na anafundisha kuhusu kutunza maskini.
- Injili hii inataka kukanusha madai kwamba Yesu na kanisa ni wanamapinduzi wa kisiasa. Pilato anamtangaza Yesu kuwa hana hatia mara tatu, Herode hapati sababu za hukumu na akida wa Kirumi anasema Yesu ni mtu asiye na hatia.

Mathayo

- Injili hii iliandikwa muda mfupi baada ya Yerusalemu kuanguka mwaka 70 CE. Inahutubia hadhira ambayo wengi wao ni Wayahudi.
- Kusudi ni kuwaonyesha Wayahudi kwamba ufalme wa Mungu unakuja kupitia Yesu.
- Yesu anasisitizwa kama Mwalimu wa Kiungu.
- Yesu pia anaonyeshwa kuwa Musa mpya, Mwisraeli wa kweli anayechukua nafasi ya Musa. Kama Musa, anatoka Misri, kama inavyoonyeshwa katika masimulizi ya utotoni.
- Mathayo inajumuisha Mahubiri ya Mlimani kwa ujumla wake, katika sura ya 5-7. Hii inatofautisha na kuunganisha mafundisho ya

Agano la Kale na Jipya na hutumika kama hotuba ya uzinduzi wa Yesu.

- Nasaba ya Mathayo inaanza na Ibrahimu na kwenda kwa Yesu, tofauti na Luka ambaye anaanza na Yesu na kurudi kwa Adamu.
- Mathayo anasisitiza Ufalme wa Mbinguni. Kuna mifano 22 ya ufalme, zaidi ya Injili nyingine.
- Mathayo anatumia sauti kali dhidi ya wanafiki na Mafarisayo.

Hitimisho

Injili ni mgodi wa dhahabu wenye habari nyingi kuhusu Yesu wa kihistoria na muktadha alimoishi na kufundisha. Aina ya injili ni changamano, kwa kuwa ina aina nyinginezo, kama vile tanzu ya mafumbo na masimulizi, na bado inafanya kazi tofauti na aina ya simulizi kwa kuwa ina Historia ya Hadithi (Geschichte) zaidi. Injili ziko mbele juu ya upendeleo wao kwa Yesu; waandishi wa injili wanataka kushiriki kile wanachoamini kuwa habari njema sana-habari za Yesu, yule wanayemwamini kuwa Mwana wa Mungu.

27. Aina ya Fumbo/Mfano

Vifungo vya Biblia: Mathayo 13:1-50, 18:21-35, 20:1-16, 25:1-46, Luka 10:25-37, 20:9-18, 15:1-31

"Umeelewa hili?" Wakajibu, "Ndiyo." Akawaambia, "Basi, kila mwandishi aliyefundishwa kwa ajili ya Ufalme wa Mbinguni anafanana na bwana wa nyumba atoaye katika hazina yake mambo mapya na ya kale" (Mathayo 13:51-52).

Jaribu kufikiria jinsi ilivyokuwa kusikia hadithi hii fupi sana kupitia midomo ya Yesu na kujua kwamba alitaka ninyi, wasikilizaji wake, mchukue maana muhimu kutoka kwayo. Labda ungekuwa umesimama kando ya barabara, sehemu ya umati, ukimsikiliza Yesu akifundisha siku ya kiangazi yenye joto. Labda ungeisikia ukiwa umeketi kwenye ufuo kando ya Bahari ya Galilaya au kwenye soko lenye shughuli nyingi. Mwandishi wa Mathayo anaweka hadithi hii kama fumbo la mwisho la mfululizo unaoanza kando ya ufuo wa bahari na kuishia kwenye nyumba. Je, kujua mazingira kunatusaidia kuelewa hadithi vizuri zaidi?

Yesu aliwaambia baadhi ya hadithi hizi ndogo, au mifano, kwa vikundi vikubwa. Mafumbo mengine, ikiwa ni pamoja na huu, alishiriki tu na wanafunzi wake. Je, hadhira yake inajalisha? Je, tunapaswa kupata maana maalum kutoka kwa hadithi hii kwa sababu Yesu alichagua kuishiriki na wale walio karibu naye zaidi?

Au, tukiruka mbele miaka elfu kadhaa hadi sasa, je, tunaweza kutumia aya zinazozunguka za Mathayo 13 kutusaidia kutafsiri mistari hii michache? Je, tunaweza kuelewa kwa nini Mathayo alijumuisha fumbo ili ndogo? Je, "Ufalme wa Mbinguni" unamaanisha nini? Je, ni kitu sawa na Ufalme wa Mungu?

Na Yesu anamaanisha nini kwa neno "mwandishi," "bwana wa nyumba," na "hazina" ya zamani na mpya? Hadithi hii ina maana gani?

Karibu katika mafumbo ya Yesu.

Fumbo ni nini?

Labda tunaweza kuelewa fumbo vizuri zaidi kwa kuelewa kwanza jinsi zinavyofanya kazi. Yesu alipenda kutumia fumbo; kuna zaidi ya mafumbo arobaini na maneno yanayohusiana yaliyorekodiwa katika injili. Ni nyakati za msingi za kufundisha kwa Yesu.[1] Tunaweza kufafanua fumbo kama hadithi au msemo wenye viwango viwili vya maana. Hata hivyo ni zaidi ya vielelezo tu vya dhana dhahania; zaidi ya magari ya kiishara kutoa ufahamu wa kitheolojia. Mafumbo ni, kwa maana moja, ujumbe wenyewe. Yesu alitumia mifano ili kubadili jinsi wasikilizaji wake walivyoona ukweli. Kwa maana hiyo, mifano iliunda—na bado inaweza kuunda—maana. Kwa maana hiyo, mafumbo yaliunda, na bado yanaweza kuunda, nafasi ndogo ambapo tunapitia ukweli.

Mifano huwa fupi na kwa uhakika. Wanatumia wahusika, vitu na mipangilio kutoka kwa maisha ya kila siku. Neno la Kigiriki parabole lina maana pana zaidi kuliko neno la Kiingereza parable. Neno la Kigiriki linaweza kufafanua methali, fumbo, ulinganisho, tofauti au hadithi. Mara nyingi kuna thamani ya mshtuko kwa mifano, wakati wa mshangao au kupotoa katika hadithi, ambayo kwa kawaida hutokea karibu na mwisho. Hatimaye, mafumbo hayo yanaomba jibu. Yanadai mabadiliko au Yanamwalika msikilizaji katika ukweli mpya.

Mafumbo dhidi ya Hadithi/Hekaya

Fumbo ni tofauti na hekaya, ambayo ni aina nyingine ya tanzu ambapo kuna hadithi. Hadithi pia hufanya kazi katika viwango viwili vya maana na pia huita jibu kutoka kwa wasikilizaji wake, lakini tofauti na mafumbo, hekaya zina vipengele ambavyo havitokei katika maisha halisi. Punda huzungumza (Hesabu 22:22-39) na vichaka na miti huwa na mjadala (Waamuzi 9:8-15). Hadithi kama ilivyosimuliwa haikuweza kutokea katika maisha halisi, wakati mifano inaelezea hali ambazo zinaweza kutokea.

1 Kamusi ya Yesu na Injili, Iliyohaririwa na Joel B. Green, Scot McKnight na Howard Marshall (Downers Grove: Wana Habari InterVarsity, 1992), 594.

Fumbo za Kweli

Kuna aina kadhaa za mafumbo. Ingawa hadithi fupi na misemo mbalimbali ambazo Yesu alitumia kuleta maana zinaitwa mafumbo, ni hadithi ndefu tu zilizo na vipengele vya hadithi za kimapokeo kama vile njama, wahusika, mazingira na migogoro ndizo mafumbo ya kweli. Lakini tofauti na masimulizi, ambayo pia yangeshiriki vipengele hivyo vya hadithi, uhakika wa mfano sio hadithi yenyewe. Jambo, badala yake, ni ujumbe. Baadhi ya mifano maarufu ya kweli ni pamoja na mfano wa Msamaria Mwema (Luka 10:25-37), Mwana Mpotevu (Luka 15:11-31) na hadithi ya karamu ya harusi (Luka 14:15-24).

Tashibiha na Sitiari

Wakati fulani Yesu anasema mambo kama, "Ufalme wa Mbinguni ni kama punje ya haradali" (Mathayo 13:31) au "Ninyi ni chumvi ya dunia" (Mathayo 5:13). Semi hizi fupi huitwa tashibiha au mafumbo. Yesu hazungumzii wasikilizaji wake kwamba Ufalme wa Mungu ni kama punje ya haradali, chachu au wavu hutupwa baharini ambao huvua samaki wa kila aina (Mathayo 13), lakini badala yake kwamba kila moja ya ulinganisho huu wa kawaida unatoa mwanga mpya juu ya asili ya ufalme.

Vivyo hivyo, Wakristo si chumvi kwa kila nafsi, lakini tunapoishi maisha yetu katika ufuasi, maisha yetu yanaweza kuwa kama sifa za chumvi. Wanafunzi Wakristo, kama chumvi, wanaweza kufanya ulimwengu uwe na ladha zaidi na kusaidia kuuhifadhi. Yesu anatumia mifano na mafumbo hayo ili kuwasaidia wasikilizaji wake wapate kweli mpya ya kiroho.

Kutafsiri Mafumbo

Mafumbo ni ngumu kutafsiriwa kwa usahihi kwa sababu ya kusudi lake kuu: kuibua jibu kutoka kwa hadhira. Kiutamaduni, sisi ni tofauti sana na hadhira ya awali ya Yesu, na kwa hivyo tunatatizika kujibu mfano kwa njia sawa na wao. Hatupati marejeleo yote ya kitamaduni. Tunakosa mawasiliano yoyote yasiyo ya maneno au ishara za kijamii ambazo Yesu anaweza kuwa aliwasilisha. Hatuelewi usuli wa kihistoria-utamaduni, mawazo yaliyodokezwa na Yesu na wasikilizaji wake.

Kwa njia nyingi, mfano ni kama mzaha mzuri. Utani mzuri pia una maana mbili na ni ya kuchekesha kwa sababu wasikilizaji wa utani wote "wanapata" na wanashangaa. Ikiwa itabidi ueleze utani, sio jambo la kuchekesha. Vivyo hivyo, wasikilizaji wa kwanza wa mifano ya Yesu "walipata." Walielewa muktadha moja kwa moja, na kwa ufahamu huo, wangeweza kushtushwa na mabadiliko ya mshangao ambayo yalifunua ulimwengu wao kwao kwa njia mpya au isiyotarajiwa.

Tunapolazimika kutafiti na kubaini usuli wa kitamaduni na kihistoria wa mfano—wakati umefafanuliwa kwa ajili yetu—hatupati nguzo mara moja. Tunatatizika kuhisi athari ya kihisia ya mfano huo, kama vile tu tungejitahidi kupata ucheshi katika mzaha ulioandikwa kwa Kichina au Kiajemi na kisha kutafsiri neno kwa neno katika Kiingereza. Mifano ya Yesu haitusaidii moja kwa moja kujiona sisi wenyewe au ulimwengu wetu kwa njia mpya, kwa sababu haikukusudiwa kutuelezea sisi kwa kuanzia.

Walakini hiyo haimaanishi kuwa mafumbo hayawezi kuangazia utamaduni wetu au ulimwengu wetu wa sasa. Lazima tu tufanye kazi ya ziada kwanza. Utafiti juu ya usuli wa kitamaduni na kihistoria wa mfano ni muhimu ikiwa tunataka kuuelewa kwa kweli. Chukua mfano wa mwana mpotevu (Luka 15:11-31), kwa mfano. Ni rahisi kwetu kudhani kwamba tunaielewa kabisa kwa sababu tamaduni zote zina matatizo ya uhusiano wa baba na mwana, kujiona kuwa mwadilifu na uchoyo. Sote tunajua hali za familia ambapo ndugu mmoja ni mwasi zaidi kuliko mwingine.

Jambo ambalo tunaweza tusielewe ni kwamba katika Palestina ya karne ya kwanza, kumwomba baba yako sehemu yako ya urithi ni sawa na kumwambia aanguke na kufa. Sauti nzima na maana ya hadithi hubadilika tunapotumia safu hii moja ya tofauti. Na mifano mingi imejaa uelewa wa kitamaduni ambao hauonekani mara moja kwetu kama wasomaji wa kisasa.

Kuchanganya mambo zaidi, lazima pia tuzingatie kwamba kwa kweli kuna "watazamaji" wawili waliokusudiwa kwa hadithi yoyote ya Biblia, wasikilizaji wa awali wote waliomsikia Yesu akisimulia hadithi ana kwa ana, na wasikilizaji wa kanisa la kwanza ambao waandishi wa Biblia walirekodi hadithi zao.[2] Watazamaji hawa wote huleta asili zao za kipekee za kitamaduni na kihistoria.

Kwa hivyo, kama ilivyo kwa tanzu zote, ni muhimu kutafiti usuli wa kitamaduni na kihistoria wa kila fumbo na usuli wa waandishi na hadhira wao.

Muktadha wa Kifasihi

Kama katika tanzu zingine, waandishi waliweka mafumbo kimakusudi karibu na vifungu vingine ili kuongeza maana yake. Mifano tatu katika Mathayo 25 zinafanya jambo hili. Katika sura iliyotangulia, Mathayo ana-

2 Kenneth E. Bailey, Yesu kupitia Macho ya Mashariki ya kati: Mafunzo ya Utamaduni katika Injili (Downers Grove, IL: IVP Academic, 2008), 281.

simulia fundisho la Yesu kuhusu wakati ujao lililojaa mnyanyaso. Baada ya wakati huu wa mateso, asema, Mwana wa Adamu, Yesu, atakuja tena. Kisha kuanzia Mathayo 24:45 na kuendelea hadi sura ya 25, Mathayo anatoa mifano mitatu iliyokusudiwa kuwatia moyo waumini wanaotazamia nyakati hizi ngumu za mwisho. Kwa mfano, katika Mathayo 24:45-51, bwana anarudi kabla ya watumwa kumtarajia.

Jambo gani? Yesu anaweza kurudi kabla hujafikiri atarudi na ni muhimu kubaki mwaminifu.

Mathayo 25:1-13 hutoa mfano mwingine kuhusu wajakazi watano wenye busara na watano wapumbavu. Bwana harusi wanayemngoja kwa hamu sana huja baadaye kuliko wanavyotazamia na wapumbavu wamelala. Ujumbe? Yesu anaweza kuja baadaye kuliko unavyotarajia, kwa hivyo kesha na uwe mwaminifu.

Mfano wa tatu wa Talanta (pauni), Mathayo 25:14-30, hutoa tofauti juu ya mada ya kuwa waaminifu na kuwatia moyo wanafunzi kuhatarisha Ufalme wa Mungu. Katika mfano huu, watu wawili wanaowekeza talanta zao wanasifiwa na mtu ambaye "hucheza salama" anashutumiwa. Njia nzuri ya kuwekeza, Mathayo anaendelea katika 25:31-46, ni kuwajali maskini, wenye njaa na walio gerezani. Hii pia ni mikakati mizuri ya "kukaa macho" hadi kuja kwake. Ujumbe wa Mathayo kuwa mwaminifu katika nyakati za mwisho zenye taabu una nguvu zaidi kutokana na kuwekwa kwa mifano hii pamoja.

Ni muhimu pia kuchunguza jinsi Injili nyingine za muhtasari zinavyochukulia mfano huo huo. Mabadiliko ambayo kila mwandishi alichagua walipotengeneza upya fumbo yanaweza kubadilisha maana ya fumbo au kuonyesha jinsi mafumbo yanavyoweza kuwa na maana zaidi ya moja katika muktadha tofauti. Mfano wa Talanta unaopatikana katika Mathayo 25:14-30 unaweza kutumika tena kuthibitisha jambo hilo. Katika muktadha wa kifasihi wa Mathayo 24 na 25, wito wa mfano wa kuhatarisha hatari kwa ajili ya ufalme unatolewa katika muktadha wa enzi inayokuja wakati Yesu atarudi. Mwandikaji wa Luka anatia ndani mfano huohuo, lakini anauweka katika muktadha tofauti. "Nao walipokuwa wakisikiliza hayo, aliendelea kusema mfano, kwa sababu alikuwa karibu na Yerusalemu, na kwa sababu walidhani ya kuwa ufalme wa Mungu utatokea mara" (Luka 19:11). Luka alikuwa ametoka tu kuandika kuhusu kukutana kwa Yesu na Zakayo, ambapo Yesu alionyesha upendo kwa mtoza ushuru aliyechukiwa na kwa kujibu, Zakayo alitoa nusu ya mali yake kwa maskini na mara nne ya kiasi cha pesa kwa mtu yeyote ambaye alikuwa amemlaghai. Zakayo kimsingi alitoa pesa zake zote, na katika muktadha huo, mfano wa talanta una hisia tofauti. Bado inahitaji kuhatarisha, kwa kutumia rasilimali zozote zinazopatikana kwa ajili ya huduma ya Mungu, lakini wasomaji wa awali wanaona kuhatarisha huku kama jibu la neema ya Mungu, kama mfano wa Zakayo na kama wito wa kuendelea kuhatarisha, ikizingatiwa kwamba ufalme hautaonekana mara moja.

Mafumbo si Fumbo

Isipokuwa Mathayo 13:1-9 na 13:36-43, mifano ya Yesu haipaswi kutafsiriwa kuwa mafumbo kamili. Fumbo ni hadithi ambayo kila mhusika na mengi, ikiwa si yote, ya maelezo ya hadithi huwakilisha kitu kingine isipokuwa jinsi walivyo. Kwa maneno mengine, mafumbo ni hadithi za kiishara zenye maana ndogo nje ya ishara zao zenye kanuni mwingi. Hatari ya kuchanganya mafumbo na shahiri ni dhahiri: tunaelekea kutafsiri vibaya kile ambacho Yesu anamaanisha kwa mifano yake ikiwa tutajaribu kulazimisha miunganisho ya kiishara ambayo Yesu hakukusudia.

Katika sehemu kubwa ya historia ya kanisa, watu wametengeneza mafumbo kutokana na mifano ya Yesu. Ufafanuzi wa Augustine wa mfano wa Msamaria Mwema (Luka 10:25-37) ni mfano halisi.

> *Hapo hapo mwanasheria alisimama ili kumjaribu Yesu. "Mwalimu," akasema, "nifanye nini ili niurithi uzima wa milele?" Akamwambia, Imeandikwa nini katika torati? Unasoma nini hapo?" Akajibu, "Mpende Bwana Mungu wako kwa moyo wako wote, na kwa roho yako yote, na kwa nguvu zako zote, na kwa akili zako zote; na jirani yako kama nafsi yako." Naye akamwambia, "Umejibu vyema; fanya hivi nawe utaishi."*
>
> *Lakini akitaka kujihesabia haki, alimwuliza Yesu, "Na jirani yangu ni nani?" Yesu akajibu, "Mtu mmoja alikuwa akishuka kutoka Yerusalemu kwenda Yeriko, akaangukia katika mikono ya wanyang'anyi, wakamvua nguo, wakampiga, wakaenda zao, wakimuacha karibu kufa. Basi kwa bahati kuhani mmoja alikuwa akishuka katika njia ile; naye alipomwona akapita upande wa pili. Na Mlawi vivyo hivyo, alipofika mahali pale na kumwona, akapita upande mwingine. Lakini Msamaria mmoja alipokuwa akisafiri alimkaribia; na alipomwona alimwonea huruma. Akamwendea, akafunga vidonda vyake, akavimimina mafuta na divai. Kisha akampandisha juu ya mnyama wake mwenyewe, akampeleka kwenye nyumba ya wageni, akam-*

tunza. Kesho yake akatoa dinari mbili, akampa mwenye nyumba ya wageni, akasema, Mtunze huyu; nami nitakaporudi nitakulipa kiasi cho chote mtakachotumia zaidi. Je, unadhani ni yupi kati ya hawa watatu aliyekuwa jirani yake yule mtu aliyeangukia mikononi mwa wanyang'anyi?" Akasema, "Ni yule aliyemrehemu." Yesu akamwambia, "Nenda ukafanye vivyo hivyo."

Wasomi wengi sasa wanaamini kwamba baba huyu wa kanisa alitafsiri vibaya mfano huo.[3] Hivi ndivyo alivyobadilisha watu wa kawaida na vitu katika mfano na kuwafanya kuwa dhana za kiroho:

- Mtu aliyeshuka kutoka Yerusalemu kwenda Yeriko = Adamu
- Yerusalemu = jiji la mbinguni la baraka ambalo Adamu alianguka
- Yeriko = mwezi, na hivyo kuashiria kufa kwa Adamu
- Wezi = shetani na malaika zake
- Kumvua = kuliondoa kutokufa kwake
- Nusu waliokufa = wanadamu walioanguka wako nusu hai na nusu wamekufa kiroho
- Kuhani na Walawi = ukuhani na huduma ya Agano la Kale
- Msamaria Mwema = Mlinzi; kwa hiyo, Kristo mwenyewe
- Alifunga majeraha yake = kufunga kizuizi cha dhambi
- Mafuta = faraja ya tumaini jema
- Mvinyo = himizo la kufanya kazi kwa moyo wa bidii
- Punda anayembeba mtu aliyejeruhiwa = mwili wa Kristo
- Nyumba ya wageni = kanisa
- Siku iliyofuata = baada ya ufufuo
- Sarafu mbili za fedha = ahadi ya uzima huu na ule ujao
- Mwenye nyumba ya wageni = Mtume Paulo[4]

Njia hii ya kutafsiri fumbo la Msamaria Mwema inapendekeza maana ambayo isingeweza kuwa nia ya asili ya Yesu. Wakati Yesu aliposhiriki mfano huu, hapakuwa na kanisa na Paulo alikuwa bado hajaamini. Inaonekana wazi kwamba Yesu anasema kitu kuhusu maana ya kumpenda jirani yetu,

3 Ada na Stuart. Jinsi ya Kusoma Biblia kwa Thamani Yake Yote (Grand Rapids: Uchapishaji wa Zondervan, 2003), 150.

4 Augustine, Quaestiones/ Evangeliorum//,19 -iliyofupishwa kidogo kama ilivyonukuliwa katika Dodd, C.H., Mifano ya Ufalme (New York: Scribners, 1961), 1-2.

ambalo ni swali kutoka kwa mwanasheria ambalo linachochea mfano huu (Luka 10:29). Fumbo la Augustine halikaribii kujibu swali hilo. Pia analeta changamoto ya wazi kwa ukabila; Msamaria ni shujaa.

Tunaweza pia kutumia mafumbo ili kuepuka kuitikia mwito wa ufuasi ambao Yesu anaufanya katika mifano yake, kuepuka "kubeba misalaba yetu" na kumfuata Yesu katika njia zinazoweza kusababisha mateso. "Kwa karne nyingi, mafumbo yalitawala sana kama njia ya kutafsiri, na ndama aliyenona katika mfano wa mwana mpotevu akawa ishara ya Kristo kwa sababu ndama aliuawa. Kupitia mafumbo, wakalimani waliweza kupata mawazo yao waliyopenda karibu popote, na kuchanganyikiwa na hatimaye kutokuwa na maana kulishinda."[5]

Kwa upande mwingine, baadhi ya mifano huwa na vipengele fulani vya mafumbo. Baada ya yote, mifano ni mafumbo yaliyopanuliwa; kwa hakika zinaweza na zinapaswa kuonekana kama hadithi zenye viwango viwili vya maana. Lakini lazima tuweze kutofautisha kati ya vipengele fulani vya hadithi ambavyo vina maana ya ishara bila kufanya fumbo lote kuwa msimbo wa fundisho dhahania. Muktadha ni muhimu.

Mfano wa mkopeshaji na wadeni wawili katika Luka 7:41-42 ni mfano mzuri.

> *Mkopeshaji mmoja alikuwa na wadeni wawili; mmoja alikuwa na deni la dinari mia tano, na wa pili hamsini. Walipokuwa hawana uwezo wa kulipa, aliwafutia wote wawili deni. Sasa nani kati yao atampenda zaidi?*

Kujua muktadha wa mfano huo hutusaidia kuuelewa. Luka 7:36-50 inasimulia hadithi ya Simoni Mfarisayo ambaye anamwalika Yesu kwenye mlo. Mwanamke kutoka kijijini anayejulikana kuwa "mwenye dhambi" anamkaribia Yesu akiwa na chupa ya manukato ya bei ghali. Akilia, anapiga magoti mbele ya miguu yake na kuiosha kwa machozi yake na kuipangusa kwa nywele zake. Simoni anajisemea mwenyewe kwamba ikiwa Yesu angekuwa nabii wa aina yoyote, angejua yeye ni mwanamke wa aina gani na kukomesha tabia hiyo. Kwa hiyo Yesu anampa Simoni mfano huu wa sentensi tatu. Hadithi inaweka wazi kwamba Yesu hasemi kuhusu deni la pesa hapa; anamaanisha "deni" la dhambi. Mwanamke mwenye dhambi anampenda Yesu zaidi, akiwa amesamehewa zaidi. Na katika ubinafsi wake, Simoni anashindwa kutambua yeye ni mwenye dhambi kama yeye.

5 Ibid., Bailey, 282.

Ni kweli kwamba nyakati nyingine Yesu anatumia neno "deni" kuzungumzia pesa; moja ya mada zake kuu ni haki ya kiuchumi. Lakini muktadha wa mfano huu unasaidia msomaji kuona kwamba "deni" inachukua maana tofauti kwa hadithi hii.

Mambo Tofauti ya Mfano

Katika hadithi ya Simoni na mwanamke mwenye dhambi katika Luka 7, mambo mawili ya kumbukumbu, Simoni na mwanamke, kila mmoja angesikia kitu tofauti na mfano ambao Yesu aliwaambia katikati yao. Na wote wawili wangekuwa sahihi. Mwanamke angesikia uthibitisho wa upendo wakati Simoni angehisi hukumu ya Yesu, na yote haya yalitokana na mfano uleule.

Hii ni kweli kwa mifano mingi. Kutegemeana na eneo lao la kijamii au asili ya maisha, hadhira ya awali ya mifano ya Yesu wangejisikia ama kufarijiwa au kukabiliwa. Tukirudi kwenye mfano wa mwana mpotevu uliotajwa hapo juu, ni rahisi kudhani kwamba ujumbe pekee wa mfano huu ni uhalisi wa upendo usio na masharti wa Mungu, kama unavyoonyeshwa kupitia baba ambaye alimsamehe mwana wake mpotovu. Lakini Yesu, katika mazingira yake ya awali ilimbidi awasaidie Wayahudi wenzake kukubali ukweli wa upendo wa mikono wazi wa Mungu kwa Mataifa. Wayahudi wangesimulia vyema kaka mkubwa; kama yeye, walikuwa wamejitahidi sana kudumisha imani. Walijaribiwa kuwachukia Wasio Wayahudi, wana wachanga zaidi, ambao walikuja nyumbani na kupokea baraka za Mungu.

Mwisho wa Upinde

Mifano nyingi sana zinajumuisha mwisho wa mshangao kwamba wasomi wa Biblia waliunda neno kwa ajili ya utafiti wa mwisho wa mifano: kanuni ya mkazo wa mwisho.[6] Baadhi ya mifano inayojulikana ya mwisho huu wa mshangao ni pamoja na mfano wa wafanya kazi katika shamba la mizabibu unaopatikana katika Mathayo 20:1-16 na mfano wa karamu kuu katika Luka 14:15-24. Katika mfano wa wafanya kazi katika shamba la mizabibu, wafanyakazi waliofanya kazi kwa saa moja tu walipata ujira sawa na wale waliofanya kazi siku nzima—mshangao! Katika mfano wa karamu kuu ya jioni, watu wa kwanza walioalikwa kwenye chakula cha jioni wote walikuwa na visingizio vya kutohudhuria na hivyo—mshangao!—mkaribishaji anawaalika watu ambao hawakupata mialiko kama hiyo, maskini, vilema, vipofu na vilema. Mizunguko hii miwili ya kushtua ingetoa mwi-

6 Kamusi ya Yesu na Injili, 594.

tikio wa kihisia wa kina (na mara chache chanya) kutoka kwa wasikilizaji wa Kiyahudi wa zama za Yesu, ambao wengi wao walijielewa kuwa warithi halali na wa pekee wa neema ya Mungu.

Hata kama fumbo halina mwisho wa kushtukiza, mara nyingi jambo muhimu limewekwa mwishoni, kwa hivyo bado ni muhimu kusoma mwisho wa mifano kwa vidokezo vya kutafsiriwa kwao.

Ufafanuzi Unaotegemea Maisha na Mafundisho ya Yesu

Mifano ya Yesu inaweza kuwa ngumu kutafsiriwa kwa sababu angalau ni ya mfano. Yesu anajenga maana kupitia ulinganisho wa kitu kimoja hadi kingine, na inaweza kuwa rahisi kutafsiri kimakosa ulinganisho huo, hasa ikiwa tutatazama tu mafumbo kupitia lenzi ya mfumo wetu wa imani ya kibinafsi à la Augustine tafsiri ya Msamaria Mwema. Ni lazima tuone vipengele vya mafumbo katika mfano bila kufananisha kabisa mfano wenyewe. Kwa maneno mengine, ni lazima tutambue kwamba Yesu anazungumza kwa viwango viwili vya maana, lakini hatuwezi kufanya mafumbo hayo yawe na maana ambayo Yesu hakukusudia kamwe.

Njia inayotegemeka zaidi ya kufanya hivyo ni kulinganisha tafsiri zetu wenyewe na mafundisho mengine yote ya Yesu. Baada ya yote, Yesu hakuwepo au kufundisha katika utupu. Daima tunapaswa kuuliza ikiwa tafsiri zetu zinaunga mkono au kuharibu kile ambacho Yesu alisema mahali pengine. Ikiwa tafsiri inapingana na ujumbe wote wa Yesu, au ikiwa inajumuisha vipengele ambavyo havingekuwa na maana kwa hadhira ya awali, basi tunajua tumekosa alama, na tunapaswa kuendelea kutafuta bora, zaidi. tafsiri thabiti.

Hitimisho

Mifano ya Yesu ni theolojia nzito. Yanafundisha ukweli na kuunda maana kwa njia ambazo sababu pekee haziwezi kutimiza. Yanagusa sana hisia zetu. Yahusika na njama, miisho ya mshangao, hufungua akili zetu katika njia mpya za utambulisho wa Mungu na jinsi tunapaswa kujibu. Mifano yatuita kutenda; yanadai majibu. Kwa sababu hizi zote, ni muhimu kuzisoma na kuchukua tahadhari kubwa katika kuzitafsiri. Wao ni hazina.

Mwandishi wa Mathayo alijua nguvu ya mifano, jinsi inavyoweza kutusaidia kupata ukweli kwa njia mpya. Kwa hiyo alitunga sura ya 13 kwa uangalifu, akitumia mifano saba mfululizo. Kisha kama sehemu kuu ya sura hiyo, alimalizia kwa maneno haya, "Je, umeelewa hili?" Wakajibu, "Ndiyo." Akawaambia, "Basi, kila mwandishi aliyefundishwa kwa ajili ya

Ufalme wa Mbinguni anafanana na bwana wa nyumba atoaye katika hazina yake mambo mapya na ya kale" (Mathayo 13:51-52). Tunapojifunza kwa uangalifu mifano, sisi pia tunaweza kuwa kama bwana wa nyumba, tukiwaletea wengine kweli takatifu, hazina kubwa ya mifano ya Yesu.

28. Aina ya Barua

Vifungo vya Biblia: Warumi 1:1-15, 1 Wakorintho 1-9, Wagalatia 1:1-3, Wafilipi 1-4

Wengi wetu tumeandika barua. Kwa kiwango fulani, hata barua pepe fupi au maandishi yanaweza kutafsiriwa kama barua. Barua ni njia muhimu za kuwasiliana na kama aina nyinginezo, zina madhumuni maalum, sifa mahususi na kanuni fulani za kutafsiri za kufuata ili tusipotoshe maana yake. Biblia imejaa herufi nyingi: aina hii inachukua robo ya Agano Jipya. Kati ya vile vitabu ishirini na saba vya Agano Jipya, ishirini na moja vimeandikwa kwa njia ya barua, karibu nusu yake imeandikwa na Mtume Paulo. Na kama vile tamaa yetu wenyewe ya kutaka kueleweka, vivyo hivyo barua hizi zinastahili jitihada zetu za kweli kuzitafsiri vyema.

Mtume Paulo

Mtu mmoja aitwaye Paulo aliandika barua nyingi za Agano Jipya. Kuelewa hadithi yake ni ufunguo wa kuelewa alichoandika, kwa hivyo kabla ya kutumbukia katika utafiti mwingine wa aina, hebu tutafakari maisha yake.

Paulo alikuwa na fursa nadra ya kuelewa ulimwengu mbili tofauti sana. Alizaliwa katika familia ya Kiyahudi yenye dini sana; alipenda na kufuata maandiko ya Agano la Kale. Tunajua kutokana na Matendo 22:3 kwamba Paulo alisoma chini ya Gamaliel, rabi mashuhuri zaidi wa siku zake huko Yerusalemu. Lakini pia alijua ulimwengu wa Kigiriki. Alikulia na kusomeshwa huko Tarso huko Kilikia, ambao ulikuwa mji wa Kirumi wa Kigiriki, ukizidiwa tu na Athene na Aleksandria. Mafundisho yake ya Kiyahudi yalimfanya awe mjuzi wa Maandiko ya Agano la Kale na mafunzo yake ya Kigiriki yalimfanya awe na ufasaha wa usemi na mawasiliano ya maandishi na kuweza kuelewa utamaduni wa Kigiriki. Hakika alistawi katika dunia mbili tofauti sana.[1]

Paulo awali aliitwa Sauli. Malezi yake ya Kiyahudi yalimfanya awe mwalimu wa sheria, Mfarisayo miongoni mwa Mafarisayo. Kwa hiyo, aliwachukia wafuasi wa Yesu. Sauli aliamini kwamba alikuwa akimtii Mungu kwa kufanya kila awezalo ili kukomesha Njia, hiyo harakati mpya ya watu waliopotoka waliofikiri kwamba Yesu alikuwa Masihi. Katika mawazo ya Sauli, Yesu huyu hangeweza kuwa Masihi kwa sababu hakufuata sheria za Torati ipasavyo, hakuliondoa tatizo la Warumi, na zaidi ya yote, aliuawa kwa njia ya kufedhehesha zaidi, kwa kifo kwenye Msalaba wa Kirumi. Maandiko yalikuwa wazi kwamba mtu yeyote aliyetundikwa juu ya mti alilaaniwa (Kumbukumbu la Torati 21:22-23). Sauli alipewa mamlaka kutoka kwa kuhani mkuu kutafuta na kuleta Yerusalemu mtu yeyote kutoka Damasko ambaye alikuwa wa kundi hili hatari.

Lakini alipokuwa njiani kwenda Damasko kuwatesa Wakristo, jambo la ajabu lilitokea. Sauli alikutana na Yesu Kristo aliyefufuka (Matendo 9:1-25). Kwa nuru yenye upofu, Yesu alimwendea njiani kuelekea Damasko, akisema, Sauli, Sauli, kwa nini unanitesa? Akiwa kipofu, Sauli akauliza, "Wewe ni nani Bwana?" Yesu akajibu, "Mimi ni Yesu, ambaye wewe unamtesa." Maisha ya Sauli yalifanya mabadiliko kamili. Alienda kwenye nyumba ya Anania, mfuasi wa Yesu, ambaye pia alikuwa amepokea maono kuhusu Sauli ambayo aliambiwa amtembelee mtu huyu ingawa Sauli alikuwa anatazamia kumtesa. Anania alitii, akamwambia Sauli kuhusu Yesu na Sauli akawa mfuasi wa Yesu. Sauli alipewa jina jipya—Paulo. Kama Yakobo katika Agano la Kale ambaye alipewa jina jipya la Israeli baada ya kushindana mweleka na Mungu, jina hili jipya liliashiria utambulisho mpya, mwanzo mpya. Mungu alimponya macho yake kupitia Anania na macho yake ya kiroho yakafunguliwa pia.

Kila kitu kilibadilika kwa Paulo. Kwanza, ufahamu wake juu ya Yesu ulibadilika. Mara tu alipoelewa Yesu kama Masihi, ufahamu wake wa historia ya wokovu ulibadilika na hivyo pia uaminifu wake na tabia. Alitoka katika kulitesa kanisa na kuwa mmisionari wa kanisa, mmishonari mwenye wito maalum wa kuwasaidia watu wa mataifa kuwa sehemu ya Watu wa Mungu.

Paulo alisafiri sehemu nyingi akimwambia mtu yeyote ambaye angesikiliza habari za Yesu. Sikuzote alianzia katika masinagogi ya Kiyahudi,

1 Jacob W. Elias, Kumbuka Wakati Ujao: Theolojia ya Kichungaji ya Paulo Mtume (Scottdale, PA: wanahabariwa Herald, 2006), 42-43.

lakini mara tu alipofukuzwa kutoka katika masinagogi hayo, ambayo yalikuwa ni itikio la kawaida la Wayahudi wenzake, aliendа sokoni na sehemu nyingine za umma. Alianzisha makanisa mengi madogo ya nyumbani, na hakuweza kukaa nayo kwa muda mrefu kwa sababu ya wito wake wa kueneza injili katika maeneo mengine, aliandika barua kwa makutaniko haya kwa kutia moyo na mafundisho ya kitheolojia. Tena, kuzamishwa kwake katika maandiko ya Agano la Kale na katika utamaduni wa Kigiriki kulimtumikia vyema. Barua nyingi katika Agano Jipya zinatoka kwa Paulo.

Barua za Paulo ni zawadi kubwa kwetu leo. Ingawa alikuwa akiandikia makutano maalum yaliyowekwa katika miktadha ya kitamaduni tofauti sana na yetu, maneno yake yanaboresha ufahamu wetu wa kitheolojia. Mandhari nne zinajitokeza. Paulo aliandika kuhusu utata wa Yesu ni nani na jinsi mtu anavyomfuata Yesu. Utafiti huu tunauita Christology. Mada hii ni tajiri sana katika vitabu vya Waefeso, Wafilipi na Wakolosai. Mada nyingine ni Soteriology, au somo la wokovu. Mada hii imeangaziwa katika vitabu vya Warumi, Wagalatia, 1Wakorintho na 2 Wakorintho. Utafiti wa mafundisho ya kanisa, unaopatikana kwa uwazi zaidi katika vitabu vya 1Timotheo, 2 Timotheo na Tito unaitwa Eklesia. Hatimaye, Paulo aliandika kuhusu mwisho wa nyakati na ujio wa pili wa Kristo katika vitabu vya 1Wathesalonike na 2 Wathesalonike na tunaita somo hili la nyakati za mwisho Eschatology.

Sifa za Aina ya Waraka

Ingawa kuna herufi nyingi katika Agano Jipya, hakuna aina inayoitwa aina ya herufi. Badala yake wasomi hutumia aina ya barua ya jina. Waraka ni muundo wa kisanaa wa kifasihi ambao unakili vipengele vya herufi ya kweli, lakini unakusudiwa zaidi kama mawasiliano kwa umma kwa ujumla. Waraka, basi, ni mahubiri au hotuba iliyovaliwa kama barua. Barua, kwa upande mwingine, ni maandishi ambayo hayakukusudiwa kutumika kwa umma tu bali yanalenga tu mtu au watu ambao inaelekezwa kwao.[2]

Barua za Paulo ni barua za kweli; aliandika hasa ikiwa si kwa ajili ya hadhira maalum pekee katika muktadha wa kihistoria na kijiografia. Hakuwa amekaa akiwa ameshika mito mkononi, akiwaza, "Sasa nashangaa watu wa mwanzoni mwa karne ya ishirini na moja watafikiria nini kuhusu mawazo haya?" Hiyo haimaanishi kwamba barua za Paulo haziwezi kuwa na maana yoyote kwetu, kwa kuwa zina mengi ya kutoa. Lakini inamaanisha kwamba lazima tukumbuke wasikilizaji wa kwanza.

2 Gordan D. Fee na Douglas Stuart, Jinsi ya Kusoma Biblia kwa Thamani Yake Yote (Grand Rapids: Uchapishaji wa Zondervan, 2003), 594.

Ingawa maandishi ya Paulo ni barua za kweli, kuna nyaraka za kweli katika Agano Jipya pia. Baadhi ya mifano ni 2 Petro, 1 Yohana na Waebrania. Kitabu cha Paulo kiitwacho Warumi kinasoma zaidi kama waraka. Hii inaweza kuwa kwa sababu Paulo hakutembelea kanisa la Rumi na kwa hivyo alihitaji kuandika kitu kisicho cha kibinafsi na zaidi "kama mahubiri."[3] Ni muhimu kutambua kwamba aka katika Agano Jipya kwa hakika zinakaribia kuwa mahubiri. Waebrania inafikiriwa kuwa ni mahubiri ya Zaburi 110. Yakobo inaonekana kuwa zaidi kama mkusanyiko wa maelezo ya mahubiri juu ya mada mbalimbali za kimaadili.

Swali la Uandishi

Je, maandiko yote yanayohusishwa na Paulo yameandikwa na Paulo kweli? Wasomi hawakubaliani kuhusu kama Paulo aliandika au la vitabu vyote vinavyodai yeye kama mwandishi. Hili linaweza kuonekana geni kwa masikio yetu ya kisasa kwamba kungekuwa na swali lolote kuhusu uandishi wa Paulo. Kwa nini mwandishi wa kweli anaweza kusema uwongo juu ya jambo kama hilo? Lakini ulimwengu wa kale wa Mashariki ya Kati ulikuwa na mtazamo tofauti kuhusu uandishi. Wakati mwingine mwandishi halisi angempa mtu mwingine sifa kwa kuandika kitabu kama njia ya kumheshimu mtu huyo. Katika mtazamo huu wa ulimwengu mazoezi hayo hayakuzingatiwa kuwa uwongo, bali ni njia ya kuonyesha heshima au kuwasilisha msukumo nyuma ya uandishi. Kwa kuzingatia mazoezi haya, inaweza kuwa kwamba baadhi ya barua zinazodai Paulo kama mwandishi ziliandikwa na mtu mwingine. Kwa mfano, wasomi wameona mtindo tofauti wa uandishi katika Waefeso kuliko katika 1Wakorinto na 2 Wakorintho. Je, Paulo alichukua sauti mpya ya kifasihi au kuna mtu aliandika Waefeso kwa jina la Paulo? Chati ifuatayo inaonyesha njia zinazowezekana ambazo mtu anaweza kuelewa uandishi wa nyaraka za Pauline.

3 Ibid., 56.

Nyaraka zinazowezekana zaidi ziliandikwa na Paulo	Nyaraka ambazo huenda ziliandikwa na Paulo	Nyaraka zilizoandikwa na waandishi wengine
Warumi 1Wakorinto na 2 Wakorintho Wagalatia Wafilipi 1Wathesalonike na 2 Wathesalonike Filemoni	Waefeso* Wakolosai* Tito 1Timotheo na 2 Timotheo	Waebrania Yakobo 1Petro na 2 Petro 1Yohana, 2Yohana na 3 Yohana Yuda

* Wasomi wengi wanaamini kwamba Paulo aliandika Waefeso na Wakolosai, lakini kuna wengine wanaotilia shaka uandishi wake.[4]

Vitabu vyote katika chati iliyo hapo juu vinaitwa nyaraka, ziwe ni herufi za kweli au la. Licha ya tofauti hii moja kuu, barua na nyaraka zinashiriki sifa nyingi za kawaida na zinataka kanuni sawa za tafsiri. Kwa hivyo sifa hizo ni zipi?

Maagizo: Mojawapo ya njia tunaweza kuainisha fasihi ni kuiona kama maagizo au maelezo. Uandishi wa maagizo hurejelea vipande vya fasihi ambavyo vinatafuta kuwaambia wasomaji wake kwa uwazi nini cha kufanya au kuamini. Kama maagizo ya dawa ambayo daktari anamwandikia mfamasia, vifungu hivi vinatoa maelekezo maalum kwa tabia, maadili na mafundisho. Kwa hiyo ujumbe kwa hadhira wa asili umeelezwa kwa uwazi. Aina ya barua ina maagizo mengi.

Muundo wa Kipekee wa Kifasihi: Barua zilizoandikwa wakati wa Yesu na Paulo zilifuata utaratibu mkali wa kifasihi. Kila barua ilianza na salamu rasmi na kuendelea na vipengele maalum vilivyofuata kwa utaratibu fulani. Iwe barua hiyo ilitoka kwa Paulo kwenda kwa kutaniko au kutoka kwa ofisa Mroma kwenda kwa raia wake au kutoka kwa mume kwenda kwa mke, karibu barua zote zilitumwa kwa njia ileile.

1. Jina la mwandishi
2. Jina la mpokeaji
3. Salamu
4. Matakwa ya maombi au shukrani

4 Jerry L. Sumney, Biblia: Utangulizi (Minneapolis: Wanahabari wa Fortress, 2010), 335.

5. Mwili wa barua
6. Salamu za mwisho na kwaheri[5]

"Hati za Mara kwa Mara": Barua hutoka na kujibu tukio fulani. Daima kuna hadithi iliyotangulia chini ya ujumbe wa barua. Na kwa sababu mwandishi wa waraka hakuwa akifikiria hasa ni nani anayeweza kusoma barua yake katika siku zijazo, mwandishi haandiki juu ya kila kitu kinachoendelea. Wapokeaji wa barua wanajua maelezo yote ya usuli na kwa hivyo hawahitaji historia. Kwa hivyo nyakati fulani wasomaji wa kisasa wana majibu lakini hatuna uhakika asilimia mia moja maswali yalikuwa nini, kama vile kusikia upande mmoja tu wa mazungumzo ya simu.

Mtunzi wa fasihi (Amanuensis): Katika baadhi ya nyaraka zetu za kibiblia, ni wazi kwamba mwandishi halisi, Paulo, alikuwa na mtu mwingine kufanya maandishi halisi kwa ajili yake. Mtunzi wa fasihi ni katibu mtaalamu au mwandishi wa barua. Mtunzi wa fasihis kama huyo aliyefunzwa alitumia mfumo wa mkato wa Kigiriki huku Paulo akiamuru barua aliyotaka kutuma, na ingemlazimu kuandika kile kilichoamriwa katika maandishi ya kawaida ya Kigiriki. Paulo mara nyingi aliandika maoni yake ya mwisho na salamu za mwisho kwa mkono wake mwenyewe (1 Wakorintho 16:21, Wakolosai 4:18, 2 Wathesalonike 3:17). Baadhi ya tofauti za msamiati na mtindo ambazo zimechukuliwa kati ya baadhi ya barua za Paulo zinatuacha kushangaa jinsi Paulo alivyosahihisha kazi ya mtunzi wa fasihi aliyotumia.[6]

Kanuni za Ufafanuzi

Katika utafiti wetu wote kwa kufata neno na kazi ya aina, lengo letu ni kutafuta maana kwa hadhira asilia. Hatuwezi kufanya kifungu cha maandiko kiwe na maana kwetu ambacho hakingemaanisha kwa wasikilizaji asilia. Nyaraka sio ubaguzi. Zina kanuni maalum na muhimu za kutafsiri ili tuepuke kutafsiri vibaya maandishi.[7]

5 Ibid., Ada na Stuart, 56.

6 Sean A. Adams, "Uhusiano wa Paulo na Luka: Luka, Barua za Paulo na Vifungu vya 'Sisi' vya Matendo," katika Paul na mahusiano yake ya Kijamii, ed. Stanley Porter na Christopher Land (Leiden: Brill, 2013), 128. Kwa maoni yanayopinga, tazama Aida Besancon Spencer, Mtindo wa Fasii ya Paulo (Lanham, MD: Wanahabari wa University, 1998), 59.

7 Ibid., Stuart and Fee, 30, 74.

Kama ilivyo kwa kila aina, ni wajibu wetu kama wasomaji wa kisasa kuvuka daraja la hermeneutical kuingia katika wakati na utamaduni wa barua. Ni lazima tukumbuke kwamba nyaraka hizi ni hati za karne ya kwanza. Yaliandikwa kwa ajili ya makutaniko mbalimbali yaliyotawanyika kotekote Asia na Asia Ndogo. Walijaribu kuwasilisha ukweli kwa watu ambao walikuwa na ufahamu tofauti juu ya mambo muhimu kama vile ni nini kinachounda familia, ambao wanaweza na hawawezi kuzungumza, kile kinachopaswa kuvaliwa kichwani, na kile kinachopaswa kuliwa na kisichopaswa kuliwa.

Kitabu cha 1 Wakorintho kinaweza kutupa kielezi kizuri cha umuhimu wa kuvuka daraja hilo. Paulo alikuwa anaandikia kanisa ambalo lilikuwa na baadhi ya Wakristo kutoka asili ya Kigiriki. Kwa kusukumwa na utamaduni wao wa Kigiriki, Wakristo hao walichukizwa hasa na wazo la mwili kufufuliwa kutoka kwa wafu. Kwa kuzingatia mtazamo wao wa kilimwengu juu ya umuhimu—au tuseme kutokuwa na umuhimu—wa ulimwengu wa kimwili, wazo la maiti kurudi kwenye uhai na kutembea huku na huku liliwachukiza. Kwa hiyo ufufuo wa Yesu ulikuwa upumbavu kwao (1 Wakorintho 1-3). Na kitendo cha wanaume Wakristo kutumia makahaba hakikuonekana kuwa kibaya, kwa kuzingatia imani yao kwamba mwili wa mwanadamu haungeweza kukombolewa hata hivyo, na kwa hivyo kile walichokifanya kingono kilikuwa na umuhimu mdogo wa kimaadili (1 Wakorintho 6).

Paulo alielewa mtazamo wao wa ulimwengu na bado, kama Myahudi, hakushiriki baadhi ya imani hizo. Ilimbidi kutafsiri upya hadithi ya Yesu kwa ajili yao na ilimbidi kuifanya kwa njia ambayo ilikuwa na maana kwao. Wasomaji wa kisasa wa kitabu hiki wataelewa theolojia ya 1 Wakorintho kwa usahihi zaidi ikiwa wataelewa mitazamo hii ya ulimwengu inayoshindana.

Mikengeuko katika Umbo la Fasihi

Kwa kuwa herufi za zamani zilifuata muundo mkali wa kifasihi, ni muhimu kutambua wakati mwandishi alichagua kutofuata muundo huo. Mkengeuko wenyewe unaweza kuwa kidokezo cha maana ya kifungu. Mara kwa mara Paulo alikengeuka kutoka kwa fomu ya kawaida ya barua. Mfano mmoja ungekuwa barua yake kwa kanisa la Galatia, barua ambayo haina maneno ya shukrani. Kwa sababu kupotoka huku, au badiliko lolote katika muundo wa fasihi wa barua, lingeonekana kuwa lisilo la kawaida ikiwa si la ufidhuli kabisa, inatubidi kuuliza kwa nini Paulo alichagua kutojumuisha sehemu ya shukrani kwa barua yake. Hata kama jibu linaonekana wazi—

kwamba Paulo alikasirikia kutaniko hili—ni jambo la hekima kuona, kufanya utafiti na kuuliza maswali.

Kusoma Waraka Mzima katika Mpangilio Mmoja

Je, unaweza kufikiria kupokea barua na usiisome yote mara moja au tu kusoma ukurasa wa mwisho? Huwezi kamwe kutumia muda kujaribu kutafsiri au kupitia aya moja tena na tena bila kuhisi herufi nzima; wala usingehisi kama unajua barua hiyo ilikuwa inasema nini bila maana yake kwa ujumla. Ndivyo ilivyo kwa barua hizi takatifu. Tunaziheshimu na kupata karibu na maana asilia ya maandishi tunaposoma waraka mzima na kufanya kazi ya kufasiri jumbe mahususi kutoka sehemu fulani kwa mwanga wa hati nzima.

Mfano wa kifungu ambacho wakati mwingine huvutwa nje ya muktadha wake wa kifasihi ni Waefeso 2:8-10. Wakristo wengi wamekariri aya hizi mbili kwa kuangalia kwa umakini wa tatu.

> *Kwa maana mmeokolewa kwa neema, kwa njia ya imani; ni kipawa cha Mungu, si matokeo ya matendo, mtu awaye yote asije akajisifu (Waefeso 2:8-9).*

Mistari hii nzuri ina ujumbe mzito wa neema ya Mungu na tahadhari ya kutojaribu kupata wokovu wetu kupitia matendo mema tunayofanya kupitia nguvu zetu wenyewe. Walakini, bila mstari wa 10, tunaweza kutomwelewa Paulo na kuamini kwamba kile tunachofanya - maadili yetu - hayana umuhimu hata kidogo. Mstari wa 10 unaongeza, "Kwa maana tu kile alichotuumba, tuliumbwa katika Kristo Yesu, tutende matendo mema, ambayo tokea awali Mungu aliyatengeneza ili iwe njia yetu ya uzima. Ni muhimu kutovuta mistari ya kibinafsi nje ya muktadha. Njia nyingine ya kuelewa dhana hii ni kuchimba vifungu katika aya badala ya mistari, na kuheshimu mgawanyiko wa asili na wa kimantiki wa herufi. Nyaraka nyingi za Paulo zina mgawanyiko wa wazi kati ya sehemu ya mafundisho ya barua, ambayo kwa kawaida huchukua karibu nusu ya kwanza, na mawaidha ya vitendo, ambayo huja katika nusu ya pili.

Wakati wa Kitamaduni na Muktadha wa Mwandishi katika Historia

Kwa kuwa nyaraka ni hati za mara kwa mara na zina hadithi "chini" yake, tunahitaji kufanya kadiri tuwezavyo ili kuunda upya hadithi hiyo. Tunasoma asili ya kihistoria na kitamaduni. Tunatambua ni akina nani waliopokea na tunaambiwa nini kuwahusu. Tunaorodhesha na kutafiti mahusus yoyote yaliyotajwa kama vile tukio la barua au mipango ya siku zijazo. Sauti na mtazamo wa Paulo mara nyingi huzungumza kwa sauti kubwa kama maneno yake. Wakati mwingine yeye ni mpole na mvumilivu. Wakati mwingine anaweza kubishana sana au kujilinda ikiwa anahisi kuwa anashambuliwa. Aina zote zinahitaji utafiti wetu makini, lakini nyaraka hasa zinahitaji uangalizi huu kwa sababu tunasikia upande mmoja tu wa "mazungumzo."

Kanisa la leo linaweza kushukuru kwamba kanisa la kwanza lilikuwa na mizozo, wasiwasi na udhaifu, kwa kuwa ni kutokana na wasiwasi wa udhaifu huu kwamba Paulo na viongozi wengine wa kanisa waliandika barua ambazo ziliwasaidia wafuasi wa kwanza wa Yesu, na wanaweza kutusaidia sisi pia. Tukichukua muda wa kutafiti miktadha ambayo barua hizi ziliundwa kwayo, tunaweza kupata hazina kubwa ya vito vya kitheolojia ambavyo vinaweza kutusaidia na migogoro na udhaifu wetu tofauti lakini muhimu sawa.

29. Aina ya Ufunuo wa uharibifu wa Ulimwengu (Apocalyptic)

Vifungo vya Biblia: Ufunuo 4-5, 13-14, 19:11-16, na 21

Mwana-Kondoo amesimama bado amechinjwa (Ufunuo 5:6); mwanamke aliyevikwa jua, na mwezi chini ya miguu yake, na taji ya nyota kumi na mbili juu ya kichwa chake (Ufunuo 12:1); nzige wenye nyuso za wanadamu, wenye taji za dhahabu, wenye meno kama meno ya simba, na mikia kama nge (Ufunuo 9:7-10). Je, tumeingia kwenye filamu ya aina gani ya sci-fi?

Aina ya Ufunuo, inayopatikana hasa katika kitabu cha Ufunuo na katika nusu ya mwisho ya kitabu cha Danieli, ni aina ya fasihi yenye kupendeza, yenye kuvutia—na ya ajabu. Kuanzia maelfu ya taswira za maneno ya porini, marejeleo yanayoonekana kutokuwa na mwisho ya nambari, matukio ya ibada yenye kupumua na matukio ya kutisha ya hukumu, nyuma na mbele ya falme za dunia na zijazo, aina ya apocalyptic inaweza kuhisi ulimwengu mwingine. Ni aina ngumu kufafanua na lazima tuwe wanyenyekevu tunapoendelea na kazi hii nzito. Lakini matunda ya kazi yetu ya ufafanuzi yatastahili juhudi zetu zote.

Aina ya Apocalyptic na Theolojia ya Apocalyptic

Sehemu ya kile kinachofanya kazi yetu kuwa ngumu sana ni ukweli kwamba kuna aina ya apocalyptic na ufahamu wa kitheolojia uitwao apocalypticism (imani ya kidini kwamba ulimwengu utaisha ivi karibuni). Kama aina nyinginezo, aina ya apocalyptic ina mpangilio yake ya sifa na kanuni za tafsiri. Theolojia ya Apocalyptic sio mtindo wa kuandika lakini mpangilio ya imani. Neno apocalyptic linatokana na neno la Kigiriki apokalypsis ambalo linamaanisha kufunua au kufichua. Kwa hiyo apocalypse ingekuwa sehemu ya maandishi ambayo husaidia kufunua jambo fulani, kwa hiyo jina Ufunuo la kitabu cha mwisho cha Biblia.

Mtu anaweza kuchekelea maana ya "kufunua," kwa sababu kwa matumizi ya mara kwa mara ya ishara zisizojulikana katika Ufunuo, aina ya apocalyptic inaweza kuhisi zaidi kama "utaji" wa ukweli.

Apocalypticism (imani ya kidini kwamba ulimwengu utaisha ivi karibuni)

Kabla ya kuzama katika aina ya apocalyptic au apocalypticism yenyewe, ni muhimu kuelewa usuli wa kihistoria ambao ulisaidia kukuza mambo haya. Hebu fikiria mwaka wa 587 BCE, kuanguka kwa Yuda kwa Babiloni. Watu wa Yuda walihuzunishwa na uhamisho wao na kulemewa na mateso yao, mateso ambayo kitheolojia hayakuwa na maana kwao.[1] Mkanganyiko huu uliimarishwa zaidi katika mateso yao chini ya Wa seleucids wakati wa nyakati za Kimahusiano wakati Washami walipojaribu kulazimisha Ugiriki juu ya Wayahudi.

Mateso yao, uhamishoni na baadaye chini ya Waseleucids, yaliunda maswali ya imani yenye kuumiza matumbo. Ilimaanisha nini kuwa mteule wa Mungu? Kwa nini maneno ya manabii hayakuwa yametimia bado? Masihi ambaye alipaswa kurejesha Israeli alikuwa wapi? Ghafla mtazamo wa Kumbukumbu la Torati kwamba Mungu huwabariki wale walio waaminifu na kuwalaani wale wasio waaminifu ulionekana kutotosheleza kushughulikia ukweli wao. Watu wema walikuwa wakiteseka. Je, Mungu hakuwa hai tena duniani?

Ingiza Zoroastrianism, hekaya au dini ya Kiajemi iliyoanzishwa na nabii wa Irani wa karne ya sita, Zarathustra au Zoroaster, ambayo inasisitiza sana uwili: wema dhidi ya uovu, ukweli dhidi ya uongo, mwanga dhidi ya giza. Iliaminika kuwa historia ni matokeo ya mzozo wa ulimwengu kati ya nguvu za mema na mabaya. Ushawishi wa Uzoroastria kwa Uyahudi na baadae Ukristo, unatoka kwa Waajemi wakati wa Uhamisho (587-538

---

1 John Bracke, Yeremia 30-52 na Maombolezo (Louisville: Westminster/John Knox, 2000), 146. "Katika ulimwengu wa kale, hatima ya mataifa ilieleweka kuwa inahusishwa na miungu ya taifa. Ikiwa Babeli ingeshinda Yuda, ufahamu wa kawaida ungekuwa kwamba mungu wa Babeli...amemshinda Yehova, Mungu wa Israeli na Yuda. Kwa kweli, wengi katika Yuda walifikiri kwamba ushindi wa Babiloni wa 587 B.C. ulionyesha ukuu wa mungu wa Babiloni, kwa hiyo uhamisho huo ulitokeza tatizo la imani."

BCE) na unaonekana katika dhana inayoibuka ya Ibilisi au Shetani kuwa ndiye anayetawala nguvu za uovu. Pia ilitia nguvu wazo la ulimwengu wa tabaka tatu ambalo liliona nguvu za wema mbinguni juu ya dunia na nguvu za uovu chini.[2]

Katika uhamisho wao, watu wa Yuda walikuwa na mawasiliano na Waajemi ambao walikuwa maelezo kwa yale yaliyoonekana kuwa mateso yasiyo na msingi. Jibu la Uzoroastria hufuata kwamba baraka na laana kutoka kwa Mungu zinaweza kuja baada ya mtu kufa. Wakati mwingine uovu huonekana kutawala, lakini sivyo. Kuna vita vya ulimwengu vinavyoendelea ambapo majeshi ya uovu yanapigania mamlaka dhidi ya nguvu nzuri au Mungu. Kazi yako? Subiri na uwe mwaminifu kwa muda mfupi, Mungu ataingilia kati kimiujiza.

Mchanganyiko wa maswali ya imani yenye kuumiza matumbo na kufichuliwa kwa Zoroastrianism ulileta mpito wa kitheolojia. Wayahudi walitoka katika ufahamu wa jumla kwamba Mungu alikuwa akitimiza ahadi kupitia mifumo ya kisiasa ya sasa na matukio ya kihistoria, hadi wakashangaa juu ya kuonekana kutokuwepo kwa Mungu kwa sababu ulimwengu wao ulikuwa wa kikatili sana kwa imani ya kwamba Mungu angewakomboa kutoka kwa wakati huu wa sasa na kuwaleta katika ulimwengu huu. utaratibu mpya, uliobadilishwa. Apocalypticism ilizaliwa.

Sio kwamba watu wa Mungu hawakuwa wamekuza theolojia yoyote kwa umri uliofuata. Kulikuwa na historia ndefu ya kufikiria kuhusu enzi iliyofuata, inayoitwa eschatology au uchunguzi wa "mambo ya mwisho." Kabla ya kutokeza kwa mafundisho ya kiapokaliptiki, eskatologia ya kinabii pia iliamini katika wakati ujao, lakini lengo lilikuwa kufanya kazi na Mungu katika historia ya wanadamu ili kuleta Ufalme wa Mungu.[3] Ibid., 165. "Mafunuo ambayo mtu wa apocalyptist alipokea kutoka kwa Mungu yalikuwa tofauti sana na mafunuo yaliyopokelewa na manabii wa

2 Norman Cohn, Cosmos, Machafuko na Ulimwengu Ujao: Mizizi ya Kale ya Imani ya Apocalyptic, toleo la 2. (New Haven: Wanahabari wa Yale University, 2001), 82, 86.

3 Ibid., 165. "Mafunuo ambayo mtu wa apocalyptist alipokea kutoka kwa Mungu yalikuwa tofauti sana na mafunuo yaliyopokelewa na manabii wa Biblia. Hakuna pendekezo katika apocalypses (mwisho wa dunia) kwamba wanadamu wanaweza, kwa utii wao au kutotii, kuathiri sura ya mambo yajayo. Wakati ujao tayari umeamuliwa, kwa kweli mwendo wake tayari umeandikwa katika kitabu cha mbinguni. Na matokeo yake yatakuwa tofauti na chochote kilichotabiriwa katika unabii wa kitambo. Kutakuwa na hukumu ya mwisho. Kutakuwa na maisha ya baada ya kifo ambapo wanadamu, kutia ndani wafu waliofufuliwa, watapata malipo na adhabu zao za haki."

Biblia. Hakuna pendekezo katika apocalypses (mwisho wa dunia) kwamba wanadamu wanaweza, kwa utii wao au kutotii, kuathiri sura ya mambo yajayo. Wakati ujao tayari umeamuliwa, kwa kweli mwendo wake tayari umeandikwa katika kitabu cha mbinguni. Na matokeo yake yatakuwa tofauti na chochote kilichotabiriwa katika unabii wa kitambo. Kutakuwa na hukumu ya mwisho. Kutakuwa na maisha ya baada ya kifo ambapo wanadamu, kutia ndani wafu waliofufuliwa, watapata malipo na adhabu zao za haki."

Huwa na theolojia ya apocalyptic. Kuna tofauti kwa sheria kwa hivyo ni muhimu kuelewa tofauti kati ya hizo mbili. Eugene Boring anafafanua theolojia ya apocalyptic kama "aina mahususi ya eskatologia, ambayo kwa upande wake ni ufahamu fulani wa fundisho la riziki."[4]

Apocalypticism ni imani ya eschatological yenye sifa zifuatazo:

- Nguvu ya uovu (Shetani) sasa inatawala enzi hii ya muda na isiyo na matumaini ya historia ya mwanadamu. Hii inaeleza kwa nini kuna uovu duniani, uovu ambao kwa hakika Mungu mwenye upendo hawezi kuwajibikia kabisa.
- Waadilifu sasa wanateswa na mawakala wa Shetani na wanadamu.
- Shetani atashindwa hivi karibuni na utawala wake mwovu ukomeshwe.
- Mungu, ambaye ni nguvu za wema, ataingilia kati ili kukomesha utawala wa Shetani.
- Mungu ataunda enzi mpya kabisa, kamilifu na ya milele chini ya udhibiti wa moja kwa moja wa Mungu.
- Enzi hii tukufu, ya milele itakuwa kwa ajili ya kufurahia wafuasi wake waadilifu kutoka miongoni mwa walio hai na wafu waliofufuliwa.[5]

Sifa za Theolojia ya Apocalyptic au Apocalypticism

Apocalypticism ni ya uwili. Nadharia ambayo ni ya uwili ni ile inayogawanya ukweli katika sehemu au pande mbili zisizoweza kupunguzwa.[6] Kila

4 M. Eugene Boring, Ufafanuzi: Ufafanuzi wa Biblia wa Kufundisha na Kuhubiri: Ufunuo (Louisville: wanahabari John Knox, 1989), 35.

5 Ibid., 42.

6 "Uwili wa kimetafizikia huchukulia kwamba kuna vitu viwili visivyoweza kupunguzwa katika ulimwengu (yaani, Yalio na maana dhidi yasio na maana; mwili dhidi ya nafsi)." Bennie R. Crockett, Mdogo "Dualism," katika Kamusi ya Eerd-

kitu kinafaa kwa upande mmoja au mwingine. Kuna aina kadhaa za imani mbili, na theolojia ya apocalyptic haipaswi kuchanganyikiwa na mifumo mingine ya mawazo ya uwili, kama vile uwili wa Kigiriki. Tofauti na imani mbili za Kigiriki, apocalypticism ya kibiblia haigawanyi ulimwengu katika makundi mawili ya kimwili na ya kimetafizikia, ingawa haikatai makundi haya mawili pia. Badala yake, kila kitu kimegawanywa katika jozi hizi tatu: mema na mabaya, zama hizi na zijazo, na dunia na mbingu. Hivyo katika apocalypticism, wahusika huwa ama kuwa wema kabisa au waovu; kuna wakati uliopo ulioanza kuwa mzuri lakini, kwa sababu ya dhambi, ukakabidhiwa kwa utawala wa Shetani; na vita baina ya wema na ubaya hupanda daraja mbili, ardhi na mbingi.

Apocalypticism inasisitiza ukuu wa Mungu. Katika theolojia ya Ufunuo, Mungu hatimaye ni mkuu juu ya kila kitu. Nguvu ya uovu inaruhusiwa kuwa na siku yake kwa sababu na kwa sababu tu Mungu anairuhusu. Hata hivyo, ikiwa inaeleweka kwa usahihi, nguvu ya uovu ina kikomo. Ufunuo 9:1-5 husema kwamba nzige, sehemu ya upande mbaya, walipewa mamlaka ya kufanya uharibifu wao. Waliambiwa wasiharibu nyasi na waliruhusiwa kuwatesa watu kwa muda wa miezi mitano tu. Kwa hiyo, hata ulimwengu uonekane wenye mchafuko na uovu jinsi gani, Mungu ndiye anayeongoza historia. Hata wafuasi wa Yesu wateswe kadiri gani, wanaweza kuwa na tumaini. Huu ndio upande mzuri wa theolojia hii.

Upande mbaya zaidi wa theolojia hii ni imani kwamba hakuna kitu kinachoweza kufanywa juu ya uovu ambao sasa unaonekana kuwa na udhibiti katika enzi ya sasa. Kwa hiyo kitu pekee ambacho wafuasi waaminifu wanaweza kufanya ni kuketi na kungojea uingiliaji kati wa kimuujiza wa Mungu. Wanapaswa kustahimili mateso yao, na ikiwezekana hata kuuawa kwa ajili ya imani yao, wakati wote huo wakiamini katika tumaini la Yule aliye wa kweli aliye na uwezo, Mungu, kuingia katika ulimwengu mwovu na kufanya mambo yote kuwa sawa.

Kwa bahati mbaya, Wakristo wengi wanapenda sehemu hii ya theolojia ya apocalyptic kwa sababu mbaya. Wanatumia apocalypticism kama "silaha," wakidai janga fulani lilitoka kwa Mungu ili kuwaadhibu wengine, wakiwemo Wakristo wengine, ambao hawakubaliani na theolojia yao. Matukio ya "nyakati za mwisho" huwa chombo cha hofu na chuki. Njia nyingine ya apocalypticism inatumiwa vibaya hutokea wakati Wakristo wanaitumia kama njia ya kujiondoa wajibu wowote wa kufanya kazi na Mungu kuunda jumuiya ya shalom. Wanaacha theolojia hiyo iwe kisin-

mans ya Biblia, ed. David Freedman (Grand Rapids: Eerdmans, 2000), 358.

gizio chao cha kutowaambia wengine juu ya upendo wa Mungu kwao au kupigana na ukosefu wa haki jinsi Yesu alivyofanya katika huduma yake ya kidunia. Kuna wakati mwafaka kwa theolojia hii—wakati Wakristo wanateswa sana. Lakini wakati Wakristo wanasahau muktadha wa apocalypticism, wao hutumia theolojia vibaya ili kujiondoa kwenye ndoano.

Mtazamo wa Ufunuo na Mtazamo wa Kinabii

Sehemu kubwa ya Biblia inaunga mkono maoni ya kinabii. Kwa hili tunamaanisha kwamba watu waadilifu wameitwa kufanya kazi na Mungu kupigana na udhalimu, kuinjilisha na kukamilisha vitendo vingine vinavyosaidia kujenga jumuiya iliyochaguliwa, ya agano, ya shalom.

Sehemu chache za Biblia huchukua mtazamo tofauti, unaoitwa mtazamo wa ufunuo, ambapo uovu ni mbaya sana kwamba wenye haki hawana jukumu la kufanya kazi na Mungu kuleta shalom. Hawawezi kufanya lolote ila kuketi na kungojea uingiliaji kati wa janga la Mungu ili kuwaokoa.

Wakristo wanapotumia mtazamo wa ufunuo kama mwongozo wa maadili yao wakati wanaishi katika wakati na mahali ambapo wanakabiliwa na mateso kidogo, wanatumia vibaya mtazamo wa ufunuo. Jambo la kushangaza ni kwamba, Kitabu cha Ufunuo, ambacho kinatokana na mateso makubwa ambayo Wakristo wa kwanza walipata chini ya Ufalme wa Kirumi karibu 95-100 CE, kinajiita unabii na kuwatia moyo wasomaji wa awali ambao walikuwa wakiteseka kupigana na uovu kikamilifu.

Sifa za Aina ya Ufunuo (Apocalyptic)

Fasihi ya Ufunuo ni kama theolojia ya ufunuo kwa kuwa, maudhui, ni ya uwili na kwa kawaida huakisi wasiwasi wa nyakati za mwisho. Aina zote za ufunuo katika Biblia ziliundwa wakati wa kulazimishwa na mateso. Lakini mbali na theolojia yoyote, aina hii ina sifa fulani.

Aina ya Ufunuo ina picha za maneno wazi. Inaashiria sana, kwa kutumia taswira, rangi, wanyama, viumbe vya mbinguni na majanga ya asili, kutaja mambo machache. Malaika, mazimwi, wanyama na viumbe vya ajabu sana hivi kwamba hawawezi kufikiria kuzunguka karibu kila ukurasa. Kila moja ya picha ina maana ya ishara ambayo inashirikiwa kitamaduni. Hadhira asilia huipata, kwa njia ile ile ambayo watu wa Marekani huipata wanapomwona tembo au punda kwenye katuni ya kisiasa. Mchanganyiko huu mkubwa wa alama ndio kidokezo cha kuaminika zaidi kwamba tunatumia aina hii maalum. Soma sampuli hii kutoka Ufunuo 9:7-12:

> *Kwa kuonekana wale nzige walikuwa kama farasi waliowekwa tayari kwa vita. Juu ya vichwa vyao kulikuwa na kitu kama taji za dhahabu; nyuso zao zilikuwa kama nyuso za wanadamu, na nywele zao kama nywele za wanawake, na meno yao kama meno ya simba; walikuwa na mizani kama dirii za chuma, na mshindo wa mabawa yao ulikuwa kama sauti ya magari mengi ya vita na farasi wanaokimbilia vitani. Wana mikia kama nge, yenye miiba, na katika mikia yao mna uwezo wa kuwadhuru watu kwa muda wa miezi mitano. Wanaye mfalme juu yao, naye ni malaika wa kuzimu; jina lake kwa Kiebrania ni Abadoni, na kwa Kigiriki anaitwa Apolioni. Ole ya kwanza imepita. Bado kuna ole mbili zinazokuja.*

Mara nyingi picha hizi zimewekwa katika muundo wa ulinganifu, ambao kisanaa unaunga mkono uwili. Ufunuo una utatu mwovu ambao unazuiliwa na Utatu wa upande mzuri wa Baba, Mwana na Roho Mtakatifu. Alama ya Mnyama katika Ufunuo 13 inasawazishwa na alama ya Roho katika Ufunuo 14. Mwanakondoo na Mnyama anayetoka katika bahari wana jeraha la mauti.

Watu wengi wanashangaa ikiwa kuna kusudi maalum katika alama mnene. Je, alama hizi zilikusudiwa kuficha au kusimba ujumbe uliokusudiwa kutoka kwa watesi? Ingawa hii inaweza kuwa kweli, inawezekana pia kwamba uovu ulikuwa wa kutisha sana hivi kwamba lugha ya kawaida haikuweza kuuzuia. Kama vile mchoro wa Guernica, ambapo Pablo Picasso alitumia picha zisizo halisi, za dhahania kuonyesha milipuko halisi ya maisha ya mji wa Guernica wa Uhispania, vivyo hivyo aina ya apocalyptic hutumia mchoro, picha zisizo halisi kuangazia hisia za mateso halisi.

Aina ya apocalyptic hutumia hesabu (numerology). Numerology inarejelea mazoezi ya kupeana maana maalum kwa nambari. Maandishi mengi ya apocalyptic hutumia nambari kama sehemu ya ishara zao. Vivyo hivyo, aina hii ina mwelekeo wa kutumia mizunguko au mfululizo wa matukio. Katika Ufunuo, kuna mihuri saba, tarumbeta saba na mabakuli saba. Mateso yanasonga mbele katika kila mfululizo, kuanzia na robo ya dunia kuwa katika mihuri, hadi theluthi katika tarumbeta na nusu katika mabakuli. Hapa kuna orodha ya nambari muhimu katika kitabu cha Ufunuo na kile wanachoashiria:

3 = Utatu. Sio tu kwamba kuna utatu unaotambuliwa na Wakristo wengi-Baba, Mwana na Roho Mtakatifu-lakini pia utatu usio mtakatifu wa Joka, Mnyama kutoka baharini na Mnyama kutoka duniani.

4 = nambari ya dunia. Katika ulimwengu wetu wa asili, kuna maelekezo manne na misimu minne, hivyo namba nne inawakilisha ulimwengu wa asili. Katika Ufunuo, wale viumbe hai wanne humaanisha zaidi ya wanne tu; wanawakilisha viumbe vyote vya dunia.

6 = nambari ya mwanadamu. Sita ni fupi tu ya nambari ya kimungu, ambayo ni saba. Vivyo hivyo, wanadamu wanapungukiwa na kimungu. Kwa hiyo, alama ya Mnyama ni 666.

7 = nambari ya kimungu. Kuna makanisa saba, mihuri saba, baragumu saba, bakuli saba na Yesu Mwana-Kondoo anasifiwa na sifa saba.

3.5 au 42 = wakati wa mateso. Hasa nusu ya miaka saba, mitatu na nusu au miezi 42 ilikuwa wakati wa mateso ambayo Wayahudi walipitia chini ya Antioko wa Nne, mfalme wa Seleucid ambaye alijaribu kuwaangamiza katika wakati wa karibu 164-167 CE. Miaka mitatu na nusu pia inajulikana kama "wakati, nyakati mbili na nusu wakati" kama inavyoonyeshwa kwenye Danieli 7:25.

12 = Idadi ya Watu wa Mungu. Kulikuwa na makabila kumi na mawili ya Israeli na wanafunzi kumi na wawili wa Yesu. Vivyo hivyo, kitabu cha Ufunuo kimejaa marejeo mengi kwa kumi na mbili. Mji mtakatifu wa Yerusalemu mpya una milango kumi na miwili na lulu kumi na mbili.

Wakati fulani 12 na 12 huongezwa pamoja, na kufanya 24. Wazee ishirini na wanne wakiinama mbele ya Mwana-Kondoo wanawakilisha Watu wote wa Mungu. Katika Sura ya 7 kuna 144,000 ambao wametiwa muhuri wa alama ya Mungu. Hapa 12 inazidishwa na 12 na kisha kuzidishwa na elfu, ambayo ni ishara ya kutokuwa na mwisho. Kwa hivyo, sio tafsiri nzuri kudai kwamba ni watu 144,000 tu ndio watakaookolewa na Mungu, kwa sababu nambari ni za mfano badala ya halisi. Maneno zaidi ya Yohana yanathibitisha jambo hili, anapoeleza umati ambao hakuna mtu awezaye kuuhesabu, mara tu baada ya kutangaza hesabu ya waliotiwa muhuri kuwa 144,000 (Ufunuo 7:4-9).[7]

Aina ya Ufunuo kawaida huwa na waandishi wasiojulikana, mazoezi yanayoitwa jina bandia. Lilikuwa ni jambo la kawaida katika kanisa la kwanza kwa waandishi kuhusisha uandishi wao na viongozi mashuhuri na wanaoheshimika wa kanisa kama njia ya kupata mamlaka ya uandishi wao. Hii haikuzingatiwa kuwa wizi au uwongo. Kwa kupendeza, chanzo kikuu cha aina za Ufunuo katika Biblia ni kitabu cha Ufunuo, na wasomi fulani wanaamini kwamba mwandishi anayedaiwa, mtume Yohana, ndiye aliyeandika kitabu hicho.[8]

Kanuni za Ufafanuzi

Pamoja na picha zote za mwitu, aina ya Ufunuo inaweza kwa urahisi kuwa aina iliyotafsiriwa vibaya zaidi katika Biblia. **Kutumia Daraja la Hermeneutical ni ufunguo wa kuepuka tafsiri potofu.** Wasomaji makini lazima wafanye mafunzo ya Biblia kwa kufata neno, wakitafiti usuli wa kitamaduni na kihistoria wa maandiko haya, wakifanya kazi ili kuelewa mtazamo wa ulimwengu wa hadhira asilia. Chukua kwa mfano neno "bahari," neno linalotumiwa mara nyingi katika Ufunuo. Kuelewa kwamba kwa tamaduni nyingi za kale bahari ilitazamwa kama machafuko au uovu husaidia msomaji kutafsiri vyema vifungu vingi vya Ufunuo. Ufunuo Sura ya 4 inaunda mfano wa neno la Mungu ameketi juu ya kiti cha enzi katikati ya bahari na bahari ni kama "ya kioo." Wakijua kwamba bahari ya machafuko iliwakilisha yote ambayo yalikuwa maovu katika ulimwengu, hadhira ya awali ilipata faraja kwamba Mungu alikuwa katikati ya machafuko na bora zaidi, Mungu alikuwa ameifuga bahari hata ikawa laini kama bilauri.

---

7 "Ijapokuwa hakuna kibainishi hususa kinachosimama mbele ya nambari hii katika maandishi ya Kigiriki, karibu haiwezekani kuamini kwamba wasikilizaji hawangefikiria wana 144,000 wa makabila ya Israeli waliotajwa mapema katika Ufu 7:1-8 wanapokutana na hesabu hiyo. Kwa hiyo, wakati wale 144,000 wanatokea tena katika 14:1, sura hii ya Israeli iliyogeuzwa yenyewe imegeuzwa katika mwanga wa umati usiohesabika, ikipendekeza kwamba wale 144,000 sasa wanatambulishwa milele na umati usiohesabika (ona 7:9), bila tofauti. njia ambayo Shina la Daudi sasa linahusishwa milele na Mwana-Kondoo aliyechinjwa." John Christopher Thomas na Frank Macchia, Ufunuo (Grand Rapids: Eerdmans, 2016), 251.

8 Robert H. Mounce, Kitabu cha Ufunuo, Ufunuo ed. (Grand Rapids: Eerdmans, 1998), 15.

Sehemu ya kutumia Daraja la Hermeneutical ni kujiweka katika nafasi ya hadhira asilia. Kwa habari ya Ufunuo, huyo angekuwa mshiriki wa kanisa wa karne ya kwanza ambaye iliandikiwa. Na hadhira uyo ya awali alikabiliwa na tishio la kuteseka mikononi mwa serikali. Kwa kuzingatia muktadha huu, kwa chochote kile ambacho kinaweza kumaanisha, Ufunuo hauwezi kumaanisha kwamba Wakristo hawatateseka.[9]

Kumbuka miunganisho ya kihistoria unapotafsiri aina hii. Kwa sababu tu aina ya apocalyptic hutumia taswira nyingi, haimaanishi kwamba ni ya ulimwengu mwingine na haina la kusema kuhusu jinsi ya kupambana na uovu katika ulimwengu walioishi, au tunamoishi sasa. Mwandikaji wa Ufunuo alihangaikia sana kuwafariji Wakristo walioteswa waliokuwa wakiteseka kutoka kwa Milki ya Roma, jambo lililo halisi sana maishani mwao.

Kwa kuzingatia ukweli huu, ni muhimu pia kukumbuka kuwa alama sio lazima kuwakilisha kitu kimoja tu cha kihistoria. Kweli, ishara ya Mnyama anayeinuka kutoka baharini katika Ufunuo daima inamaanisha milki ya ulimwengu.[10] Lakini kwa hadhira asilia, hiyo ilimaanisha Ufalme wa Kirumi wa kihistoria na halisi. Katika mazingira mengine, sifa za Mnyama zingeweza kutumika kwa urahisi kwa himaya yoyote inayodai utii kamili kwake, hata milki yetu wenyewe huko Marekani. Hiyo haimaanishi kwamba Yohana alitabiri milki maalum ya wakati huo kuwa Mnyama wa mwisho. Inamaanisha tu alama zinaweza kuwa na umuhimu maalum wa kihistoria na pia kutumika kwa nyakati zetu za leo.[11]

Kumbuka kwamba baadhi ya alama ni mara kwa mara katika uandishi apocalyptic na alama nyingine ni kioevu. Zaidi ya hayo, baadhi ya alama ni maalum na baadhi ya jumla zaidi. Vinara saba vya taa vinamaanisha yale makanisa saba; ishara hii ni maalum na haibadiliki. Kwa upande mwingine, wapanda farasi wanne wa Sura ya 6 pengine hawahusiani na vita yoyote maalum au njaa, lakini kwa machafuko ya jumla na uovu wa vita na njaa kwa ujumla.[12]

Mwandishi anapotueleza maana ya ishara, ni lazima tuchukue tafsiri hii kwa uzito. Wakati mwingine mwandishi huwapa wasomaji ufunguo wa tafsiri kwa ishara. Kwanza, hii inafanya kazi kutukumbusha

---

9 Stuart na Fee, Jinsi ya Kutafsiri Biblia kwa Thamani Yake Yote, (Grand Rapids, MI: Zondervan, 2003), 257.

10 Ibid., 255.

11 Ibid., Boring, 55.

12 Ted Grimsrud, Ushindi wa Mwanakondoo (Scottdale, PA: Herald Press, 1987), 62.

kwamba hatuwezi kuchukua alama hizi kihalisi. Yohana anatuambia katika Ufunuo 12:9 kwamba joka kubwa si mwingine ila Shetani. Farasi wa nne katika Ufunuo 6:8 ni Kifo, na farasi huyo alikuwa na Hadesi inayomfuata kwa ukaribu nyuma yake. Ufunuo 17 inaeleza kuhusu mwanamke anayeitwa kahaba. Ameketi juu ya "maji mengi," na baadaye akasema kuwa ameketi juu ya mnyama mwekundu sana. Mnyama huyu ana vichwa saba na pembe kumi (Ufunuo 17:1-8). Kisha, katika mistari inayofuata, mwandishi anaeleza maana ya ishara, ambayo pia ni kidokezo kikubwa kwetu kwamba tunapaswa kuwa waangalifu tusichukue alama yoyote kihalisi. Ufunuo 17:9-16 inatoa maana kwa kila moja ya ishara. Ya umuhimu hasa ni aya 15-16:

> *Naye akaniambia, Yale maji uliyoyaona, hapo aketipo yule kahaba, ni watu na makutano na mataifa na lugha. Na zile pembe kumi ulizoziona, wao na yule mnyama watamchukia kahaba; watamfanya kuwa ukiwa na uchi; wataila nyama yake na kumteketeza kwa moto."*

Katika kifungu hiki, sio tu kwamba tunapokea maana za alama, pia tunapokea ufahamu wa maana wa kitheolojia. Yule kahaba, zile pembe kumi na Mnyama wote wako upande wa uovu, lakini wanaangamizana wao kwa wao. Zile pembe kumi na yule mnyama hula mwili wa kahaba. Hii ni picha ya wazi ya ukweli kwamba uovu hujiangamiza wenyewe.[13]

Kuwa mwangalifu usitumie kupita kiasi mbinu ya "mlinganisho wa Maandiko" unapotafsiri aina ya apocalyptic. Ulinganisho wa maandiko unamaanisha kwamba sehemu moja ya maandiko lazima itafsiriwe kwa mwanga au kwa sehemu nyingine ya Maandiko. Kwa ujumla hii inafaa kufanya kwa vile Wakristo wanaamini kwamba Maandiko yote yamepuliziwa na Mungu. Lakini mazoezi haya yanaweza kutumiwa vibaya kwa namna ambayo mtu anashawishika kupotosha maana ya kifungu kimoja ili kupatana na kingine. Hatupaswi kutumia maandiko mengine kama ufunguo wa hermeneutical kufungua vitabu kama Ufunuo.[14]

Kwa upande mwingine, ni muhimu kutambua jinsi maandishi ya apocalyptic wakati mwingine yanarudia Agano la Kale. Mwandishi wa Ufunuo hufanya marejeo ya moja kwa moja au yasiyo ya moja kwa moja kwa Agano la Kale zaidi ya mara 250.[15] Wasomaji wanaoweza kuona mi-

13 Ibid., 133.

14 Ibid., Stuart na Fee, 254.

15 Ibid, 249.

unganisho hii wanaweza kuelewa vyema alama na matukio ya apocalyptic. Kwa mfano, mapigo katika Sura ya 9 yanafanana na mapigo ya Kutoka ambayo Mungu alitumia kuwaweka huru watumwa kutoka Misri. Wasomaji wa awali wangetambua rejea hii na kukumbuka mambo mawili: kwamba Mungu alikuwa mwaminifu kuwaokoa watu wa Mungu wakati wa dhuluma kubwa na pili, kwamba mapigo ndani na yenyewe yalikuwa njia ya kuwafanya Wamisri watubu na kujiunga na Mungu. watu. Vivyo hivyo, Ufunuo 9:20-21 inadokeza kwamba mapigo yanayotokea sasa pia yana kusudi sawa hata kama hayakufanikiwa kwa kiasi kikubwa:

> *Wanadamu waliosalia, ambao hawakuuawa kwa mapigo haya, hawakutubu kazi za mikono yao, wala hawakuacha kuabudu mashetani na sanamu za dhahabu na fedha na za shaba na za mawe na za miti, ambazo haziwezi kuona wala kusikia wala kutembea. Wala hawakutubia mauaji yao, uchawi wao, uasherati wao, au wizi wao.*

Ona maono kwa jinsi yalivyo—maono. Kwa njia sawa na sisi kutoa maanani muhimu kwa maono yetu wenyewe ya usiku ambayo sisi kupokea mara kwa mara, tunahitaji kwa umakini kuzingatia maono apocalyptic. Lakini kama vile tusivyoiga kila undani wa maono yetu ya usiku, vivyo hivyo hatupaswi kutoa maana maalum kwa kila undani katika ndoto ya apocalyptic. Ona maono kwa mawazo yako yaliyodhibitiwa na vile vile—maono hayo. Maelezo mengi katika maandishi ya apocalyptic hayana maana maalum mbali na mchango wao kwa jumla ya maono.

Aina ya apocalyptic inatutaka kutumia aina tofauti ya mantiki kuliko mantiki yetu ya kimantiki, ya mstari, "weka hii kwenye chati ya pande mbili" ya aina ya mantiki. Mara kadhaa Yohana katika Ufunuo anatumia maono kadhaa kuelezea ukweli uleule wa mwisho. Ikibanwa kufanya maono haya tofauti yalingane kwa njia ya kimantiki, inaonekana kama maono yanapingana. Lakini jambo la maana si kufanya mantiki katika ulimwengu halisi-ukweli. Kwa mfano, katika Ufunuo 6:14, "kila mlima ukaondolewa mahali pake." Lakini katika mstari wa 15, "wafalme wa dunia, wakuu, majemadari, matajiri na wenye uwezo, kila mtu, mtumwa au mtu huru, wamejificha katika mapango na kati ya miamba ya milima."

Maandishi ya Apocalyptic, kama maono mengine, si lazima yawe ya mpangilio wa matukio.

Ufunuo umepangwa kuzunguka mfululizo wa saba, na mwishoni mwa kila mpangilio ya saba, kuna "mwisho." Hii haimaanishi kuwa mwisho wa enzi huja mara kadhaa, lakini ni njia ya kisanii ya kutoa pembe kadhaa za kamera kwa mwisho sawa.[16]

Mambo halisi ya apocalyptic yanazusha akili sana hivi kwamba yanahitaji zaidi ya njia moja ya kuyaelezea, na maelezo yanayokinzana hayapuuzi ukweli wa maono. Ikiwa tunasisitiza kupatanisha kila ishara na kulazimisha maandishi "kuwa na maana," ikiwa tunasisitiza kupata maana ya kimantiki ya maono hayo, tunakosa maana. Anasema Eugene Boring, "Picha zinazogombana hazipaswi kuoanishwa na 'zote/na' au 'sehemu/sehemu.' Kila moja inapaswa kubeba ujumbe wake kamili hata wakati haiwezi kuoanishwa kimantiki na picha nyingine... kauli hizi zinaweza kushindana tu; lakini kama picha, zote mbili huwasilisha ukweli wa Kikristo na hakuna picha inayopaswa kutolewa kwa nyingine."[17]

Dumisha ulinganifu na ishara na uhalisia. Kuna mipangilio nyingi za kinyume katika aina ya apocalyptic, jozi za wahusika au mambo ambayo yanapingana kipenyo. Ufunuo una Mwanakondoo, arnion katika Kigiriki, na Mnyama, therion kwa Kigiriki. Mwana-Kondoo ana alama za kuchinjwa na Mnyama ana jeraha la mauti. Yawezekana ulinganifu unaojulikana zaidi ni alama au muhuri wa Roho ambao umeunganishwa kinyume na alama ya Mnyama. Kila tunapokutana na vinyume hivi vilivyooanishwa, lazima tuvitafsiri kwa njia sawa. Ufunuo 13 inazungumza juu ya alama ya Mnyama ambayo inawekwa kwenye paji la uso au mkono wa mtu. Wakristo wengine walisoma hili na kisha wanaogopa kupata alama yoyote ya mwili juu ya vichwa vyao au mikononi mwao ikiwa wanaweza kupokea alama ya Mnyama kwa bahati mbaya. Bado ni Wakristo wachache kama wapo walio na wasiwasi wakati hawana alama ya Roho kwenye vipaji vya nyuso zao, kama inavyotajwa katika Ufunuo 14:1. Ikiwa hatutakuwa waangalifu, tunafanya sehemu moja ya ulinganifu kuwa halisi na sehemu nyingine kuwa ya mfano. Hii haina faida kubwa kwa tafsiri ya aina ya ufunuo.

Usiweke "kalenda." Jaribio lolote la kuunganisha watu, maeneo au matukio katika aina ya apocalyptic na watu wa sasa, nchi au matukio kwa madhumuni ya kutabiri tukio la siku zijazo huitwa kalenda. Kuweka kalenda huleta matokeo katika kutenganisha Maandiko kutoka kwa muktadha wao wa kihistoria na kuacha mtu wazi kwa upotoshaji mkubwa wa maana. Tunaweza kuchanganya nambari kutabiri kwamba Yesu atarudi duniani tena katika muda wa miezi mingi. Mtu mwingine atatumia nambari zilezile na kudai kwamba Yesu anarudi baada ya miaka mia moja. Tunapochuku-

16 Ibid., Boring, 32.

17 Ibid., 58.

lia kuwa vitabu kama Ufunuo viliandikwa kwa ajili ya watu wa karne ya ishirini na moja pekee ili kutabiri matukio yajayo, tunaacha kitabu bila maana yoyote kwa hadhira asilia, hadhira aliyehitaji kutiwa moyo kwa hali yao ya kisiasa.

Msingi wa kanuni hii ya utafsiri unatoka kwa Yesu mwenyewe, ambapo anasema katika Mathayo 24:36, "Lakini habari ya siku ile na saa ile hakuna aijuaye, wala malaika wa mbinguni, wala Mwana, ila Baba peke yake." Tena, katika Matendo 1:6-8, Yesu anawaambia wanafunzi wake kwamba si kwao kujua kuhusu tarehe na nyakati. Kusudi kuu la Ufunuo na aina nyingine ya ufunuo ni kuwatia moyo wale wanaoteseka kwa ajili ya uaminifu wao, si kutabiri siku zijazo.

Neno Maalum kuhusu Kitabu cha Ufunuo

Kwa wasomaji wengine, kitabu cha Ufunuo kinaweza kuhisi kama Bwana wa Pete wa Tolkien kuliko Biblia. Tunaweza kujaribiwa kutoisoma hata kidogo kwa sababu inaonekana kuwa ya kustaajabisha na ngumu kutafsiri. Walakini ni muhimu kwa sababu iko katika Biblia na kwa sababu ni kitabu cha kipekee cha ufunuo. Tofauti na maandishi mengi ya ufunuo (apocalyptic), inajitangaza yenyewe kuwa unabii. Mara saba Yohana anasema kitabu hicho ni cha kinabii (1:3, 19:10, 22:7, 22:9, 22:10, 22:18, 22:19). Hii ina maana kwamba ingawa uovu unakaribia kuzidi, Ufunuo una mtazamo wa kinabii zaidi kuliko mtazamo wa Ufunuo (apocalyptic). Makanisa saba ya Asia-Madogo katika Sura ya 2-3 ya Ufunuo yanaitwa kusimama na kufanya jambo fulani. Wanapaswa kumfuata Mwana-Kondoo popote aendako (Ufunuo 14:4b). Ukweli huu unaufanya Ufunuo kuwa muhimu hasa kwa somo letu la leo, ingawa tuna hatari ya kuutafsiri vibaya. Wakristo wengi hutumia mojawapo ya mitazamo minne ifuatayo ili kuelewa kitabu kwa ujumla.

- **Mtazamo wa historia-hiyo au mwonekano** wa awali unaweza kuelezewa kama "mwonekano wa nyuma." Watu wanaotumia mtazamo huu wanaamini Ufunuo uliandikwa kwa manufaa ya makanisa saba yaliyozungumziwa katika sura ya 2-3 na makanisa mengine ya Asia Ndogo kama hayo. Makanisa haya yalikuwa makanisa halisi na sio ishara kwa kipindi maalum cha wakati. Kusudi kuu la maono ya Yohana lilikuwa kuimarisha makanisa haya yalipokuwa yakiteswa. Mtazamo huu ungesisitiza kwamba wasomaji wa siku hizi hawawezi kuchukua kweli za kiroho kutoka kwa kitabu hiki ambazo hazingekuwa na maana kwa hadhira wa asili (awali).

- **Mwonekano wa historia** yote pia unaweza kuitwa "mwonekano wa kufagia." Mtazamo huu unaenda pamoja na baadhi ya aina za ugawanyaji **(tazama sura ya hemenetiki)** ambayo inagawanya historia katika vipindi tofauti vya wakati vinavyoitwa magawanyo. Mara nyingi makanisa saba yanaonekana kama ishara za vipindi saba. Kulingana na maoni haya, kusudi la Yohana lilikuwa kutabiri historia katika hatua zake zinazofuatana. Kila kipindi (kila kanisa) cha Ufunuo kinafaa au kinalingana na umri tofauti wa historia. Ikiwa tunaweza kufahamu ni nini ambacho tayari kimetukia na mahali tulipo leo, tunaweza kutumia Ufunuo ili kubaini kile ambacho bado kitatokea. Mtazamo huu si lazima ushughulikiwe na siku zijazo lakini unaweza kuwa hivyo.
- **Mtazamo wa mwisho wa historia** ni "mtazamo wa mbele" ambao unaweza pia kuitwa mtazamo wa baadaye. Hapa Ufunuo hurekodi matukio na maono yanayohusu hasa mwisho wa historia. Isipokuwa Sura ya 1-3, kitabu kinanuia kutoa habari na maelezo kuhusu ujio wa pili wa Kristo na nyakati za mwisho. Mtazamo huu, hata zaidi ya mtazamo wa historia yote, unasisitiza kusoma Ufunuo kama hati kwa kanisa la leo. Kwa mtazamo huu, Ufunuo hauna maana ndogo kwa hadhira (mtamazaji) yake ya asili.

- **Mtazamo wa hapo** juu wa historia pia unaweza kuitwa "mwonekano usio na wakati." Mtazamo huu unahusika zaidi na maana ya kihistoria ambayo inaweza kupatikana kutoka kwa maono. Wakati mwingine huitwa mwongozo au falsafa ya mtazamo wa historia, inaweza kupendezwa zaidi na ukweli wa milele na kanuni za kiroho zinazopatikana katika maandishi. Ufunuo hauhusiani sana na matukio halisi ya kihistoria, lakini zaidi kuhusu ukweli wa kitheolojia.

Maoni haya yote manne yana uhalali fulani, lakini yote manne hayasaidii kwa usawa katika kuelewa Ufunuo. Mtazamo wa ugawaji na utabiri wa siku zijazo zote mbili zilizosomwa kwenye kitabu maana na utabiri haupo. Mtazamo usio na wakati unaweza kutenganisha Ufunuo na muktadha wake wa kihistoria sana. Mtazamo unaolingana zaidi na masimulizi yote ya Biblia ni mtazamo wa kabla ya kutabiri au kurudi nyuma, ambao unatilia maanani usuli wa kihistoria wa Ufunuo na kutilia maanani kusudi la Yohana la kuyatia moyo makanisa yanayoteseka kutokana na ukandamizaji.[18] Kama vile Stuart na Fee wanavyobishana, "Kitabu (Ufunuo) hakikukusudiwa kutabiri kuwepo kwa China ya kikomunisti, kwa mfano, au kutupa maelezo halisi ya hitimisho la historia."[19]

Kwa picha za kuvutia, nambari za ajabu, matukio ya kutisha ya majanga ya asili na matukio matukufu ya ibada, inaonekana kama aina ya apocalyptic si ya watu wenye mioyo dhaifu. Lakini, kama aina zote za muziki, ujuzi wa kufanya kazi wa sifa zake na kanuni za utafsiri unaweza kutupa kile tunachohitaji ili kuthamini maandishi haya na kujipatia ukweli wenyewe.

18 Ibid., Grimsrud, 18. Tazama pia Boring, 47-50.

19 Ibid., Stuart na Fee, 263.

Sehemu ya II
Mbinu za Masomo

30. Aina na Zana za Kujifunza Biblia

Kuna hadithi ya kuchekesha kuhusu mwanafunzi wa Biblia ambaye, akitaka kumpendeza Mungu, aliapa kufunga macho yake, kufungua Biblia yake, kuelekeza kwenye ukurasa, kufungua macho yake na kufanya lolote ambalo kidole chake kilikuwa kikielekeza. Katika hatua hii, hadithi inatofautiana katika miisho mingi tofauti, kila moja yao ya kuchekesha, kwa sababu, kulingana na mahali kidole chako kinakaa, unaweza kufanya mambo mengi ya kushangaza. Unaweza kuwa na wivu juu ya Musa katika kambi (Zaburi 106:16), kwa mfano, kukaa ndani ya makaburi na kula nyama ya nguruwe (Isaya 65: 4), au kurarua vazi lako vipande kumi na mbili na kumpa Yeroboamu kumi (1 Wafalme 11: 30). Tunacheka kwa sababu baadhi ya vipengele vya Biblia viko mbali sana na uzoefu wetu hivi kwamba vinaonekana kutotumika kabisa kwa hadhira (mtamazaji) wa kisasa. Kwa hiyo, ni njia gani nzuri ya kujifunza Biblia na kudumisha ujumbe wake kuwa na maana katika maisha yetu leo?

Aina za Kujifunza Biblia

Watu hujifunza Biblia kwa njia nyingi, kuanzia usomaji wa kawaida upande mmoja hadi kujifunza Biblia kwa kufata neno kwa upande mwingine. Mbinu mbalimbali za kujifunza Biblia hutumikia makusudi tofauti. Ikiwa tunaelewa sio tu madhumuni ya kila aina ya kujifunza Biblia, lakini pia nguvu na udhaifu wao, tutaweza kuchagua aina inayofaa zaidi kwa mahitaji yetu.

Mafunzo ya Biblia ya Ibada

Mafunzo ya Biblia ya Ibada yanajipanga kwa karibu zaidi na "nyoosha kidole chako kwenye kifungu kisha umruhusu Mungu aseme nawe" hadithi hapo juu. Ni mchanganyiko wa usomaji wa Biblia, kutafakari na maombi. Kanuni muhimu zaidi hapa ni kusoma Biblia kana kwamba Mungu alikuandikia moja kwa moja. Haijalishi aya, kifungu au hadithi ilimaanisha nini kwa wasomaji wa asili; maana pekee muhimu ni kile unachosikia Mungu akikuambia. Maana au tafsiri ya maandishi iko ndani yako, msomaji. Kwa hiyo idadi ya watu mbalimbali wangeweza kufanya masomo ya Biblia ya ibada kwenye kifungu kimoja na kila mmoja kuja na maana tofauti. Nyingi za tafsiri hizi zingekubaliwa kuwa halali kwa sababu maana ni ya kibinafsi kwa mtu binafsi.

Nguvu ya kujifunza Biblia kwa ibada ni kwamba unasoma kwa moyo wako. Inahitajika imani kuamini kwamba Mungu anaweza kusema nawe kupitia andiko hili la kale; kutenda imani hii ni afya. Na aina hii ya kujifunza Biblia haihitaji mafunzo maalum au maarifa; mtu yeyote anaweza kuifanya.

Udhaifu wa masomo ya Biblia ya ibada ni kwamba kuna fursa nyingi za kutafsiri kimakosa maandishi na/au kuifanya Biblia iseme chochote anachotaka msomaji iseme. Bila kuelewa vizuri usuli wa kihistoria na kitamaduni wa kifungu cha maandiko na bila kuzingatia aina tofauti zinazohusika, msomaji angeweza kuingiza mapendeleo yake mwenyewe katika maandishi, na kwa kufanya hivyo, ikiwezekana kuhalalisha kila aina ya ukatili. Biblia inaishia kuwa na maana nyingi tofauti kulingana na muktadha, mawazo na uzoefu wa msomaji.

Mafunzo ya Biblia ya ibada yana nafasi yake. Ni kusoma kwa hisia za mtu na wakati mwingine hiyo ni njia ya ajabu ya kusikia sauti ya Mungu. Lakini aina hii ya masomo ya Biblia haitoshi kwa ajili ya kuunda mafundisho au kuamua juu ya lipi lililo jema au baya kufanya.

Mafunzo ya Biblia ya Mada

Mbinu hii ya kujifunza Biblia inachukua swali la maisha na inatafuta kupata vifungu vyote vya Biblia vinavyozungumzia mada hiyo. Kwa mfano, unaweza kuchukua suala la ngono na kujaribu kutafuta mistari yote ya Biblia inayozungumzia suala hili. Ungetumia upatanisho, ambayo ni orodha ya alfabeti ya maneno yote muhimu katika kitabu na ambapo maneno hayo yanaweza kupatikana katika kitabu hicho. Kuna vitabu vizima vya upatanisho, kama vile Strong's Concordance, lakini Biblia nyingi pia zina upatanisho iliyofupishwa katika nyongeza. Mtu anayetumia mbinu hii angetafuta vifungu vyote vya Biblia vinavyosema jambo fulani kuhusu mada iliyochaguliwa, kufanya utafiti mdogo wa kitamaduni-kihistoria juu ya aya hizo, na kisha kufupisha yaliyomo katika mistari katika tafsiri ya jumla kwa suala hili. Kusudi ni kujua Biblia nzima inasema nini juu ya mada fulani na kupata mwongozo juu ya mada hiyo. Nguvu ya somo la mada ya Biblia ni kwamba umefunuliwa kwa anuwai ya vifungu vya Biblia vinavyohusiana na suala lako ulilochagua. Unapata upana wa maarifa.

Udhaifu wa somo la mada ya Biblia ni kwamba "unakata na kubandika" mistari ya Biblia. Hata kama unafanya kazi ndogo ya muktadha wa kitamaduni-kihistoria kwa kila mstari, mazoezi yenyewe ya kusoma mstari huo badala ya kusoma na kujifunza sura nzima au sehemu ya sura za Biblia inamaanisha kuwa unaweza kuchukua mistari iliyochaguliwa nje ya muktadha. Unajaribu kuelewa mstari mmoja ambao unakusudiwa tu kueleweka katika muktadha wake wa kifasihi. Mara nyingi zaidi kuliko sivyo, unatafsiri vibaya aya za mtu binafsi na kisha kuja na tafsiri potofu ya suala ulilotaka kuelewa. Unapata upana lakini kina cha sadaka.

Mafunzo ya Biblia Yanayoongozwa

Somo la Biblia linaloongozwa ni utafiti wa Biblia unaofanywa na msomi wa Biblia na kisha kurahisishwa kwa hadhira ya jumla. Kwa kawaida ikiwa unafanya somo la Biblia linaloongozwa, unajibu maswali katika kitabu cha kujifunza ambayo yatakuongoza kwenye ufahamu bora wa miktadha ya kifungu. Dhana ni kwamba ikiwa utafuata mwongozo wa kusoma wa mwanazuoni, utaelewa maana sahihi ya maandishi. Aina hii ya somo ni yenye lengo zaidi kuliko mafunzo ya Biblia ya ibada au mada.

Somo la Biblia linaloongozwa ni zuri kwa kukusaidia kuona mambo ambayo yanaweza kupuuzwa kama vile marudio, mikazo, mahusiano, maana ya maneno katika muktadha wao asilia na taarifa za kitamaduni na kihistoria. Mtu anayetayarisha aina hii ya somo pengine ana utaalamu zaidi katika kujifunza Biblia kuliko mtu anayetumia mwongozo wa somo.

Kwa upande mwingine, mwongozo huo wa masomo ambao unaweza kuwa msaada kwako pia huwa na kikomo kile unachokiona. Unaishia kuona kifungu kupitia macho ya mwandishi anayeongozwa wa somo badala ya kile unachoweza kujionea mwenyewe. Unachukua upendeleo wa msomi aliyebuni utafiti, na unaweza kudharau uwezo wako mwenyewe wa kutafiti na kuelewa maandishi.

Mafunzo ya Biblia kwa Kufata Neno

Katika somo la Biblia kwa kufata neno, unatafiti miktadha ya kitamaduni-kihistoria na kifasihi ya kifungu cha Biblia na, kinyume na somo la Biblia linaloongozwa, unafanya kazi hii mwenyewe. Unatafuta kuelewa kifungu hicho kilimaanisha nini kwa hadhira asilia na kisha, ukizingatia miktadha tofauti leo, unaamua ukweli usiobadilika wa kifungu na kuitumia kwa jamii ya leo na maisha yako. Unajaribu kusoma Biblia kana kwamba kwa mara ya kwanza, ukiweka kando mawazo kuhusu maana ya kifungu.

Kama vile katika somo la Biblia linaloongozwa, kujifunza kwa kufata neno ni bora katika kukusaidia kupata ufahamu wa miktadha ya kihistoria, kitamaduni na kifasihi ya kifungu. Baada ya utafiti kwa kufata neno, kuna uwezekano mkubwa wa kuelewa maana kwa hadhira asilia. Kujifunza Biblia kwa kufata neno hutusaidia kuweka kando mawazo yetu ya mwanzo kuhusu maana ya kifungu, na kutupa mtazamo wa kimakini zaidi kwa maandiko.

Tatizo moja ni kwamba aina hii ya utafiti inaweza kutegemea sana utafiti hivi kwamba tunatumia akili pekee, tukipuuza moyo na mapenzi. Tunaweza kutumia njia ya kufata neno kama njia ya "kushikilia Biblia kwa urefu," tukiwa tayari daima kujifunza miktadha zaidi na kufanya utafiti zaidi, lakini hatuko tayari kutumia kweli maishani mwetu.

Hoja ya Kupunguza na Kufata neno

Njia nyingine ya kuelewa aina nne za masomo ya Biblia ni kupitia lenzi ya hoja za kupunguzia na kufata neno. Aina zote mbili za hoja ni nzuri, lakini zinaanzia katika sehemu tofauti. Mawazo ya kupunguza uzito huanza na dhana, dhana ya ukweli au jumla iliyobainishwa. Kwa kuzingatia dhana hii, mtu huyo basi hutumia rasilimali za nje au takwimu ili kudhibitisha kama nadharia asilia ni kweli au la. Kwa hivyo, katika hoja za kupunguza, unaanza na jumla na kufanya kazi ili kuthibitisha au kukanusha. Hii inaweza kuwa kama mpelelezi ambaye amepewa jina la mshukiwa. Mpelelezi ataanza kwa kumfuata mtu huyu na katika mchakato wa upelelezi wake, kisha anamfukuza mtuhumiwa au kukusanya ushahidi zaidi kwamba anamshuku mtu sahihi.

Mawazo kwa kufata neno kwa makusudi huweka mawazo yote kando na hujaribu kutoathiriwa na dhana au dhana yoyote. Badala yake, unaanza na takwimu ghafi. Unakusanya ukweli usioegemea upande wowote, na katika mchakato huu wa utafiti, unaweza kuunda dhana. Badala ya kuanza na jumla, kama katika mawazo ya kupunguza, mchakato huu huanza na ukweli mbichi. Mchakato huu ndio tunaona katika hadithi za upelelezi maarufu, ikiwa ni pamoja na Sherlock Holmes. Mwanzoni mwa hadithi, mpelelezi huyo hana kidokezo cha ni nani aliyefanya uhalifu huo, kwa hivyo anakusanya tu vipande vya ushahidi kutoka eneo la uhalifu-vitu kama alama za vidole, alama za doa sakafuni, vipande vya nguo-na katika utafutaji huo, hatimaye kuweza kumtaja mtuhumiwa. (Cha ajabu, mhusika Sherlock Holmes anadai kuwa anatumia hoja za kufichua kutatua uhalifu, wakati angalau sehemu ya mchakato wake ni wa kufata neno.)

Au, kutumia mlinganisho wa matibabu, jifanya kuwa unamtembelea daktari kwa ugonjwa wa kushangaza. Unasindikizwa ndani ya chumba cha uchunguzi, ambapo muuguzi huchukua mapigo yako ya moyo, anapima uzito na kuchukua shinikizo la damu yako. Daktari anaendelea na uchunguzi huu, akikuuliza maswali kuhusu hamu yako, akiangalia macho na masikio yako na kusikiliza moyo wako. Daktari na muuguzi wote wanafanya utafiti kwa kufata neno. Wanakusanya ukweli kabla ya kutoa uamuzi, katika kesi hii inayoitwa utambuzi.

Mara tu daktari anapokugundua, anakupa dawa na maagizo maalum ya kujitunza. Pia anakuomba urudi baada ya wiki mbili. Unaporudi ofisini kwake, yeye huchunguza tena kwa uangalifu, lakini ni tofauti. Sasa daktari anaanza na uchunguzi aliokupa wiki mbili zilizopita, na anapokusanya taarifa za matibabu kukuhusu, anazipima dhidi ya uchunguzi aliokupa hapo awali. Je, dawa ilifanya kazi? Je, utambuzi ulikuwa sahihi au kuna kitu kingine kibaya na wewe? Sasa daktari anafanya zaidi ya mchakato wa kupunguza. Anaanza na uchunguzi wako—anachofikiri ni tatizo la kiafya—na sasa anatumia taarifa zake alizokusanya kuthibitisha utambuzi huo.

Kuna maneno mawili ya Kilatini ambayo wasomi wa Biblia hutumia ambayo yanahusiana na mawazo ya kupunguza na kufata neno. Eisegesis ni kama mawazo ya kupunguza kwa kuwa maana au tafsiri ya kile unachosoma hutoka ndani yako. Eisegesis ni neno la Kigiriki linalomaanisha "kusoma ndani." Unaanza na mawazo au maoni yako. Kufanya eisegesis kwa maandishi ya kibiblia inamaanisha kuweka maana yako mwenyewe kwa maandishi bila kushauriana na nyenzo yoyote ya nje. Kwa njia hii eisegesis ni sawa na kuwa Kibinafsi. Habari ya mada ni maoni ya mtu. Maoni haya yanaweza kuwa na taarifa za kutosha na kulingana na takwimu sahihi, au inaweza kuwa mapendeleo ya mtu au majibu angavu. Lakini ikiwa matokeo ni ya kibinafsi, basi kuna uwezekano kwamba maoni mengine halali yanaweza kutolewa kuhusu somo au maandishi sawa. Lakini katika hali zote mbili, maana inakaa ndani ya mtu.

Exegesis ni kama mawazo ya kufata neno. Katika Kigiriki, ufafanuzi humaanisha "kusoma kutoka ndani yake." Mtu anayefanya ufafanuzi juu ya kifungu cha Biblia atafanya kazi kwa bidii kuweka mawazo yake kando na kuangalia maandishi yenyewe bila upande wowote iwezekanavyo. Ataanza na maelezo fulani au ukweli wa maandishi na kutoa hitimisho baada ya kusoma sana. Maana au tafsiri ya maandishi hutoka nje ya mtu anayefanya uchunguzi.

Exegesis ni sawa na kuwa lengo. Maelezo ya lengo huzingatia maoni mengi na kujitahidi kuwa bila upendeleo iwezekanavyo. Ingawa inaweza kuwa haiwezekani kwa mtu yeyote kutokuwa na upendeleo kabisa, tunajitahidi kuelekea usawa tunapoweka kando kwa makusudi kile tunachofikiri kwamba kifungu cha Biblia kinamaanisha na kufanya kazi ili kuelewa maandishi katika mazingira yake ya asili.

> *Mara nyingi tunakaribia kifungu tukifikiri tayari tumekielewa. Katika mchakato huo tunasoma maana yetu wenyewe katika kifungu. Hii inaitwa eisegesis. (Eis ni kihusishi cha Kigiriki kinachomaanisha 'kuingia.') Lakini kutafsiri Biblia kwa usahihi hudai kwamba sisi tusikilize kile ambacho andiko lenyewe linasema, kisha tutoe maana kutoka katika kifungu hicho. Hii inaitwa ufafanuzi(exegesis). (EX ni kihusishi cha Kigiriki kinachomaanisha 'kutoka.') Tukiacha kifungu kifafanuliwe kulingana na kile ambacho kinasema na mistari inayozunguka, basi tumechukua hatua kubwa kuelekea kutafsiri Biblia ipasavyo. Ni kwa kutazama tu muktadha kwa uangalifu na kwa kuruhusu kifungu kijielezee ndipo tunapatia Maandiko heshima inayostahili. Bila shaka, haiwezekani kukataa kabisa upendeleo wetu wenyewe na ubinafsi. Ufafanuzi wetu daima utatiwa rangi na tamaduni zetu na maoni yetu kuhusu kifungu, au labda na imani zetu za kitheolojia, ambazo zinategemea sehemu. Lakini hii isikatishe tamaa jaribio letu la kuruhusu kifungu kijisemee chenyewe kwa uhuru iwezekanavyo, bila kulemewa na maoni na maoni yetu binafsi.*[1]

Aina Nne za Kusoma Biblia kwa Mtazamo

1 "Ufafanuzi wa Biblia," Kamusi ya bibilia iliyoonyeshwa na Nelson, ed. Ronald Young blood (Nashville: Thomas Nelson, 2014), 172.

Kujifunza Biblia	Somo/Lengo	Mbinu ya Ugunduzi
Ibada	Kujitegemea sana	Eisegesis
Mada	Mhusika	Eisegesis
Kuongozwa	Lengo	Exegesis (Ufafanuzi)
Kufata neno	Lengo la hali ya juu	Exegesis (Ufafanuzi)

Zana za Kujifunza Biblia kwa Neno kwa kufata neno

Wasomi wa Biblia, wakiwemo wanaoanza, hutumia zana mbalimbali ili kuongoza funzo la Biblia kwa kufata neno. Wanatumia kamusi za Biblia, fafanuzi za Biblia, Patanisho na vitabu vya ramani. Pia wanaboresha aina nne za ukosoaji, au njia nne za kuchunguza maandishi ya Biblia. Kwa ujumla, tunatumia kifungu cha maneno "ukosoaji" wa kibiblia" kuelezea aina hii ya masomo. Ukosoaji wa Biblia ni uchunguzi makini wa takwimu na matukio yote yanayohusiana na kurekodi, kuhifadhi na kutafsiri Maandiko.[2] Wasomi wanapotumia neno "ukosoaji," wanasisitiza umuhimu wa kufikiri kwa uchanganuzi au kuchanganua. Ni dhana chanya. Utumizi wa neno ukosoaji haupaswi kuchanganyikiwa na mtazamo wowote mbaya kuelekea au kujaribu kudhoofisha Biblia.

Ukosoaji wa Chini na wa Juu

Wasomi wa Biblia hutumia neno "ukosoaji" kuashiria uchunguzi au uchunguzi wa kina wa maandishi. Wanafunzi wanapotafiti miktadha ya kihistoria-kitamaduni au miktadha ya kifasihi na kujaribu kubaini chimbuko la matini fulani, wanajihusisha na ukosoaji. Vivyo hivyo, maneno "ukosoaji wa chini" na "ukosoaji wa hali ya juu" haimaanishi kuwa ukosoaji wa hali ya juu ni bora kuliko ukosoaji mdogo. Vishazi hivi viwili ni njia tu za kuainisha aina tofauti za masomo.

Aina moja ya ukosoaji wa chini ni ukosoaji wa maandishi. Katika utafiti huu, wasomi hulinganisha miswada ya kale, wakijaribu kutafuta ile ya zamani zaidi, wakichukulia kwamba kadiri hati inavyokuwa ya zamani zaidi, ndivyo inavyokaribiana zaidi na hati asilia na kwa hiyo karibu na ujumbe alioukusudia mwandishi asilia. Wasomi hufanya kazi ili kubaini ni hati gani iliyo ya zamani zaidi au yenye kutegemeka zaidi kwa kulinganisha tofauti katika maandishi ya Kiebrania (ya Agano la Kale) au ya Kigiriki (ya Agano Jipya).

2 David Schroeder, "Msomi wa Biblia," Mennonite Life 19, no. 2 (Aprili 1964): 65.

Katika ulimwengu wa kale kabla ya uvumbuzi wa mashine ya uchapishaji, waandishi walinakili maandishi ya Biblia neno kwa neno. Nyakati nyingine, kwa sababu ngozi ya mnyama au mafunjo waliyokuwa wakiandikia ilikuwa ya bei ghali, waandishi hawa hawakutenga nafasi kati ya maneno ili kupata maandishi zaidi kwenye "ukurasa." Kwa hivyo kazi moja ya wasomi wa ukosoaji wa maandishi ni kuamua neno moja linaishia wapi na lingine linaanzia wapi. Wakati fulani sehemu zote za maandiko zinapatikana katika sehemu mbalimbali za Biblia. Hapa ni lazima wasomi wajaribu kubainisha kwa nini maandishi "yalihama" kutoka hati moja ya zamani hadi nyingine. Wasomi wanapopata hitilafu zozote kati ya hati za kale, wanauliza maswali, wakijaribu kupata usomaji "bora" zaidi. Mara nyingi usomaji ambao ni mgumu zaidi au ulio na maneno machache zaidi huchukuliwa kuwa bora zaidi kwa sababu inachukuliwa kuwa wahariri wa zamani walijaribiwa zaidi kuongeza maneno na kulainisha mafundisho yasiyoeleweka kuliko njia nyingine kote.

Mfano halisi ni Yohana 7:53-8:11, hadithi ya Yesu na mwingiliano wake na Mafarisayo ambao walimletea mwanamke aliyekamatwa katika tendo la uzinzi. Katika baadhi ya maandishi ya kale, hadithi hii inapatikana baada ya Luka 21:38 au Luka 24:53 pamoja na maeneo tofauti katika Yohana. Hii haimaanishi kwamba kukutana kwa Yesu na mwanamke aliyekamatwa katika uzinzi hakutokea, lakini ni wazi kwamba hadithi ina historia ya pekee. Kwa hivyo tunapaswa kuzingatia uwezekano kwamba hadithi haikujumuishwa katika nakala ya zamani zaidi ya Yohana. Uwezekano mwingine ni kwamba hadithi hiyo ni ya asili—katika mojawapo ya Injili—lakini kwa sababu ya neema ya ajabu iliyoonyeshwa kwa mwanamke huyo, ilikuwa kali sana hivi kwamba ilikatwa kutoka kwa maandishi fulani. Wasomi wa uhakiki wa maandishi husoma hadithi kama hii ili kuelewa vyema asili na "maisha" ya maandishi kama haya.

Wasomi wa mwanzo kwa kawaida hawaingii katika ukosoaji wa maandishi. Biblia nyingi huzingatia tofauti hizi na ni busara kusoma maelezo haya ya chini na kufanya masomo zaidi ya maandishi ikiwa inahitajika.

Ukosoaji wa fasihi ni sehemu ya uhakiki wa hali ya juu. Ukosoaji wa fasihi hujitahidi kuelewa jinsi vipengele vya fasihi vya maandishi yenyewe hufanya kazi. Hapa wasomi huchunguza aina ya maandishi na ikiwa mwandishi amepotoka au la kutoka kwa sheria za aina zinazoeleweka. Pia wanasoma jinsi kitengo cha fasihi kilivyoundwa, uhusiano wa maandishi na matini zinazoizunguka, na maana ya maneno katika muktadha wao wa kifasihi. Hii ni kazi muhimu, kwa sababu tanzu tofauti huwasilisha ukweli kwa njia tofauti na maneno huchukua maana tofauti kulingana na jinsi yanavyotumiwa katika sentensi. Waandishi wengi wa zamani pia walitumia muundo fulani ili kuongeza maana. Marudio na usambamba ulifanya kazi ili kufanya vishazi fulani vionekane. Wakati wasomi wanapozingatia kwa makini mambo haya, wanakaribia zaidi nia ya awali ya mwandishi.

Wasomi wanaoanza wanapaswa kufanya ukosoaji wa kifasihi. Kwa kutengeneza chati wima, kubainisha aina na kusoma kanuni za tafsiri za aina hiyo na kuzingatia marudio na jinsi maneno yanavyotumika katika kifungu, wanafunzi huchukua hatua kubwa kuelekea kuelewa maana ya maandishi.

Sehemu nyingine ya ukosoaji wa hali ya juu ni ukosoaji wa kihistoria-utamaduni, ambao wakati mwingine huitwa kazi muhimu ya kihistoria. Kama vile maneno yanavyochukua maana tofauti kulingana na jinsi yanavyotumiwa katika sentensi, pia huchukua maana mpya kulingana na kile yalichomaanisha katika kipindi cha wakati ambacho yaliandikwa. Mazoea ya kitamaduni na ufahamu, matukio ya kihistoria na uelewa unaodhaniwa wa uhalisi wao hutengeneza mtazamo wa ulimwengu wa mzungumzaji au mwandishi na msomaji wa kisasa lazima awe na ufahamu wa muktadha huo wa zamani au maana ya asili inapotea. Kwa mfano, katika utamaduni wa Amerika Kaskazini katika Karne ya 21, dhana ya mzaliwa wa kwanza ina maana tofauti na ilivyokuwa wakati Mwanzo ilipoandikwa. Leo, kuwa mtoto wa kwanza inaonekana kama fursa ndogo au mzigo wa jukumu zaidi kama mtoto mkubwa zaidi. Lakini katika utamaduni wa Waisraeli wa kale, mwana mzaliwa wa kwanza alipokea urithi maradufu wa baba yake na pia baraka ya pekee. Fursa hili lilikuwa muhimu sana hivi kwamba sheria ziliwekwa ili kuilinda.

Kwa hiyo lengo la wasomi wote wa Biblia, hata wale wa mwanzo, ni kusoma usuli wa kihistoria na kitamaduni wa maandishi yao. Wanauliza maswali kama, "Ni matukio gani ya kihistoria yaliyosaidia kuunda hadithi hii?" au "Ni nini kilikuwa mawazo kuhusu [ndoa, heshima, mamlaka, nguvu, umiliki, wajibu, n.k.] katika wakati huu?" Wanafunzi huchunguza miktadha ya kijamii, kisiasa, kiuchumi, kitamaduni na kidini ya kifungu walichochagua na wanapofanya hivyo, wanapata ufahamu bora wa maana ya kifungu kwa hadhira yake asilia.

Ukosoaji wa fomu ni eneo la mwisho la utafiti na pia ni sehemu ya ukosoaji wa hali ya juu. Baadhi ya vifungu vya Biblia ndani ya kitabu kimoja vinaonekana kuwa na asili tofauti ya kifasihi kuliko vitabu vingine vyote. Sura mbili za kwanza za Wafilipi zinatoa mfano mzuri sana. Sehemu kubwa ya kitabu iko katika aina ya barua, na mwandishi, Paulo, anaambia kutaniko fulani la Filipi nini cha kufanya na kuamini. Lakini ghafla katika Sura ya 2, barua haisikiki kama herufi, bali kama wimbo au shairi. Je, Paulo alichukua wimbo ulioandikwa na mtu mwingine na kuubandika katika barua yake? Kusoma jambo hili huitwa ukosoaji wa fomu. Sehemu ya kuelewa kwa kweli kitengo cha fasihi ni kuelewa Sitz im Leben yake ya asili, au mazingira ya maisha. Ikiwa mwandishi anatumia kitu ambacho tayari kimeandikwa, basi kipande hicho cha maandishi kina Sitz im Leben tofauti na kitabu kingine. Ingawa wasomi wengi wa mwanzo hawafanyi ukosoaji, ni kazi muhimu kufanya. Wasomi wanaona inavutia kujua hali halisi ya maisha ya vifungu vyote tofauti ndani ya kitabu.

Kujifunza Biblia kwa kufata neno kunahitaji muda na ustahimilivu. Huenda ukahitaji kutumia saa nyingi kuchunguza kamusi za Biblia, kuandika maelezo ili usiyasahau, kwa kusoma mkusanyiko wa ramani nyingi za Biblia ili hatimaye kuupata mji huo mdogo, na kusoma tena kifungu hicho tena na tena ili kuchukua marudio na fasihi maalum. miundo. Inaweza kuhisi kuchoka. Na kuna utaalamu unahitajika, ambao sura zinazofuata zinatafuta kushughulikia. Lakini utayari wako wa kuweka kando mawazo yako ya mwanzo ya kile unachofikiri maandishi yanamaanisha na kutafuta kwa shauku miktadha ya kifasihi na ya kitamaduni-kihistoria ni zana muhimu zaidi unazomiliki.

31. Mafunzo ya Biblia kwa Kufata Neno

Ingawa aina zote nne za masomo ya Biblia zilizotajwa katika sura iliyotangulia zinafaa, mbinu ya kujifunza Biblia kwa kufata neno inatoa njia nzuri ya kuelewa masimulizi ya Biblia katika miktadha yake ya awali. Mchakato wa kufata neno unatuhimiza kuweka kando mapendeleo yetu kuhusu maandishi, kuchimba katika historia na utamaduni wa hadithi, kugundua na kutafakari muktadha wa kifasihi na pengine muhimu zaidi, mchakato huu unatusaidia kutambua kwamba mtu wa kawaida anaweza kufanya ufafanuzi wa ubora. Biblia inapatikana. Tunaweza kugundua maana kwa hadhira asilia na kuwa na imani zaidi kwamba hatutafasiri maandishi kimakosa.

Kujifunza Biblia kwa kufata neno hurejelea kwenye somo makini la uchanganuzi ambalo hutafuta kuruhusu Biblia kujisemea yenyewe, kusoma "nje ya" (exegesis) badala ya kusoma "katika" (eisegesis). Mchakato wa hoja kwa kufata neno huanza na maelezo au ukweli, kutoka kwa mahususi hadi hitimisho la jumla. Mchakato wa kutoa hoja kwa upunguzaji huanza na hitimisho au dhana na husogea kutoka kwa jumla hadi kwa mahususi.

Kwa hivyo tunaanzaje?

Lengo letu ni kuona Biblia bila upendeleo. Ingawa haiwezekani kufuta mawazo yetu kabisa juu ya mawazo na tafsiri za awali, tunaweza kusaidia mchakato kwa kukubali mbele kile tunachofikiri kwamba kifungu kinasema na kisha kuruhusu mawazo hayo kwenda. Lengo letu ni kuruhusu

Biblia ijisemee yenyewe. Kuwa mwangalifu ni chombo kingine kikubwa tunachopaswa kutumia. Tunapokaribia kifungu, tunapaswa kudhani kwamba tutakosa maelezo mara tatu au nne za kwanza tunaposoma kifungu. Ni kwa usomaji mwingi tu ndipo tunaanza kuona maelezo madogo, hata yanayopingana. Yote haya yanahitaji bidii na kujitolea, lakini kupata maana kwa hadhira ya asili inafaa.

Hadithi ya Biblia yenyewe ndiyo chanzo chetu kikuu. Pia tunatumia vitabu vya kitaalamu kama vile kamusi za Biblia, fafanuzi, patanisho na Vitabu vy aramanni. Hivi ni vyanzo vyetu vya pili.

Mawazo ni zana nyingine nzuri ya kusoma kwa kufata neno. Wasomi bora zaidi wanaofata neno huuliza, "Ni nini kisicho na maana katika kifungu hiki?" Ustadi huu ni kama kujifanya kuwa unatembelea kutoka sayari nyingine, na ingawa unaweza kusoma na kuelewa lugha yenyewe, hujui kabisa utamaduni, historia au mawazo ya hadhira asili. Katika mchakato huu wa ubunifu, wa kufikiria, maswali hububujika. "Nashangaa jinsi wanavyofafanua familia katika Mwanzo 38?" "Kwa nini aligusa upindo wa vazi lake katika Luka 8:40-48?" "Kwa nini watu wote hawakumwacha na kumruhusu apite katika Marko 2:1-12?" "Kwa nini aliutia chumvi jiji katika Waamuzi 9, na hilo linamaanisha nini?"

Hatua Nne za Msingi za Kujifunza Biblia kwa kutata Neno

A. Uchunguzi: vua "miwani" yako ya kitamaduni, vuka Daraja la Hermeneutical na uvae "miwani" ya mtazamo wa kibiblia.

1. Andika maoni yako ya awali. Soma kifungu. Andika aya moja ambayo unaonyesha majibu na maswali yako ya awali.
2. Andika ukweli 25-30 kutoka kwa kifungu unaposoma polepole na kwa uangalifu.
3. Nani? Orodhesha watu wote au vikundi vya watu katika kifungu. Orodhesha jina maalum mara moja tu. Ikiwa mtu huyo huyo atapewa jina jipya au kuteuliwa, jumuisha maelezo haya mapya. Orodhesha kwa nambari ya aya.
4. Wapi? Orodhesha maeneo yote ya kijiografia na chora ramani inayoweka maeneo yote.
5. Miktadha ya kifasihi
   a. Muktadha wa Historia ya Wokovu: Katika aya moja, eleza ni wapi kifungu hiki kinafaa katika Historia ya Wokovu (Eleza mada kuu).

b. Muktadha wa kitabu: Unda chati ya kitabu mlalo, ambayo unagawanya kitabu katika sehemu zake kuu. Katika kila sehemu, andika kishazi kwa kila hadithi kuu.
c. Muktadha wa haraka wa kifasihi: Andika aya kwa kila moja ya vifungu 2-3 vya Biblia mara moja kabla ya kifungu chako cha Biblia. Aya zinatoa muhtasari wa vifungu. Kisha andika fungu kwa kila moja ya vifungu 2-3 vya Biblia mara tu baada ya kifungu chako cha Biblia.

6. Miktadha ya Kitamaduni-Kihistoria: Tengeneza orodha ya maneno yote, vishazi au dhana zote unazofikiri zinaweza kuwa na maana tofauti katika nyakati za kibiblia kuliko leo. Pata dhana 27-30. Kwa kutumia kamusi za Biblia pekee au nyenzo zilizoidhinishwa, tafuta fasili mbili kwa kila dhana kisha andika aya kwa maneno yako mwenyewe kuhusu ulichojifunza. Jumuisha tu kile ambacho ni muhimu kwa muktadha wa kitamaduni wa kifungu chako. Baada ya kila ufafanuzi, kumbuka chanzo chako. Toa ukurasa uliotajwa wa Kazi.

B. Uchambuzi: gundua jinsi mwandishi anavyowasiliana. Gawanya kifungu katika sehemu ndogo na ugundue jinsi zinavyofanya kazi pamoja.

1. Aina: Tambua ni aina gani katika kifungu. Andika kanuni 4-5 za kutafsiri aina hii.
2. Chati wima: Vunja kifungu katika aya au sehemu. Safu wima ya kushoto inaelezea uhusiano wa kifasihi, safu ya kati inafupisha vitendo katika kila aya, safu ya kulia inaelezea hali ya wahusika.
3. Mukhtasari: Fanya muhtasari wa kifungu bila tafsiri.

C. Ufafanuzi: tafuta maana/maana ya kifungu kwa hadhira asilia

1. Bungua bongo na uorodheshe aina zote za tafsiri, na uweke tafsiri hizi katika Vitengo: isiyo na maana, inayowezekana, pengine na yenye uhakika kabisa. Tumia sentensi kamili zinazoanza na kitenzi cha kitendo.
2. Unda Chati ya Ufafanuzi/Matumizi (utamaliza chati hii katika hatua ya 4): Unda chati ya safu wima mbili na ujaze upande wa kushoto, ambayo ndiyo maana ya upande wa hadhira asilia. Fuata hatua hizi:
   - Chagua tafsiri zako 3-4 "za uhakika". Kuanzia na tafsiri yako

ya msingi, andika tafsiri hiyo kwa sentensi wazi inayoheshimu muktadha wa kihistoria-utamaduni.
- Bado unafanya kazi na tafsiri ya msingi, sasa andika aya moja au mbili kwenye chati inayoonyesha ushahidi wako na hoja ya kuchagua hii kama tafsiri yako ya msingi. Tumia uthibitisho katika hadithi yenyewe, ushahidi wa kihistoria-kitamaduni (tumia A6) na uthibitisho wa muktadha wa kifasihi.
- Rudia mchakato na tafsiri zako zingine

3. Insha ya ukalimani: Andika insha ya kurasa 2-4 ambamo unathibitisha kimantiki kwamba tafsiri zako ni halali. Jumuisha aya ya utangulizi ambayo inatoa muhtasari wa hadithi, aya moja kwa kila tafsiri na hitimisho.
4. Orodhesha maswali muhimu: Hatuwezi kamwe kujibu maswali yote. Orodhesha maswali ambayo bado unayo.

D. Utumiaji: kugundua maana kwa jamii yetu sasa na kwako kibinafsi

1. Maliza Chati ya Ufafanuzi/Matumizi: Bainisha ni sehemu gani za tafsiri (C2) zinatokana na kihistoria-utamaduni na ni sehemu zipi zina ukweli wa milele ambao bado unatumika kwa jamii ya leo. Kwa kutumia ukweli wa milele, jaza chati kwa kusema sasa kwa sentensi kamili maombi ya jamii ya kisasa. Kwa kila taarifa ya maombi, andika fungu fupi katika chati ambalo linaonyesha jinsi ombi hili lingali linahitajika leo.
2. Je, ninasikia Mungu akiniambia nini kupitia kifungu hiki? Andika aya 1-2 kuhusu kile unachosikia katika kifungu hiki ambacho kinakuhusu. Ikiwa wewe si Mkristo, bado tafakari juu ya ukweli na uandike jibu.
3. Jibu la kibinafsi: Katika aya, eleza jibu lako kwa D2. Je, utabadili matendo au imani yako? Utasema ndiyo au hapana kwa Mungu? Kushindana kwa uaminifu na Mungu ni bora kuliko mieleka isiyo ya haki.

Sababu za Hatua 4 za Michakato ya Mafunzo ya Biblia kwa kutana neno na Utaratibu Wake

Hatua ya uchunguzi: Hatua hii lazima iwe ya kwanza ili uweze kuona maelezo au ukweli katika miktadha yao ya asili, na hivyo kupunguza upendeleo wako mwingi. Huwezi kutafsiri kifungu vizuri bila kwanza kuona yote yaliyomo katika kifungu.

Swali: Kwa nini uandike maoni yako ya awali?
Jibu: Utaratibu huu hukusaidia kukubali mawazo yako na kuyaweka kando kimakusudi. Pia inakushirikisha na maandishi.

Swali: Kwa nini uandike mambo 30?
Jibu: Shughuli hii hukusaidia kuona maelezo zaidi katika maandishi.

Swali: Kwa nini kuorodhesha watu wote na vikundi vya watu?
Jibu: Orodha hii inakusaidia kutambua "watu wadogo."

Swali: Kwa nini kuorodhesha maeneo yote?
Jibu: Utaratibu huu hukusaidia kuweka hadithi katika ulimwengu wa kimwili; inakusaidia kuanza kuona hadithi. Wakati mwingine maeneo hutoa dalili kwa tafsiri.

Swali: Kwa nini usome miktadha ya fasihi?
A1: Waandishi walikusudia kuweka kifungu chako. Utaelewa kifungu chako vyema unapoona uhusiano wake na vifungu vinavyozunguka.
A2: Muktadha wa Historia ya Wokovu hukusaidia kuona jinsi kifungu chako cha umoja kinachangia Hadithi Kubwa.
A3:Muktadha wa kitabu hukusaidia kuona jinsi kifungu chako cha umoja kinahusiana na madhumuni ya jumla ya kitabu.
A4: Muktadha wa sasa wa kifasihi hukusaidia kuona mandhari ya kawaida, utofautishaji na ulinganisho na hadithi zinazozunguka.

Swali: Kwa nini usome miktadha ya kihistoria na kitamaduni?
Jibu: Maneno huwa na maana katika miktadha yake. Ikiwa hujui muktadha, unaweza kutafsiri vibaya kifungu hicho.

Hatua ya uchanganuzi: Baada ya kusoma muktadha wa kifungu chako, lazima sasa ujifunze jinsi hadithi yenyewe inavyofanya kazi.

Swali: Kwa nini kutambua aina na kuzingatia kanuni za tafsiri?
Jibu: Aina tofauti huwasilisha ukweli kwa njia tofauti, na ikiwa utaitambua vibaya aina hiyo, utatafsiri kimakosa maandishi. Mara tu aina hiyo imetambuliwa, basi unahitaji kujikumbusha jinsi ya kutafsiri vizuri ujumbe wake.

Swali: Kwa nini utengeneze chati wima?

Jibu: Chati wima ni njia ya kugawanya hadithi katika sehemu zake. Kwa kufanya hivi, ni rahisi kuona jinsi mwandishi alivyotumia kimakusudi mbinu za kifasihi ili kuongeza maana ya kifungu. Unapata marudio, mabadiliko na mikazo mingine. Unaona maendeleo ya kimantiki ya kifungu.

Swali: Kwa nini tufanye muhtasari wa kifungu bila tafsiri?

Jibu: Utaratibu huu hukusaidia kuelewa tofauti kati ya kuelezea na kukalimani. Inakusaidia kujizoeza kukataa kutafsiri hadi utafiti wa kutosha ufanyike.

Ufafanuzi: Baada ya kazi ya uchunguzi na uchanganuzi, uko tayari kupata maana ya kifungu kwa hadhira asilia. Ni lazima ujue maana ya hadhira asili kabla ya kuamua kwa usalama maana ya jamii yako.

Swali: Kwa nini kuorodhesha kila aina ya tafsiri, hata za kipuuzi?

Jibu: Utaratibu huu hukusaidia kuona tofauti kati ya tafsiri za kipuuzi na halali. Ubunifu pia hufungua ubunifu ambao mara nyingi husababisha tafsiri bora.

Swali: Kwa nini utengeneze chati ya tafsiri/Matumizi?

Jibu: Kuandika tafsiri kunahitaji kufikiriwa kwa makini na kuandika tena kadhaa hadi utakaposema unachotaka kusema. Chati hukusaidia kuona hoja zako kwa uwazi zaidi na inakutayarisha kwa insha yako.

Swali: Kwa nini uandike insha ya tafsiri?

Jibu: Hatua hii, zaidi ya nyingine yoyote, inatumika kukusaidia kuangalia mantiki yako na kutathmini vyanzo vyako, hivyo kukusaidia kupata maana sahihi kwa hadhira asilia.

Swali: Kwa nini kuorodhesha maswali yaliyobaki?

Jibu: Wakati mwingine kuorodhesha maswali haya hukutahadharisha kuhusu utafiti mpya au tafsiri mpya inayowezekana. Pia ni njia ya kukubali kwamba daima kutakuwa na zaidi kwa kifungu kuliko tunaweza kujua.

Matumizi: baada ya kukamilisha hatua tatu za kwanza, sasa uko tayari kutumia ukweli wa milele kwa jamii yako na wewe mwenyewe.

Swali: Kwa nini ukamilishe chati ya tafsiri/maombi?
Jibu: Ukivuka nyuma juu ya "daraja," sasa unaweza kutumia ukweli wa milele kwa utamaduni wa leo. Kumaliza chati hii kutakusaidia kufikiria kwa umakini zaidi kuhusu utamaduni unaoishi.

Swali: Kwa nini niandike kuhusu maana kwangu binafsi?
Jibu: Kwa watu wengi, hii ndiyo thawabu kwa kazi yote ya kujifunza Biblia

kwa kufata neno. Kusikia kile ambacho Mungu anasema ndilo kusudi kuu la somo lolote la Biblia. Kungoja ili kujua maana ya maisha yako hadi sasa husaidia kuhakikisha kwamba umemsikia Mungu kwa usahihi zaidi kuliko kama ulikuwa umefanya funzo la Biblia la ibada.

Swali: Kwa nini niandike jinsi nitakavyoitikia nilichosikia?
Jibu: Kuandika majibu yako hukusaidia kukusudia. Kwa kujisukuma kujibu, hujiruhusu kuepuka kusudi kuu la funzo la Biblia.

Vidokezo vya Uchunguzi

Hatua ya uchunguzi inaweza kuonekana kuwa ya kutisha, lakini pia inaweza kuwa yenye kuridhisha zaidi. Kugundua mtazamo wa ulimwengu wa Biblia ni mchakato wa kuvutia, kama kuchunguza ulimwengu mpya! Hizi ni baadhi ya njia ambazo tumegundua ili kupata manufaa zaidi kutokana na uchunguzi:

Shirikisha kifungu kihisia na kiakili. Wakati mwingine tunaogopa athari za kihisia, kwa sababu tunafikiri kwamba hisia zetu wenyewe zitachukua nafasi na kutupofusha kwa upendeleo wetu. Ingawa hii inaweza kutokea, ni hatari pia kukandamiza hisia zetu za kihisia kwa maandishi, kwa sababu miitikio hiyo yenyewe ni kitu tunachohitaji kutambua. Lazima tuulize, "Je, mwandishi alinuia kukuza hisia hizi, na kama ni hivyo, kwa nini?"

Soma na usome tena kifungu hicho. Wasomi wengi wa mwanzo wa Biblia wanafikiri kwamba usomaji mmoja au mawili yanatosha, na wanakosa maelezo muhimu.

Kumbuka kwamba kazi yako ngumu zaidi wakati wa hatua ya uchunguzi na uchambuzi ni kusimamisha tafsiri zako. Ikiwa hujui kiakili jinsi unavyoweza kuteleza kwa urahisi katika mawazo, utaanza kufanya eisegesis na kukosa maana halisi ya maandishi.

Shiriki na jiografia ya maandishi yako, haswa ikiwa unasoma simulizi. Kujua "wapi" ya hadithi yako hukusaidia kuuliza maswali ya jumla juu yake.

Kumbuka kwamba kila andiko la Biblia lina angalau miktadha miwili: muktadha wa kifasihi na muktadha wa kihistoria-kitamaduni. Muktadha wa kihistoria kawaida hujumuisha kile kinachotokea kihistoria wakati wa masimulizi na kile kinachotokea wakati mwandishi aliandika hadithi. Muktadha wa kifasihi unajumuisha muktadha mzima wa kibiblia, muktadha wa kitabu ambamo kifungu kinapatikana, na muktadha wa karibu wa sura kabla na baada ya kifungu.

Kumbuka kwamba maneno huchukua maana yake katika muktadha. Kwa mfano, neno popo linaweza kumaanisha mamalia mdogo anayeishi pangoni au fimbo ya mbao inayotumiwa katika mchezo wa besiboli.

Vidokezo vya Uchambuzi

Kumbuka kwamba kila utanzu huwasilisha ukweli kwa njia tofauti, kwa hivyo kutambua ipasavyo aina ya kifungu kwa kutazama sifa zake za kifasihi ni muhimu kwa utafsiri mzuri. Ukidai aina fulani ziwe za kweli, basi Yesu anakuwa mlango halisi...na kondoo.

Amua kitengo cha msingi cha maandishi cha masomo. Kwa kawaida aya ndiyo kitengo cha msingi cha somo la mchakato wa kufata neno. Lakini vifungu vifupi vya Biblia vinaweza kuwa aya moja tu na bado vinahitaji kugawanywa katika vitengo vidogo kwa ajili ya kujifunza fasihi. Ikiwa maandishi ni aya moja tu, basi tafuta mgawanyiko wa asili na maneno ambayo yanaashiria kitu kipya kinachotokea.

Kumbuka maneno ambayo kwa Kiingereza yanaashiria mabadiliko au ulinganisho. Maneno hayo yanajumuisha pia, lakini, bado, ikiwa, tangu, hivyo, kwa sababu, kwa hiyo na ingawa.

Zingatia muundo wa fasihi wa kifungu. Je, vitendo au matukio yanapangwa kwa mpangilio? Je, kifungu kinajengaje hadi kilele? Je, kuna mwisho wa mshangao? Je, kifungu hiki kinahisi kama kina azimio au kinakuongoza kimakusudi kwenye kifungu kifuatacho cha kifasihi? Marudio ni yapi na mwandishi alikuwa na madhumuni gani ya kufanya marudio haya?

Angalia kwa chiasm. Chiasm ni muundo wa mpangilio ambapo mwanzo wa kifungu unahusiana kwa njia fulani hadi mwisho wa kifungu, ama kwa kufanana au kinyume kabisa. Kisha, akifanya kazi ndani, kifungu kina jozi zinazofanana, mpaka katikati ya kifungu. Mchoro unaweza kuonekana hivi: A, B, C, C,' B,' A.' Wakati mwingine sehemu ya katikati kabisa ya kifungu haina jozi zinazolingana na sehemu hii inaweza kuwa na maana maalum.

Hapa muundo ungeonekana kama hii: A, B, C, X, C,' B,' A.' Kumbuka tofauti kati ya historia na Geschichte, hasa wakati wa kuandika muhtasari wa kifungu. Usipokuwa mwangalifu, utaingiza Geschichte yako mwenyewe.

Vidokezo vya Ufafanuzi

Chukua wakati wako unapoweka maana kwa ukweli na unapounganisha ukweli mmoja hadi mwingine. Kwa mfano, unaweza kukisia kwa urahisi kwamba uzinzi ni mbaya kwa hadithi katika 2 Samweli 11, ambapo Daudi alifanya uzinzi na Bath-sheba kisha kila aina ya mambo mabaya yanampata. Hiyo ni tafsiri nzuri, lakini sio pekee, wala sio tafsiri ya msingi. Kuna zaidi kwa hadithi.

Chukua muda wa kutosha kutafsiri kifungu vizuri. Kwa sababu ni rahisi kutafsiri vibaya, lazima uchague maneno kwa uangalifu na upe muda wa kutosha wa kutafakari na kutathmini tafsiri ulizounda. Jaribu kukamata tofauti za kifungu. Bainisha ni nini kilicho wazi katika kifungu na kile kinachodokezwa.

Fafanua kauli zako mahususi kwa utamaduni na kifungu. Kwa mfano, ikiwa hadithi ina uhusiano fulani na Mfalme Sauli, basi fanya tafsiri yako iseme jambo kama, "Usimwamini Mfalme Sauli kuwa mfalme wako," au "Msaidie nabii Samweli anapomwondoa mfalme Sauli kiti cha ufalme." Baadaye unaweza kupata ukweli wa milele kutoka kwa tafsiri hii ili iweze kutumika zaidi kwa hali yako, lakini kumbuka kwamba kwa hadhira ya awali, walikuwa wakijaribu kufikiria jinsi ya kumtii Mungu katikati ya watu halisi na hali halisi. Epuka tafsiri za jumla au zisizoeleweka, kama vile "Mtumaini Mungu," au "Mtii Mungu." Kila kifungu cha Biblia kina tafsiri hizi za jumla na kwa hiyo, kauli ya jumla hii haina maana.

Anza sentensi zako za ukalimani na kitenzi cha lazima, kama njia ya kuzuia kuandika taarifa tu. Ufafanuzi wako wote lazima ueleze kile hadhira asilia ilipaswa kufanya tofauti au ukweli mpya ambao walipaswa kuamini. Kwa mfano, "Sauli alishindwa kutii sheria za Vita Vitakatifu" ni kauli tu; haiambii msomaji nini cha kufanya. Hata hivyo, "Tii utawala wa Vita Vitakatifu vya cherem tofauti na Mfalme Sauli ambaye alipoteza kiti chake cha enzi kwa kupuuza sheria hii" ni tafsiri nzuri kwa sababu inawaambia wasikilizaji wa awali nini cha kufanya: Kutii cherem. Pia ni tafsiri ya ubora kwa sababu ni maalum kwa hadithi na utamaduni.

Kumbuka kwamba lengo la utafsiri wa kibiblia ni kugundua maana iliyo wazi ya kifungu, si maana fulani iliyofichika au isiyoeleweka. Kwa ujumla, Mungu na waandishi wa Biblia hawakujaribu kuficha ukweli kutoka kwa wasomaji ili kufanya maana iwe ngumu kuelewa. Ikiwa mambo yanaonekana kufichwa katika Biblia, ni kwa sababu hatuelewi muktadha wa kitamaduni na kihistoria.

Itafsiri Biblia; usichukue tu jinsi ilivyo. Watu wengine wanadai kuwa hawatafsiri Biblia, lakini wanaweza kuelewa kabisa maana ya Mungu bila upendeleo wao wenyewe. Lakini hilo haliwezekani. Kusoma ni kutafsiri. Ukweli tu kwamba hatusomi kifungu katika lugha yake ya asili inamaanisha kuwa tunasoma tafsiri ya mtafsiri. Lakini hata kama tulikuwa na ujuzi katika lugha ya asili, ni asili ya binadamu kupata uzoefu au kuelewa kitu kupitia mtazamo wetu wa ulimwengu. Karibu haiwezekani kutotafsiri kwa ufahamu. Kwa kuzingatia ukweli huu, tuna chaguzi mbili: kutafsiri Biblia kwa kubahatisha bila kujitambua kwa upendeleo wetu, au kutafsiri Biblia kwa mbinu iliyo na nidhamu ambayo, kwa kutumia zana za Ukosoaji wa Biblia, hutusaidia kuona maandishi kama isiyoegemea upande wowote iwezekanavyo.

Kuwa mnyenyekevu katika tafsiri zako. Kama wanadamu, hatuwezi kutafsiri kikamilifu. Hii ndiyo sababu tunataja tafsiri zetu bora kama "hakika kabisa." Ni lazima tuishi mvutano wa kuwa na uhakika wa kutosha wa tafsiri zetu kwamba tunajitia nidhamu ili kuishi kwa kweli hizi, hata kufikia hatua ya kutoa maisha yetu na wakati huo huo, lazima tuwe wazi kwa unyenyekevu kwa ufahamu mpya kutoka kwa Roho Mtakatifu. .

Kuwa na uwezo wa kuunga mkono tafsiri zako kwa utafiti mzuri na mantiki. Chukua ulichogundua katika hatua za uchunguzi na uchanganuzi na utumie fikra za uchanganuzi au mantiki kwa utafiti huo. Mchanganyiko wa vipengele hivi utakuwa uthibitisho kwamba tafsiri zako ni halali. Insha ya tafsiri ni mahali ambapo unaweza kutamka hoja yako na kuangazia utafiti wako.

Jaribu tafsiri zako na Biblia nzima. Ingawa mchakato wa kufata neno ulioainishwa katika kitabu hiki haujumuishi hatua ya uunganisho ambapo mtu hukagua tafsiri zake na vifungu vingine katika Biblia, hili ni zoezi bora kwa wale wanaoijua Biblia vya kutosha kufanya uwiano. Ikiwa tafsiri zako za kifungu fulani hazipati uwiano popote pengine katika Biblia, au hazikubaliani na sehemu kuu za Biblia, unahitaji kutathmini upya uhalali wa tafsiri zako. Hii haimaanishi kwamba kila kitu kitakubaliana kila wakati katika Biblia. Watu wengine huanza na dhana hiyo na kisha hawajiruhusu kuona kutokubaliana. Ukweli unaweza kuwa wa kitendawili au wa pande mbili.

Kumbuka kwamba ni sawa kuwa na maswali ambayo hayajajibiwa. Kwa hakika ni alama ya kujifunza Biblia kwa kufata neno ikiwa una maswali haya. Inaonyesha kuwa umegundua ukweli na mawazo changamano kupitia matokeo mengi ya kidhahania.

Vidokezo vya Matumizi

Kumbuka kwamba taarifa ya matumizi, kama tafsiri, inaweza kusemwa vyema au vibaya. Na kama tafsiri, Ratiba inahitaji kuwaambia wasikilizaji nini cha kufanya tofauti au jinsi ya kubadilisha mawazo au imani zao. Matumizi yanaweza kuwa uthibitisho na kutia moyo kuendelea kufanya jambo fulani, wito wa kubadilisha au kutubu, au onyo dhidi ya jambo fulani.

Kumbuka kwamba wakati mwingine utafiti wote katika miktadha tofauti ya mtazamo wa ulimwengu wa kibiblia hukusanya ukweli wa milele ulio wazi au dhahiri. Wakati mwingine "kuvuka Daraja la Hermeneutical" ni rahisi na tunatambua kuwa hakuna mengi yaliyobadilika kati ya dunia hizi mbili. Lakini usiondoe ratiba ikiwa inaonekana kuwa rahisi sana. Ujumbe kwetu unaweza kuwa wazi, lakini ni vigumu kwetu kufanya, kama vile ujumbe ulio wazi kwamba Mungu anataka tuwasaidie walio maskini. Hapa changamoto ya tafsiri/maombi haiko katika kuelewa muktadha tofauti sana, lakini katika kuishi kwa dhabihu ya gharama ambayo inaonekana wazi.

Usifikirie kuwa unaelewa utamaduni wako vizuri. Mara nyingi moja ya sehemu ngumu zaidi ya hatua ya matumizi ni kuelezea sifa zinazofaa za jamii ya sasa ambayo inahusiana na matumizi. Wakati mwingine sisi ni vipofu kwa maelezo ya utamaduni wetu wenyewe.

Chukua muda unaohitajika kujibu kwa uaminifu jinsi kifungu hiki kinatumika kwako binafsi. Kusudi la jumla la somo lolote la Biblia ni kusikia kile Mungu anachokuambia na kisha kujibu kwa njia sawa.

Hitimisho

"Biblia haiwezi kumaanisha jambo ambalo haikumaanisha kamwe tukio hilo lilipotokea au lilipoandikwa."[1] Ikiwa tunaruhusu Biblia iwe na

---

1 Gordon Fee na Douglas Stuart, Jinsi ya Kusoma Biblia kwa Thamani Yake

maana kwetu ambayo haingeweza kumaanisha kamwe kwa wasikilizaji wa awali, basi tunaifanya Biblia iseme chochote tunachotaka iseme. Hii inaweza kuhalalisha kila aina ya tabia zisizo za kimaadili na kusababisha teolojia mbovu. Labda inawezekana kwa Biblia kumaanisha kitu tofauti kwetu kuliko hadhira ya awali tunapofanya mafunzo ya Biblia ya ibada, lakini hii haiwezi kuwa kweli ikiwa tunafanya mafunzo kwa kufata neno. Tunasoma na kutafsiri Biblia tukiangalia juu ya mabega ya waangalizi wa awali wa tukio wanalotafsiri, au tunatazama juu ya mabega ya wasomaji wa kwanza wa nyaraka. Tunafanya bidii kuunganisha Biblia na historia yake.

Waandishi wa biblia hawakuwa wamepoteza fahamu au katika mawazo ya kuandika kwa siku zijazo. Walitumia lugha, mafumbo na dhana ambazo zilileta maana kwa mtazamo wao wa ulimwengu na muktadha. Ikiwa Biblia ingeandikwa kwa ajili ya muktadha wa leo wa kijamii, kisiasa na ulimwengu, watu wa nyakati za Biblia wangeona maandishi kuwa magumu kuelewa. Waandishi wa Biblia walikuwa wakiandika kwa ajili ya wakati wao na jamii.

Waandishi wa Biblia pia walichagua katika maandishi yao. Matukio mengine mengi yalitokea nyakati hizi ambazo waandishi walichagua kutojumuisha katika masimulizi ya Biblia. Lakini matukio, mashairi na imani walizochagua kuandika zilileta maana maalum kwao. Swali zuri la kuuliza katika funzo la Biblia kwa kufata neno ni "Kwa nini hili lilikumbukwa?"

Waandishi wa Biblia walitafsiri matukio. Huku si kukataa kazi ya Mungu katika mchakato huo, lakini ni kukiri tu kwamba waandishi hawa wa kibinadamu walifanya maamuzi ya kutafsiri walipokuwa wakisikiliza sauti ya Mungu. Kwa hiyo ufunuo wa Mungu unakuja katika matukio yenyewe na katika tafsiri zake. Waandishi waliongozwa na wakati huo huo waliandika kwa njia ambazo zilileta maana kwao katika mtazamo wao wa ulimwengu. Tunapofanya funzo la Biblia kikamili kwa kufata neno, tunaheshimu jitihada zao na tunaiheshimu Biblia.

Yote, (Grand Rapids: Zondervan, 2003), 30, 74.

32. Athari za Mtazamo wa Ulimwengu kwenye Masomo ya Biblia

Mtazamo wa Dunia ni nini?

Tunaweza kufafanua mtazamo wa ulimwengu kama ramani ya kiakili ya ukweli tunayobeba akilini mwetu. Ni kile tunachoamini kuwa ni kweli au si kweli kuhusu ulimwengu wetu.[1] Ni mawazo tunayofanya na dhamira tunazoshikilia ambazo hutengeneza maoni yetu. Je, mimi ndiye kitovu cha ulimwengu, au mimi ni sehemu ya kitu kikubwa zaidi katika upeo? Sisi sote tuna mtazamo wa ulimwengu, ingawa tunaweza kuwa hatujui.

Mtazamo wetu wa ulimwengu unaundwa na familia zetu, shule, makanisa, jumuiya, nchi na uzoefu wa kibinafsi na uchunguzi. Ulimwengu wetu unaofahamu unaweza kuwa wa ndani na wa ubinafsi, au unaweza kuwa wa kimataifa katika upeo. Tunakosea ikiwa tunafikiri kila mtu anauona ulimwengu kama sisi. Methali moja ya Kikenya husema hivi: "Yeye ambaye hajawahi kusafiri hufikiri kwamba mamake ndiye mpishi mzuri pekee ulimwenguni!"

Kwa kawaida, mitazamo yetu sisi wenyewe, jamii zetu, na mataifa yetu ina mipaka. Elimu na usafiri huongeza upeo wetu kwa kutuangazia njia zingine za kuona ulimwengu na kufikiria ukweli. C.S. Lewis ameona kwamba: [Mtu] ambaye ameishi katika sehemu nyingi hawezi kudanganywa na makosa ya kimaeneo ya kijiji chake cha asili: [mwanachuoni] ameishi nyakati nyingi na kwa hiyo kwa kiasi fulani ana kinga dhidi ya... upuuzi unaotoka vyombo vya habari na kipaza sauti cha umri wake mwenyewe.[2]

1 James W. Sire, The Universe Next Door: Katalogi ya Msingi ya Mtazamo wa Ulimwengu, toleo la 3. (Downers Grove: wanahabari wa InterVarsity, 1997), 16..

2 C.S. Lewis, "Kujifunza Katika Wakati wa Vita," katika Uzito wa utukufu a Anwani Nyingine (New York: HarperCollins, 2001), 59..

Vipengele vya mtazamo wa ulimwengu

Lakini tunajuaje mtazamo wetu wa ulimwengu? Je, tunawezaje kutambua mitazamo mingine ya ulimwengu, ikijumuisha ile ya Biblia? Fikiria vipengele vitano vifuatavyo vinavyounda mtazamo wa ulimwengu:

1. **Ukweli wa mwisho**—Nguvu kuu zaidi, ukweli halisi. Je, ikoje? Wakati nyenzo zote zinapochukuliwa, ni nini kinachobaki? Majibu yanayowezekana: Mungu, miungu, roho nzuri na mbaya, malaika, nguvu, hata chochote. Je, miungu au nguvu hizi ni za namna gani?

2. **Cosmos (Ulimwengu)**—Je, hali halisi ya kimwili ni nini na inatoka wapi? Ni nini kiko katikati ya ulimwengu? Je, mambo ya kimwili yanahusiana? Jinsi gani? Ni nini asili na thamani ya wanyama, mimea na ardhi halisi? Waandishi wa Biblia wanaona dunia kama tambarare, imeketi juu ya nguzo katikati ya shimo la maji lenye kuba juu ya dunia ambalo huzuia maji kutoka juu, na eneo la juu zaidi ambapo Mungu anayefanya kazi hufanya kila kitu kitendeke moja kwa moja, kama vile kusonga jua na mwezi. kutoka upeo wa macho hadi mwingine. Nadharia nyingine rahisi zaidi ni kwamba dunia inakaa nyuma ya kobe mkubwa anayeitwa, kwa kufaa, Ulimwenguni wa kobe.

   Vinginevyo, nadharia ya kisayansi—iliyoundwa kwa maelfu ya miaka kama uchunguzi mpya ulilazimisha marekebisho ya nadharia za zamani—inapendekeza kwamba dunia ni marumaru ndogo ya samawati inayozunguka kwenye ukingo wa gala kubwa isiyofikirika ya nyota, ambayo yenyewe ni chembe tu ndani ya eneo linalopanuka. Ulimwengu unakaribia miaka bilioni 14. Katika historia, ufahamu wetu wa dunia umechangiwa na habari, mawazo na zana tunazotumia kutazama ulimwengu wetu.

3. **Asili ya mwanadamu na hatima**—Je, wanadamu ni wazuri, wabaya au wapo katikati? Baadhi ya majibu yanayowezekana: Mzaliwa mzuri; kuzaliwa vizuri lakini kupotoshwa; kuzaliwa kwa uovu na kujifunza wema; aliyeumbwa kwa mfano wa Mungu; mnyama anayeendelea. Mwanafalsafa Mgiriki Plato aliwaona wanadamu kuwa roho nzuri zilizofungwa katika miili miovu. Waebrania wa kibiblia waliwaona wanadamu kuwa watu kamili.

Kuhusu hatima, kuna chaguzi kadhaa tena: tunapokufa tunaingia kwenye ulimwengu mwingine wa milele. Unakuwa umetoweka. Unabadilishwa hadi hali ya juu. Upo katika hali ya kivuli hadi ufufuo. Umezaliwa upya.

4. **Nzuri zaidi na jinsi tunavyoweza kuijua**—Ni jambo gani la maana zaidi kufanya maishani? Wanadamu hujibu swali hili kwa njia kadhaa. Majibu yawezekanayo: Tuwe wacha Mungu wenyewe, tafuta Ufalme wa Mungu; tafuta kujitambua; fanya kile kinachojisikia vizuri (Hedonism); kutafuta manufaa makubwa kwa idadi kubwa zaidi (Utilitarianism); kutii serikali. Tunajuaje jambo hilo? Tunajua mema ya juu zaidi kupitia ufunuo kutoka kwa Mungu kwa sababu tumeumbwa kwa mfano wa Mungu ajuaye yote, au tunaifikia kutoka kwa mawazo na uvumbuzi uliobadilika.

5. **Maana na asili ya historia**—Je, historia ni ya mzunguko au ya mstari? Kusudi la historia ni nini? Majibu yanayowezekana: tambua kikamilifu utawala wa Mungu duniani au katika ulimwengu mwingine; kuwatayarisha tu watu kwa maisha na Mungu katika ulimwengu unaofuata; tafuta kuyakimbia maisha maana hayana maana. Je, historia ni ya mstari, kuanzia wakati fulani na kuishia na eneo lingine la kufuata? Au ni mzunguko, marudio yasiyoisha ya wakati, misimu, maisha, uzazi, matumizi, kupungua na kifo?[3]

Kwa Nini Mitazamo ya Ulimwengu ni Muhimu kwa Kujifunza Biblia

Mafunzo ya kweli ya Biblia ni uzoefu wa tamaduni mbalimbali. Ni lazima tuelewe mtazamo wetu wa ulimwengu pamoja na mitazamo ya zamani ya ulimwengu wa kibiblia. Kwa kuwa Biblia iliandikwa katika sehemu nyingine za ulimwengu, nyakati nyingine, na watu wa tamaduni mbalimbali, na katika lugha mbalimbali, ni lazima tuelewe mitazamo hiyo ya kilimwengu ili kuelewa na kutafsiri Biblia ipasavyo. Hii ina maana kwamba ni lazima tujiepushe na mtazamo wetu wa ulimwengu, au tutasoma tu katika Biblia mitazamo na mawazo yetu wenyewe (eisegesis) na kutafsiri vibaya Biblia. Kama tulivyosema katika kozi hii, "Ikiwa hatujui mtazamo wa ulimwengu wa Biblia, tutatafsiri kimakosa maandishi ya Biblia. Ikiwa hatuelewi mtazamo wetu wa ulimwengu, tutatumia maandishi ya Biblia kimakosa."

3 Ibid., 17-18. Sire anaorodhesha vipengele saba vya mtazamo wa ulimwengu.

Kuelewa Kosmolojia ya Kiebrania

Je, mtazamo wa kibiblia kuhusu ulimwengu ni upi? Vipengele vya Kiebrania kosmolojia vinaonyeshwa katika vifungu mbalimbali vya Agano la Kale. Fikiria maandiko hapa chini.

Katika Kosmolojia ya Biblia, dunia ni tambarare yenye pembe nne (Ufunuo 7:1, Isaya 11:12). Ina miisho (Ayubu 28:24; Zaburi 19:6, 22:27; Mithali 30:4). Dunia imewekwa juu ya nguzo au misingi (1 Samweli 2:8; Ayubu 9:6; Zaburi 75:3; Mithali 9:1). Mbingu au anga ni jumba iliyo-tandazwa angani (Ayubu 37:18; Mwanzo 1:6) ambayo hutenganisha maji yaliyo juu na chini ya maji. Jumba hilo lina madirisha (Mwanzo 8:2; 2 Wafalme 7:2, 19; Isaya 24:18; Malaki 3:10), na mlango (Ufunuo 4:1). Mvua hutoka kwenye madirisha ya mbinguni (Mwanzo 3:11).

Maneno "mbinguni, au duniani, au chini ya dunia" (Ufunuo 5:3, 13, 12:12; Wafilipi 2:10) yanaakisi kile kinachoweza kuitwa ulimwengu wa tabaka tatu. Mungu na wema wako juu mbinguni, joka na uovu wako chini, na bahari ni chanzo cha uovu (Ufunuo 12:17, 13:1).

Kwa bahati mbaya, Yesu anadai mamlaka juu ya bahari kwa kuituliza (Mathayo 8:2). Mashetani hurudi baharini wanapotupwa ndani ya nguruwe na kutumwa wakikimbia (Luka 8:33). Dunia ni hatua ambayo nguvu za kiroho za wema na uovu hupigana.

Daraja la Hermeneutical

Kwa hivyo tunajisafirishaje katika ulimwengu wa kibiblia? Ikiwa tungekuwa na ufikiaji wa mashine ya wakati, tungeweza kuifanya haraka. Je, haingekuwa rahisi kama tungeweza kusafiri na kurudi kwa siku zijazo za Marty McFly katika kipindi cha kusafiri cha wakati cha Dr. Emmett "Doc" Brown cha Delorean? Au kama tungeweza kuingia katika kabati la nguo la uchawi pamoja na Lucy, Edmund, Susan na Peter kusafirishwa, sio kwa Narnia ya kizushi, bali hadi Kanaani karibu 2000 au 1700 BCE? Kwa kuwa hatuna mojawapo ya chaguzi hizo, tunatumia zana nyingine kuziba pengo kati ya ulimwengu wetu na ulimwengu wa Biblia—Daraja la Hermeneutical. "Hermeneutics" ni sanaa na sayansi ya tafsiri. Kwa hiyo daraja hutusaidia kuingia katika ulimwengu wa Biblia ili kuelewa na kutafsiri maandiko jinsi waandishi walivyokusudia na jinsi wasikilizaji na wasomaji wa kwanza walivyoelewa.

Tunaanza kwa kuvua miwani yetu ya mtazamo wa ulimwengu ya karne ya ishirini na moja. Kwa muda, tunawaacha nyuma tunapoingia kwenye daraja na kuvuka hadi upande mwingine. Tunapoingia katika ulimwengu wa Biblia, tunafanya mambo matatu: kuchunguza, kuchambua na kutafsiri kile tunachopata humo. Hapo ndipo tunarudi upande wetu wa daraja kwa matumizi.

Kuvuka Daraja la Mbinu ya tafsiri (Hermeneutical)

Utamaduni wa Kibiblia wa Kiebrania	Utamaduni wa Leo
uchunguzi uchambuzi tafsiri	Matumizi ya Tafsiri

Kwa kuwa mtazamo wa ulimwengu wa kibiblia ni tofauti na wetu, ni lazima tuvuke Daraja la Hermeneutical ili kuelewa picha na istilahi za kibiblia. Tunaamini kwamba Biblia ni neno la Mungu lililovuviwa, lililofunuliwa, na tunaamini kwamba ukweli haubadiliki, lakini tamaduni hubadilika. Ikiwa tutaichukulia Biblia kwa uzito, ni lazima tuelewe muktadha wake. Maneno huchukua maana yake kutoka kwa muktadha wake.

Maneno huchukua maana katika muktadha wao wa kihistoria wa kifasihi na kitamaduni. "Nakupenda pia," inaweza kusemwa kimapenzi, kati ya familia na marafiki, au hata kwa kejeli kumaanisha kinyume. Kinachokosekana katika kujifunza Biblia ni mbadiliko wa sauti na lugha ya mwili ambayo mara nyingi huamua maana ya neno.

Maana za maneno hubadilika kulingana na wakati. Maneno mapya hutungwa, maneno ya zamani hubadilika au kuwa na maana za ziada. Fikiria maneno ambayo yamebadilika katika siku za hivi karibuni: safari, sufuria, kurekebisha, nyasi, mkate, mraba, kuku, ngumu, mwamba, geuka na baridi. Kwa hivyo tunajuaje maneno ya kibiblia, yaliyotumika karne nyingi zilizopita, yanamaanisha nini? Hapa kuna hatua tatu:

- Kwanza, tunahitaji kuelewa mtazamo wa ulimwengu wa Biblia ili kuelewa maana ya maneno, hadithi, mafumbo na mlinganisho katika mazingira yao.
- Pili, tunahitaji pia kuelewa mtazamo wetu wa ulimwengu ili tuweze kutumia mafundisho ya Biblia ipasavyo, kulingana na maana na nia yao ya asili katika Biblia.
- Tatu, tunahitaji kuelewa asili ya tanzu mbalimbali za fasihi ili kutafsiri ipasavyo.

Kosmolojia yetu pia imebadilika. Mtazamo wetu wa ulimwengu na ulimwengu unategemea sayansi. Leo tunatumia uchunguzi wa kisayansi na maelezo, kwa kuzingatia sababu na athari. Hatusemi tena kwamba Mungu anafanya kila kitu kitokee moja kwa moja kama ilivyo katika Kosmolojia ya Biblia.

Biblia na Sayansi

Je, Biblia, mamlaka na ufunuo wake, vimepunguzwa bei kwa sababu kosmolojia ya kibiblia si ya kweli kulingana na mbinu za kisayansi za kidude (modemu)? Bila shaka sivyo. Biblia haidai popote kwamba inatufanya kuwa "hekima kwa sayansi," bali "hekima hadi wokovu." Haijifanya kujibu maswali ya kisasa ya sayansi. Kuingiza maelezo ya kisayansi kwenye maandishi ya Biblia ni kuidhalilisha Biblia. Hatuwezi kuifanya iseme ambayo haikukusudiwa kusema kamwe.

Mojawapo ya migongano ya zamani zaidi kati ya sayansi na dini ilihusiana na mfumo wa jua. Kwa karne nyingi watu waliamini katika ulimwengu wa kijiografia, ambapo dunia ni kitovu na jua huizunguka dunia. Mwanasayansi wa mwamko Nicholas Copernicus (1473-1543) alipinga maoni haya na kutoa nadharia mbadala kwamba tunaishi katika ulimwengu wa heliocentric ambapo jua ndio kitovu na dunia (pamoja na sayari zingine) huzunguka jua. Kwa kuogopa upinzani wa kanisa, alingoja kuchapisha nadharia yake hadi alipokuwa kwenye kitanda chake cha kufa.

Katika karne ya kumi na saba, Galileo Galilei (1564-1642), mtaalamu wa nyota wa Italia, alithibitisha mfano wa heliocentric wa mfumo wa jua. Viongozi wa kanisa walitishwa, kwa sababu waliamini kwamba Biblia iliunga mkono mfano wa kijiografia (Zaburi 19:5-6). Galileo aliitwa kwenye kikao na kutishiwa kufungwa gerezani na uwezekano wa kuteswa. Alikataa na kuishi maisha yake yote chini ya kizuizi cha nyumbani. Ni katika nyakati za kisasa tu ambapo kanisa lilikubali mtazamo wake potofu wa ulimwengu: mnamo 1992 Papa John Paul II alitoa uondoaji rasmi na kuomba msamaha.

Kanisa linaendelea kupata ugumu wakati halizingatii muktadha wa kitamaduni na kihistoria wa vifungu vya Biblia. Biblia si sayansi bali ni Historia ya Wokovu (Heilsgeschichte).[4]

---

4 James Lowell anaandika: Ukweli milele juu ya kiunzi, umekosea milele kwenye kiti cha enzi—Hata hivyo jukwaa hilo linayumbayumba yajayo, na nyuma ya giza lisilojulikana, linasimama Mungu ndani ya kivuli, akichunga macho yake juu ya wake. James Russell Lowell, Mgogoro wa Sasa," Bartleby.com. Ilikwisha kutumika tarehe 3 Juni 2016. http://www.bartleby.com/42/805.html

Mtazamo wa ulimwengu wa wanafalsafa wa Uigiriki

Tofauti na fikira za Mashariki au Kiebrania, ulimwengu wa Magharibi unaonekana kudhamiria kuona ulimwengu kuwa umegawanyika katika mawazo na dhana zinazopingana, na unalenga mtu binafsi. René Descartes, mwanafalsafa wa Kifaransa, anawakilisha mtazamo wa ulimwengu wa Magharibi: "Nafikiri, kwa hiyo niko." Mtu wa Mashariki anayejumuika zaidi, mwenye uhusiano, na jumuishi atasema, "Niko kwa sababu tuko." Je, tunasisitiza kufikiri na kujua au tunazingatia kuwa na maana?

Inaweza kuwa muhimu kuzingatia muktadha wa mtazamo wa ulimwengu wa kisasa kwa kuwageukia wanafalsafa wa Kigiriki ambao wameunda mtazamo wa ulimwengu wa Magharibi. Fikiria nne zifuatazo:

- Kwa Socrates (470-399 BCE), ujuzi ndio ukweli wa mwisho. "Maisha ambayo hayajachunguzwa hayafai kuishi," alisema. Kwake ujuzi ndio chanzo cha uhuru, na mtu hugundua ukweli kwa kuuliza maswali. Mwanadamu ndiye kipimo cha vitu vyote, kwani hakuna uhalisi upitao maumbile, wa kimetafizikia au ukweli wa kiroho.
- Plato (mwaka 427-347 BCE), kwa upande mwingine, alifikiri ukweli wa mwisho ulikuwepo katika kimetafizikia (isiyo ya kimwili, zaidi ya hisi tano), katika "eneo la maumbo" au mawazo. Ulimwengu wa nyenzo ni kivuli tu cha ukweli wa mwisho wa mawazo. Kiti, kwa mfano, si halisi; kile tunachokiona kama kiti ni kivuli tu cha wazo kamili la kiti. Anadhihirisha hili katika mlinganisho wake maarufu wa pango. Wanadamu wamefungwa kwenye pango, wakitazamana na ukuta ambamo wangeweza kuona tu vivuli vya viumbe halisi vinavyotembea nyuma yao. Vivuli vinatupwa na moto nyuma yao. Plato alisema kwamba vivuli ni ulimwengu wa mwili. Kilicho halisi ni namna bora ya ulimwengu wetu wa kimwili, na Mungu ndiye mungu wa umbo kamili. Kwa hivyo, kwa Plato, maarifa ni ya kibinafsi na tunajifunza kwa kutafakari na uchunguzi, kwa kutumia mawazo ya kujitolea.
- Aristotle (384-322 BCE), ambaye wakati fulani aliitwa baba wa sayansi, aliamini kwamba uhalisia upo katika ulimwengu wa kimwili na wa kimetafizikia. Lakini mtu anaelewa kimetafizikia kwa kuchunguza kimwili na hisi tano. Mtu hujifunza juu ya ukweli, sio tu kwa kufikiria dhahania, lakini kwa sababu ya kufata neno, kwa uchunguzi.

- Epicurus (340-270 BCE), tofauti na Plato, alisema kuwa nyenzo tu ni halisi. Unachokiona ndicho kilichopo. Furaha ni nzuri zaidi. Falsafa hii inaitwa Hedonism. Mungu, ikiwa Mungu yupo kabisa, hajali tunachofanya.

Baadhi ya mitazamo ya kisasa yenye msingi wa imani inachanganya Plato na Aristotle. Wakati Wakristo wote wanaomba uponyaji na kushauriana na daktari wanachanganya Plato na Aristotle. Changamoto ni jinsi ya kuchanganya mitazamo hii ya ulimwengu katika maisha ya ufuasi kuweka imani na kumwamini Mungu na pia kuchukua jukumu la kibinafsi.

Tunaweza pia kufikiria uhakika na ukweli kutoka kwa nukta tatu za marejeleo: Ya kisasa (premodern) (kutoka nyakati za zamani hadi karibu 1500); kisasa (kutoka 1500 hadi karibu miaka ya 1950); na Baada ya kisasa (postmodern) (1950 hadi sasa).

Yakisasa, Mitazamo ya Kisasa, na ya Baadaye

Yakisasa	Kisasa	Ya baadaye
Maarifa ni ya kimungu.	Maarifa yanaweza kuwa huru kutoka kwa upende-leo wa kibinadamu.	Maarifa yote ni ya kibinadamu na hivyo kuwa na thamani. Wanasayansi wana binadamu upendeleo.
Ukweli unatokana na kutafakari, maombi na ufunuo.	Ukweli hutoka kwa mtu anayeweza kuzaa tena majaribio.	Ukweli unatokana na tathmini ya mchakato wa kujifunza.
Maarifa ni haba na huja kwa "mtu mwenye kutafakari."	Maarifa ni machache, na yanatoka kwa ukali wa sayansi	Maarifa ni kila mahali na lazima kutathminiwa.
Ubora	Ubora	Inaweka muktadha kiasi.
Ukweli huwa unafungamana na muktadha.	Ukweli unaweza kuwa wa jumla au ni bila muktadha.	Ukweli lazima uwe na muktadha na ujumla. Ukweli hauwezi kuwekwa; hiyo lazima ichaguliwe.

"Miungu" ni vyanzo vya mamlaka. Udhaifu: Inakosa ujumla	Ushahidi wa kitaalamu ndio chanzo cha mamlaka.	Mamlaka lazima yagawanywe na ugawanywa kulingana na maadili yako.
Udhaifu: Inakosa yote kwa sababu ni huelekea kuzingatia kiroho au kifalsafa.	Udhaifu: Inakosa yote kwa sababu inaelekea kuzingatia sababu ya kimwili na athari.	Udhaifu: Inakosa yote kwa sababu ni huelekea kuonyesha ukweli kama jamaa
Inahitaji akili ya hali ya juu.	Inahitaji elimu rasmi.	Inahitaji kufikiria kwa umakini (kwa maana bora).

Hitimisho

Ni wazi kwamba ulimwengu wa kibiblia ni wa kisasa, na sasa tunaishi katika ulimwengu wa baada ya kisasa, ingawa sisi ambao ni wazee bado wanaweza kufikiria kwa njia ya kisasa. Hata hivyo tunajiona wenyewe, kilicho muhimu hapa ni kuelewa ulimwengu wa kibiblia kabla ya kisasa. Tunapoiondoa Biblia katika muktadha na kuiondoa kwenye historia, tunaweza kuifanya Biblia iseme na kumaanisha karibu chochote. Inapotumiwa vibaya, Biblia imetumiwa kufundisha utumwa, utawala wa wanaume, kukataza matumizi ya madaktari, dawa, na vidhibiti mimba, na kutegemeza haki za kimungu za wafalme na adhabu ya kifo.

Watu wengi huzingatia baadhi ya vipengele vya mtazamo wa ulimwengu katika masomo yao ya Biblia, ingawa mara nyingi bila kufahamu. Tumetoa hoja kuhusu umuhimu wa kutumia kimakusudi mchakato wa kujifunza kwa kufata neno, dhana za mtazamo wa ulimwengu na Daraja la Hermeneutical. Tunapozitumia, Biblia inazungumza nasi kwa njia ambazo waandishi walikusudia na jinsi wasikilizaji wa awali walivyozielewa. Ni hapo tu ndipo tunaweza kutumia ipasavyo ukweli wa milele kwa wakati na mahali petu.

Sehemu ya III

Hemenetiki (Hermeneutics)

33. Uundaji wa Orodha ya Kibiblia

Kusudi la Biblia

Kusudi la Biblia ni nini? Ni lini na jinsi gani tulipata Biblia? Ili kujibu swali la kwanza, acheni tuanze na yale ambayo Biblia inasema kujihusu. "Kila andiko, lenye pumzi ya Mungu, lafaa kwa mafundisho, na kwa kuwaonya watu makosa yao, na kwa kuwaongoza, na kwa kuwaadibisha katika haki; ili kila mtu aliye wa Mungu awe na ujuzi, amekamilishwa apate Kutenda kila tendo jema" (2Timothy 3:16-17) . Biblia ni Historia ya Wokovu (Heilsgeschichte), hadithi ya Mungu, hadithi ya Yesu, ambaye ni ufunuo kamili wa Mungu, na hadithi ya watu wa Mungu. Kutoka humo tunajifunza jinsi ya kuishi kama watu wa Mungu.

Orodha

Tunarejelea Biblia kuwa "Orodha," linalotokana na neno la Kigiriki Kanon, linalomaanisha chombo cha kupimia, kiwango ambacho kitu fulani kinahukumiwa. Kwa mfano, ili kubaini ikiwa ukuta ni wima kabisa au jedwali ni sawa, tunahitaji zana, kama vile kiwango cha seremala au bomba. Vitabu vya Biblia "vimepimwa" kuwa vitabu vinavyoonwa kuwa vilipuliziwa na Mungu. Sasa vikijumuishwa pamoja kama ufunuo wote unaoitwa Biblia, vitabu hivi vinatoa mwongozo wa kuelewa makusudi ya Mungu.

Katika theolojia ya Anabaptisti, pia kuna orodha ndani ya orodha. Maandiko yanapopingana, Yesu anasuluhisha hoja hiyo. Agano Jipya ni lenzi ambayo kwayo tunasoma Biblia nzima.

Orodha ya Agano la Kale

Jibu la swali la pili, "Tulipata Biblia lini na jinsi gani?" ni ndefu na ngumu zaidi. Kwanza, tunazingatia uundaji wa orodha za Agano la Kale. Hebu tukumbuke kile kilichotokea katika Uhamisho wa Babeli, baada ya 587 BCE. Nebukadreza na Wababiloni walipoteka na kuharibu Yerusalemu, watu wa Yuda walipoteza kila kitu. Walipoteza Hekalu, nchi yao, makuhani wa ukoo wa Lawi na wafalme wa ukoo wa Daudi. Kwa kuwa hapakuwa na Hekalu, makuhani hawakuhitajika tena. Badala yake, waandishi walichukua nafasi ya makuhani kwa kazi ya kukusanya na kuhariri maandiko ambayo yalikuwa yamehifadhiwa na kupitishwa kwa mdomo. Kwa hiyo katika mgogoro wa migogoro, maandiko yalihifadhiwa kwa maandishi.

Songa mbele kwa shida nyingine, uharibifu wa Yerusalemu katika 70 CE. Wayahudi, wasio na furaha chini ya utawala dhalimu wa Warumi, waliasi mwaka wa 66 CE. Matokeo yake, Warumi waliwaangamiza uasi, wakaua wengi, na kuharibu jiji, Hekalu na masinagogi katika nchi nzima.

Pamoja na uharibifu wa Hekalu na masinagogi, "kitabu" tena kikawa chanzo muhimu zaidi cha imani na mazoezi. Wakati huohuo, Wakristo, kikundi kidogo cha Wayahudi, walianza kukusanya na kuandika injili, ambazo zilikuwa na hadithi ya Yesu, na nyaraka, ambazo zilikuwa barua za Paulo na wanafunzi wengine wa Yesu.

Ili kuhifadhi mafundisho na mapokeo yao wenyewe, wasomi wa Kiyahudi walikutana Jamnia mwaka wa 90 CE. Kazi yao ilikuwa kuamua ni maandishi gani kati ya mengi ambayo yanapaswa kujumuishwa katika orodha zao. Baadhi ya wasomi wanaamini kwamba kulikuwa na mfululizo wa mikutano. Lakini kama wasomi wa Kiyahudi wanavyoonyesha, kwa vyovyote vile, "umaana wa kudumu wa Jamnia hauko katika kufungwa kwa orodha ya Wayahudi, bali katika kuhakikisha kwamba Wayahudi wanaendelea kudumu kitamaduni na kidini."[1]

Baraza la Jamnia, iwe baraza la mara moja au mfululizo wa mikutano, lilifafanua Uyahudi dhidi ya Kanisa la Kikristo linalokua. Azimio hilo la maandishi yao matakatifu lilitokeza pengo kubwa kati ya Wakristo Wayahudi na Jumuiya ya Wayahudi.

Vigezo viwili vilivyoamua ni maandishi yapi yangejumuishwa katika orodha ya vitabu vinavyokubalika: 1) yalihitaji kuandikwa katika Kiebrania, na 2) yalipaswa kuandikwa kabla ya maongozi ya kinabii kumalizia kwa

---

1 Peter Shirokov na Dk. Eli, Lizorkin-Eyzenberg, "Baraza la Jamnia na Orodha za Agano la Kale," Blogu ya Mafunzo ya Kiyahudi, Jukwaa Rasmi la Taasisi ya Mafunzo ya Biblia ya Israeli. Ilitumika tarehe 2 Juni 2016. http://jewishstudies.eteacherbiblical.com/jamnia/.

Ezra na Nehemia. Vitabu kumi na vinne vilivyokataliwa kwa ajili ya orodha hiyo vinaitwa Apocrypha (maandiko ya siri au yaliyofichika) na vinajumuisha vitabu vya kipindi cha kati ya maagano, kama vile Vitabu vitano vya Wamakabayo.

Orodha ya Agano Jipya

Wakristo walikubali Agano la Kale kama maandiko yao, lakini pia waliongeza maandishi yao matakatifu, ambayo yalikuja kuwa Agano Jipya. Vitabu vilipoandikwa ni fumbo kidogo. Wasomi hawakubaliani kuhusu tarehe za kuandikwa, lakini inaonekana wazi kwamba nyaraka au barua za Mtume Paulo kwa makanisa zilikuwa mapema zaidi kuliko Injili. Katika kipindi cha kati ya 48 CE na 66 CE, nyaraka za Paulo zilinakiliwa na kusambazwa katika makanisa. Yakobo, ndugu yake Yesu, aliandika waraka wake karibu wakati ule ule kama Paulo aliandika Wagalatia na 1 Wathesalonike, yapata mwaka 49-51 CE.

Injili zilikuja baadaye. Marko alikuwa wa kwanza (karibu 65 CE), akifuatwa na Mathayo na Luka (karibu 70 CE), na Yohana (mwaka wa 85 CE au baadaye). Nyaraka tatu za Yohana, 1, 2, na 3 Yohana, ziliandikwa karibu 90 CE.

Kwa kuwa masimulizi mengine mengi ya Yesu na barua au barua nyingine nyingi ziliandikwa na kusambazwa, ilikuwa ni lazima kuamua ni zipi zilikuwa sahihi zaidi na zenye mamlaka.

Mabaraza ya Hippo mwaka 393 CE na Carthage mwaka 397 CE, yote mawili katika Afrika Kaskazini, yalianzisha orodha za Kanisa za Agano Jipya. Wakati huu vigezo vitatu vilitumiwa: 1) vilihitaji kuandikwa na mashahidi waliomwona Yesu au kushirikiana nao kwa ukaribu, 2) vilihitaji kutambuliwa kuwa vitabu vyenye manufaa katika makutaniko mbalimbali, na 3) yaliyomo katika maandishi yaliyohitajiwa kukubaliana na mafundisho ya Orthodox (yanayokubaliwa kwa kawaida) ya kanisa.[2]

Maandishi ambayo hayakubaliwi katika orodha na mabaraza yanaitwa Apocrypha ya Agano Jipya na Pseudepigrapha (maandiko ya uwongo). Tunajua juu ya Nyaraka saba, Injili kumi na tisa, vitabu ishirini na vinne vya Matendo ya Mitume, na vya Ufunuo (Apocalypses) sita ambazo zilienea kati ya makanisa. Hadi Matengenezo ya karne ya kumi na sita, Wakristo walijumuisha Apocrypha ya Agano la Kale. Lakini baada ya Matengenezo ya Kanisa, Waprotestanti wengi waliwaondoa katika Biblia yao. Kanisa

2 Mark A. Noll, Mambo kugeuka: Nyakati za Kuamua katika Historia ya Ukristo (Grand Rapids, MI: Baker Academic, Toleo la Tisa, 2008), 24-38.

Katoliki la Roma, hata hivyo, hutumia machaguo kutoka kwenye Apokrifa kwa usomaji katika liturujia yao ya kuabudu. Waamishi wanatumia Apokrifa pia, hasa Kitabu cha Tobiti, kwa mahubiri ya harusi.

Tafsiri

Mnamo mwaka wa 400 CE, Jerome (342-420 CE), mtawa na msomi wa Biblia, alitafsiri Agano Jipya la Kigiriki na Biblia ya Kiebrania iliyoitwa Vulgate kwa Kilatini. Hadi Marekebisho ya Kidini, tafsiri ya Jerome ilikuwa Biblia rasmi kwa ajili ya Kanisa Katoliki la Roma.[3]

John Wycliffe (1329-1384), mrekebishaji kanisa la Kiingereza, alitafsiri Biblia kwa Kiingereza kwa mara ya kwanza mwaka wa 1382 kama nakala iliyochapwa kwa mkono. Mnamo 1525, William Tyndale alichapisha Agano Jipya na sehemu ya Agano la Kale katika Kiingereza. Martin Luther alitafsiri Agano Jipya la Kilatini katika Kijerumani mwaka wa 1522, na mwaka wa 1534, alimaliza Biblia nzima. Wazungumzaji wa lugha ya Kijerumani bado wanatumia tafsiri ya Luther. Kanisa Katoliki la Roma lilitoa tafsiri mpya ya Kilatini kutoka katika Vulgate mwaka wa 1582 na 1610, iliyoitwa Rheims-Douai. Tafsiri ya hivi majuzi zaidi ya Kiingereza cha Roma Mkatoliki ni Biblia ya Jerusalem. Wa puritans (kundi la Wa protestanti) wa Kiingereza walipoomba tafsiri mpya ya Kiingereza, Mfalme James wa Kwanza aliidhinisha toleo la King James la 1611 kulingana na Vulgate na tafsiri za awali za Kiingereza.

Ugunduzi wa maandishi zaidi na mabadiliko ya lugha ya Kiingereza kumetaka tafsiri mpya na mpya zaidi. Miongoni mwa tafsiri kuu za Kiingereza za karne ya ishirini ni Toleo La Kawaida Lililorekebishwa (Revised Standard Version) (1950), Biblia Mpya ya Kiingereza (New English Bible) (1960, 1971), Toleo Jipya la Kimataifa (New International Version) (1973), Toleo Jipya Lililorekebishwa la Kawaida (New Revised Standard Version) (1989) na Today's New International Version (2005). Kwa kuongezea, kuna tafsiri zingine nyingi za hivi karibuni za Kiingereza. Biblia imetafsiriwa katika lugha zote kuu za ulimwengu.

Vifungu na Maandishi

Tofauti na tafsiri za kweli, vifungu vya maneno ni matoleo yaliyoandikwa upya ya Biblia ambayo yanabadili matoleo yaliyopo ya Kiingereza hadi katika lugha za kienyeji zisizo na maji. Vifungu vya maneno vinaweza

3 Ibid., Noll, 112.

kufanya hadithi kuhisi kufikiwa zaidi, haswa kwa wasomaji wachanga, lakini hazipaswi kutumiwa kwa masomo ya umakini.

Tunajua zaidi ya hati 5,000 za Kigiriki na zaidi ya vipande 24,000 vya Kigiriki vya Agano Jipya. Usomaji wa mwanzo, mfupi na mgumu zaidi unachukuliwa kuwa wa kweli zaidi. Nyakati nyingine tofauti zilitokea wakati hati zilinakiliwa kwa mkono. Maneno yaliyokosa au mistari huitwa makosa ya jicho. Maneno ambayo yamekosa au kubadilishwa, wakati mtawa mmoja wa mwandishi akisomwa kama nakala nyingine, huitwa makosa ya sikio.[4]

R.W.F. Wootton ameita tafsiri ya Biblia kuwa mojawapo ya hadithi kuu za mafanikio ya kanisa katika karne iliyopita. Mwanzoni mwa karne ya ishirini, sehemu za Biblia zilitafsiriwa katika lugha 517. Kufikia 1990, sehemu za Biblia zilikuwa zimetafsiriwa katika lugha karibu 2,000. Tafsiri kamili za Biblia nambari 310. Zaidi ya hayo, kuna zaidi ya matoleo 45 ya Biblia ya Kiingereza.[5]

Orodha na Kanisa

Baada ya Baraza la Jamnia mwaka wa 90 CE, na baada ya Mabaraza ya Hippo mwaka 393 CE na Carthage mwaka 397 CE, tunasema Biblia imekamilika na orodha zimefungwa. Tangu wakati huo, hakuna vitabu vingine vilivyoongezwa kwenye Biblia. Tunapozingatia uhusiano kati ya kanisa na orodha, tunasema kwamba kabla ya orodha kufungwa, kanisa lilikuwa juu ya orodha, kwa kuwa kanisa liliamua orodha. Baada ya kufungwa kwa orodha, orodha iko juu ya kanisa, yaani, kanisa linakubali mamlaka ya Biblia kwa imani na utendaji wake.

4 Bruce M. Metzger, Nakala ya Agano Jipya (New York & London: Oxford University Press, 1964), 186-192.

5 R.W.F. Wootton, "Kutafsiri Biblia," katika Dk. Tim Dowly, ed. Utangulizi wa Historia ya Ukristo (Minneapolis: wanahabari Fortress, 2002), 654.

34. Umoja na Utengano wa Maktaba ya Biblia

Je, umewahi kutofautiana na mtu kuhusu mapenzi ya Mungu au kile unachoamini Mungu anataka watu wafanye katika hali fulani? Na katika kutokubaliana huku, nyote wawili mlikuwa mkinukuu maandiko? Hali hii imetokea mara nyingi kwa sababu, kwa mtazamo wa kwanza, Biblia ina maoni tofauti kuhusu maadili, au imani zetu kuhusu lililo sawa na lisilofaa. Wakristo wawili waaminifu kwa usawa wanaweza kufanya masomo ya Biblia kwa kufata neno na bado wakatoka na tafsiri tofauti kabisa, hata zinazopingana kuhusu mapenzi ya Mungu. Wakristo tofauti wana njia mbalimbali za kutatua tatizo la mgawanyiko wa kibiblia, iwe wanafahamu suluhu yao kikamilifu au la. Kusudi la sura hii ni kuonyesha jinsi Wakristo tofauti wanavyotumia njia tofauti kutatua tatizo la mgawanyiko wa kibiblia. Kwa maana kubwa zaidi, tunasoma hermeneutics, ambayo ni neno linalotumika kwa mchakato wa kusoma, kutafsiri na kutumia maandiko.

Yote ni kuhusu mawazo. Mawazo, fikra zetu ambazo hazijatamkwa kuhusu jinsi Biblia inavyofanya kazi, ni sehemu kubwa ya hemenetiki. Fikiria umekaa kwenye kiti kikubwa kwenye ofisi ya daktari wa macho. Wakati daktari anapima maono yako, yeye huzungusha mkandamizo mkubwa wa chuma ulio na nguvu kadhaa za lenzi juu ya macho yako. Anapobadilisha lenzi tofauti, anakuuliza usome herufi na nambari kutoka kwa skrini ndogo. Barua na nambari hazibadiliki, lakini huwa wazi zaidi au mwonekano, kulingana na lenszi ambazo daktari anatumia. Jaribio huisha wakati herufi na nambari ziko wazi zaidi, kumaanisha kuwa daktari amekuandikia agizo lako la kibinafsi.

Kama vile kila mtu anayeketi kwenye kiti cha daktari wa macho lazima ajiamulie ni lenzi zipi zinazowasaidia kuona bora zaidi, wasomaji wa Biblia lazima waamue ni mbinu gani ya kihemenetiki iliyo na uadilifu zaidi.

Lakini tofauti na uchunguzi wa macho, ambao kila mgonjwa lazima ajaribu kwanza kusoma skrini bila lenzi hata kidogo, karibu kila msomaji huleta makisio fulani na imani zilizokuwepo kabla kwenye hadithi ya Biblia—na njia za kutafsiri hadithi wakati kuna maoni yanayokinzana. Kujua mawazo au dhana zetu wenyewe ni muhimu sana kwa sababu kile tunacholeta kwenye Biblia huamua kile ambacho Biblia inatuambia.

Hebu turudie hilo, kwa sababu ni muhimu sana kuelewa jinsi watu duniani kote wanavyosoma na kuelewa Biblia: Mawazo na dhana tunazoleta kwa Biblia huamua kile ambacho Biblia inatuambia.

Mawazo yetu huwa na ushawishi hasa tunapozingatia masuala magumu ya kimaadili. Hata hivyo wasomaji wengi wa Biblia hawajui jinsi wanavyotatua tatizo la "kutokuwa na umoja," achilia mbali jinsi wengine ambao wanaweza kutokubaliana nao wanavyotatua tatizo hilo. Kwa hivyo ni muhimu kufahamu mawazo tunayoleta katika kujifunza Biblia.

Ni muhimu pia kuelewa hermeneutics ili tuweze kuelewana vyema zaidi na kuthaminiana. Watu ambao hawakubaliani juu ya kile ambacho Biblia inafundisha wanaweza kuzungumza mbele ya kila mmoja wao wakati hawajui mkabala wa kihemenetiki wa kila mmoja wao au kuanzisha dhana. Ikiwa hawajui hermeneutics ya kila mmoja, watajua tu kwamba hawakubaliani, lakini si kwa nini! Watu wanapotofautiana bila kujua ni kwa nini, ni rahisi kutilia shaka uaminifu wa mtu mwingine au uwazi wa ukweli au wanaweza kutilia shaka jinsi mtu mwingine anachukulia Biblia kwa uzito. Lakini mashambulizi ya kibinafsi au mashaka juu ya imani ya mtu mwingine haitatatua tatizo. Ni pale tu tunapofahamu mawazo yetu wenyewe ya kihemenetiki na mkabala wa Biblia ndipo tunaweza kufahamu mtazamo wa kihemenetiki wa mtu mwingine kwa kulinganisha na wetu.

Hili si tatizo jipya. Katika karne zote Wakristo wameshindana na nini cha kufanya kuhusu utofauti wa Biblia. Marcion katika karne ya pili CE alifikia kiwango cha juu zaidi cha kulitupilia mbali Agano la Kale kabisa kwa sababu ya tofauti, kutopatana na kutokubaliana na Yesu na Agano Jipya.[1] Baadhi ya Wakristo leo hutupa au kupuuza sehemu kubwa ya

1 Mark A. Noll, Mambo ya Kugeuka: Nyakati za Maamuzi katika Historia ya Ukristo, toleo la 9. (Grand Rapids: Baker Academic, 2008), 35.

Agano la Kale huku wakisema kwamba Biblia nzima ni neno la Mungu lililovuviwa.

Yesu alionyesha kwamba hakukubaliana na mambo fulani yaliyosemwa hapo awali. Alisema mara sita katika Mathayo 5, "Mmesikia kwamba imenenwa...lakini mimi nawaambia..." Makanisa tofauti na watu hushughulikia tofauti na migongano kati ya Agano la Kale na Agano Jipya kwa njia tofauti. Mawazo juu ya uhusiano wa Agano mbili yana athari kubwa juu ya kile tunachoruhusu Biblia ituambie kuhusu mapenzi ya Mungu. Ikiwa Mungu yuleyule yuko nyuma ya Agano la Kale na Agano Jipya, je, tunakabiliana vipi na kutoelewana nyakati fulani za usiku na mchana? Je, mapenzi ya Mungu yanabadilika? Je, mapenzi ya Mungu yanahusiana na hali na je, yanabadilika katika hali tofauti?

Hemenetiki iliyokuzwa vizuri inaweza kukusaidia kujibu maswali hayo

Mbinu za Msingi za Utafiti wa Tafsiri (Hermeneutical)

Kuna mbinu nne za kimsingi za kihemenetiki kwa Biblia katika mapokeo ya Kikristo: Tafsiri ya kiroho (Allegorical), Bibilia tambarare (Bible Flat), Ugawaji (Dispensational) na mbinu ya maadili ya Kikristo (Ethical Christocentric approach). Mbinu zote nne za kihemenetiki hujaribu kushughulikia mifarakano na kutokubaliana dhahiri katika Biblia. Yote nne yanashughulika tofauti na mgawanyiko huo.

Utafiti wa Tafsiri ya kiroho (Allegorical Hermeneutic)

Mkabala wa kitamathali wa kihemenetiki una mizizi yake katika falsafa ya Kigiriki. Philo, msomi wa Kiyahudi aliyezaliwa karibu 25 BCE na aliyezama katika elimu ya falsafa ya Kigiriki, alileta mtazamo huu katika mapokeo ya tafsiri ya maandiko ya Kiebrania katika karne ya kwanza BCE. Alitumia mafumbo kupatanisha imani ya Israeli na falsafa ya Kigiriki. Mkabala wa jumla wa kisitiari unajumuisha mikakati mitatu ya kisitiari inayohusiana: utiaji kiroho, uchapishaji na mafumbo/sitiari. Maandiko ya kiroho ni sehemu ya mapokeo ya mcha Mungu ambayo maandiko huchukua maana za kipekee za kibinafsi ambazo zinahusiana na mawazo ya ndani na mitazamo badala ya vitendo vya nje. Mtazamo wa uchapashaji unaona watu, vitu na matukio katika Agano la Kale kama aina ya Kristo au ukweli mwingine wa Agano Jipya. Fumbo inakwenda mbali zaidi, ikisukuma sitiari hadi mwisho wake wa kimantiki, ikienda moja kwa moja kwa "hiyo ni hii" badala ya "hiyo ni kama hii." Isipokuwa mifano michache kama vile Mpanzi (Mathayo 13:1-23) na Mfano wa Magugu (Mathayo 13:24-30, 36-43) sehemu za kitabu cha Waebrania, na maelezo ya Paulo kuhusu Sara na Hajiri katika Wagalatia 4, mafumbo hayatumiki sana katika Agano Jipya.

Kufananisha Agano la Kale ni njia mojawapo ya kukabiliana na kutopatana na kutoelewana kati ya Agano la Kale na Agano Jipya. Biblia inapotaja njia zinazopingana ambazo Mungu anataka tutende, njia hii ingechukua mojawapo ya njia hizo na kusema, "Huwezi kuchukua maana iliyo wazi ya kifungu hiki. Vipengele vya andiko hili vinamaanisha jambo tofauti."

Kwa ujumla, mikakati ya mafumbo inalainisha baadhi ya viwango vigumu vya kimaadili vya Biblia, na kuifanya kuwa usomaji wa ibada ambao umetenganishwa na maisha halisi katika nyakati za kibiblia au leo. Utumiaji kupita kiasi wa tafsiri za mafumbo huelekea kwenye Ukristo ambao kimsingi ni wa ndani na wa kufikirika, aina ya Uungu ambapo wokovu na maadili yametenganishwa. Kwa hivyo Bernard wa Clairvaux wa kiroho aliyejitolea, kwa kutumia mtazamo wa kitamathali wa kihemenetiki, angeweza kuandika nyimbo za kiroho kwa kina kama vile "Yesu Wazo Sana Juu Yako" na wakati huo huo kuunga mkono juhudi za kudharauliwa na za umwagaji damu kama vile Vita vya Msalaba.[2]

Mtazamo wa kitamathali wa kihemenetiki ulitumika kwa karne nyingi hadi nyakati za mwamuko na Matengenezo ambapo uhuru mpya na vyombo vya habari vya uchapishaji viliruhusu wasomi kurejea katika lugha asilia na kuhoji tafsiri za muda mrefu. Uchanganuzi huu mpya wa fikra muhimu na ugunduzi upya wa mafundisho ya Yesu ulileta maswali mazito kwa njia hii. Ingawa mara kwa mara Biblia hutumia mafumbo, je, tunaruhusiwa kuchukua uhuru huo sisi wenyewe? Tunawezaje kujua kwamba hatufananishi kile kinachokusudiwa kuchukuliwa kihalisi? Ni nini kinachotuzuia kuifanya Biblia iseme kile tunachotaka iseme?

Utafiti wa Tafsiri ya Bibilia Tambarare (Flat Bible Hermeneutic)

Wakristo wa Biblia tambarare hutatua tatizo la mgawanyiko kwa njia tofauti. Pengine ni mtindo wa kawaida wa kutafsiri tangu enzi ya Constantine, mbinu ya Biblia ya tambarare inadai kwamba wakati Biblia

2 Bernard wa Clairvaux, "Barua kwa Ufaransa Mashariki na Bavaria Kukuza Vita vya Pili vya Msalaba," 1146, Bernard wa Clairvaux, Wayahudi na Vita vya Pili vya Msalaba (1146), Baraza la Vituo vya Mahusiano ya Kiyahudi na Kikristo, Ilifikiwa Juni 22, 2016. www. .ccjr.us.

haikubaliani nayo yenyewe, ni kwa sababu Mungu ana nia mbili tofauti za mwisho zinazotumika kwa hali tofauti.

Mantiki ni rahisi sana: ikiwa maadili yanayohojiwa ni maadili ya ushirika au yanashughulika na kikundi au taasisi, basi Wakristo wanapaswa kuangalia Agano la Kale ili kujua mapenzi ya mwisho ya Mungu.

Ikiwa maadili yanayozungumziwa ni suala la kibinafsi au kushughulika na mtu binafsi tu, basi lazima mtu aangalie Agano Jipya na maisha ya Yesu kwa mwelekeo wa nini cha kufanya kama mapenzi kuu ya Mungu.

Chukua kwa mfano suala la iwapo Wakristo wanapaswa kushiriki katika vita au la. Vita inachukuliwa kuwa suala la maadili ya ushirika; inahusika na uhusiano wa nchi nzima na taasisi ya ushirika ya serikali ambayo ingeitisha vita. Kwa hiyo Wakristo wa Biblia tambarare wangetegemea Agano la Kale kwa mwongozo. Kwa kuona kwamba Agano la Kale lina vita ambamo Watu wa Mungu hupigana, wanahitimisha kwamba Wakristo leo wanapaswa kupigana katika vita kwa ajili ya nchi yao.

Kwa upande mwingine, ikiwa jeuri si ya ushirika bali ni shambulio la kibinafsi, kama vile mwizi anayevamia nyumba yako, basi Wakristo wa Biblia tambarare hutazama Agano Jipya na Yesu. Kwa kuwa kujilinda ni suala la kibinafsi, mtu lazima azingatie mafundisho ya Yesu, ambaye angetuita kuwapenda adui zetu na kujiepusha na kisasi cha kibinafsi. Kwa hivyo itakuwa si uwaminifu kushambulia mwizi ndani ya nyumba yako.

Kwa hiyo Mkristo anaweza kuwa mtu asiyetumia jeuri kama Yesu na bado akafikiri kwamba ni mapenzi ya Mungu kuua vitani au kama polisi, au kuvuta badiliko kama ofisa wa umma ili kumuua mfungwa. Katika Tafsiri ya Biblia tambarare, maandiko yote yana mamlaka sawa kwa maisha yetu, lakini maisha yetu ya kibinafsi yanatumia Agano tofauti kuliko maisha yetu ya ushirika.

Utafiti wa tafsiri ya Ugawaji wa nyakati (Dispensational Hermeneutic)

Mtazamo wa Ugawaji unahusika na utofauti katika Biblia kwa kusema kwamba Mungu ana mapenzi mengi tofauti ya mwisho kwa vipindi tofauti vya wakati, vinavyoitwa maongozi. Wakristo wa kipindi cha Ugawaji hutazama yaliyopita, ya sasa na yajayo na kugawanya wakati wote katika vipindi saba au zaidi. Kisha wanachukua Biblia na pia kuigawanya katika sehemu saba, au sehemu zaidi ikiwa wanaamini katika vipindi vingi zaidi. Kila kipindi cha wakati kina sehemu fulani ya Biblia inayohusiana nayo. Kwa hiyo, Wakristo wanaoishi katika kipindi hicho wanahitaji tu kufuata maadili katika sehemu yao mahususi ya Biblia.

Ili kutafsiri Biblia kwa usahihi kwa njia hii, lazima kwanza uamue ni kipindi gani kifungu kimo. Washiriki wengi wa ugawanyaji husema, kwa mfano, kwamba Mahubiri ya Mlimani kwa hakika ni ya kipindi cha siku zijazo—milenia baada ya Kristo kurudi—si ya leo. na kwa hiyo Wakristo leo hawana haja ya kufuata mafundisho ya Mlimani (Mathayo 5-7). Kwa kutumia mtanziko wa kimaadili wa Wakristo wanaoenda vitani, Wakristo wa Kiadilifu wangekubaliana na Wakristo wa Biblia ya tambarare lakini watumie mantiki tofauti kufikia mkataa uleule. Wakristo wa Biblia tambarare wanafikiri wanapaswa kwenda vitani kwa sababu vita ni suala la maadili ya ushirika na kwa maadili ya ushirika, mtu anaangalia Agano la Kale, ambapo tunaona watu wa Mungu wakishiriki katika vita. Wakristo wa Ugawaji pia wanasema kwamba Wakristo wanapaswa kushiriki katika vita, lakini wanaweza kubisha kwamba vifungu vya Biblia vilivyokusudiwa kwa kipindi chetu cha sasa vinaruhusu Wakristo kwenda vitani. Mara tu Yesu atakaporudi na kipindi kipya kuanza, ndipo tutaanza kufuata Mahubiri ya Mlimani na mafundisho mengine ya Yesu na hatutaruhusiwa kwenda vitani.

Mbinu hii ni mpya kwa kiasi, ikija kanisani tangu mwishoni mwa miaka ya 1800, hasa kupitia John Nelson Darby (1800-1882). Kwa kuwa ni mkabala changamano, wenye chati na michoro nyingi, wasomi wa ugawaji wa nyakati wameunda maelezo ya chini ya kina katika Biblia mbili za masomo: Biblia ya Marejeo ya Scofield na Ryrie Jifunze Biblia. Maandishi haya "husaidia msomaji kuelewa na kutafsiri maandiko." Mtazamo wa kihemenetiki wa Ugawaji ni njia nyingine ya kukabiliana na tofauti katika Biblia.[3]

Utafiti wa tafsiri wa Kitovu cha Kristo (Christocentric Hermeneutic)

Wakristo walio na utaftaji wa kimaadili wa Kikristo hutatua tatizo la utofauti kwa njia tofauti. Christocentric ni njia nyingine ya kusema "kitovu cha Kristo." Kinachoweza kutatanisha ni kwamba karibu makanisa yote ya Kikristo yanasema wao ni wakristo. Nani hataki kuwa Kristo Katikati (Christcentered)? Lakini kwa maneno hayo, mengi ya makanisa haya yanaamini katika kumzingatia Kristo kiroho, lakini si lazima kimaadili. Kwa maneno mengine, wanamweka Yesu katikati kwa maisha yao ya ndani, ya kiroho, lakini hawapendelei maneno ya Yesu juu ya vifungu vingine vya kibiblia linapokuja suala la maadili.

3 C. Norman Kraus, Dispensationalism in America: Its Rise and Development (Richmond: John Knox Press, 1958), 26-30, 111-130.

Mbinu ya Kristo kitovu inakubali uvuvio wa maandiko yote na kuthibitisha manufaa ya maandiko yote, lakini inatoa mamlaka zaidi kwa maneno ya Yesu juu ya maandiko mengine wakati maandiko hayo yanapingana. Ufafanuzi wa Kristo Kitovu unachukua kwa uzito maandiko yanayomwita Yesu "Neno" la Mungu (Yohana 1:1-3). Ikiwa Yesu kweli ni Mungu mwenye mwili, basi ni lazima Yesu awe picha iliyo wazi zaidi ya kile ambacho Mungu anataka hasa na Mungu ni nani hasa—na picha iliyo wazi zaidi ya mapenzi kuu ya Mungu katika matatizo ya kimaadili.

Maandiko yafuatayo yanaonyesha jambo hilo:

Hakuna aliyewahi kumwona Mungu. Ni Mungu Mwana pekee, aliye karibu na moyo wa Baba, ambaye amemjulisha (Yohana 1:18).

Hapo zamani za kale Mungu alisema na baba zetu kwa njia nyingi na nyingi kwa njia ya manabii, lakini katika siku hizi za mwisho amesema nasi kwa Mwana, aliyemweka kuwa mrithi wa yote, ambaye kwa yeye aliumba ulimwengu. Yeye ni mng'ao wa utukufu wa Mungu na chapa kamili ya hali halisi ya Mungu, na hutegemeza vitu vyote kwa neno lake lenye nguvu (Waebrania 1:1-3a).

Yesu ni mrudisho wa utukufu wa Mungu na chapa kamili ya Mungu mwenyewe, kwa hiyo Biblia inapopingana nayo yenyewe, ambayo ndiyo maana ya "Mungu alisema na baba zetu kwa njia nyingi na nyingi" (Waebrania 1:1), tunapaswa kutazama. kwa Yesu kama ufunuo bora zaidi (Waebrania 1:1-3).

Hemenetiki ya Kikristo inatafuta kutambua umoja na utofauti wa Maandiko. Mungu anayo mapenzi ya mwisho ambayo yamefunuliwa kwa uwazi na kikamilifu katika Yesu Kristo kwa sababu alikuwa mwaminifu kabisa kwa Mungu tofauti na Watu wa Mungu wa Agano la Kale ambao mara nyingi hawakuwa waaminifu. Kwa sababu nyakati nyingine watu wengine wote katika Biblia hawakuwa waaminifu, ni lazima tusome katikati ya mistari Mungu anapofanya kazi na "udongo wenye donge" ambao nyakati fulani hupinga kuwa watiifu. Kama vile Yeremia 18:1-11 inavyotusaidia kuona, Mungu ni kama mfinyanzi anayefanya kazi kwa udongo. Wakati chungu cha udongo kinakuwa na uvimbe, Mungu anakitengeneza upya. Hata hivyo, tofauti na udongo, watu wanaweza kufanya maamuzi na tunapochagua kutotii, Mungu hubadili maoni yake na kuendelea kufanya kazi pamoja nasi. Hii ni nzuri kwa sababu Mungu hukaa nasi, lakini bado tunapaswa kukabiliana na matokeo mabaya ya uchaguzi wetu. Kwa hiyo sababu ya msingi kwa nini tunaona maadili tofauti katika Agano la Kale ikilinganishwa na Agano Jipya ni kwamba watu, kwa hiari yao, walichagua kutomtii Mungu. Katika hatua hii masimulizi ya kibiblia yanakuwa ya ufafanuzi, sio maagizo. Kwa maneno mengine, vifungu vingi vya Agano la Kale vinatuambia kile kilichotokea, lakini si lazima kile ambacho Mungu alitaka kitokee.

Kupitia tafsiri hii, Agano la Kale linakuwa hadithi ya uaminifu na ubunifu wa Mungu katika kushughulika na watu waliopotoka na wasio waaminifu.

> *Chungu alichokuwa akifinyanga kwa udongo kiliharibiwa mikononi mwake, hivyo mfinyanzi akakitengeneza kuwa chungu kingine, akakifinyanga kama alivyoona bora zaidi... "Enyi nyumba ya Israeli, je! " asema Bwana (Yeremia 18:4-5).*

Mungu anapofanya kazi kwa ukombozi pamoja na udongo wa udongo wa Watu wa Mungu wasio waaminifu na wenye donge, tunaita hayo ni mapenzi ya Mungu ya kurekebisha. Ni kurekebisha kwa kuwa Mungu hujaribu kurekebisha au kuboresha mtu au kikundi na kubadilisha hali iliyosababishwa na kutokuwa mwaminifu. Wengine hurejelea mapenzi ya Mungu ya kurekebisha kama mapenzi ya Mungu ya "ruhusa" au "ya ukombozi" tofauti na mapenzi kamili ya Mungu. Neno "kuruhusu" linaweza kutoa mwonekano wa Mungu aliyejitenga na ambaye anapuuza ukosefu wa uaminifu na kunung'unika kwa watu wanaopinga, "Fanya chochote unachotaka. sijali." Kuelewa mapenzi ya Mungu ya kurekebisha kunashikilia ukweli kwamba Mungu kwa neema hukaa na watu wasiotii, akitafuta kufanya vyema zaidi kutokana na uamuzi mbaya ambao wamefanya.

Neno "ukombozi" linaweza kuja karibu na "kurekebisha" lakini linaweza kutafsiriwa kuwa Mungu anakaribia kusamehe tu. Mungu hutafuta kurekebisha hali hiyo, akimsaidia mtu au watu kuwa kile wawezacho kuwa baada ya kushindwa kufuata mapenzi ya Mungu "ya mwisho". Ni kama GPS kukokotoa tena dereva anapopuuza maelekezo kwa sababu anafikiri anajua njia ya mkato. Marudio hayabadiliki kwa sababu tu njia imebadilishwa.

Mtazamo wa Krito Kitovu unasema kwamba mapenzi ya mwisho ya Mungu (kimaadili na kiroho) yalikuwa sawa na yale yaliyofunuliwa katika Yesu Kristo mwaminifu kabisa. Biblia inapofundisha jambo tofauti na mafundisho ya Yesu, tunahitaji kuangalia ni nini Mungu alikuwa akijaribu kurekebisha kutotii. Kwa kuwa Yesu ndiye ufunuo kamili zaidi katika Biblia, maisha yake na mafundisho yake yanakuwa aina ya kanuni ndani ya kanuni za Biblia. Wakati sehemu fulani za Biblia zinaonekana kutokubaliana, utafiti wa tafsri ya Kisto kitovu unachukua maisha ya Yesu na mafundisho yake kama mamlaka kuu au ufunuo.

Kwa Wakristo wa Kristo kitovu, umakini huu wa kimsingi kwa Yesu hautumiki tu kwa mifumo yetu ya imani na utauwa wetu binafsi bali pia maadili yetu. Wakristo wanaotumia Utafiti wa tafsiri nyingine wanaweza kusema, kwa mfano, kwamba Yesu anachukua mahali pa dhabihu za Agano la Kale au Hekalu (mfumo wa imani) lakini hangetanguliza maneno ya Yesu linapokuja suala la kimaadili la iwapo Wakristo wanapaswa kuunga mkono hukumu ya kifo au la.

Utafiti wa tafsiri ya Kristo Kitovu inaona harakati ya juu (ya uaminifu) na chini (isiyo ya uaminifu) katika Biblia. Watu wa Mungu wakati mwingine ni waaminifu zaidi na wakati mwingine waaminifu kidogo. Mungu kwa neema anaendelea kufanya kazi pamoja na watu ili kujaribu kuwafanya wawe watu waaminifu zaidi iwezekanavyo katika mwanga wa kutotii kwao. Ni muhimu kutochanganya mapenzi ya mwisho ya Mungu kama mtu katika Yesu na maadili ya kurekebisha katika Biblia. Ni muhimu vile vile kutofundisha maadili ya kurekebisha kama mapenzi kuu ya Mungu. Katika Utafiti wa tafsri ya kimaadili ya Kristo Kitovu mtu daima huanza na mapenzi kuu ya Mungu katika Biblia, si mapenzi ya kurekebisha.

Kanisa linaweza kufanya kazi na watu kwa njia ya kurekebisha au ya ukombozi kwa kuzingatia hali ambayo kutotii kwao kumesababisha, lakini kanisa halipaswi kufundisha mapenzi hayo ya kurekebisha kama mapenzi ya mwisho ya Mungu. Suala la talaka linaweza kutoa mfano. Kwa sababu ya hali ambazo watu wanaweza kuumizwa kimwili au kihisia-moyo na mzazi au mwenzi, talaka inaweza kupendekezwa, kama suluhisho la tatizo kubwa. Lakini hii haimaanishi kwamba mchungaji anapaswa kuhubiri kutoka kwenye mimbari kwamba talaka ni chaguo nzuri au mapenzi ya mwisho ya Mungu. Maadili ya Yesu, sio maadili ya kurekebisha, ndio kiwango cha Wakristo leo.

Ili kurudi kwenye mlinganisho wa urambazaji wa GPS, sauti inayosema, "Kuhesabu upya," mtu anapotoa zamu (tendo la dhambi) haikuachi tu kwa sababu umegeuka vibaya! Lakini kwa upande mwingine, maagizo ya kurekebisha haipaswi kutumiwa mwanzoni mwa safari pia.

Msamaha wa Mungu na utashi wa urekebishaji wa neema haupaswi kuwaongoza Wakristo kwenye "dhambi ili neema izidi kuwa nyingi" (Warumi 6: 1), au kuchukua msamaha wa Mungu na mapenzi ya kurekebisha. Mtume Paulo anaandika katika 1 Wakorintho 6:20, "Maana mlinunuliwa kwa thamani." Ilimgharimu Yesu maisha yake kudhihirisha neema ya Mungu na mapenzi ya mwisho.

Vifungu vya Maelezo na Vielelezo

Kutofautisha kati ya vifungu vya maelezo na maagizo ni suala muhimu la kihemenetiki. Vifungu vya maelezo ni maandiko ambayo kusudi lake ni kuelezea kile kilichotokea. Vifungu vya maagizo vinalenga kumwambia msomaji nini cha kufanya au nini cha kuamini-huagiza au kutoa mwelekeo. Kushindwa kutofautisha aina hizi mbili za maandiko kunaweza kusababisha maoni ambayo Yesu anafundisha tabia zinazopingana. Yesu anaposema, "Maskini mtakuwa nao sikuzote" (Mathayo 26:11), hakumaanisha kwamba ni mapenzi ya Mungu kwamba sikuzote kuwe na maskini na kwamba mpango wowote wa kisasa unaokusudiwa kuondoa umaskini unakwenda kinyume. Biblia na mapenzi ya Mungu. Hali hiyo hiyo inatumika kwa kauli ya Yesu, "Kutakuwa na vita na fununu za vita" (Mathayo 24:6).

Usemi wa Yesu na Mtazamo wa Agano la Kale

Usemi wa Yesu ulikuwa nini? Alikuwa na Agano la Kale tu kwa maandiko. Yesu hakika alianzisha baadhi ya mafundisho yake kinyume na Agano la Kale. Lakini pia alisema kwamba hakuja kutangua sheria bali kuitimiza, kuijaza, au kwa maneno mengine, kuishi kusudi au kusudi la sheria (Mathayo 5:17-20). Yesu anazidisha sheria. Kwa maisha na mafundisho yake, Yesu aliishi au kufunua kile ambacho sheria ilielekeza au kujaribu kuunda.

Labda picha iliyo wazi zaidi ya Utafiti wa tafsiri ya Yesu inapatikana katika Mathayo 5:21-48. Kama ilivyotajwa hapo awali, mara sita anasema, "Mmesikia kwamba ilisemwa [na Musa]…lakini mimi nawaambia." Kila mara Yesu anapochukua mojawapo ya sheria za Musa, ambayo ni muhimu sana moyoni mwa kila Myahudi mwenye kufuata Torati, anatofautisha utendaji wa nje wa sheria hiyo na badiliko la kweli la moyo. Katika Mathayo 5:21, kwa mfano, Yesu anasema:

> *Mmesikia watu wa kale walivyoambiwa, Usiue; na "mtu yeyote auaye itampasa hukumu." Lakini mimi nawaambia, mkiwa na hasira juu ya ndugu au dada yenu, itampasa hukumu; na ukimtukana ndugu au dada, utawajibika kwa baraza; na ukisema, mpumbavu wewe, utastahili jehanamu ya moto.*

Musa aliweka sheria kwamba mtu asiue. Yesu anathibitisha hilo. Lakini anachukua hatua moja zaidi kushughulikia utumwa halisi unaowafanya watu kuwa watumwa: hasira na chuki. Pia anainua kizuizi ambacho Musa aliweka. Anarudi kwenye mapenzi ya mwisho ya Mungu, ambapo haitoshi tu kujiepusha na mauaji, lakini kutoruhusu hasira ikuongoze kwenye vurugu hata kidogo.

Kielelezo cha Ndoa na Talaka

Mafarisayo walijaribu kumtega Yesu kwa kumuuliza kuhusu ndoa na talaka (Mathayo 19:2-9). Walikuwa wamesikia mafundisho yake yenye nguvu juu ya kudumu kwa ndoa. Kwa hiyo wakamuuliza kwa nini Musa aliweka sheria za talaka. Yesu alijibu kwamba Musa aliumba sheria hizo za talaka kwa sababu ya "ugumu wa mioyo yao" (mapenzi ya Mungu ya kurekebisha), lakini kwamba tangu mwanzo haikuwa hivyo (mapenzi ya mwisho ya Mungu). Katika muktadha wa kihistoria sheria za talaka za Musa zilianzishwa ili kuwalinda wanawake na wasio na uwezo.[4] Sheria pia zilijaribu kuimarisha taasisi ya ndoa kwa kujua kwamba jamii ilitegemea miundo thabiti ya kijamii. Hivyo mwanamume asingeweza kumdhulumu mwanamke kwa kubadili mawazo yake na kumrudisha mwanamke ambaye alikuwa ameachana naye na ambaye alikuwa ameoa mwanamume mwingine ambaye pia alimtaliki (Kumbukumbu la Torati 24).

Jibu la Yesu kwa swali la Mafarisayo lilifichua mtazamo wake wa kihemenetiki. Jinsi Yesu alivyosoma na kutafsiri Agano la Kale ilionekana wazi katika jibu lake kwa Mafarisayo. Mafarisayo walikuwa wanarudi kwenye Sheria ya Musa ya kurekebisha ambayo ilikuja kwa sababu ya kutotii na ugumu wa mioyo yao (Mathayo 19:8). Yesu alirudi nyuma zaidi ya sheria ya Musa hadi mwanzo au mapenzi ya mwisho ya Mungu. Yesu hangewaruhusu Mafarisayo kuchukua mahali pa sheria ya Musa ya kurekebisha kwa mapenzi ya mwisho ya Mungu.

Yesu alitofautisha waziwazi kati ya mapenzi kuu ya Mungu na mapenzi ya kurekebisha katika kesi ya sheria za Musa na umoja na mgawanyiko katika Biblia

Kielelezo cha Vurugu na Kutotumia Ukatili

Mfano wa pili kutoka katika Biblia unaonyesha jinsi Mungu anavyoitikia jeuri. Mahusiano ya amani, yenye upatano katika Bustani kabla ya dhambi yanawakilisha sehemu kuu ya Mungu kutamka uumbaji kuwa mzuri

4 .John Driver, Raia wa Ufalme (Scottdale, PA: Herald Press, 1980), 85-87.

sana. Lakini dhambi huingia ulimwenguni kupitia wanadamu wa kwanza wakitafuta kuwa sawa na Mungu. Adamu anamlaumu Hawa na Hawa anamlaumu nyoka. Kujitambua kwao kwa kuwa uchi pia kunaonyesha mabadiliko katika uhusiano wao. Amani yao ya ndani inasumbuliwa na uhusiano wao na uumbaji unabadilishwa milele.

Hadithi za Mwanzo 1-11 zinaonyesha ukuaji mkubwa wa dhambi na matokeo yake. Shalom katika bustani yavurugika, na upesi Kaini anamuua ndugu yake mwenyewe kwa sababu ya wivu. Jeuri ya kuteremka kwa theluji inaonyeshwa na Lameki akijisifu kuhusu kumuua mtu kwa kumjeruhi tu (Mwanzo 4:23). Kisha gharika inakuja kwa sababu dunia ilikuwa "imejaa jeuri." Sheria ya Musa inatafuta kuzuia jeuri isiyozuiliwa, kunusurika-kufaa zaidi ambayo Lameki alipendekeza. Mapenzi ya Mungu ya kurekebisha katika sheria ya Musa yanaweka kisasi kwa "jicho moja kwa jicho moja." Aina hii ya haki inaweka mipaka ya watu kutoka katika kulipiza kisasi kisichodhibitiwa hadi kupofusha mtu aliyeharibu jicho lako moja (Kutoka 21:24, Mambo ya Walawi 24:20).

Anakuja Yesu na kufundisha sheria ya upendo usio na kikomo na msamaha badala ya kisasi. Yesu anasema "jicho kwa jicho" sio mapenzi ya mwisho ya Mungu (Mathayo 5:38-42). Anawafundisha wafuasi wake kufanya kama Mungu anavyofanya. Mungu huleta jua na mvua juu ya wenye haki na wasio haki, wanaostahili na wasiostahili. Yesu anasema aina hii ya upendo usio na kikomo ni alama ya mtoto wa Baba wa mbinguni (Mathayo 5:44). Yesu anafunua na kufundisha mapenzi ya mwisho ya Mungu ambayo yalifunuliwa hapo awali katika hadithi ya bustani ya mwanzo. Mwendo katika Biblia unatoka kwenye bustani ya shalom hadi kwenye sheria ya msituni hadi kwenye sheria ya haki kwa njia ya Yesu ya msamaha na upendo.

Mwendo wa kupanda na kushuka unatoka kwa upendo usio na kikomo katika bustani hadi kisasi kisicho na kikomo kwa Kaini na Lameki, hadi kisasi kidogo katika sheria ya Musa, hadi upendo usio na kikomo na msamaha katika maisha na mafundisho ya Yesu.

Kielelezo cha Vita Vitakatifu

Vita Vitakatifu pia vinaonyesha mwendo wa kupanda na kushuka katika Biblia. Katika Vita Takatifu ya awali kwenye Bahari ya Shamu, Musa anawaambia watu "simama tuli, mkauone wokovu wa Bwana, kwa kuwa Bwana atawapigania" (Kutoka 14:13-14). Kwa sababu Yehova alipigana, watu hawakushiriki katika jeuri. Njia ya Vita Vitakatifu kati ya majirani wa

Israeli ilikuwa ni kupigana kusaidia miungu yao kupigana na miungu ya adui zao. Waisraeli walifanya mabadiliko makubwa kutokana na mtazamo huu. Kwa sababu Yehova alipigana Vita Takatifu kwa ajili yao, watu hawakupigana vita kwa mfano wa awali wa Kutoka.[5]

Hata hivyo, sheria za Vita Vitakatifu zilirekebishwa upesi na kuwa kielelezo kisicho na msimamo mkali ambapo watu wa Mungu walipigana na Mungu. Baadaye Daudi alianzisha jeshi la kwanza lililosimama. Sasa watu wa Mungu walijaribu kumpigania Mungu. Kutotii huku kuliwashusha Waisraeli hadi kufikia kiwango cha majirani zao. Hawakuwa tofauti tena. Kuwepo kwao hakukuwa tena shahidi na muujiza wa Yehova kama ilivyokuwa kabla ya Ufalme. Sasa waliamini "farasi na magari ya vita" kama mataifa mengine. Katika marekebisho yaliyofuata, Yehova alipigana na Wababeli dhidi ya Yuda kama tendo la hukumu akitumaini watu watatubu.

Yesu alikuja katika mafundisho haya potofu na akapigana na uovu kwa njia ya asili. Kama tu tukio la Bahari Nyekundu, alisimama tuli mbele ya Pilato na Herode akingoja Mungu achukue hatua. Na Mungu alitenda katika ufufuo ambao Yesu alifufuliwa kutoka kwa wafu. Kwa kukataa kupigana na uovu kwa uovu, kwa kumwamini Mungu na kutokuwa na jeuri hata katika uso wa kifo, nguvu mbaya zilifichuliwa kwa jinsi zilivyokuwa: si wema wote na si wote wenye nguvu. Nguvu kuu ya uovu, kifo, ilishindwa kupitia ufufuo.

Tunapofuatilia historia ya Vita Vitakatifu, tunaona tena kwamba Mungu anaendelea kuwashirikisha watu ingawa si waaminifu. Kinachovutia katika historia ya Vita Vitakatifu katika Agano la Kale ni kwamba harakati ya uaminifu sio wazi chini na kisha juu. Wakati mwingine katikati ya masimulizi ya Agano la Kale, watu husikiliza manabii na kupigana Vita Takatifu karibu na njia ya asili, wakati ni Yehova pekee ndiye aliyepigana (2 Wafalme 6). Lakini muda mfupi baadaye, wangerudi kutegemea nguvu zao za kijeshi badala ya kutegemea Mungu. Licha ya tofauti hizi, kulikuwa na kutotii kwa ujumla utoka kwa watu wa Mungu hadi Yesu alipokuja na kufunua tena mapenzi kuu ya Mungu juu ya vita. Yesu alipigana na uovu kama Bahari ya Shamu. Akasimama tuli. Walimsulubisha, na ilionekana kana kwamba uovu ulikuwa umemshinda. Lakini Mungu alimthibitisha Yesu kwa kumfufua kutoka kwa wafu. Ajabu ni kwamba mamlaka maovu yalijishinda yenyewe yalipomsulubisha Yesu. Upendo wake usio na kikomo, kukataa kwake kuchukia—mambo haya yalifichua uovu kwa jinsi ulivyokuwa kweli.

---

5 Millard Lind, Yehova ni shujaa (Scottdale, PA: wanahabari wa Herald, 1980). 46-59.

Mifano hiyo mitatu hapo juu inaonyesha "harakati" ya kimaadili ya kupanda na kushuka katika Biblia na mapenzi ya mwisho na ya kurekebisha ya Mungu. Mwendo kutoka kwa utawala wa Mungu wa kimiujiza (mapenzi kuu ya Mungu) hadi ufalme ni kielelezo kingine cha mapenzi ya Mungu ya kurekebisha. Yesu alikuja kufichua tena mapenzi ya mwisho ya Mungu, ya asili ambayo yalikuwa yametiwa mawingu, kurekebishwa na kupotea kwa kukosa uaminifu kwa watu. Yesu alikuja kuleta mpya, lakini kwa maana ya ndani zaidi alikuja kurejesha nia ya awali na hali ya sheria kabla ya kuanguka kwa wanadamu katika dhambi. Alikuja kutufanya wanadamu tena kweli!

Ingawa wengi, kama si wote, Wakristo wanaweza kuona jinsi Yesu alivyofunua tena nia ya awali ya Mungu, Wakristo wa Kristo huchagua kufanya kama Yesu alivyofanya. Ikiwa Yesu "aligeuza shavu lingine" (Mathayo 5:39) kama njia yake ya kushughulikia ulipizaji kisasi wa kibinafsi, basi wanafanya hivi pia. Wanapigana na uovu kama Yesu alivyofanya, kwa kusimama tuli katika matendo yasiyo ya jeuri na kupitia msaada wa Yesu, kwa kuwapenda adui zao. Wanapigana Vita Takatifu jinsi Yesu alivyofanya: kwa upendo.

Kuamua juu ya Utafiti wa tafsiri ya Kibiblia

Utafiti huu unapaswa kukusaidia kugundua utafiti wa tafsiri isiyosemwa inayotumiwa katika mahubiri na mafundisho ambayo umekuwa nayo katika historia yako ya kidini, ikiwa unayo. Sasa unaweza kuchunguza ni kihemenetiki kipi kinaleta maana zaidi kwako unaposoma Biblia kwa macho mapya ya kweli kana kwamba kwa mara ya kwanza. Bila kujali asili yetu, sote tunapaswa kuamua juu ya utafiti ya tafsiti thabiti kama walivyofanya Wakristo kwa karne nyingi. Ukiichukua Biblia nzima jinsi ilivyo, inataka isomweje? Je, unatumia mbinu ya Kimfano au Biblia Tambarare? Mgawanyiko au kimaadili Kristo Kitovu? Chaguo lako litaamua kile unachofikiri Biblia inasema ni mapenzi ya Mungu kwetu leo.

Mtazamo wa kihemenetiki kwa Maandiko ambao unamwona Yesu kama hatua ambayo mtu huanza kusoma na kutafsiri Maandiko yote ulikuwa msingi kwa Wanabaptisti wa karne ya kumi na sita. Kanisa la Mennonite na Wakristo wengine ndani na nje ya mapokeo ya Anabaptisti walisoma Biblia Kristo Kitovu kiroho na kimaadili kwa maisha yote. Kwao, Yesu ndiye ufunuo kamili na kamili zaidi wa mapenzi ya Mungu. Kwa hiyo, Yesu Kristo anakuwa mahakama ya mapitio ya mwisho wakati kuna tofauti kati na ndani ya Agano la Kale na Jipya.

Mwanasayansi wa jamii wa Mennonite Guy F. Hershberger anaeleza njia tofauti ambazo Agano mbili zinaweza kuhusiana. Kwa maana moja, Agano la Kale linajitayarisha kwa Agano Jipya. Inatimiza au inakamilisha. Lakini zaidi ya kitu kingine chochote, Agano Jipya linachukua nafasi ya Agano la Kale, si kwa njia ambayo inafanya Agano la Kale lisiwe la maana bali kwamba Kristo ndiye neno la mwisho la mamlaka la Mungu.[6]

Basi Kwa Nini Ujifunze Agano la Kale?

Katika mwanga wa ufunuo wa Yesu wa kihistoria na Uumbaji Mpya Kabisa unaoitwa kanisa, tunaona kile ambacho Mungu alikuwa anajaribu kutimiza wakati wa Watu wa Kale wa Mungu. Na tunaweza kuthamini uhusiano wenye nguvu na unaoendelea wa Mungu pamoja na watu ambao hawakupatana katika uaminifu wao. Kusoma Agano la Kale hutuwezesha kuona vipimo kamili vya Yesu Masihi na utume wake katika Agano Jipya kwa sababu inatupa mazingira ya kihistoria. Inatusaidia kuona kwamba Yesu hutujia kupitia muktadha wa historia ya wokovu, si kwa mtindo wa kujiondoa angani kama alivyo kwa wale wasiojua Historia ya Wokovu (Heilsgeschichte). Hata hivyo ni muhimu jinsi lilivyo, lazima tulione Agano la Kale katika uhusiano na Agano Jipya. Kwa sababu Yesu ndiye ufunuo kamili zaidi wa Mungu ni nani (Yohana 1:18; Waebrania 1:1-3a), Agano Jipya linatimiza Agano la Kale na kulibadilisha kama mamlaka ya mwisho.

Ni muhimu kuwa na nia ya jinsi tunavyokabiliana na mifarakano katika Biblia. Mkakati wetu katika kutatua tatizo hili unatupeleka kwenye maadili yetu. Kujua jinsi wengine wanavyoshughulikia tatizo hutusaidia kuwaelewa na kuwathamini zaidi. Mawazo na dhana tunazoleta kwenye Biblia huamua kile ambacho Biblia inatuambia.

6 Guy F. Hershberger, Vita, Amani na Kutopinga (Scottdale, PA, Herald, 1969).

Mfano wa Historia ya Wokovu (Heilsgeschichte)

Imeandikwa na Marion Bontrager

Uumbaji na Kuanguka: Tatizo Limefafanuliwa

Hapo mwanzo Mungu aliumba utaratibu nje ya machafuko kwa neno lililonenwa dabar na kutangaza uumbaji kuwa mzuri sana. Lakini dhambi iliingia ulimwenguni kupitia wanadamu wa kwanza. Dhambi ilivunja uhusiano kati yetu na Mungu, sisi na wengine, sisi na utu wetu wa ndani, na sisi na uumbaji wa kimwili. Hii inaonyeshwa kupitia hadithi nne za anguko au dhambi. Ya kwanza ilikuwa hadithi ya anguko la bustani ya Adamu na Hawa ambamo walitaka kuwa sawa na Mungu kwa kula tunda lililokatazwa na kusababisha kuvunjika kwa mahusiano. Hadithi ya pili ni kuhusu jeuri ambapo Kaini alimuua kaka yake Abeli. Hadithi ya tatu pia inahusu vurugu. Kwa sababu ya jeuri kubwa, Mungu alituma gharika ili kusafisha dunia lakini akaokoa Noa na familia yake na baadhi ya wanyama. Hadithi ya nne inahusu kiburi ambacho wanadamu walijaribu kujenga mnara uliofika juu ya kuba ambapo Mungu alikaa. Hadithi ya kwanza na ya mwisho inahusu majivuno na ya kati inahusu vurugu.

Hadithi za uumbaji na anguko ziliweka msingi wa hadithi ya historia ya wokovu ambayo Mungu anatafuta kutatua mahusiano yaliyovunjika ambayo dhambi husababisha kwa kuunda watu waliochaguliwa, wa agano, wa shalom kutoka kwa watu wote. Katika Historia ya Wokovu (Heilsgeschichte) tunauliza maswali matatu: Tatizo ni nini? Mungu anafanya nini kutatua tatizo la dhambi? Watu wa Mungu wanashirikiana kwa uaminifu kadiri gani?

Mababa na Mamama wa kuu (2000-1700 KK): Suluhu Limeahidiwa

Mungu anatafuta kutatua tatizo la dhambi kwa kuunda watu waliochaguliwa, wa agano, wa shalom ambamo mahusiano yote yanaponywa. Mungu alitayarisha na kuahidi suluhu kwa kuwachagua Mababa na Wamama wakuu ili kuanza utume huu kwa watu wote wa ulimwengu na uumbaji. Mababu wanne wakuu na Mabibi wa ndoa walikuwa Ibrahimu na Sara; Isaka na Rebeka; Yakobo, Lea na Raheli; na Yusufu na Asenathi.

Kuna mada kuu tatu katika hadithi hizi: (1) Waliochaguliwa, ambayo ina maana iliyochaguliwa kwa ajili ya misheni, si watu wapendwao na Mungu; (2) Agano, ambalo hujenga uhusiano kati ya Mungu na watu; na (3) Ruzuku ambayo Mungu anaingilia kati ili kuendeleza hadithi. Maneno mawili muhimu yasipoeleweka yatabadilisha jinsi mtu anavyosoma Biblia nzima, kutia ndani siasa za ulimwengu leo. "Waliochaguliwa" maana yake ni waliochaguliwa kwa ajili ya misheni, si waliyo vipendwa. "Taifa" maana yake ni "watu" jinsi tunavyorejelea makabila ya Wenyeji wa Marekani kama vile Taifa la Cherokee, ambalo halirejelei eneo la kijiografia au taifa-nchi, bali watu.

Yosefu, mwana kipenzi wa Yakobo, aliuzwa utumwani Misri na ndugu zake wenye wivu. Alitua gerezani huko Misri lakini Mungu alimbariki Yusufu kwa upendeleo na akapanda mamlaka kama mtawala wa Misri ambaye alijitayarisha kwa njaa inayokuja. Ndugu zake, ambao pia wanakabiliwa na njaa, walikuja Misri ambapo Yusufu aliwasamehe na kuwapa chakula. Familia ilihamia Misri.

Kutoka-Sinai—Mgogoro wa 1 (1280 KK): Suluhu La Kale Limeanza

Waisraeli (jina la Yakobo linakuwa Israeli) waliongezeka huko Misri na walifanywa watumwa na Farao ambaye hakujua hadithi ya Yusufu. Wakazidi kuzidisha. Farao alijaribu kuwaua watoto wote wa kiume lakini Musa aliokolewa na mama yake na kulelewa na binti wa Farao. Alikulia ikulu, lakini alijitambulisha na watu wake walioonewa. Siku moja alimuua Mmisri akimpiga mtumwa Mwisraeli. Kwa hiyo Musa alilazimika kukimbilia jangwani. Alipokuwa akichunga kondoo kwa ajili ya baba mkwe wake, aliona kijiti kinachowaka moto ambacho hakikuteketea. Sauti ilimwambia arudi Misri kuwaongoza watumwa kwenye uhuru. Musa alipouliza ni nani aliyekuwa akiongea, sauti ilisema, "Mimi ndiye ambaye niko," ambayo ilimaanisha kwamba Mungu alikuwapo kwa bidii ulimwenguni. (Imetafsiriwa YHWH au Yehova.) Kwa hiyo Musa akarudi Misri na kumwomba Farao awaruhusu watumwa waende zao. Lakini Mungu akaufanya moyo wa Farao kuwa mgumu naye akakataa. Kisha Yehova akatuma mapigo kumi juu ya Misri, kila moja mbaya zaidi kuliko yale yaliyotangulia. Hatimaye Farao aliwaruhusu watumwa waende baada ya pigo la kifo cha mwana mzaliwa wa kwanza katika familia zote za Wamisri. Mapigo haya yalikuwa "Hofu ya Bwana" wakati Yehova anapigana kwa ajili ya watumwa. Umati uliochanganyika waliwafuata Waisraeli kutoka Misri hadi Bahari Nyekundu. Ndipo Farao akabadili nia yake na kutuma jeshi lake kuwafuata. Watu walimlalamikia Musa kwamba aliwaleta nyikani ili wafe. Musa aliwaambia watu "Simameni tu na kuuona wokovu (ukombozi) wa Bwana kwa maana hao Wamisri wanaowaona leo hawatawaona tena. Basi watu wakasimama kimya, wakimtumaini Bwana. Yehova aligawanya maji na watu wakavuka. Jeshi la Farao lilipojaribu kuvuka bahari, Yehova aliyaleta maji pamoja na jeshi likazama. Huu ulikuwa ni "Hofu ya Bwana" na kielelezo cha asili cha Vita Vitakatifu wakati watu walimwamini Yehova kuwapigania. Miriamu aliwaongoza watu katika wimbo na kucheza kusherehekea ukombozi wa Mungu.

Musa akawaongoza watu mpaka Mlima Sinai ambapo alikutana na BWANA mlimani. Yehova alifanya agano tunaloliita Maneno Kumi na Moja. Neno la kwanza ni neno la neema ya kwanza ya Bwana, "Mimi ndimi Bwana niliyekutoa katika nchi ya Misri." Hiyo ni haggadah, ikifuatiwa na amri kumi zinazoitwa halakah. Sheria zilipaswa kuwafundisha jinsi ya kuishi pamoja kwa amani kama jumuiya ya wamisionari inayomfunua Mungu kwa ulimwengu wote.

Tukio la Kutoka Sinai lilikuwa ni Watu wa Kale wa tukio la wokovu wa namna ya Mungu ambapo umati mchanganyiko wa watumwa wa zamani uliundwa kuwa jumuiya (taifa) kupitia uzoefu wa kawaida. Agano la Sinai liliunda jumuiya iliyochaguliwa, agano, shalom, watu wa kikuhani waliochaguliwa kuwa watu wa kimisionari wa Mungu kwa mataifa yote duniani. Jumuiya hii ndiyo suluhisho la tatizo la dhambi. Yehova akawa mfalme wao ambayo inaitwa utawala wa Mungu (theocracy). Tukio la wokovu la Kutoka Sinai linarejelewa tena na tena katika Agano la Kale kama ukombozi wa kimuujiza wa Yehova.

Kutangatanga Jangwani

Musa aliwaongoza watu jangwani ambako Yehova alitoa mana na maji kwa ajili ya kuishi kwao. Mungu aliwatoa watu kutoka Misri, lakini sasa lazima atoe "Misri" kutoka kwa watu. Baadhi ya watu wa Midiani/Wakeni walijiunga na watumwa walioachiliwa akiwemo baba mkwe wa Musa,

Yethro, ambaye alikuwa kuhani Mmidiani. Walipofika Kadeshi kwenye ukingo wa Kanaani, Musa akatuma wapelelezi kumi na wawili katika nchi. Walirudi na hadithi za kupendeza kuhusu ardhi yenye rutuba. Kumi walisema hawakuweza kuingia kwa sababu kulikuwa na majitu katika nchi. Lakini Yoshua na Kalebu walisema kwamba Yehova angepigana Vita Takatifu na kuwapa nchi hiyo. Watu waliwaamini wale kumi na kuendelea kulalamika. Mungu alisema kwamba wale ambao walikuwa na umri wa miaka ishirini na zaidi watafia jangwani. Musa alikuwa kiongozi mwaminifu lakini alikufa kwenye Mlima Pisga ambapo angeweza kutazama katika Nchi ya Ahadi lakini asiingie.

Vijana hawa wa zamani wa watumwa walihitaji kujifunza mambo manne:

1. Walipaswa kujifunza jinsi ya kumwamini Mungu. Mungu aliwapa mana na maji jangwani.
2. Walipaswa kujifunza jinsi ya kuabudu. Hema ilikuwa mahali ambapo Agano la Sinai liliwekwa ndani ya Sanduku (sanduku) la Agano. Mana pia ilitunzwa huko ili kuwakumbusha yale ambayo Yehova alikuwa amewafanyia. Ibada yao ilikuwa ni kukumbuka neema ya Mungu, kutoa shukrani na kujitoa upya kuwa wateule, agano, jumuiya ya shalom.
3. Hata Musa alipaswa kujifunza uongozi wa mtumishi. Walichokuwa wanajua huko Misri ni uongozi wa kikatili. Musa alijifunza jinsi ya kuwakabidhi Yethro baba mkwe wake. Alijifunza jinsi ya kuwaongoza watu bila shuruti.
4. Walipaswa kujifunza jinsi ya kuwa jumuiya ya utawala wa Mungu na ya shalom. Maneno Kumi na Moja na mfumo wa Yubile uliendelea kuwafundisha jinsi ya kuwa jumuiya ya shalom inayojitolea kwa mahitaji ya watu.

Ushindi, Kuingia, Mapinduzi (1240)

Yoshua akawaongoza watu hadi Mto Yordani. Mungu tena akagawanya maji ili wavuke. Yoshua aliweka mnara wa mawe kumi na mawili, moja kwa kila kabila ili watu wakumbuke kusimulia mambo ambayo Yehova alikuwa amewatendea. Amri ya tatu baada ya kumpenda Mungu na jirani ni kusimulia hadithi kwa watoto wao.

Katika nchi jangwa au watu wa kuteka walikutana na jamaa wa mbali ambao walikuwa wamejipenyeza katika sehemu ya kusini ya Kanaani kabla ya utumwa wa Misri (kujipenyeza). Watu wa ushindi pia waliunganishwa na Habiru, watu wa kando na watumwa wa Kanaani (mapinduzi). Yoshua alichukua makundi matatu hadi Shekemu ambako aliiambia Historia ya Wokovu hadi sasa na kuwauliza ni nani wangemtumikia. Walifanya agano na Yehova. Hadithi na agano vilikuwa vipya kwa makundi hayo mawili lakini ni agano tena kwa makabila ya Jangwani.

Watu walijaribu kuwafukuza Wakanaani lakini hawakufanikiwa kabisa. Sababu ya historia ilikuwa kwa sababu Wakanaani walikuwa na silaha za chuma na Waisraeli walikuwa shaba tu. Kulikuwa na sababu mbili za Hadithi (Geschichte) kwa nini hawakuweza kuwafukuza watu wote. Kwa sababu watu hawakuwa waaminifu, Yehova hakupigana Vita Takatifu kwa ajili yao, na Yehova aliwaacha Wakanaani katika nchi ili kuwajaribu.

Muungano wa Kikabila na Waamuzi—Mgogoro wa 2 Usawazishaji (1200 BCE)

Shida ya pili ilikuwa maingiliano ya kidini na ibada ya Baali. Usawazishaji (Syncretism) ni mchanganyiko wa taratibu wa dini mbili. Baali lilikuwa neno la miungu/sanamu mbalimbali na alihusika na rutuba ya ardhi na wanyama. Ibada ya Baali ilivutia kwa sababu makabila ya nyikani yalilazimika kujifunza kulima kutoka kwa Wakanaani. Baadhi ya waamuzi waliojaribu kukomesha ulinganifu huo walikuwa Gideoni, Debora, Yeftha na Samweli.

Sehemu hii ya hadithi iliandikwa katika mizunguko ya Kumbukumbu la Torati ya vipengele sita. Kwanza, watu hawakuwa waaminifu na walichanganya ibada ya Baali na Yehova. Pili, hukumu ya Yehova iliwaruhusu kudhulumiwa na watu wa jirani zao. Tatu, watu walimlilia Mungu. Nne, Mungu aliwainulia mwamuzi wa kuwaongoza kutoka katika ukandamizaji wao. Tano, wakati hakimu akiishi, watu walikuwa waaminifu zaidi. Sita, hakimu alipokufa, watu walirudi tena na mzunguko ulianza tena. Suluhu haikufanya kazi vizuri!.

Hadithi ya muungano wa kikabila inaisha na hadithi za kuzorota kwa maadili, kama vile wana wa Eli na Samweli na kubakwa kwa suria wa Mlawi. Lakini hata hivyo, watu walikuwa bado ni wa utawala wa Mungu (theocracy) na Yehova akiwa mfalme wao na si taifa-inch, ukweli wa kushangaza.

Muungano wa Kifalme—Mgogoro wa 3 (1020 BCE)

Samweli alikuwa mwamuzi wa mwisho lakini pia nabii na kuhani. Kwa kuporomoka kwa maadili na Wafilisti kuwashinda, watu walimwomba

Samweli amtie mafuta mfalme ambaye angepigana vita vyao kwa ajili yao. Samweli alipinga akisema kwamba Yehova ndiye mfalme wao. Lakini watu walisisitiza. Kwa hiyo Yehova akamwambia Samweli awatie mafuta mfalme lakini awaonye kwamba mfalme atawatoza kodi na kuwakandamiza. Bwana alisema kwamba mfalme atakapowaonea na wakapiga kelele, hatawajibu! Theocracy (utawala wa Mungu) ni mapenzi ya mwisho ya Mungu na ufalme ni mapenzi ya Mungu ya kurekebisha.

Kuwa taifa-inch na mfalme kulianzisha masanduku ya kijiografia na kisiasa karibu na Mungu na Watu wa Mungu. Yehova hakuwa tena Mungu wa dunia yote bali aliwekewa mipaka kwa mipaka ya kisiasa na kijiografia ya taifa la taifa la Israeli. Sasa Yehova akawa mungu wa taifa. Watu walikuwa si waaminifu sana kwa uteule wao wa kuwa watu wa umishonari wa Mungu kwa watu wote wa ulimwengu.

Samweli alimtia mafuta Sauli, mfalme wa kwanza aliyeishi katika makao ya hali ya chini, hakuwa na nyumba kubwa ya wanawake na aliongoza katika ushindi wa vita. Lakini alivunja sheria za Vita Vitakatifu na kuchukua uongozi wa kidini kwa kutoa dhabihu.

Samweli alimkataa. Samweli alifanya uhaini na kumtia mafuta Daudi kuwa mfalme wakati Sauli akiwa bado mfalme! Daudi alikuwa maarufu sana na alifanikiwa katika vita. Alihamisha mji mkuu hadi Yerusalemu na kujenga jumba la kifalme. Alikuza sanaa. Lakini alivunja sheria za Vita Vitakatifu kwa kufanya uzinzi na Bathsheba wakati wa vita na kumfanya mumewe auawe. Nabii Nathani alimkabili Daudi naye akatubu.

Sulemani alikuwa mfalme wa tatu aliyepanua taifa-inch la Israeli hadi kuwa na mamlaka ya kikanda, ya kisiasa. Alijenga Hekalu la kifahari. Lakini Sulemani alioa wake wa kigeni pamoja na dini zao na alikuwa na nyumba kubwa ya wanawake iliyohitaji kodi nzito. Pia alitumia kazi ya kulazimishwa kwa miradi yake ya ujenzi. Matumizi yake mabaya ya mamlaka yalisababisha mgawanyiko wa ufalme baada ya kifo chake. Kila mmoja wa wafalme alitumia vibaya mamlaka ambayo ilisababisha ukosefu wa haki zaidi. Yehova alikuwa amewaongoza watu kutoka utumwani Misri lakini kufikia wakati wa Sulemani, walikuwa wamerudi katika utumwa wa kujitengenezea. Hawakuwa wateule, shalom, jumuiya ya wamisionari.

Kwa kuinuka kwa wafalme kuliibuka manabii waliojaribu kuwazuia wafalme. Walihubiri dhidi ya ukandamizaji wa maskini na maelewano ya kidini. Manabii walisimulia hadithi hiyo na kuyaweka hai maono ya utawala wa Mungu.

Mgawanyiko wa Ufalme— Mgogoro wa 4 (922 BCE)

Yeroboamu alikuwa msimamizi wa kazi ya kulazimishwa ya Sulemani. Alifanya urafiki kati ya wafanyikazi. Nabii Ahiya, akiwa amevaa vazi jipya, alikutana na Yeroboamu na akaigiza unabii kwa kurarua vazi lake vipande kumi na viwili na kumpa Yeroboamu kumi, akitangaza kwamba angekuwa mfalme wa makabila ya Kaskazini. Sulemani alisikia jambo hili na akajaribu kumuua Yeroboamu ambaye alikimbilia Misri ambako Farao Shishaki alimpa hifadhi ya kisiasa.

Sulemani alikufa na mwanawe Rehoboamu akaenda Shekemu kutawazwa kuwa mfalme. Yeroboamu aliposikia hayo, akarudi. Yeye na wafuasi wake walimuuliza Rehoboamu atakuwa mfalme wa aina gani. Je, angekuwa kama baba yake au angewapunguzia watu mzigo? Washauri wakubwa wa Rehoboamu walimshauri apunguze kodi na kupunguza mzigo wa watu. Rehoboamu hakupenda hivyo, kwa hiyo akaenda kwa washauri wake wadogo waliokua katika jumba la kifalme. Walisema kufanya mzigo wa watu kuwa mzito.

Rehoboamu akarudi kwa Yeroboamu na watu na kusema kwamba baba yake aliwaadhibu kwa mijeledi lakini atawaadhibu kwa nge. Yeroboamu na watu wa kaskazini wakamjibu, "Tuna fungu gani pamoja na Daudi? Nendeni kwenye hema zenu, enyi Israeli" (1 Wafalme 12:16).

Mgawanyiko kati ya makabila kumi ya kaskazini na makabila mawili ya kusini haukuweza kusimamishwa.

Sababu ya Hadithi (Geschichte) ya mgawanyiko ni unabii wa Ahiya. Sababu ya historia ni kwamba Rehoboamu aliwasikiliza washauri wake vijana na kukataa kusikiliza ombi la makabila ya kaskazini. Sababu ya Hadithi (Geschichte) iliyofanya mgawanyiko huo ufaulu ni kwa sababu nabii Shemia alimwambia Rehoboamu asiwashambulie ndugu zake. Sababu ya historia ilikuwa kwa sababu Farao Shishaki alikuwa akishambulia Yuda kutoka kusini na Rehoboamu hakuweza kupigana vita katika pande mbili.

Ufalme wa Kaskazini uliitwa Israeli au nyumba ya Yusufu na Ufalme wa Kusini uliitwa Yuda au nyumba ya Daudi. Kutokuwa waaminifu kwa wafalme kuliongoza kwenye mgawanyiko wa mwisho. Sasa falme hizo mbili zingepigana wakati fulani na nyakati nyingine kuwa washirika. Hii ni njia ndefu kutoka kuwa jumuiya iliyochaguliwa-kwa-misheni, shalom.

Israeli na Kuanguka kwa Ashuru—Mgogoro wa 5 (722 BCE)

Ilimbidi Yeroboamu kuusimamisha ufalme upande wa kaskazini. Waandishi wa kusini waliwashtaki wafalme na ufalme wa Israeli kwa mambo matatu: hawakuwa na wafalme katika ukoo wa Daudi; hakuwa na makuhani wa ukoo wa Lawi; na hawakuwa na Hekalu huko Yerusalemu. Ili kuepuka watu wasiende Yerusalemu, Yeroboamu aliweka vituo viwili vya ibada huko Dani na Betheli ambavyo vilifananisha Yehova juu ya fahali. Lakini watu walianza kuabudu ng'ombe badala ya Yehova, ambayo ilisababisha ulinganifu zaidi.

Kulikuwa na nasaba nne upande wa kaskazini (Yeroboamu alikuwa wa kwanza). Omri alianza nasaba iliyofuata; alihamisha mji mkuu hadi Samaria. Mwana wake Ahabu anaonyeshwa kuwa mfalme mwovu zaidi ambaye alishawishiwa na mke wake Mfoinike Yezebeli, mendelezaji mwenye nguvu wa ibada ya Baali. Yehu alianza nasaba iliyofuata. Aliua familia yote ya Ahabu na manabii wa Baali. Manabii walipishana kuhusu kama hii ilikuwa nzuri au mbaya. Yeroboamu II alianza nasaba ya mwisho; alirudisha ustawi kwa Israeli. Lakini baada ya utawala wake, ufalme ulipungua na kuanguka kwa Ashuru mnamo 722 BCE.

Wafalme hawakuheshimiwa Kaskazini kama katika Yuda kwa sababu huko maono ya utawala wa Mungu (theocracy) yalikuwa bado hai. Kwa hiyo kulikuwa na mapinduzi kadhaa kaskazini, na hadithi ya Israeli inahusu manabii zaidi kuliko wafalme. Amosi na Hosea ni manabii wawili wanaoandika kaskazini. Amosi alipiga ngurumo dhidi ya udhalimu wa kibinafsi na wa kijamii. Hosea aliwasihi watu wamrudie Mungu. Nabii Eliya ambaye hakuwa mwandishi aliwashinda manabii wa Baali kwenye Mlima Karmeli wakati Yehova alipotuma moto kuteketeza sadaka na madhabahu yake. Nabii wa pili asiye mwandishi, Elisha, alizunguka-zunguka nje ya Israeli, hata akamtia mafuta mfalme katika Shamu. Aliongoza katika Vita Vitakatifu visivyo na vurugu wakati Waashuri walipovamia Israeli.

Kiongozi wa Ashuru Shalmaneseri aliongoza mashambulizi dhidi ya Israeli ambayo yalikamilishwa na Sargon II, ambaye alizingira mji mkuu wa Samaria kwa miaka mitatu. Waashuru waliwateka Waisraeli mwaka wa 722 BCE na ili kudhoofisha imani na utamaduni wa Waisraeli, waliwahamisha karibu nusu ya Waisraeli na kuleta idadi ileile ya wageni. Watu hawa walioana na watoto wao waliitwa Wasamaria, kundi la watu waliodharauliwa wakati wa Yesu.

Kuanguka kwa Yuda na Kuhamishwa Babeli—Mgogoro wa 6 (587 KK)

Yuda walitafsiri anguko la Israeli kama hukumu ya Mungu na kuokoka kwao kama ishara kwamba walikuwa waadilifu zaidi hivyo Mungu aliwaokoa. Sababu za kihistoria kwa nini Yuda haikuanguka wakati Israeli ilipoanguka ni kwamba Mfalme Ahazi wa Yuda aliwalipa Waashuru na Sargoni ilimbidi kurudi nyumbani kushughulikia matatizo huko. Sababu ya Hadithi (Geschichte) ilikuwa ni kwa sababu walikuwa na wafalme katika uzao wa Daudi, makuhani wa ukoo wa Lawi na Hekalu la Yerusalemu.

Yuda walikuwa na wafalme wema na waovu, lakini wote walikuwa katika ukoo mmoja wa ukoo wa Daudi. Wengine walikuwa waovu kama mfalme yeyote wa Kaskazini. Manase alikuwa mmoja wa waovu zaidi, kuweka madhabahu na alama za Baali na miungu mingine katika Hekalu. Hata alimtoa mwana wake mwenyewe kuwa dhabihu kwa mungu. Manase anaonekana kama sababu ya Yerusalemu kuharibiwa na watu kuhamishwa. Mfalme bora wa Yuda alikuwa Yosia ambaye alisafisha Hekalu la miungu ya kigeni wakati kitabu cha sheria kilipopatikana. Alitubu kwa ajili ya watu na akaongoza katika mageuzi ya kidini. Wakati wa utawala wake Farao Neko wa Misri alituma jeshi lake kando ya pwani kuelekea kaskazini kupigana na Ashuru. Yosia alijaribu kumwua kwenye kivuko cha Megido, lakini aliuawa katika vita. Sasa Yuda akawa kibaraka wa Misri. Kwa hiyo sasa Misri ilipoenda kisiasa, ndivyo Yuda ilivyoenda.

Wababiloni waliwashinda Waashuru, kwa hiyo Wamisri walipoelekea kaskazini, walipigana na Babeli badala ya Ashuru. Walishindwa na Babeli katika Vita vya Karkemishi. Kwa hiyo sasa Misri na Yuda zikawa kibaraka kwa Wababiloni. Wote wawili walipaswa kulipa kodi ya kila mwaka kwao.

Wafalme wa Yuda walikuwa wafalme vibaraka waliokuwa wakihudumu chini ya Babeli. Walikuwa na uhuru wa kidini lakini hawakuwa huru. Baada ya muda mfalme kibaraka wa Yuda Yehoyakimu aliasi Babeli. Jeshi la Babeli lilishambulia na Yehoyakimu akafa wakati wa vita. Yehoyakini mwanawe akawa mfalme, akashindwa na kupelekwa Babeli pamoja na viongozi 10,000. Ni nini kiliwafanya wafalme hao vibaraka waasi dhidi ya uwezekano mkubwa kama huu?

Walikumbuka hadithi za Vita Vitakatifu wakati Yehova alipookoa kimuujiza Yerusalemu waliposhambuliwa. Kwa kuongezea walitumainia agano la Daudi lisilo na masharti (kutakuwa na mfalme kila wakati katika ukoo wa Daudi). Walijiona kuwa hawawezi kushindwa.

Miaka mingi baadaye, mfalme wa mwisho wa Yuda, Sedekia, pia aliasi Babeli ingawa nabii Yeremia alimwambia asifanye hivyo. Uvumilivu ulipoisha, Mfalme Nebukadneza alizingira Yerusalemu. Aliharibu jiji, Hekalu na kuta, na kuua maelfu. Jambo la mwisho ambalo Sedekia aliona ni wanawe wote wakiuawa kisha wakampofusha. Walichukua takriban asilimia 90-99 ya watu hadi Babeli pamoja na mfalme wao kipofu.

Watu wa Yuda walikuwa wamepoteza kila kitu—ardhi yao, mfalme na Hekalu. Jiji na Hekalu lilikuwa kwenye kifusi. Yehova alikuwa wapi na ahadi zake? Huu ulikuwa mgogoro wa migogoro. Lakini zawadi ya uhamisho ilikuwa kwamba Yehova alivunja masanduku ya taifa na kijiografia. Ilikuwa nyakati mbaya zaidi lakini pia fursa mpya kwa watu kuwa waaminifu kwa Yehova akiwachagua kuwa watu wa kimisionari kwa makundi ya watu wote ulimwenguni.

Uhamisho na Marekebisho huko Babeli

Tumesema kuwa Mitume waliwatesa wenye kustarehesha na kuwafariji wenye shida. Kwa ukosefu wa uaminifu wa watu, mateso, maswali na shida, nabii Yeremia na Isaya walizungumza maneno ya faraja na matumaini kwa watu.

Je, imani ya Yehova itadumu? Mgogoro huo ulizua maswali muhimu ya imani. "Je, Yehova ametuacha?" Manabii wakasema, La, watu wamemwacha Bwana. "Je, Marduk ni mkuu kuliko Yehova tangu aliposhinda vita?" "Hapana," akasema nabii, "Yehova alipigana na Marduki dhidi ya watu wake mwenyewe." "Je, Yehova hushika maagano?" "Ndiyo," manabii walisema, "Yehova huweka maagano yake yasiyo na masharti na yenye masharti. Watu hawakushika agano lao na Yehova." "Tunawezaje kuabudu katika nchi ya kigeni?" Nabii Ezekieli alipata maono ambayo aliona kiti cha ufalme cha Mungu kwenye jukwaa lenye magurudumu. Magurudumu yalikwenda katika pande zote nne kumaanisha kwamba Yehova yupo kila mahali. Yehova hayuko katika kisanduku cha kitaifa au kijiografia.

Ili kuweka utambulisho wao hai, viongozi walikusanya na kuhariri hadithi za historia ya wokovu pamoja wakati wa uhamisho. Walihama kutoka kwenye ibada ya msingi wa madhabahu hadi kwenye ibada inayozingatia vitabu. Walihama kutoka kwenye ibada ya Hekaluni na kuabudu katika masinagogi. Kwa ibada inayozingatia vitabu, waandishi wanakuwa viongozi wakuu walionakili maandiko na kuyatafsiri, na bila dhabihu za madhabahu, jukumu la makuhani lilipungua. Jina lao pia lilibadilika kutoka Waisraeli hadi Wayahudi tangu walipotoka Yuda.

Baadhi ya mabadiliko ya imani ya kitheolojia pia yalitokea. Walihama kutoka kwenye imani ya mungu mmoja hadi kwenye imani ya Mungu mmoja. Kupitia kuwasiliana na Zoroastrianism, waliingizwa kwenye uwili wa ulimwengu ambamo ulimwengu ni uwanja wa vita kati ya Mungu na Shetani. Shetani sasa anakuwa chanzo cha uovu na mateso.

Kurudi Kutoka Uhamisho—Mgogoro wa 7 tathmini ya tamaduni nyingine (Ethnocentrism) (538 BCE)

Waajemi waliteka Babeli. Mfalme Koreshi wa Uajemi alibadili sera, kutia ndani uhuru zaidi wa kidini, na kuruhusu watu waliotekwa warudi katika nchi zao wakitaka. Waandishi wa Biblia wanamtaja kuwa masihi kwa kuwaruhusu kurudi Yerusalemu.

Karibu asilimia 25 ya Wayahudi walirudi Yerusalemu wakiwa vikundi vinne. Sheshbaza aliongoza kundi la kwanza na kuweka msingi wa Hekalu. Zerubabeli aliongoza kundi la pili na kujenga Hekalu. Ezra aliongoza katika uamsho wa kidini na kufanya tena agano na Yehova. Nehemia aliongoza katika kujenga upya kuta za jiji. Ezra aliona kwamba baadhi ya wanaume ambao hawakuwahi kuhamishwa walikuwa wameoa wanawake wa nchi hiyo. Ezra aliwaahidi wanaume hao kuwafukuza wake zao na watoto wao kwa vile hawakuwa wa damu ya Kiyahudi. Ezra aliomboleza sana ndoa hizi kwa kujitupa chini mbele ya Hekalu na kung'oa nywele zake. Nehemia alienda mbali zaidi na kuwapiga wanaume waliokuwa wameoa wanawake wa nchi.

Ezra alikuwa na wasiwasi fulani kuhusu ndoa kati ya watu wawili. Katika historia ya Israeli, usawazishaji (syncretism) ilikuja Israeli kwa njia ya kuoana. Lakini Ezra aliuliza swali lisilo sahihi. Kama watu waliochaguliwa kuonyesha upendo wa Mungu kwa watu wote, walipaswa kuuliza, "Je, uko tayari kumfuata Yehova?" badala ya "kabila lako ni nini?"

Wanawake wasio Wayahudi wangeweza kuchukua imani ya Yehova, lakini hawakuweza kubadilisha kabila lao. Yehova alikuwa amevunja masanduku ya taifa na jiografia, lakini sasa Ezra aliweka kisanduku kipya: tathmini ya tamaduni nyingine (ethnocentrism). Ethnocentrism hii bado ilikuwa na nguvu wakati wa Yesu.

Kitabu cha Yona kinaweza kutumika kama mahubiri ya kupinga kisanduku cha kikabila. Kama mfano, Yona ni Yuda, samaki mkubwa ni Babeli, siku tatu ndani ya samaki ni uhamisho, kutemewa mate ni kurudi kutoka uhamishoni na Ninawi ni sawa na makundi ya watu wote (pamoja na maadui) ambao si sehemu ya watu wa Mungu. Yona anaitwa kwa ajili ya utume wa kutangaza ujumbe wa Mungu kwa watu wa Ninawi (Waashuri). Lakini Yona hataki watu hawa waokolewe kutokana na uharibifu. Kwa hiyo akifikiri Mungu ni mungu wa kijiografia, anaenda baharini ili kujiepusha na Mungu.

Lakini mshangao, Mungu yupo hata baharini. Dhoruba inapokuja, mabaharia hujitolea kila kitu kuokoa meli na Yona. Kinachoshangaza mabaharia wapagani wanajali zaidi maisha ya mtu mmoja kuliko Yona anavyojali jiji lililojaa watu! Hatimaye kwa kuchochewa na Yona wanamtupa baharini. Lakini kwa neema ya Mungu samaki akammeza Yona. Huruma ya Mungu kwa Yona asiye mwaminifu humwokoa kutokana na uharibifu wake mwenyewe. Je! hii inaanza kuonekana kama Yuda kumezwa na Wababiloni kwa sababu ya kukosa uaminifu kwa wateule wao?

Yona anaomba akiwa ndani ya tumbo la samaki. Na kisha samaki wanamtemea mate na kumpa nafasi nyingine ya kuwa mwaminifu na kwenda Ninawi. Anaenda, lakini kwa kusita anatumai watu hawatatubu na kuangamizwa! Lakini watu wanatubu tofauti na Yona—kejeli nyingine. Na Mungu anawaokoa watu hawa wa Ashuru!

Yona amemkasirikia Mungu kwa kueneza neema kwa adui wa Ninawi. "Yeye hapendi fadhili." Yuda ni sawa, wakati wao kuweka sanduku mpya ya tathmini ya tamaduni nyingine (ethnocentrism).

Nyakati za Mateso—Mgogoro wa 8 Ugiriki (333BCE)

Alexander Mkuu, kiongozi wa Ugiriki, alishinda sehemu kubwa ya ulimwengu uliojulikana wakati huo na kueneza mawazo ya Kigiriki Uguriki na majeshi yake. Lakini alikufa ghafula miaka kumi baadaye. Ufalme wake uligawanywa kati ya majemadari wake. Wawili kati ya majenerali wake walishughulika na Wayahudi walioishi Palestina. Ptolemies ambao pia walitawala Afrika Kaskazini walikuwa watawala wa kwanza wa Palestina. Walikuwa wavumilivu kwa Wayahudi na dini yao.

Lakini Waseleucus waliotawala Asia Ndogo walipata mamlaka juu ya Palestina. Waliweka Ugiriki, ambayo ni mawazo ya Kigiriki, dini, utamaduni na mtazamo wa ulimwengu, kwa Wayahudi na kuharamisha Uyahudi. Mtawala mbaya zaidi wa Waseleucid alikuwa Antiochus IV ambaye alitoa hukumu ya kifo kwa tohara, kushika sabato na kubeba Torati. Kwa kiburi alinajisi Hekalu kwa kutoa dhabihu ya nguruwe kwenye madhabahu ya Hekalu kwa mungu wa Kigiriki Zeus. Wayahudi walikasirika, jambo lililosababisha maasi, ingawa baadhi yao walikubali.

Mattathias na wanawe watano waliongoza uasi mwaka wa 167 BCE na walifanikiwa kwa njia ya vita vya msituni. Waliweza kupata nusu-uhuru na kuwa na mamlaka juu ya Hekalu. Hekalu lilisafishwa na kuwekwa wakfu tena mwaka wa 142 BCE pamoja na Sikukuu za Mwanga ambazo leo huadhimishwa kama Hanukkah. Nusu ya uhuru huu ilidumu hadi 63 BCE.

Maono mawili yalitokea kati ya Wayahudi. Maono ya Wa hasmonean (familia ya Wamakabayo na vizazi) yalikuwa kuunda taifa-nchi kwa lengo la uhuru kamili wa kisiasa. Kundi hili lilizalisha Wazeloti na Masadukayo. Kinyume chake, Hasidim walitafuta kuunda upya watu tofauti, watakatifu ambao hawangeafikiana. Lengo lao pekee lilikuwa uhuru wa kidini. Walitokeza Mafarisayo na Waesene.

Ndugu wawili wa Hasmonean walishindana kwa kiti cha enzi cha Kiyahudi. Wote wawili walikata rufaa kwa Jenerali wa Kirumi Pompey kwa msaada. Alichukua fursa hiyo. Mnamo 63 BCE alishambulia Yerusalemu, akawachinja Wayahudi 12,000 na kuanza miaka 700 ya utawala wa Warumi.

Kristo-Pentekoste—Mgogoro wa 9 (30 BCE): Suluhu Limetimizwa

Yesu alizaliwa mwaka wa 4 BCE huko Bethlehemu. Mfalme Herode alitishwa na neno kwamba mfalme mpya alizaliwa na kuwaua watoto wa kiume huko Bethlehemu. Mariamu, Yusufu na Yesu walitorokea Misri. Walirudi na Yesu akakulia Nazareti ya Galilaya. Yesu alibatizwa katika mto Yordani na Yohana Mbatizaji. Hapa alitawazwa kuwa mtumishi-mfalme. Wakati wa ubatizo wake Roho akaja juu yake na sauti ikasema, "Huyu ni mwanangu mpendwa ninayependezwa naye." Huu ulikuwa ni uwezeshaji kwa huduma na utume wake.

Yesu alikwenda jangwani kutafakari ubatizo wake na jinsi atakavyofanya utume wake. Alijaribiwa na njia tatu mbadala za kusimamisha Ufalme wake. Jaribio la kwanza lilikuwa kugeuza mawe kuwa mikate ambayo inaweza kulisha watu ambao wangemfuata kwa sababu ya kile walichopata kutoka kwake. Yesu alikabili jaribu hili baada ya kuwalisha wale 5,000 na watu wakaja kumfanya mfalme. Jaribio la pili lilikuwa ni kuruka chini kutoka mahali pa juu kabisa katika Hekalu na kuwafanya malaika wamkamate kimuujiza ili asiumizwe. Hii ingemletea ufuasi pia. Yesu alikabili jaribu hili alipoingia Yerusalemu na kuingia Hekaluni na umati wa watu wakimsifu. Watu wangemfuata kama Masihi aliye mwanadamu zaidi ya mwanadamu. Jaribu la tatu lilikuwa kumwabudu Shetani na kuwa Masihi wa kijeshi, kuanzisha ufalme wake kwa nguvu na kutawala ulimwengu wote. Alikumbana na jaribu hili pale bustanini aliposalitiwa. Alimkemea Petro aweke upanga wake. "Je, hujui ningeweza kuita malaika 10,000?" Majaribu haya yote yangemsaidia Yesu kuepuka msalaba; wote wangeleta shalom kwa njia isiyo ya shalom. Lakini Yesu aliwakataa wote na akaenda huku na huko akianzisha utume wake kwa njia ya mafundisho na uponyaji.

Yesu pia alikabili matazamio tofauti-tofauti kuhusu yale ambayo

Masihi angekuwa na kufanya. Mafarisayo walitaka Musa mpya na mpaji sheria. Masadukayo walitaka Masihi wa Hekalu.

Wazeloti walitaka Masihi wa kijeshi. Na Waesene walitaka Masihi wa ufunuo (apocalyptic) ambaye angemaliza historia na kuanzisha ufalme wa milele. Yesu hakumpendeza hata mmoja wao.

Yesu alianza huduma yake kwa kuchagua wanafunzi kumi na wawili wa aina mbalimbali, akirejea makabila kumi na mawili. Angewafundisha hawa na wanafunzi wengine. Yesu alikutana katika sinagogi la Nazareti na alipinga ubaguzi wa kidini kwa kutaja mifano miwili wakati Mungu alifadhili watu wasio Waisraeli. Kwa sababu ya hadithi hizi mbili, walijaribu kumtupa kwenye jabali.

Yesu pia alinukuu kutoka Agano la Kale katika sinagogi alipoeleza huduma yake. Alisema kwamba Roho wa Bwana alikuwa juu yake kutangaza habari njema kwa maskini, kupata kuona tena kwa vipofu na kutangaza Yubile. Katika Mahubiri ya Mlimani Yesu alipinga kile ambacho Musa alisema hapo awali na kusema tupende kama Mungu apendavyo, hata adui. Yesu aliwaponya wengi na kudhihirisha tena kusudi la sheria alipoponya watu siku ya Sabato.

Katika juma la mwisho Yesu alipanda punda kuingia Yerusalemu, akaingia Hekaluni ambako alifundisha na kuwafukuza wabadili fedha na wale waliokuwa wakiuza wanyama kwa ajili ya dhabihu. Yesu aliadhimisha Pasaka (Karamu ya Mwisho) na wanafunzi wake na kuosha miguu ya wanafunzi wake. Alienda kwenye bustani ya Gethsemane kuomba. Yuda alimsaliti. Petro alijaribu kumtetea kwa upanga. Yesu akamkemea. Alipelekwa kwa Kuhani Mkuu na kwa Pilato. Alipigwa na hatimaye kusulubiwa kama mpiganaji wa uasi wa kisiasa pamoja na watu wengine wawili. Kwa nini Yuda alimsaliti Yesu? Jibu moja linalowezekana ni kwamba kama Mzelote wa zamani, alijaribu kumlazimisha Yesu kuchukua hatua na kutoka nje kupigana ili kusimamisha ufalme wake kwa jeuri kwa vile alikuwa na umati upande wake. Lakini Yuda alipoona kwamba Yesu hatatenda bali atauawa, alijiua kwa kujuta.

Yesu alisulubishwa, akazikwa na kufufuka siku ya tatu. Lakini kwa nini Yesu aliuawa?

Kwa mtazamo wa historia haikuhitaji imani yoyote kuona kwamba ikiwa Yesu angeenda Yerusalemu na kuwapinga viongozi wa kidini na wa kisiasa, angeuawa ikiwa hangekuwa na jeuri na hangejirudi. Yesu aliwatisha viongozi wa kidini Wayahudi na viongozi wa kisiasa wa Kiroma walioshirikiana kumuua Yesu asiye na jeuri ili kushikilia nyadhifa zao.

Kutokana na tafsiri ya Historia ya Hadithi (Geschichte), Yesu alifichua uovu wa Shetani na nguvu za uovu zilipoua mtu asiye na hatia. Na Yesu alifunua upendo wa Baba yake na msamaha ambao tunaweza kuamini kwa sababu Yesu alipenda na kusamehe dhambi katika pumzi yake ya mwisho msalabani. Na katika ufufuo wake alishinda nguvu ya kutisha na ya kutisha - kifo. Wanadamu wanaweza kudai msamaha wa dhambi na ufufuo kutoka kwa wafu kupitia maisha, kifo na ufufuo wa Yesu.

Yesu aliwatokea wanafunzi baada ya kufufuka kwake. Baada ya miaka mitatu ya mafunzo ya kina, bado hawakuelewa asili ya ufalme wa Yesu. Muda mfupi kabla ya Yesu kupaa, walimwuliza kama sasa angerudisha taifa la Israeli! Hii inadhihirisha jinsi utaifa wa Kiyahudi ulivyokuwa wa kina hata miongoni mwa wafuasi wa Yesu na jinsi ilivyokuwa vigumu kufahamu asili ya ufalme wa Yesu. Wanafunzi wawili waliokuwa njiani kuelekea Emau wakasema, "Tulitumaini kwamba yeye ndiye atakayewakomboa Israeli."

Pentekoste (siku 50 baada ya Pasaka)

Yesu aliwaambia wanafunzi wamngojee Yerusalemu Roho aje ndipo wawe mashahidi katika Uyahudi, Samaria na hata miisho ya dunia. Wanafunzi mia na ishirini walingojea siku ya Pentekoste. Roho Mtakatifu alipowashukia, ilikuwa kama upepo mkali na moto. Hili lilikuwa ni tukio la malezi kwa Kanisa, lililokamilika na alama za tukio la kwanza la uundaji. Upepo uligawanya Bahari ya Shamu na nguzo ya moto iliongoza watumwa kwenye tukio la malezi kwa Watu wa Kale wa Mungu. Wale 120 walizungumza katika lugha tofauti.

Umati ulikusanyika. Walikuwa ni Wayahudi wa Ughaibuni waliokuja kutoka kote Mashariki ya Kati kwa ajili ya Pentekoste. Wote walikuwa Wayahudi lakini walizungumza lugha tofauti. Wanafunzi waliponena kwa lugha, Wayahudi wa Ughaibuni walielewana. Tukio la Mnara wa Babeli lilibadilishwa! Petro alihubiri kwa umati kutoka sehemu za Historia ya Wokovu na kisha akamuunganisha Yesu nayo. Walihukumiwa sana na 3,000 wakabatizwa. Huu ulikuwa mwanzo wa Uumbaji Mpya unaoitwa Kanisa.

Viongozi wa kidini walijaribu kusimamisha harakati za Yesu lakini hawakuweza. Stefano alikuwa shemasi katika kanisa na aliteswa. Kabla ya kupigwa mawe, aliiambia Historia ya Wokovu (Heilsgeschichte) na kumjumuisha Yesu Masihi. Injili ilienea hadi Samaria. Kisha Petro akaona maono juu ya dari ya dari ambayo ndani yake shuka yenye aina mbalimbali za wanyama ilishushwa. Sauti ikasema, Ondoka, uchinje na ule. Lakini Petro alisema hakuwahi kula kitu chochote kichafu. Hii ilitokea mara tatu. Muda si muda wajumbe walimjia Petro kutoka kwa Kornelio, akida Mroma na Mcha Mungu wa Mataifa, wakimwomba Petro amwone Kornelio. Petro alikwenda nyumbani kwa Kornelio na kuwaambia watu wa nyumba nzima kuhusu Yesu. Roho ikawashukia wote, na Petro akawabatiza. Petro alisema kwamba sasa alijua kwamba Mungu hana ubaguzi bali mtu yeyote wa jamii yoyote anaweza kuwa mshiriki wa watu wa Mungu. Injili ilikuwa imeenea kutoka kwa Wayahudi wa Ughaibuni hadi kwa Wasamaria na sasa kwa Mataifa.

Sauli, kiongozi wa Kiyahudi aliyejitolea, alijaribu kuzuia harakati za Yesu. Alikuwepo wakati Stefano alipopigwa mawe. Akiwa njiani kwenda Damasko kuwatesa Wakristo, nuru kubwa ilimwangusha kutoka kwenye farasi wake na sauti ikasema, "Sauli, kwa nini wanitesa?" Hapa, Sauli alikutana na Yesu aliyefufuliwa. Sauli alipofushwa lakini anapata kuona tena Anania aliposali kwa ajili yake mjini. Jina lake lilibadilishwa na kuwa Paulo. Alihubiri injili, hasa kwa Mataifa, na kuanzisha makanisa. Kanisa lilienea kati ya Wayahudi na watu wa Mataifa.

Mkutano wa Yerusalemu—Mgogoro wa 10 (49 BCE): Suluhu Latimizwa

Kanisa lilikua kwa sababu watu wa kila aina walikaribishwa na kubatizwa: Wayahudi, Wamataifa, wanaume, wanawake, watumwa, watu huru, wasomi na wasio na elimu. Waumini wa Kiyahudi wa kihafidhina walibishana kwamba wanaume wa Mataifa lazima watahiriwe, au kwa maneno mengine wawe Wayahudi, ili wawe washiriki wa kanisa. Kwa hiyo mkutano uliitishwa Yerusalemu kushughulikia suala hili.

Petro, Paulo na Yakobo walibishana kuhusu ukweli mpya kwamba Yesu alikuwa Bwana wa kanisa na si kitu kingine. Wengine walikubali kwamba hakuna tohara inahitajika. Hatimaye Kanisa lilipata haki. Kristo-Pentekoste aliunda Watu Wapya wa Mungu na Baraza la Yerusalemu lilithibitisha hilo.

Tatizo la dhambi ambalo Mungu alikuwa akifanya kazi kulitatua kote katika Historia ya Wokovu (Heilsgeschichte) sasa limetatuliwa kwa sababu sasa kuna Watu wa Mungu kutoka kwa watu wote. Mahusiano yaliyovunjika yanarejeshwa katika kanisa. Wayahudi na watu wa mataifa mengine waliodharauliana wanapatanishwa. Utume wa Mungu unatimizwa! Kanisa ni Uumbaji Mpya Kabisa ambamo Yesu na hakuna kitu kingine anatawala. Hatimaye wanaipata sawa.

Mateso na Kanisa Kukua—Mgogoro wa 11 (60-313 BCE)

Mtawala wa Kirumi Nero aliamuru mateso katika miaka ya 60. Wakristo walikimbilia sehemu nyingine, wakieneza injili. Kanisa liliendelea kukua licha ya mateso makubwa. Hata hivyo mateso hayo yalisaidia kueneza injili kwa sababu waamini walikimbilia miji mipya, na wafia imani walipokufa kwa furaha, umati ulistaajabu. Maneno "Damu ya mashahidi ni mbegu ya kanisa" yalikuwa ya kweli. Paulo na wengine waliandika barua na injili ili kulitia moyo kanisa. Yerusalemu iliasi mwaka 66 CE na kuharibiwa na Warumi mwaka 70CE. Mnyanyaso mkali zaidi ulikuja wakati Maliki Domitian alipohitaji ibada ya maliki. Wakristo walichohitaji kufanya ni kusema, "Kaisari ni Bwana." Lakini walikataa kumkana Yesu kama Bwana. Wengi waliuawa kwa ajili ya imani yao.

Katika miaka 100 ya kwanza Wakristo Wayahudi walikutana na Wayahudi wenzao katika masinagogi yao siku ya Sabato na kisha kukutana na Wakristo siku ya kwanza ya juma. Katika siku za kwanza za kanisa Wakristo wa Kiyahudi walikuwa wengi. Lakini kufikia mwisho wa karne ya kwanza, Wakristo wasio Wayahudi walikuwa wengi zaidi. Kanisa na jumuiya ya Wayahudi hatua kwa hatua zilisambaratika.

"Ndoa" ya Kanisa na Serikali—Mgogoro wa 12 (313-380 BCE)

Mnamo 313, Mfalme Constantine alihalalisha Ukristo kwa Amri ya Milan. Aliwapendelea Wakristo.

Kanisa na serikali, msalaba na upanga, vilianza kuunganishwa. Hadi wakati huu Kanisa la Kikristo halikuwa dini ya kisheria na Wakristo hawakuwa na vurugu, wakimfuata Yesu asiye na jeuri na mafundisho yake. Lakini sasa Wakristo walianza kutumika katika jeshi la Roma. Kituo cha kanisa kikawa Roma, huku kanisa na serikali zikiendelea kuungana.

Na mwaka 380 CE Mtawala Theodosius aliufanya Ukristo kuwa dini pekee ya serikali kisheria. Kanisa hili lililofafanuliwa upya. Walioteswa hapo awali wakawa watesi. Mtawala, si Yesu, alifanyika Bwana. Sanduku za taifa na jiografia karibu na Mungu na watu wa Mungu ziliundwa upya. Ushiriki wa kanisa haukuwa tena wa hiari. Kanisa lilijitambulisha kwa utajiri na mamlaka na sasa lilitumia vurugu. Aina ya Ukristo iliwekwa kutoka juu kwenda chini kwa ushindi wa kijeshi wa nchi.

Jimbo lilinufaika na hili huku kanisa likibariki ghasia zake. Kanisa lilinufaika huku serikali ikitekeleza imani na maadili yake. Hata viongozi wa makanisa waliunga mkono mateso kwa wazushi wa kidini!

Enzi ya Zama za Kati (400's-1500's CE)

Utawa, maagizo ya kidini ya watawa wanaume na watawa wa kike, yalitaka kuleta upya, lakini iliunda viwango viwili vya maadili katika kanisa. Muhammad alizaliwa mwaka 570 CE. Alianza Uislamu na kuenea katika sehemu za Ulaya ya Mashariki. Ilienea kuelekea magharibi na kusababisha Vita vya Zihara (Ufaransa) ambapo jeshi la Kikristo lilishinda jeshi la Waislamu, na kuifanya Ulaya kuwa ya Kikristo. Kanisa na serikali vilipigania mamlaka kuu. Mnamo 800 CE, Papa Leo wa Tatu alimtawaza Mtawala Charlemagne. Hii ilimaanisha kwamba ikiwa Papa aliweka taji juu ya kichwa cha mfalme, angeweza pia kulivua! Kanisa likazidi kuwa tajiri na fisadi.

Mnamo 1054 CE Kanisa Katoliki la Magharibi na Kanisa Othodoksi la Mashariki liligawanyika, mgawanyiko ambao unaendelea hadi leo. Na mnamo 1095 Vita vya Msalaba vilianza dhidi ya Waislamu, Wakristo wa Orthodox na Wayahudi wa Mashariki ya Kati. Wakichochewa na pupa, lengo lao lililotajwa lilikuwa kurudisha Nchi Takatifu kwa ajili ya Kanisa. Vita hivyo vyenye jeuri na uporaji bado vinakumbukwa na Waislamu leo.

Mwamko (1300's-1500's CE)

Wasomi wa Kiislamu walileta magharibi fikra zao katika sayansi, hesabu na fasihi, na hivyo kuzua kuzaliwa upya kwa masomo ya kitambo, sanaa na fasihi. Uvumbuzi wa mashine ya uchapishaji ya aina inayoweza kusongeshwa na Gutenberg mwaka wa 1454 ulileta mapinduzi makubwa katika mawasiliano, na kuchochea Mwamko. Biblia na vitabu vingine vikapatikana kwa bei nafuu na mawazo yakaenea haraka kadiri watu walivyokuwa wakisoma na kuandika.

Enzi ya Matengenezo/Marekebisho (miaka ya 1500 CE)

- Marekebisho ya Kilutheri: Mnamo 1517 huko Wittenberg, Ujerumani, Martin Luther alichapisha Nakala zake 95 dhidi ya msamaha, akipinga Kanisa Katoliki la Roma na kuchochea Marekebisho ya Kiprotestanti. Marekebisho yake ya kanisa yaliungwa mkono na baadhi ya wakuu wa Ujerumani na kukua kwa utaifa wa Kijerumani dhidi ya Roma. Kanisa la Kilutheri lilidumisha muungano wa kanisa na serikali na bado ni kanisa la serikali katika baadhi ya nchi za Ulaya leo.
- Matengenezo yalio Tengenezwa: Mnamo 1519 Ulrich Zwingli aliongoza matengenezo huko Uswizi na kusababisha Kanisa la

Marekebisho ambalo lilienea kote Ulaya Magharibi. Lilikuwa pia kanisa la serikali.

- Wanabaptisti (wabatizaji upya) walikuwa na msimamo mkali zaidi katika wito wao wa kurekebisha kanisa. Baadhi ya wafuasi wa Zwingli, bila kufurahishwa na maafikiano yake, waliamua kubatiza kila mmoja Januari 21, 1525, na kuunda kanisa la kwanza huru tangu kabla ya Konstantino. Walikuwa huru kutokana na udhibiti wa serikali, wakivunja muungano wa miaka elfu moja wa kanisa na serikali. Conrad Grebel, Felix Manz na George Blaurock walikuwa viongozi watatu wa mwanzo.
- Misisitizo ya Kikristo ya Anabaptisti: Hutenganisha kanisa na jimbo. Wanakataa utumishi wa kijeshi, wakifanya mazoezi ya kutofanya vurugu na kufanya amani. Kanisa ni jumuiya ya hiari, ambapo wanabatiza waumini watu wazima tu ambao wanachagua kwa hiari kujiunga. Wanatafuta kuunda uumbaji mpya tofauti na hali, ambapo Yesu ni Bwana. Kama kanisa la kwanza na baadhi ya harakati za upya katika historia ya kanisa, waliteswa na Wakatoliki na Waprotestanti. Waliitwa Swiss Brethren na ndio mababu wa kiroho wa Waamishi, Wahutterite na Wamennoni kote ulimwenguni leo.
- Mnamo 1536 Menno Simons, kasisi wa Kikatoliki katika Uholanzi, akawa Anabaptisti na kiongozi wa Wanabaptisti katika Ujerumani Kaskazini na Uholanzi. Kwa hiyo Waanabaptisti hao waliitwa Wamennonite.
- • Karne za kumi na saba hadi ishirini: Wakristo wa Mennonite wa Ulaya walihamia Poland/Prussia, Marekani, Urusi, Asia ya Kati na kisha Amerika Kaskazini na Kusini baada ya Vita vya Kwanza vya Dunia na Vita vya Pili vya Dunia. Misheni za Wamenonite kote ulimwenguni zimesababisha zaidi ya Wakristo wa Anabaptisti milioni 2 leo, ambao wengi wao wako Afrika, Asia, na Amerika ya Kati na Kusini kuliko Ulaya na Amerika Kaskazini.

Na bila shaka hadithi bado haijakamilika. Kila kizazi huandika sura yake. Hadithi yako ni nini?

Bibliografia

"Ufafanuzi wa Biblia." Ronald Youngblood, mh. Nelson's Illustrated Bible Dictionary. Nashville: Thomas Nelson, 2014.

"Kitabu cha Kwanza cha Makabayo." The Apocrypha and Pseudepigrapha of the Old Testam ent, Vol I. Oxford: Clarendon Press, 1963.

Adams, Sean A. "Uhusiano wa Paulo na Luka: Luka, Barua za Paulo na Vifungu vya 'Sisi' vya Matendo." Stanley Porter na Christopher Land, ed. Paulo na Mahusiano yake ya Kijamii. Leiden: Brill, 2013.

Anderson, Bernhard W., et al. Kuelewa Agano la Kale, toleo la 5. Upper Saddle River, NJ: Pearson Education, Inc., 2007.

Arnold, Bill T. Utangulizi wa Agano la Kale. New York: Chuo Kikuu cha Cambridge Press, 2014.

Augustine, Quaestiones/ Evangeliorum//, II, 19. Imetajwa katika Dodd, C.H., Mithali ya Ufalme. New York: Waandishi, 1961.

Bailey, James na Lyle Vander Broek. Miundo ya fasihi katika Agano Jipya:

Kitabu cha mkono. Louisville: Westminster/John Knox, 1992.

Bailey, Kenneth E. Yesu kupitia Macho ya Mashariki ya Kati: Mafunzo ya Utamaduni katika Injili. Downers Grove: IVP Academic, 2008.

Barclay, William. Barua kwa Wagalatia na Waefeso. Louisville: John Knox Press, 1958.

Barth, Karl. Majadiliano ya Jedwali, mh. John Godsey. Richmond: John Knox Press, 1962.

Bauckham, R.J. "Injili (Apokrifa)." Joel B. Green, mh. Kamusi ya Yesu na Injili. Downers Grove: InterVarsity Press, 1992.

Bausch, William J. Hadithi: Mawazo na Imani. Princeton, NJ: Clear Face Pub lishing, LLC, 2015.

Bernard wa Clairvaux. "Barua kwa Ufaransa Mashariki na Bavaria Kukuza Vita vya Pili vya Msalaba, 1146." Baraza la Vituo vya Mahusiano ya Kiyahudi-Kikristo, Ilifikiwa tarehe 22 Juni 2016. www.ccjr.us.

Blosser, Don, et al., Yesu: Maisha na Nyakati zake. Lincolnwood, IL: Publications Internat ional, Ltd.

Boice, James Montgomery. Misingi ya Imani ya Kikristo. Downers Grove: InterVarsity Press, 1986.

Bonhoeffer, Dietrich. Gharama ya Uanafunzi. New York: Touchstone, 1995.

Boring, Eugene. Utangulizi wa Agano Jipya: Historia, Fasihi, Theol ogy. Louisville: Westminster John Knox, 2012.

Brake, John. Yeremia 30-52 na Maombolezo. Louisville: Westminster/John Knox, 2000.

Brueggemann, Walter. Mawazo ya Kinabii. Minneapolis: Fortress Press, 1978.

Brueggemann, Walter, Mawazo ya Kinabii. Minneapolis: Ngome ya Augsburg, 1982.

Bruce, F.F. "Kanoni." Joel B. Green, na wenzake. Kamusi ya Yesu na

Gospels, iliyohaririwa na Joel B. Downers Grove: InterVarsity Press, 1992.

Burnett, Richard E. Karl Barth's Theo logical Exegesis. Grand Rapids: Eerdmans, 2004.

Chalmers, Haruni. Kuchunguza Dini ya Israeli ya Kale: Mtume, Kuhani, Sage na Peop le. Downers Grove: InterVaristy Press, 2012.

Charles, Howard H. "Kwa Nini Ujifunze Agano Jipya." Mhadhara, Utangulizi wa Kozi ya Agano Jipya, Seminari za Biblia za Mennonite Associated, Elkhart, IN. 1962.

Clare, John. "Vita vya Msalaba." Dk. Tim Dowly, mh. Utangulizi wa Historia ya Ukristo. Minneapolis: Fortress Press, 2002.

Cohn, Norman. Cosmos, Machafuko na Ulimwengu Ujao: Mizizi ya Kale ya Imani ya Apocalyptic, toleo la 2. New Haven: Chuo Kikuu cha Yale Press, 2001.

Dereva, John. Raia wa Ufalme. Scottdale, PA: Herald Press, 1980.

Elias, Jacob W. Kumbuka Wakati Ujao: Theolojia ya Kichungaji ya Mtume Paulo. Scott dale, PA: Herald Press, 2006.

Ukweli wa Haraka kuhusu Dini ya Marekani, Taasisi ya Hartford ya Utafiti wa Kidini, Seminari ya Hart ford, http://hirr.hartsem.edu/research/ fastfacts/fast_facts.html#denom. Acc ilikadiriwa Juni 22, 2016.

Fee, Gordon na Douglas Stuart. Jinsi ya Kusoma Biblia kwa Manufaa Yake Yote. Vitambulisho vya Grand Rap: Zondervan, 2003.

Freedman, David Noel, et al. "Utu wa Shirika." Eerdmans Kamusi ya Biblia. Grand Rapids: Wm. Kampuni ya Uchapishaji ya B. Eerdmans, 2000.

Freedman, David Noel, et al. "Neno." Kamusi ya Biblia ya Anchor, Vol. 6, Si-Z New York: Doubleday Press, 1992.

Furcha, Edward J. na Ford Lewis Battles. Maandishi Yaliyochaguliwa ya Hans Denck: Yaliyohaririwa na Kutafsiriwa kutoka kwa maandishi kama yalivyoanzishwa na Walter Fellmann. Eugene, AU: Wipf na Stock Publishers, 1976.

Green, William Scott. "Utangulizi: Masihi katika Dini ya Kiyahudi: Kufikiria tena Swali." Jacob Neusner, mh. Dini za Kiyahudi na Masihi wao Katika Zamu ya Enzi ya Ukristo. Chuo Kikuu cha Cambridge Press, 1987).

Grimsrud, Ted. Ushindi wa Mwanakondoo. Scottdale, PA: Herald Press, 1987.

Harris, Stephen L. Kuelewa Biblia, toleo la 3. Norway: Mayfield, 1992.

Harris, Stephen L. Kuelewa Biblia, toleo la 4. Mountain View, CA: Mayfield, 1997

Hayes, Edward. "Utangulizi wa Zulia la Maombi," katika Funguo Kumi na Mbili na Nusu Moja. Chachu yenye thamani, KS: Forest of Peace Books, Inc., 1981.

Hayes, John na Carl Holladay. Ufafanuzi wa Kibiblia: Kitabu cha Mwanzilishi, Mch. mh. Lou isville: Westminster John Knox, 1987.

Hengel, Martin. Wazeloti. Edinburgh: T&T Clark, 1989.

Herzog, William R. II. Yesu, Haki na Utawala wa Mungu: Huduma ya Ukombozi. Lou isville: Westminster John Knox Press, 2000.

Herodotus, The Histories, ii, 141, 5. A.D. Goodly, ed. Maktaba ya Dijiti ya Perseus. Ilitumika tarehe 22 Juni 2016. http://www.perseus.tufts.edu/ hopper/

Hershberger, Guy F. Vita, Amani na Kutopinga. Scottdale, PA, Herald, 1969.

Hoehner, H. W. "Nasaba ya Herodi." Joel B. Green, mh. Kamusi ya Yesu na Injili. Downers Grove: InterVarsity Press, 1992.

Hurtado, L.W. "Aina ya Injili." Joel B. Green, na wenzake. Kamusi ya Yesu na Injili, iliyohaririwa na Joel B. Green. Downers Grove: InterVarsity Press, 1992.

Hymnal: Kitabu cha Kuabudu. Elgin, IL: Brethren Press, 1992.

Irenaeus, Dhidi ya Uzushi 3.21.2

Johnson, Luke Timothy. Yesu Aliye Hai: Kujifunza Moyo wa Injili. San Francisco: Uchapishaji wa Harpercollins, 1999.

Ketola, Kimmo. "Njia ya Utambuzi kwa Mifumo ya Tambiko katika Dini ya Kiyahudi ya Karne ya Kwanza." Petrii Luomanen, mh. Kuelezea Asili za Kikristo na Uyahudi wa Awali. Leiden: Brill, 2007.

Klaassen, Walter, mh. Ubatizo katika Muhtasari. Scottdale, Pa.: Herald Press, 1981.

Korb, Scott. Maisha Katika Mwaka wa Kwanza: Jinsi Ulimwengu Ulivyokuwa katika Palestina ya Karne ya Kwanza. New York: Riverhead, 2010.

Kraus, C. Norman. Dispensationalism katika Amerika: Kupanda na Maendeleo yake. Richmond: John Knox Press, 1958.

Kraybill, Donald. Ufalme wa Juu-Chini. Maadhimisho ya Miaka 25 ed. Scottdale, PA: Herald Press, 2003.

Lasor, William Sanford, et al. Utafiti wa Agano la Kale: Ujumbe, Muundo, na Usuli wa Agano la Kale. Grand Rapids: Kampuni ya Uchapishaji ya William B. Eerdmann, 1996.

Lewis, C.S. "Kujifunza Katika Wakati wa Vita," katika Uzito wa Utukufu na Anwani Nyingine. New York: HarperCollins, 2001.

Lind, Millard C. Yahweh ni Shujaa: Theolojia ya Vita katika Israeli ya Kale. Scottdale, PA: Herald Press, 1980.

Lowell, James Russell. "Mgogoro wa Sasa." Bartleby.com. Ilitumika tarehe 3 Juni 2016. http://www.bartleby.com/42/805.html.

MacArthur, John. The MacArthur Study Bible, New International Version. Nashville: Thomas Nelson, 2013.

May, James L. Ufafanuzi: Ufafanuzi wa Biblia wa Kufundisha na Kuhubiri: Zaburi. Louisville, KY: John Knox Press, 1994.

Metzger, Bruce M. Andiko la Agano Jipya. New York & London: Oxford University Press, 1964.

Mounce, Robert H. Kitabu cha Ufunuo, Ufunuo ed. Grand Rapids: Eerdmans, 1998.

Noll, Mark A. Pointi za Kugeuza: Nyakati za Maamuzi katika Historia ya Ukristo. Grand Rapids: Baker Academic, toleo la 9. 2008.

Pasachoff, Naomi na Robert J. Littman. Historia fupi ya Watu wa Kiyahudi. Lanham, MD.: Rowman na Littlefield, 1995.

Pate, C. Marvin, et al. Hadithi ya Israeli: Theolojia ya Kibiblia. Downers Grove: InterVarsity Press, 2004.

Perdue, Leo G. Ufafanuzi: Ufafanuzi wa Biblia wa Kufundisha na Kuhubiri: Mithali. Louisville: John Knox Press, 2000.

Kituo cha Utafiti cha Pew. "Dini na Maisha ya Umma." Iliwekwa mnamo Juni 22, 2016. http://www.pewforum.org/2015/04/02/religiousprojections-2010-2050.

Poole, Gary William Poole. "Flavius Josephus," Encyclopedia Britannica. Ilitumika tarehe 1 Juni 2016. www.britannica.com.

Rajak, Tessa. Mazungumzo ya Kiyahudi na Ugiriki na Roma. Boston: Leiden: Brill, 2002.

Richardson, Peter Richardson. Herode: Mfalme wa Wayahudi na Rafiki wa Warumi. Minneapolis: Fortress Press, 1999.

Roop, Eugene F. Believers Church Commentary: Mwanzo. Scottdale, PA: Herald Press, 1987.

Ruether, Rosemary Radford. Imani na Mauaji: Mizizi ya Kitheolojia ya Kupinga Uyahudi. New York: Seabury Press, 1974.

Sachi, Paolo. Historia ya Kipindi cha Pili cha Hekalu. London na New York: T&T Clark, 2000.

Saldarini, Anthony. Mafarisayo, Waandishi na Masadukayo katika Jumuiya ya Wapalestina. Grand Rapids: Eerdmans, 1988.

Schiffman, Lawrence. "Masihi na Apocalypticism katika Maandishi ya Marabi." Steven Katz, mh. The Cambridge History of Judaism, v. 4, ed. Chuo Kikuu cha Cambridge Press, 2006.

Schroeder, David. "Msomi wa Biblia." Mennonite Life 19, No. 2. Aprili 1964.

Shirkov, Peter na Dk Eli, Lizorkin-Eyzenberg. "Baraza la Jamnia na Old Tes tament Canon." Blogu ya Mafunzo ya Kiyahudi, Jukwaa Rasmi la Taasisi ya Masomo ya Biblia ya Israeli. Ilitumika tarehe 2 Juni 2016. http:// jewishstudies.eteacherbiblical.com/jamnia/.

Bwana, James W. The Universe Next Door: Katalogi ya Msingi ya Mtazamo wa Ulimwengu, toleo la 3. Downers Grove: InterVarsity Press, 1997.

Smith, G.V. "Nabii." The International Standard Bible Encyclopedia, ed. Geoffrey Bromiley, v. 3. Grand Rapids: Eerdmans, 1986.

Spencer, Aida Besancon. Mtindo wa Fasihi wa Paulo. Lanham, MD: Vyombo vya Habari vya Chuo Kikuu, 1998.

Stegemann, Ekkehard na Wolfgang Stegemann. Harakati za Yesu: Historia ya Kijamii ya Karne yake ya Kwanza. Minneapo lis: Fortress Press, 1999.

Steinberg, Rabi Paul. "Kuadhimisha Mwaka wa Kiyahudi." Likizo za Majira ya baridi:

Hanukkah, Tu B'shevat, Purimu. Philadelphia, PA: 2007.

Sumney, Jerry L. Biblia: Utangulizi. Minneapolis: Fortress Press, 2010.

Tertullian, Msamaha kwa Wakristo. WM Reeve, AM. Trans. na Maelezo. Maktaba ya Kale na ya Kisasa ya Fasihi ya Kitheolojia, juz. 31.

Thomas, John Christopher na Frank Macchia, Ufunuo. Grand Rapids: Eerdmans, 2016.

Towner, W. Sibley. Daniel. Ufafanuzi, Ufafanuzi wa Biblia kwa Kuhubiri na Kufundisha. Atlanta: John Knox, 1984.

Wooten, R.W.F. "Kutafsiri Biblia." Dk. Tim Dowly, mh. Utangulizi wa Historia ya Ukristo. Minneapolis: Fortress Press, 2002.

Yoder, Perry B. Shalom: Ņeno la Biblia la Wokovu, Haki, na Amani. Newton KS: Faith and Life Press, 1987.

Yoder, Perry B. Kuelekea Kuielewa Biblia: Hermeneutics kwa Walei. Eugene, AU: Wipf na Stock Publishers, 2006.

Shukrani

Michele Hershberger

Mojawapo ya kumbukumbu zangu nzuri zaidi za utotoni ni tambiko la asubuhi la baba yangu akisoma Biblia yake. Kila asubuhi, haijalishi ni nini kingine kilichokuwa kikiendelea, aliinamisha kichwa chake juu ya sura tatu na kuandika kwa uangalifu. Ninamshukuru pia mama yangu, ambaye alichukua wakati kunisomea Kitabu cha Hadithi za Biblia cha Egermeier. Asante, Mama na Baba, kwa kuweka upendo huu wa maandiko ndani yangu.

Chuo cha Hesston pia kilikuza upendo wa maandiko ndani yangu, kama mwanafunzi, na sasa kama profesa wa Biblia. Sio tu kwamba utawala na kitivo kimeungwa mkono Utangulizi wa Fasihi ya Kibiblia, darasa la kipekee ambalo kitabu hiki kiliundwa, lakini pia wamenitia moyo nilipohisi juu ya kichwa changu na maswali ya kuweka alama au mwanafunzi. Maprofesa wengi wa Chuo cha Hesston walijitolea kwa wanafunzi katika vikundi vya masomo vya Bib Lit. Waliomba kwa ajili ya wanafunzi, walitumia muda wa ziada kueleza dhana, walinipa ushauri juu ya kufundisha na kunisaidia kucheka wakati mambo yalipoanza kuwa mambo darasani. Tulifanya kazi pamoja ili kusaidia Biblia iwe na maana. Marion Bontrager aliongoza njia; alikuza darasa, akaunda kalenda ya matukio na akatunga misemo ya kuchekesha ambayo iliwasaidia wanafunzi kukumbuka kweli muhimu. Asante, Marion.

Pia ninamshukuru Elaine Schmidt ambaye amefanya kazi nyingi za nyuma ya pazia, Justin Heikeker kwa usaidizi wa utafiti, Bill Zuercher kwa kipaji chake cha ajabu cha kuona makosa, John Sharp kwa kufanya kufundisha pamoja kufurahisha sana na André Swartley kwa kufanya kitabu hiki kiwezekane.

Shukrani zangu za dhati ziende kwa familia yangu: Del, Tara, Erin na Jay, na JD. Asante kwa kunikumbusha kuwa ninapendwa, iwe maandishi yanakwenda vizuri au la.

John E. Sharp

Biblia kama hadithi ikawa halisi kwangu utotoni. Kabla sijaweza kusoma, wazazi wangu walinisomea hadithi za Biblia na karatasi za kanisa, kama vile Youth's Christian Companion. Ninashukuru kwa utangulizi huu wa ukurasa uliochapishwa. Shukrani zangu pia kwa ndugu zangu wawili kati ya sita, Alta Edwards na Urie Sharp, ambao waliniburudisha kwa hadithi kutoka kwa mawazo yao ya ubunifu. Walionyesha uwezo wa hadithi na wakanipa shauku ya kusimulia hadithi.

Pia ninawashukuru walimu na washauri wangu katika Shule ya Mennonite ya Belleville, Taasisi ya Biblia ya Rosedale, Chuo cha Hesston, Chuo cha Goshen, na Seminari ya Biblia ya Mennonite ya Anabaptisti. Biblia ilizidi kuwa tajiri, iliyojaa zaidi na zaidi kupitia mafundisho yao.

Nina shukrani kwa Marion Bontrager, Elam Peachey, na Mark Yoder ambao walinileta katika Chuo cha Hesston kufundisha mwaka wa 2005. Rafiki wa muda mrefu, Marion alikua mwalimu mwenzangu. Alipostaafu aliniachia Bib Lit na masomo mengine ya Biblia.

Katika miaka ya hivi majuzi, imekuwa ni fursa yangu kuungana na Michele Hershberger katika kufundisha Bib Lit. Usomi wake wenye bidii na shauku yake yenye kuambukiza kwa Biblia huendelea kunitia moyo. Ninashukuru pia kwa wanafunzi wangu ambao kila wakati wananipa changamoto na kuninyoosha darasani na zaidi.

Shukrani zangu pia kwa utawala kwa kuunga mkono mradi huu, kwa Justin Heinzekehr kwa ukosoaji wake wa manufaa, na kwa André Swartley, ambaye alichunga kitabu hiki hadi kukamilika kwake.

Pia ninawashukuru watoto wangu—Erin na Alex, M.J., Laura na Nick—kwa usaidizi wao na kwa kukamilisha mtazamo wangu wa ulimwengu. Hatimaye, kama kawaida, ninamshukuru mke wangu Michele Miller Sharp, mwandamani katika maisha na kujifunza kwa uthibitisho wake unaoendelea na usaidizi.

www.ingramcontent.com/pod-product-compliance
Lightning Source LLC
LaVergne TN
LVHW050907210926
848482LV00012B/369